# ഗരുഡ പുരാണം

കഴിഞ്ഞ ഇരുപത്തിയഞ്ച് വർഷമായി ഐതിഹ്യങ്ങളെക്കുറിച്ചും, ആധുനിക കാലത്ത് അവയ്ക്കുള്ള പ്രസക്തിയെക്കുറിച്ചും എഴുതിക്കൊണ്ടിരിക്കുന്ന വ്യക്തിയാണ് ദേവ്ദത്ത് പട്നായ്ക്. മുംബൈയിൽ താമസിക്കുന്ന, വൈദ്യത്തിൽ പരിശീലനം നേടിയിട്ടുള്ള അദ്ദേഹം, ഫാർമ വ്യവസായത്തിൽ ഒരുപാട് നാളുകൾ ജോലി ചെയ്ത ശേഷമാണ് തന്റെ അഭിരുചി, തൊഴിലിലേക്ക് മാറ്റിയത്. തന്റെ ഭൂരിഭാഗം പുസ്തകങ്ങളുടെയും ചിത്രീകരണം അദ്ദേഹം തന്നെയാണ് ചെയ്യുന്നത്. മാത്രവുമല്ല, *ദേവലോക്, ബിസിനസ്സ് സൂത്ര* പോലുള്ള പ്രഭാഷണങ്ങളിലൂടെയും ടിവി പരിപാടികളിലൂടെയും പ്രശസ്തനമാണ് അദ്ദേഹം. വെസ്റ്റ്ലാൻഡ് പ്രസിദ്ധീകരിച്ച അദ്ദേഹത്തിന്റെ മറ്റു പുസ്തകങ്ങൾ : *സെവൻ സീക്രെട്സ് ഓഫ് ഹിന്ദു കലണ്ടർ ആർട്ട്, സെവൻ സീക്രെട്സ് ഓഫ് ശിവ, സെവൻ സീക്രെട്സ് ഓഫ് വിഷ്ണു, സെവൻ സീക്രെട്സ് ഓഫ് ദ ഗോഡെസ്* എന്നിവയാണ്.

ആധുനിക കാലത്ത് പുരാണങ്ങളുടെ പ്രസക്തിയെക്കുറിച്ച് അദ്ദേഹം എഴുതുകയും ചിത്രീകരിക്കുകയും പ്രഭാഷണങ്ങൾ നടത്തുകയും ചെയ്യുന്നു. 1996 മുതൽ, ലോകമെമ്പാടുമുള്ള പുരാതന, ആധുനിക സംസ്കാരങ്ങളുടെ ആത്മനിഷ്ഠമായ സത്യത്തെ (പുരാണങ്ങൾ) കഥകൾ, ചിഹ്നങ്ങൾ, ആചാരങ്ങൾ എന്നിവ എങ്ങനെ നിർമ്മിക്കുന്നു എന്നതിനെക്കുറിച്ച് 50-ലധികം പുസ്തകങ്ങളും 1000 കോളങ്ങളും അദ്ദേഹം എഴുതിയിട്ടുണ്ട്.

നേതൃത്വത്തെയും ഭരണത്തെയും കുറിച്ച് കോർപ്പറേഷനുകളുമായും പുരാണ പരമ്പരകളെക്കുറിച്ചുള്ള ടിവി ചാനലുകളുമായും അദ്ദേഹം കൂടിയാലോചിക്കുന്നു. CNBC-TV18-ലെ *ബിസിനസ് സൂത്ര*, എപ്പിക് ടിവിയിലെ *ദേവ്ലോക്* എന്നിവയാണ് അദ്ദേഹത്തിന്റെ ടിവി ഷോകൾ. റേഡിയോ മിർച്ചിയിൽ, അദ്ദേഹത്തിന് *ദേവ്ദത്ത് പട്നായ്ക് ഷോ* ഉണ്ട്. കൂടുതലറിയാൻ, devdutt.com സന്ദർശിക്കുക.

ദേവദത്ത്
പട്നായ്ക്

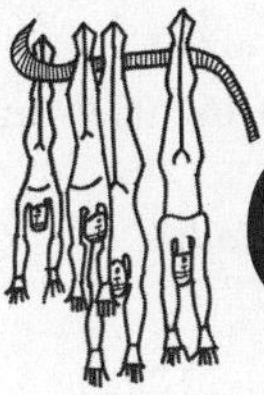

# ഗരുഡ പുരാണം

കൂടാതെ മരണം, പുനർജ്ജന്മം, അമരത്വം
എന്നിവയെക്കുറിച്ചുള്ള മറ്റ് ഹൈന്ദവാശയങ്ങളും

വിവർത്തനം : ഹരിത സി കെ

മഞ്ജുൾ പബ്ലിഷിങ് ഹൗസ്

*First published in India by*

MANJUL

**Manjul Publishing House**

*Corporate and Editorial Office*

•2nd Floor, Usha Preet Complex, 42 Malviya Nagar, Bhopal 462 003 - India

*Sales and Marketing Office*

•C-16, Sector 3, Noida, Uttar Pradesh 201301, India

Website: www.manjulindia.com

*Distribution Centres*

Ahmedabad, Bengaluru, Kochi, Kolkata, Chennai,
Hyderabad, Mumbai, New Delhi, Pune

Malayalam translation of *Garuda Purana* by Devdutt Pattanaik



Author's photograph by Harpreet Chhachhia



This edition first published in 2026

**ISBN 978-93-7317-279-8**

Cover design: Dhaivat Chhaya (Special Effects)
Cover and text illustrations: Devdutt Pattanaik

Translation by Haritha C K

Printed and bound in India by Repro India Limited

# വിവർത്തക കുറിപ്പ്

ഈ പുസ്തകം പുതിയ വഴികളിലേക്കുള്ള ഒരു കാഴ്ചപ്പാട് അവതരിപ്പിക്കുന്നു.

ഇംഗ്ലീഷിൽ നിന്നും മലയാളത്തിലേക്ക് മാറുന്നതിലുള്ള ബുദ്ധിമുട്ടുകളെ ഞെന്നുവെച്ചാൽ, രണ്ട് ലോകങ്ങളും എങ്ങനെ വ്യത്യസ്തമായി ചിന്തിക്കുന്നുവെന്ന് ഇത് തെളിയിക്കുന്നു.

നമ്മൾ മലയാളത്തിൽ സംസാരിക്കുമ്പോൾ പോലും ഇംഗ്ലീഷിൽ ചിന്തിക്കാൻ ശീലിച്ചതിനാൽ വായനക്കാർ ക്ഷമാശീലരായിരിക്കാൻ അഭ്യർത്ഥിക്കുന്നു.

എന്റെ മാതാപിതാക്കൾക്ക്,

എന്റെ മുത്തശ്ശനും മുത്തശ്ശിക്കും,

എന്റെ മുതുമുത്തശ്ശന്മാർക്കും,

എന്റെ എല്ലാ പൂർവ്വികർക്കും,

എന്റെ മറ്റ് എല്ലാ പൂർവ്വികർക്കും.

# ഉള്ളടക്കം

*മൺമറഞ്ഞു പോയവർക്ക് ശ്രാദ്ധമൂട്ടുന്ന 3000 വർഷം പഴക്കമുള്ള ഹൈന്ദവ ആചാരത്തെക്കുറിച്ചാണ് ഇതിൽ പ്രതിപാദിച്ചിരിക്കുന്നത്*

ഭാരതത്തിലെ മൺസൂൺ കാലത്ത് – അതായത്, ആനത്തലയുള്ള വിഘ്നേശ്വരന്റെ പത്തു ദിവസം നീണ്ടു നിൽക്കുന്ന ഗണേശോത്സവത്തിനും, ദുർഗ്ഗാദേവിയുടെ നവരാത്രി ഉത്സവത്തിനും ഇടയിൽ ഹിന്ദുക്കൾ പിതൃപക്ഷം ആചരിക്കുന്നു (സംസ്കൃതത്തിൽ 'പക്ഷം' എന്നാൽ 'രണ്ടാഴ്ച' എന്നർത്ഥം). ഒരു വർഷത്തിലെ ഇരുണ്ട പകുതിയിലെ ചന്ദ്രമാസത്തിൽ വരുന്ന ഇരുണ്ട രണ്ടു വാരങ്ങളാണവ. മൺമറഞ്ഞു പോയവർക്ക് ശ്രാദ്ധമൂട്ടേണ്ട കാലമാണത്. തെക്കോട്ട് തിരിഞ്ഞിരുന്ന്, വേവിച്ച ചോറ് ഉരുളകളാക്കി, എള്ളും ചേർത്ത്, ദർഭപ്പുല്ലിലോ ജലാശയത്തിനരികിലോ പിണ്ഡമായി സമർപ്പിക്കുന്ന ഹിന്ദു പുരുഷന്മാരെ രാജ്യമൊട്ടുക്കും കാണാം. വലതു കൈപ്പത്തി പിന്നിലേയ്ക്ക് ചരിച്ച്, ശരീരത്തിൽ നിന്നും അകറ്റിപ്പിടിച്ചിരിക്കുന്ന തള്ളവിരലിലൂടെ, ഒരു പ്രത്യേക രീതിയിലാണ് ഈ ഉരുളയ്ക്ക് മുകളിൽ വെള്ളം തളിക്കുക. ഇതിന് *തർപ്പണം* എന്ന് പറയുന്നു. ബലിച്ചോറുണ്ണാൻ കാക്കകളെ കൈകൊട്ടി വിളിക്കും. ഈ സമയത്ത് അത്രയ്ക്ക് കച്ചവടമൊന്നും നടക്കില്ല എന്ന് കടക്കാർക്കൊക്കെ അറിയാം.

പിണ്ഡദാനം, പൂർവ്വികർക്ക്
ഭക്ഷണം സമർപ്പിക്കുന്ന ചടങ്ങ്

ഹിന്ദു കുടുംബങ്ങൾ പുതിയ കാറോ വീടോ വസ്ത്രങ്ങളോ പോലും ഈ

കാലയളവിൽ വാങ്ങാറില്ല. ഉടമ്പടികളൊന്നും ഒപ്പ വയ്ക്കപ്പെടാറില്ല. വിവാഹങ്ങൾ നടത്താറില്ല. ഇത്തരത്തിൽ പൊതുവെ യുള്ള തണുപ്പൻ മട്ട്, ഹിന്ദുക്കൾക്ക് തങ്ങളുടെ പൂർവ്വികരുമായുള്ള ബന്ധമാണ് കാണിക്കുന്നത്. പൂർവ്വികരെ ബഹുമാനിക്കുകയും, അവരെ ഊട്ടുകയും ചെയ്യണമെന്നത് സത്യം തന്നെയാണ്. എന്നിരിക്കിലും, മരണവുമായി ബന്ധപ്പെട്ടുള്ള എല്ലാം അശുഭകരവും അശുദ്ധവുമാണെന്ന് കരുതപ്പെടുന്നു.

എല്ലാ ഹിന്ദുക്കളും ഈ ആചാരാനുഷ്ഠാനങ്ങൾ പിന്തുടരുന്ന വരാണെന്ന് പറയാനാകില്ല. ഹിന്ദു മതം എന്നത് വൈവിധ്യപൂർണ്ണവും, ഊർജ്ജസ്വലവും, സങ്കീർണ്ണവുമാണ്. പക്ഷേ ഹിന്ദുവിശ്വാസികൾക്ക് മരണത്തെക്കുറിച്ചുള്ള ആധികാരികമായ അറിവിന്റെ മുഖ്യാധാരം ഗരുഡപുരാണത്തിലെ പ്രേതകൽപം ആണ്. ആയിരം വർഷങ്ങൾക്ക് മുൻപ് എഴുതപ്പെട്ട ഇത്, ഇന്നും ശവദാഹസമയത്ത് വായിച്ചു പോരുന്നു. പിതൃക്കൾക്ക് പിണ്ഡം സമർപ്പിച്ച് ശ്രാദ്ധമൂട്ടുന്ന ചടങ്ങ് രണ്ടായിരത്തി യഞ്ഞൂറ് വർഷം പഴക്കമുള്ള ഗൃഹ്യ-സൂത്ര എന്ന ഗ്രന്ഥത്തിൽ പരാമർ ശിച്ചിട്ടുണ്ട്. ആചാരാനുഷ്ഠാനങ്ങളുടെ സവിശേഷമായ പിന്തുടർച്ചയെ യാണ് ഇത് സൂചിപ്പിക്കുന്നത്. പൂർവ്വപിതാക്കളെക്കുറിച്ച് പറയാനു പയോഗിക്കുന്ന 'പിതൃ' എന്ന വാക്ക്, ഹിന്ദു മതത്തിലെ ഏറ്റവും പഴയ രേഖയായ *ഋഗ്വേദത്തിൽ* പോലും പരാമർശിക്കപ്പെട്ടിട്ടുണ്ട്.

പല സംസ്കാരങ്ങളിലും മരണപ്പെട്ടവർക്ക് ഭക്ഷണവും സമ്മാനങ്ങളും നൽകുന്ന പതിവുകൾ നിലവിലുണ്ട്. എന്നാൽ, ഹിന്ദു ആചാരങ്ങൾ വളരെയധികം പ്രത്യേകതയുള്ളവയാണ്. കാരണം, അവ മരണാന ന്തരമുള്ള അനശ്വരതയിലല്ല, മറിച്ച്, പുനർജന്മത്തിന്റെ തത്വമീമാംസയെ അടിസ്ഥാനപ്പെടുത്തിയാണ് ഉണ്ടായിരിക്കുന്നത്. മരണമുൾപ്പടെ ഒന്നും ശാശ്വതമല്ല എന്നാണ് ഹിന്ദുക്കളുടെ വിശ്വാസം. ബാക്കിയുള്ള കടങ്ങൾ വീട്ടിത്തീർക്കാൻ മരണപ്പെട്ടവർ ഒടുവിൽ മനുഷ്യരുടെ ലോകത്തേയ്ക്ക് മടങ്ങി വരും. ഒരു വ്യക്തിയ്ക്ക് കടങ്ങളുടെ ഭാരങ്ങളിൽ നിന്നും മുക്തി നേടാൻ ജീവിതത്തിലൂടെ മാത്രമേ സാധ്യമാകൂ. ശ്രാദ്ധമൂട്ടുക എന്നത് തന്നെ ഒരു കടമയാണ്; അത് കടങ്ങൾ വീട്ടി തീർക്കുന്നു. ഭൂമിയിൽ ജീവനോടെയുള്ളവർ തങ്ങളുടെ ജീവനും അവസരങ്ങൾക്കും മരണപ്പെട്ടവരോട് കടപ്പെട്ടിരിക്കുന്നു. മരണപ്പെട്ടവരാകട്ടെ, ഭൂമിയിലേയ്ക്ക് മടങ്ങിവരാനും, ജന്മാന്തര യാത്രകൾ സുഗമമാക്കാനും ജീവിച്ചിരിക്കുന്നവരോട് കടപ്പെട്ടിരിക്കുന്നു.

മരിച്ചവരുടെ പുനർജന്മമോ മോചനമോ പ്രതീക്ഷിച്ച് അവരുടെ ചാരവും അസ്ഥികളും നദിയിൽ മുക്കുന്നു

പുനർജ്ജന്മത്തെക്കുറിച്ചുള്ള വിശ്വാസങ്ങൾ ഹിന്ദുവിശ്വാസികളുടെ മനസ്സിൽ പഴങ്കഥകളിലൂടെയും പുരാണങ്ങളിലൂടെയും ആഴത്തിൽ വേരോടിയിട്ടുള്ളവയാണ്. വേദകാലത്ത് യജ്ഞത്തിന് ശേഷം, ശവദാഹസമയത്ത് ചെയ്യുന്നത് പോലെ, പൂജാമണ്ഡപം അഗ്നിക്കിരയാക്കുകയും, ശേഷം പുതിയ ഇഷ്ടികകൾ കൊണ്ട് വീണ്ടും നിർമ്മിക്കുകയും ചെയ്യുന്നു. ഇന്ന്, പത്തു ദിനങ്ങളും ഒൻപത് രാത്രികളും നീണ്ടുനിൽക്കുന്നവയാണ് ഗണപതിയുടെയും ദുർഗ്ഗയുടെയും ഉത്സവങ്ങൾ. ഇത് പത്ത് ചന്ദ്രമാസങ്ങൾ അഥവാ ഒൻപത് സൗരമാസങ്ങൾ നീണ്ടുനിൽക്കുന്ന ഗർഭകാലത്തെ പ്രതിനിധീകരിക്കുന്നു. ആഘോഷങ്ങൾക്കൊടുവിൽ, കളിമണ്ണിൽ തീർത്ത ദൈവവിഗ്രഹങ്ങൾ, ജലാശയത്തിൽ സമർപ്പിക്കുന്നു.

വിസർജൻ, മതപരമായ ആരാധനയ്ക്ക് ശേഷം ദേവീദേവന്മാരുടെ കളിമൺ വിഗ്രഹങ്ങൾ വെള്ളത്തിൽ നിമജ്ജനം ചെയ്യുന്ന ചടങ്ങ്.

മരണശേഷം ചിതാഭസ്മം സമർപ്പിക്കുന്നത് പോലെയാണിത്. ദൈവങ്ങളും ശാശ്വതമല്ലാത്തവരാണ് എന്ന് കരുതാം. ഈ വർഷം പൊയ്പ്പോയ അവർ, അടുത്ത വർഷം മടങ്ങി വരുന്നു. ഉപനിഷത്തുകളിൽ പരാമർശിച്ചിട്ടുള്ള പുനർമൃത്യു, പുനർജന്മം എന്നീ യാഥാർത്ഥ്യങ്ങളുടെ ഒരു പതിപ്പാണവ.

ഒഡിഷയിലെ ജഗന്നാഥ പുരി ക്ഷേത്രത്തിലെ ആരാധനാമൂർത്തി കടുംനിറങ്ങൾ പൂശിയ മരം, തുണി, മരപ്പശ എന്നിവയാൽ അലംകൃതമാണ്. ഏകദേശം പത്ത്-പന്ത്രണ്ട് വർഷം കൂടുമ്പോൾ, ആരാധനാമൂർത്തിയ്ക്ക് വയസ്സാകുകയും, തന്റെ ശരീരം വിട്ടൊഴിയേണ്ടതായും വരുന്നു. ഗോപ്യമായി നടക്കുന്ന ഒരു ചടങ്ങിൽ വച്ച്, കണ്ണ് മൂടിക്കെട്ടിയ ഒരു പുരോഹിതൻ, ഒരു രഹസ്യ അറയിൽ ഇരിക്കുന്ന പഴയ ശരീരത്തിൽ നിന്നും 'ആത്മാവിനെ' എടുത്ത്, മറ്റൊരു രഹസ്യ അറയിൽ ഇരിക്കുന്ന പുതിയ ശരീരത്തിൽ എത്തിക്കുന്നു. അതിനു ശേഷം അവർ പഴയ ശരീരം സംസ്കരിക്കുകയും, പുതിയ ശരീരത്തെ ക്ഷേത്രത്തിൽ ആഘോഷമായി പ്രതിഷ്ഠിച്ച്, വീണ്ടും ദൈനംദിനവും, മാസാമാസവും, വർഷാവർഷവും ഉള്ള എല്ലാ ആചാരങ്ങൾക്കും സജ്ജമാക്കുന്നു.

അശുദ്ധിയുമായി മരണത്തിന് നേരിട്ടുള്ള ബന്ധമാണ് ഹിന്ദുവിശ്വാസികൾക്കിടയിലുള്ള മറ്റൊരു സവിശേഷത. ഘടികാരദിശയിലുള്ള പ്രദക്ഷിണമാണ് ദൈവങ്ങൾക്ക് വേണ്ടി ചെയ്യുന്നതെങ്കിൽ, എതിർദിശയിലുള്ള പ്രദക്ഷിണമാണ് പൂർവ്വികർക്ക് ചെയ്യേണ്ടത്. ശ്മശാനത്തിൽ പോകുന്ന ആളുകൾക്ക് കുളിക്കാതെ വീട്ടിൽ പ്രവേശിക്കാൻ അനുവാദമില്ല. ചിതയൊരുക്കുന്നത് കുലത്തൊഴിലായി

കൊണ്ടുനടക്കുന്നവർ 'തൊട്ടുകൂടാത്തവർ' ആണെന്ന് കരുതപ്പെട്ടിരുന്നു. ഹിന്ദു മതത്തിൽ നിലനിന്നിരുന്നതും, ഇന്ന് നിയമവിരുദ്ധമായതുമായ ജാതിവ്യവസ്ഥിതിയുടെ ഉച്ചനീചത്വങ്ങളുടെ ബീജം ഇതായിരുന്നു. സ്ത്രീകളും ഇതിൽ വിഭിന്നരായിരുന്നില്ല : ആർത്തവത്തിൽ ആയിരിക്കുന്ന സ്ത്രീകളും, വിധവകളും മരണസ്പർശമേറ്റവരാണെന്നും അതുകൊണ്ട് തന്നെ അവരെ ഒറ്റപ്പെടുത്തണമെന്നുമാണ് കരുതപ്പെട്ടിരുന്നത്.

സതിയുടെ അല്ലെങ്കിൽ വിഷ്ണുക്ഷേനയുടെ ശവശരീരം (കങ്കളമൂർത്തി), ബ്രഹ്മാവിന്റെ അല്ലെങ്കിൽ ദക്ഷന്റെ തലയോട്ടി (കപാലിക-മൂർത്തി), ശിവൻ തന്റെ നായയുമായി (ഭിക്ഷാതന-മൂർത്തി) ഭിക്ഷയാചിക്കുന്ന ഉഗ്രമായ ഭൈരവനായി

പക്ഷെ, ഇതേ ശ്മശാനങ്ങൾ തന്നെ യുഗങ്ങളായി അമാനുഷികതയുടെയും, മന്ത്രവാദത്തിന്റെയും, രഹസ്യങ്ങളുടെയും മേടകളായി കണക്കാക്കപ്പെടുന്നു. ദൈവങ്ങൾ സംഹാരമൂർത്തികളായ ഭൈരവനായും ചാമുണ്ഡിയായും മാറി, ഭൂതങ്ങളോടും നായ്ക്കളോടും ഒപ്പം വിഹരിക്കുന്ന ചുടലപ്പറമ്പുകൾ. തദ്ദേശീയമായ പല ആചാരങ്ങളിലും, തന്ത്രവിദ്യ ചെയ്യുന്ന പുരോഹിതർ, വർണ്ണാഭമായ ഉടയാടകൾ അണിഞ്ഞ്, പരേതാത്മാക്കളെ ആവാഹിച്ച് വരുത്തുകയും, ഉറഞ്ഞുതുള്ളിക്കൊണ്ട് ചരാചരങ്ങളെ ഉപദേശിക്കുകയും അനുഗ്രഹിക്കുകയും ചെയ്യുന്നു. ദുർമന്ത്രവാദത്തിന്റെ കഥകളിൽ പറയുന്നത് ആഭിചാരകന് മരണപ്പെട്ടവരുടെ മാംസവും, എല്ലുകളും, തലയോട്ടിയും ചേർത്തുള്ള രഹസ്യമായ വിദ്യകളിലൂടെ ശവസാധന ചെയ്യാൻ കഴിയുമെന്നും, അങ്ങനെ വേതാളത്തെ അടിമയാക്കാൻ കഴിയും എന്നുമാണ്. ഇത് തടയുന്നതിനായി, വേദങ്ങളനുസരിച്ചുള്ള മരണാനന്തരക്രിയകൾ ചെയ്യുന്നതിനായി ആളുകൾ ബ്രാഹ്മണരെ കൂടുതലായി ഉപയോഗിക്കാൻ തുടങ്ങി. ഈ ആചാരങ്ങളിൽ, ശരീരം പൂർണ്ണമായും നശിച്ചു എന്നും, മരണപ്പെട്ടവർക്ക് അവരുടെ ലോകത്തേക്കുള്ള യാത്ര സുഗമമാക്കുന്നതിനായി എരിയുന്ന തലയോട്ടി അടക്കം തകർത്തു നശിപ്പിച്ചു എന്നും ഉറപ്പു വരുത്തുന്നു. മരണപ്പെട്ടവരുടെ ലോകത്ത് എത്തിപ്പെടുന്നവർക്ക് മാത്രമേ, പുനർജ്ജന്മം വരേയ്ക്കും, കൃത്യമായ ഇടവേളകളിൽ ഭക്ഷണം ലഭിക്കുകയുള്ളൂ.

പുനർജന്മത്തെക്കുറിച്ച് ഹിന്ദുമതത്തിലുള്ള അതേ വിശ്വാസങ്ങൾ തന്നെയാണ് ഇന്ത്യയിൽ രൂപം കൊണ്ട മറ്റു വിശ്വാസങ്ങൾ ആയ ബുദ്ധിസത്തിലും ജൈനിസത്തിലും ഉള്ളത്. ലോകത്തെ പല ഭാഗങ്ങളിലുമുള്ള ഐതിഹ്യങ്ങൾ കെട്ടിപ്പടുത്തിരിക്കുന്നത് ഒരു ജീവിത

ത്തിനപ്പുറം വരുന്ന ശാശ്വതമായ മരണാനന്തരജീവിതം എന്ന സങ്കല്പ ത്തിലാണ്. ഇന്ത്യയിൽ തന്നെയുള്ള ലിംഗായത്ത്, നിയോ-ബുദ്ധിസ്റ്റ് പോലെയുള്ള സമുദായങ്ങൾ പുനർജ്ജന്മത്തിൽ വിശ്വസിക്കുന്നില്ല. ജീവിതം ഒരിക്കലേയുള്ളൂ എന്ന് വിശ്വസിക്കുമ്പോൾ, ഈ ജന്മവും ഈ ശരീരവും അമൂല്യമായി മാറുന്നു. ഈ രണ്ടു സമുദായങ്ങളിലും കല്ലറകളും, സ്മാരകശിലകളും കണ്ടുവരാറുണ്ട്. മരണപ്പെട്ടവരെ സ്വതന്ത്രരാക്കണ മെന്നും, തളച്ചിടരുതെന്നുമുള്ള പരമ്പരാഗത ഹിന്ദുവിശ്വാസത്തിന് വിരുദ്ധമാണിത്.

ഹിന്ദു സംസ്കാരത്തെ, മരണവുമായി ബന്ധപ്പെട്ട ആചാരങ്ങളിലൂടെ നോക്കിക്കാണുമ്പോൾ, അതിൽ പഠിക്കാൻ ഏറെയുണ്ട്. ഈ പുസ്തക ത്തിന് പതിനൊന്ന് അധ്യായങ്ങളുണ്ട്. എന്തുകൊണ്ട് പതിനൊന്ന്? ദൈവ ങ്ങളെ ഊട്ടുമ്പോൾ ക്ഷണിക്കപ്പെടുന്ന ഇരട്ടയക്കത്തിൽ എണ്ണം തികച്ച പുരോഹിതരെ അപേക്ഷിച്ച്, മരണപ്പെട്ടവർക്ക് ശ്രാദ്ധമൂട്ടുമ്പോൾ ക്ഷണിക്ക പ്പെടുന്ന ഒറ്റയക്കം വരുന്ന പുരോഹിതരെ അത് ഓർമ്മിപ്പിക്കുന്നു.

ഇത് ഒരു അന്വേഷണകുതുകിയുടെ യാത്രയാണ്; അല്ലാതെ, ആധി കാരികമായ ഒരു പഠനമല്ല. ഇവിടെ 'തർക്കങ്ങളോ', വിശദമായ കുറിപ്പുകളോ സൂചനകളോ ഉണ്ടാവില്ല. മരണാനന്തര കർമ്മങ്ങൾക്ക് പല പ്രതിപാദങ്ങൾ ഉണ്ടെന്നും, പല നാടുകളിലും അത് പല വിധത്തി ലാണെന്നും, അതിനൊരുപാട് അർത്ഥതലങ്ങൾ ഉണ്ടായിട്ടുണ്ടെന്നും ഉള്ള കാര്യങ്ങളിൽ ഞാൻ പൂർണ്ണബോദ്ധ്യവാനാണ്. ലഭ്യമായിട്ടുള്ള വിപുലമായ അറിവുകളുടെ ലളിതവും, പ്രാപ്യവുമായ ഒരു പുസ്തകമാണിത്. അന്തിമമായ സത്യത്തെ കണ്ടെത്തുക എന്നതല്ല, മറിച്ച്, ഹിന്ദു മതത്തിന്റെ അനന്തകോടി പ്രഭാവങ്ങളെ മനസ്സിലാക്കാനും, അവയിലൂടെ നമ്മുടെ മനസ്സിനെയും ചിന്തകളെയും വിശാലമാക്കുക എന്നതുമാണ് ഈ പുസ്തകത്തിന്റെ ലക്ഷ്യം. എന്റെ എല്ലാ പുസ്തകങ്ങളിലും പറയുന്നത് പോലെ, താഴെയുള്ളത് മനസ്സിലുറപ്പിച്ച് കൊണ്ട് വായന തുടരുക :

*അനന്തമായ പുരാണങ്ങളിൽ*
*ശാശ്വത സത്യം മറഞ്ഞിരിക്കുന്നു,*
*ആരാണ് അത് പൂർണ്ണമായി കണ്ടത്?*
*വരുണന് ആയിരം കണ്ണുകളുണ്ട്,*
*ഇന്ദ്രന് നൂറ് കണ്ണുകളുണ്ട്,*
*എനിക്കും നിനക്കും രണ്ടെണ്ണമേ ഉള്ളൂ.*

# മരിച്ചവരുടെ പ്രയാണം

*ആത്മാവ്, മരണപ്പെട്ടവരുടെ ലോകത്തേയ്ക്ക് എങ്ങനെ പ്രയാണം ചെയ്യുന്നുവെന്നും, തിരികെ ഗർഭപാത്രം വഴി എങ്ങനെ ഭൂമിയിലേയ്ക്ക് മടങ്ങിയെത്തുന്നുവെന്നും നമുക്കിതിൽ നോക്കാം.*

ഒരു ഹിന്ദു ഗൃഹത്തിൽ മരണം നടന്നാൽ, ബ്രാഹ്മണർ ഗരുഡ പുരാണത്തിലെ പ്രേതകൽപം അഥവാ പ്രേതകാണ്ഡം വായിക്കുന്നു. ശരീരം വിട്ട ശേഷമുള്ള ആത്മാവിന്റെ പ്രയാണത്തെക്കുറിച്ചും, സങ്കീർണ്ണമായ വേദാചാരങ്ങൾ ചെയ്യേണ്ടുന്നതിന്റെ ആവശ്യകതയെക്കുറിച്ചും അത് വിവരിക്കുന്നുണ്ട്. ആ യാത്രയെക്കുറിച്ച് മനസ്സിലാക്കുന്നതിനുമുമ്പ്, മരണാനന്തര ജീവിതത്തെക്കുറിച്ചുള്ള ഈ അറിവ് മനുഷ്യലോകത്തേക്ക് കൊണ്ടുവരാൻ പ്രാപ്തമാക്കിയ ദിവ്യ കഴുകനായ ഗരുഡന്റെ പ്രവൃത്തികളെ നാം അഭിനന്ദിക്കണം.

## ഗരുഡന്റെ സാഹസികതകൾ

മൂവായിരം വർഷങ്ങൾക്ക് മുൻപ് ഗംഗാതടങ്ങളിൽ നിലനിന്നിരുന്ന വേദകാലഘട്ടത്തിൽ സുപർണൻ എന്നായിരുന്നു ഗരുഡൻ അറിയപ്പെട്ടിരുന്നത്. പരുന്തിനെപ്പോലെ കുതിച്ചുയരുകയും, സ്വർഗ്ഗത്തിലെ ദൈവങ്ങളുടെ അനുഗ്രഹം മനുഷ്യർക്ക് ലഭിക്കുന്നുവെന്ന് ഉറപ്പാക്കുകയും ചെയ്യുന്ന മന്ത്രങ്ങളെയാണ് അദ്ദേഹം പ്രതിനിധാനം ചെയ്തിരുന്നത്. പുരാണങ്ങളുടെ കാലമായപ്പോഴേക്കും, ഏകദേശം 1,500 വർഷങ്ങൾക്ക് മുമ്പ്, ഗരുഡൻ ശക്തനായ ഒരു കഴുകനായി, കശ്യപ മുനിയുടെയും പത്നി വിനതയുടെയും മകനായി മാറിയിരുന്നു. പക്ഷിരാജനും, വിഷ്ണുവാഹനവും,

ലോകത്തെ സംരക്ഷിക്കുകയും സമതുലനാവസ്ഥ നിലനിർത്തുകയും ചെയ്യുന്നവനുമായ ഗരുഡൻ, നാഗങ്ങൾ വളരെയധികം ഭയന്നിരുന്ന ശത്രുവായിരുന്നു. ഈയൊരു ബിംബം തെക്കുകിഴക്കേ ഏഷ്യയിൽ എമ്പാടും വ്യാപകമായിരുന്നു.

നാഗദേവനായ നാഗൻ

പുരാണങ്ങളിൽ ലോകസൃഷ്ടാവായും, ജീവജാലങ്ങളുടെ പ്രപിതാമഹനായും കണ്ടിരുന്നത് ബ്രഹ്മാവിനെആയിരുന്നു.കാരണംഅദ്ദേഹത്തിന്റെ മാനസപുത്രനായിരുന്ന കശ്യപിന്റെ അനേകം ഭാര്യമാരാണ് ഭൂമി നിറയ്ക്കാനുള്ള അനേകം ജീവജാലങ്ങൾക്ക് ജന്മം നൽകിയത്. സഹോദരിമാരായിരുന്ന കദ്രുവിലൂടെയും വിനതയിലൂടെയും കശ്യപൻ സർപ്പങ്ങളുടെയും പക്ഷികളുടെയും പിതാവായി. ലോകവും ആകാശവും നിറയ്ക്കാൻ തക്ക കുഞ്ഞുങ്ങൾ വേണമെന്നായിരുന്നു കദ്രുവിന്റെ ആവശ്യം. എന്നാൽ വിനതയാകട്ടെ, രണ്ട് കുട്ടികൾ മാത്രം മതി എന്നായിരുന്നു ആവശ്യപ്പെട്ടത് – എന്നാൽ അവരുടെ ചൈതന്യം ഭൂമിയും, ആകാശവും, അതിനിടയിലുള്ള അന്തരീക്ഷവും പ്രകാശപൂരിതമാക്കണം, എന്ന് മാത്രം. കദ്രു ആയിരക്കണക്കിന് മുട്ടകൾ ഇട്ട് നാഗദേവത ആയപ്പോൾ, വിനത രണ്ടു മുട്ടകൾ മാത്രമേ ഇട്ടുള്ളൂ.

വിനതയുടെ കുഞ്ഞുങ്ങൾ തന്റെ മക്കളെ അടിമകളാക്കിയേക്കുമോ എന്ന് ഭയന്ന കദ്രു, രണ്ടു മുട്ടകളിലൊന്ന് പൊട്ടിച്ച്, ഉള്ളിലുള്ള കരുവിനെ നോക്കാൻ സഹോദരിയെ പ്രേരിപ്പിച്ചു. വികൃതരൂപിയായ ഒരു കുഞ്ഞ് അതിൽ നിന്ന് പുറത്തു വന്നു. ആ കുഞ്ഞ് അവരിൽ നിന്നും അകന്നു നീങ്ങുകയും, മൂവന്തിനേരത്തെ ക്രമരഹിതമായി പടർന്നുകിടക്കുന്ന മേഘമായി മാറുകയും ചെയ്തു. ആ കുഞ്ഞിന് ലൈംഗികാവയവങ്ങൾ ഉണ്ടായിരുന്നില്ല. അതുകൊണ്ട് തന്നെ, പുലർവേളകളെ പുരുഷനായ അരുണനായും,സ്ത്രീയായ ഉഷസ്സായും കണക്കാക്കുന്നു.ആമുട്ടകൾക്കുള്ളിൽ സൂര്യതേജസ്സുള്ള കുഞ്ഞുങ്ങളാണുണ്ടായിരുന്നതെന്ന് തീർച്ചയായിരുന്നു. അടുത്തത് ഇതിനേക്കാൾ പ്രബലമായ ഒന്നായിരിക്കും.

ആശങ്കാകുലയായ കദ്രു, വിനതയെ ചതിയിൽപ്പെടുത്തി. ഉച്ചൈശ്രവന്റെ വാലിന്റെ നിറം കണ്ടുപിടിക്കാമോ എന്ന് കദ്രു വിനതയെ വെല്ലുവിളിച്ചു. നിത്യവും ചക്രവാളത്തിലൂടെ സഞ്ചരിക്കുന്ന ഒരു ദിവ്യാശ്വമായിരുന്നു ഉച്ചൈശ്രവൻ. വാലിന്റെ നിറം വെള്ളയാണെന്ന് വിനത പറഞ്ഞപ്പോൾ, കദ്രു പറഞ്ഞു അത് കറുപ്പാണെന്ന്. മാത്രവുമല്ല,

തന്റെ ഭാഗം ശരിയാണെന്ന് തെളിയിക്കാൻ കദ്രു വിനതയെ വെല്ലുവിളിച്ചു. ആ വെല്ലുവിളി സ്വീകരിച്ച വിനത പക്ഷേ പന്തയത്തിൽ തോറ്റുപോയി. കദ്രുവാകട്ടെ, തന്റെ മക്കളായ കരിനാഗങ്ങളെ വിളിച്ച്, ഉച്ചൈശ്രവന്റെ വാലിൽ തൂങ്ങിക്കിടന്ന്, ദൂരെ നിന്നു നോക്കുമ്പോൾ അത് കറുപ്പാണെന്ന് തോന്നിക്കത്തക്കവിധം ചതി ഒരുക്കി. വിനത കദ്രുവിന്റെ അടിമയായി. അടിമത്തത്തിലേക്കാണ് വിനതയുടെ മകനായ ഗരുഡൻ ജനിച്ചു വീണത്.

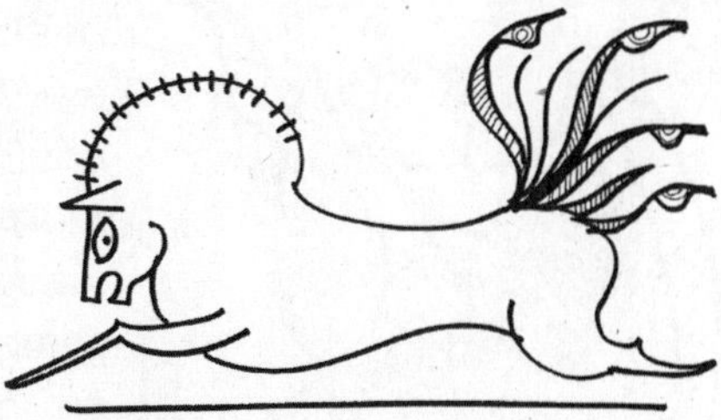

ഉച്ചൈശ്രവസ് എന്ന പറക്കുന്ന കുതിരയുടെ വാലിൽ പാമ്പുകൾ പറ്റിപ്പിടിച്ചിരുന്നു

ദൈവരാജ്യങ്ങൾക്കുമപ്പുറമുള്ള പറുദീസയായ സ്വർഗ്ഗത്തിൽ ജീവിക്കുന്ന തേജസ്വികളായ ദേവന്മാർ അസൂയയോടെ സംരക്ഷിക്കുന്ന, അമരത്വത്തിന്റെ പാനീയമായ അമൃതായിരുന്നു ആ സ്വാതന്ത്ര്യത്തിന്റെ വില. ദേവരാജനായ ഇന്ദ്രൻ തന്റെ ആ നിധിയെ മറ്റുള്ളവർക്ക്, പ്രത്യേകിച്ചും തന്റെ അർദ്ധസഹോദരന്മാരായ അസുരന്മാർക്ക്, പങ്കുവയ്ക്കാൻ വിസമ്മതിച്ചു. വൈദിക യജ്ഞ വേളയിൽ അർപ്പിക്കുന്ന സോമരസത്തോടൊപ്പമുള്ള സ്തുതിഗീതം പോലെ, ഇന്ദ്രന് എന്തെങ്കിലും നൽകിയാൽ മാത്രമേ നിങ്ങൾക്ക് അദ്ദേഹത്തിൽ നിന്ന് എന്തെങ്കിലും ലഭിക്കൂ. തന്റെ ശക്തമായ ചിറകുകൾ ഉപയോഗിച്ച് ഗരുഡൻ സ്വർഗ്ഗത്തിലേക്ക് പറന്നിറങ്ങി. തന്റെ തുളഞ്ഞു കയറുന്ന നഖങ്ങളും, കൂർത്ത കൊക്കുകളുമുപയോഗിച്ച് ദേവന്മാരെ തോൽപ്പിച്ച ഗരുഡൻ അമൃതകുംഭം കൈക്കലാക്കി. അതിൽ നിന്നും അൽപ്പം ഗരുഡന് നുകരാമായിരുന്നു. എന്നാൽ തന്റേതല്ലാത്ത ഒന്ന് ഉപയോഗിക്കാൻ ഗരുഡന് താൽപര്യമില്ലായിരുന്നു. ഇത്, ദൈവങ്ങളുടെയും പുണ്യകർമ്മങ്ങളുടെയും പ്രീതി പിടിച്ചുപറ്റി.

ഗരുഡൻ ആ അമൃതകുംഭം നാഗങ്ങൾക്ക് കൈമാറി, തന്റെ അമ്മയുടെ സ്വാതന്ത്ര്യം ഉറപ്പാക്കി. അത് പാനം ചെയ്യുന്നതിന് മുൻപ്, ഗംഗാസ്നാനം ചെയ്യുവാൻ അവൻ നാഗങ്ങളെ ഉപദേശിച്ചു. അവർ അവിടെയില്ലാത്ത തക്കം നോക്കി, ദേവന്മാർ ആ കുംഭം തിരികെ സ്വർഗ്ഗത്തിലേക്ക് കൊണ്ടുപോയി. താൻ ഇപ്പോൾ നാഗങ്ങളുടെ അടിമയല്ലാത്തതിനാൽ ഗരുഡൻ അവരെ തടഞ്ഞില്ല. നാഗങ്ങൾ ചതിയിലൂടെയാണ് വിനതയെ അടിമയാക്കിയത് എന്നതിനാൽ, ഗരുഡന്റെ ചതിയ്ക്കെതിരെ അവർക്ക് പരാതിപ്പെടാൻ കഴിഞ്ഞില്ല. അമൃത് തിരികെ ലഭിച്ചതിൽ സന്തുഷ്ടരായ ദേവന്മാർ ഗരുഡന് ഒരു വരം

നൽകാൻ തയ്യാറായി. ശാപമേൽക്കാതെ നാഗങ്ങളെ കൊല്ലാൻ അനുവദിക്കണം എന്ന വരമായിരുന്നു അവൻ ചോദിച്ചത്. സർപ്പങ്ങൾ അവന്റെ ഭക്ഷണമായി മാറിയാൽ മാത്രമേ അത് സാധ്യമാകുകയുള്ളൂ എന്ന് ദേവന്മാർ പറഞ്ഞു. ഭക്ഷണത്തിനും, വിശപ്പടക്കാനും വേണ്ടി ചെയ്യുന്ന അക്രമങ്ങൾ പാപമാകുന്നില്ല. അങ്ങനെയാണ് പാമ്പുകൾ പരുന്തുകളുടെ ഭക്ഷണമായി മാറിയത്.

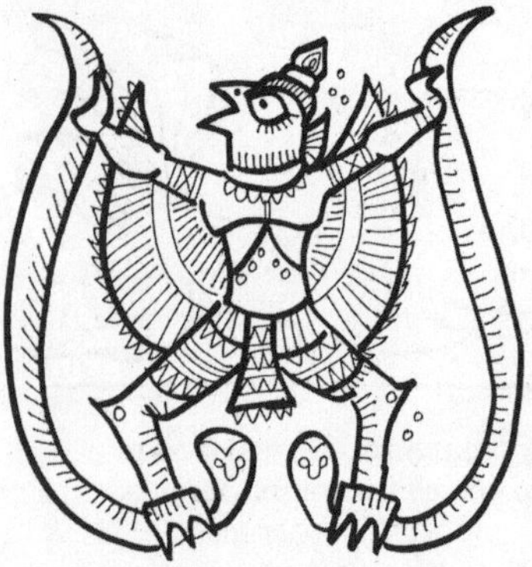
പാമ്പുകളെ തിന്നുന്ന ഗരുഡൻ

ഭയചകിതരായ സർപ്പങ്ങൾ, ഭൂമിക്കടിയിലുള്ള, സൂര്യപ്രകാശം കടന്നു ചെല്ലാത്ത പാതാളത്തിൽ അഭയം തേടി. വയസ്സായ സർപ്പങ്ങളുടെ പത്തിയിൽ മുളയ്ക്കുന്ന നാഗമാണിക്യം കൊണ്ട് അവർ അവിടം പ്രകാശമാനമാക്കി. നാഗങ്ങൾ വയസ്സാകും തോറും അവർക്ക് കൂടുതൽ പത്തികൾ ഉണ്ടാവുകയും, അവയിൽ ഓരോന്നിലും കാലക്രമേണ മാണിക്യം ഉണ്ടാവുകയും ചെയ്യുന്നു. സഞ്ജീവനി എന്നറിയപ്പെടുന്ന പുനർജനനം സാധ്യമാക്കുന്ന ശക്തി ഈ രത്നങ്ങളിൽ ഉണ്ടായിരുന്നു. അമൃതകുംഭം വച്ചിരുന്ന ദർഭപ്പുല്ലിലേയ്ക്ക് ഈ ശക്തി അൽപ്പം പരക്കുകയും, അതിന് ശേഷം ആ പുല്ല് അഗ്രം മുറിച്ചു മാറ്റുംതോറും വളരുകയും ചെയ്തു. അതുകൊണ്ടാണ് വേദാചാരങ്ങളിൽ ദർഭപ്പുല്ലിന് പ്രാമുഖ്യമുള്ളത്. ഈ പുല്ലിലൂടെ ഇഴഞ്ഞു പോയ പാമ്പുകൾക്കും സ്വയം പുനരുജ്ജീവനം ചെയ്യാനുള്ള ശക്തി ലഭിച്ചു – അവർക്ക് പഴയ പടം പൊഴിക്കാനും, പുതിയ യൗവ്വനയുക്തമായ തോൽ അതിനു പകരമായി കൊണ്ടുവരാനും സാധിക്കും.

ഗരുഡന്റെ പിതാവായ കശ്യപൻ, തമ്മിൽ കലഹിക്കുകയായിരുന്ന ഒരു വലിയ ആമയെയും ഒരാനയെയും ഭക്ഷിക്കുവാൻ അവനോട് ആവശ്യപ്പെട്ടു. ഒരു മരക്കൊമ്പിൽ തലകീഴായി തൂങ്ങിക്കിടക്കുകയായിരുന്ന തള്ളവിരലിന്റെ അത്ര മാത്രം വലിപ്പമുള്ള വാലാക്കില്യ മഹർഷിമാരെ സംരക്ഷിക്കുന്നതിനായി ആ മരക്കൊമ്പ് പിടിക്കുവാനും ഗരുഡനോട് ആവശ്യപ്പെട്ടു. ഈ സാഹസികതകളുടെയൊക്കെ പൊരുൾ എന്താണെന്ന് ഗരുഡൻ സംശയം പ്രകടിപ്പിച്ചു. വിഷ്ണുവിനോട് ചോദിക്കൂ എന്നാണ് കശ്യപൻ പറഞ്ഞത്.

ദേവരാജനായ ഇന്ദ്രന്റെ അനുജനായിരുന്നു വിഷ്ണു. ഇന്ദ്രനെപ്പോലെ സ്വർഗ്ഗീയസുഖങ്ങളിൽ രമിക്കാൻ വിഷ്ണു ഇഷ്ടപ്പെട്ടിരുന്നില്ല. പാൽക്കടലിൽ, ആദി അനന്ത ശേഷ എന്ന് പേരുള്ള ആയിരം പത്തികളുള്ള

നാഗത്തിന് മുകളിൽ വിഷ്ണു ശയിക്കുന്നു. ആദി അനന്ത ശേഷ എന്നാൽ, ഭൂത-വർത്തമാന-ഭാവി കാലങ്ങളെ സൂചിപ്പിക്കുന്ന 'അടിസ്ഥാനപരവും അനന്തവുമായ ശേഷിപ്പുകൾ' എന്നാണ് അതിനർത്ഥം. അതിന്റെ അനന്തമായ പത്തികളും, അതിലെല്ലാം തിളങ്ങുന്ന മാണിക്യവും സൂചിപ്പിക്കുന്നത് ഈ നാഗം വാർദ്ധക്യത്തിലാണ് എന്നാണ്. മറ്റുള്ള നാഗങ്ങളിൽ നിന്ന് വ്യത്യസ്തമായി, തന്റെ മാതാവും അവരുടെ സഹോദരിയുമായുള്ള ശത്രുത ശരിയല്ല എന്ന പക്ഷമായിരുന്നു ആദി അനന്ത ശേഷന്. ഇത്, ദേവന്മാരും അസുരന്മാരും തമ്മിലുള്ള ശത്രുത ശരിയല്ല എന്ന പക്ഷക്കാരനായ വിഷ്ണുവിന്റെ പ്രീതി നേടി. ദേവന്മാരും അസുരന്മാരും കശ്യപന്റെ മക്കൾ തന്നെയായിരുന്നു. അവരുടെ അമ്മമാരായ അദിതിയും ദിതിയും, കദ്രുവിനെയും വിനതയെയും പോലെ, സഹോദരിമാരായിരുന്നു.

ആന, ആമ,
വാലാഖില്യങ്ങൾ
എന്നിവരോടൊപ്പം ഗരുഡൻ

ഗരുഡൻ നാഗങ്ങളോടുള്ള പക ഉപേക്ഷിച്ച്, തന്റെ വാഹനമായി, തന്റെയൊപ്പം ഉലകം സഞ്ചരിച്ചാൽ, അവന്റെ സംശയങ്ങൾക്കുള്ള മറുപടി നൽകാമെന്ന് വിഷ്ണു പറഞ്ഞു. അറിയാനുള്ള ആഗ്രഹം കൊണ്ട് ഗരുഡൻ അത് സമ്മതിച്ചു. അങ്ങനെയാണ് ആ പരമോന്നതമായ വിജ്ഞാനം ഗരുഡന് നൽകപ്പെട്ടത്.

പകൽ രാത്രിയെ വിഴുങ്ങുമ്പോഴും രാത്രി പകലിനെ വിഴുങ്ങുമ്പോഴും എങ്ങനെയാണ് സമയം പകുക്കപ്പെടുന്നതെന്നും, പരുന്ത് പാമ്പിനെയും പാമ്പ് പരുന്തിനെയും എങ്ങനെയാണ് ആഹാരമാക്കുന്നതെന്നും, വേനൽ ശിശിരത്തെയും ശിശിരം വേനലിനെയും കാർന്നു തിന്നുന്നതെപ്പോഴാണെന്നും ഗരുഡൻ മനസ്സിലാക്കി. ഭക്ഷിക്കുന്നവർ തന്നെ ഒടുവിൽ അന്നമായി മാറുന്നു. വേട്ടയാടുന്നവർ ഇരയായും, ഇര വേട്ടക്കാരനായും മാറുന്നു. ജീവിതത്തിൽ ഇരയ്ക്കും വേട്ടക്കാരനും തുല്യ പ്രാധാന്യമാണ് ഉള്ളത്. ദേവന്മാരുടെ കൈയിൽ നിന്നും അസുരന്മാർ സ്വർഗ്ഗം പിടിച്ചെടുക്കുകയും, പിന്നീടത് ദേവ

ഗരുഡനും ആദി അനന്ത ശേഷൻ
എന്ന വിശ്വ സർപ്പത്തിൽ ഇരിക്കുന്ന
വിഷ്ണുവിനെ ആരാധിക്കുന്നു

ന്മാർക്ക് തിരികെ ലഭിക്കുകയും ചെയ്യുന്നു. ജയങ്ങളൊന്നും നിരന്തരമല്ല, തോൽവികളെല്ലാം താൽക്കാലികമാണ് താനും. എല്ലാവരും കാംക്ഷിക്കുന്നത് അമൃതം അഥവാ ചിരഞ്ജീവിത്വമാണ്. എല്ലാവർക്കും പുനർജ്ജീവനത്തിനുള്ള ഒരവസരമായി സഞ്ജീവനി ലഭിക്കാറുണ്ട്.

ഗരുഡന് മുൻപിൽ വിഷ്ണു തുറന്നു കാട്ടിയത് പരസ്പരം കലഹിക്കുന്ന, ബ്രഹ്മാവിന്റെയും കശ്യപിന്റെയും പേരക്കുട്ടികളായ, സഹോദരങ്ങളെയാണ് : ദേവന്മാരും അസുരന്മാരും, ഗരുഡനും നാഗങ്ങളും, ആനയും ആമയും. മാതൃകാപരമായി നോക്കിയാൽ, ഭൂമിയുടെ അസ്തിവാരങ്ങളായി വർത്തിക്കേണ്ടവരാണ് ആനയും ആമയും. പക്ഷെ പരസ്പരം കലഹിക്കുന്നത് വഴി അവർ അസ്ഥിരതയും അസ്വസ്ഥതയും സൃഷ്ടിക്കുകയാണ്. ഇങ്ങനെയാണ് ആളുകൾ തങ്ങളുടെ ജീവിതം പാഴാക്കുന്നത്. ഭൂമിയിൽ ജീവിച്ചിരിക്കുന്നവർ എന്ന നിലയിൽ ഇത് ഉച്ചനീചത്വങ്ങൾ സൃഷ്ടിക്കുന്നു. ഒരാൾ താൻ ആഗ്രഹിക്കുന്ന വിജയത്തിന് വേണ്ടി പോരാടുന്നു. മറ്റൊരാൾ, തനിക്ക് നിഷേധിക്കപ്പെട്ട നീതിയ്ക്ക് വേണ്ടി പോരാടുന്നു. ആ രണ്ടു കൂട്ടരും തങ്ങൾ നീതിയ്ക്ക് തികച്ചും അർഹരാണെന്നാണ് കരുതുന്നതെങ്കിലും, യഥാർത്ഥത്തിൽ അവർക്ക് രണ്ടുപേർക്കും അതിനർഹതയില്ല എന്നതാണ് സത്യം. മനുഷ്യനുൾപ്പെടെയുള്ളസർവ്വജീവികളുംവിശക്കുന്നവയറിന്അന്നമാകേണ്ടവരാണ്.

ആമയും ആനയും ചേർന്നാണ്
ഭൂമിയുടെ അടിത്തറ

പക്ഷെ അത്തരമൊരു ജീവിതത്തിൽ നിന്നും ഒരു മോചനം സാദ്ധ്യമാണ്. തള്ളവിരലിന്റെ വലിപ്പമുള്ള വാലാക്കില്യ മഹർഷിമാർ, ചിത്രശലഭങ്ങളാകും മുൻപ് കോശസ്ഥകീടം എന്നപോൽ, മരക്കൊമ്പിൽ വാവല്കളെപ്പോലെ തലകീഴായി തൂങ്ങിക്കിടക്കുമ്പോൾ പറഞ്ഞത് അങ്ങനെയാണ്.

കാലങ്ങൾക്ക് മുൻപ്, ഒരു ചുള്ളിക്കമ്പു പോലും എടുക്കാനാവാത്ത വാലാക്കില്യരെ ഇന്ദ്രൻ പരിഹസിച്ചു. ഗരുഡൻ എന്ന് പേരുള്ള ഒരു പരുന്തിൽ ഇന്ദ്രൻ തന്റെ പ്രതിയോഗിയെ കണ്ടുമുട്ടും എന്ന് ആ മഹർഷിമാർ പറഞ്ഞു. ഇന്ദ്രനെക്കാൾ ശക്തനായ ഗരുഡൻ, ബുദ്ധിശാലിയുമായിരിക്കും. അവൻ ഇന്ദ്രനെ കീഴടക്കുമെങ്കിലും, അത് അദ്ദേഹത്തെ സ്ഥാനഭ്രഷ്ടനാക്കാൻ വേണ്ടിയായിരിക്കില്ല. അമൃതകുംഭം കൈക്കലാക്കുമെങ്കിലും അവനത് കുടിക്കില്ല. അവൻ കാംക്ഷിക്കുന്നത്

ധനമോ അധികാരമോ ആയിരിക്കില്ല, മറിച്ച്, അറിവായിരിക്കും. അറിവിനായുള്ള ആ അന്വേഷണമാണ് അവനെ വിഷ്ണുവിനരികിൽ എത്തിച്ചത്.

മരിച്ചവർ, ജീവിതം ഉപയോഗപ്പെടുത്തി യോഗ ചെയ്യാനും പുനർജന്മ ആവൃത്തിയിൽ നിന്നും രക്ഷപ്പെടാൻ ശ്രമിക്കാനും വേണ്ടി ഒരു ജന്മം കൂടി ലഭിക്കാൻ കൊതിച്ച്, നില കാണാത്ത അഗാധമായ ഗർത്തത്തിന് മുകളിൽ തലകീഴായി തൂങ്ങിക്കിടക്കുകയാണ് എന്ന് വിഷ്ണു വ്യക്തമാക്കി. എന്നാൽ മനുഷ്യജന്മം നേടിയ ഉടനെ, തങ്ങളുടെ ആ മഹത്തായ ലക്ഷ്യം അവർ മറന്നു പോകുന്നു. മായയിൽ അകപ്പെട്ടു പോയ മനസ്സിന്റെയും ഇന്ദ്രിയങ്ങളുടെയും പിടിയിലാകുന്നു അവർ. മോഹവും നീതിയും നയിക്കുന്ന അവർ, പരസ്പരം കലഹിക്കുന്ന സഹോദരങ്ങളായി മാറുകയും, വീണ്ടും ജനന മരണങ്ങളുടെ ചക്രത്തിൽ വീണു പോവുകയും ചെയ്യുന്നു (സംസാര). വിഡ്ഢികളായ ആനയെയും ആമയെയും പോലെ പെരുമാറി ജീവിതം പാഴാക്കിക്കളഞ്ഞ അവർ, വീണ്ടും മരണമുഖത്ത് തലകീഴായി തൂങ്ങിക്കിടക്കേണ്ടവരായി മാറുന്നു.

ഗരുഡനിൽ വിഷ്ണു

ഇതൊക്കെ വിഷ്ണുവിന് എങ്ങനെയാണ് മനസ്സിലായത്? കാരണം, അനന്തകോടി ജീവജാലങ്ങൾ നിറഞ്ഞ അനന്തകോടി ഉലകങ്ങളിലെ അനന്തകോടി സൃഷ്ടികൾക്കും അനന്തകോടി നാശങ്ങൾക്കും അദ്ദേഹം സാക്ഷ്യം വഹിച്ചിട്ടുണ്ട്. പ്രപഞ്ചത്തിലെ എല്ലായിടത്തും എത്തുന്ന അപരിമിതമായ കണ്ണുകളും, അപരിമിതമായ കൈകാലുകളും ഉള്ള, വേദങ്ങളിൽ പരാമർശിച്ചിട്ടുള്ള, പുരുഷൻ ആണ് വിഷ്ണു.

ഗരുഡൻ തനിക്ക് ലഭിച്ച ഈ അറിവുകളെല്ലാം പിതാവായ കശ്യപനോട് പങ്കുവച്ചു. അദ്ദേഹം, മൂന്ന് ഉലകവും സഞ്ചരിച്ചിട്ടുള്ള ഭൃഗു എന്ന മഹർഷിയ്ക്ക് ആ അറിവ് പങ്കുവച്ചു. അദ്ദേഹത്തിൽ നിന്ന് അത് സൂര്യവംശത്തിലെ ഗുരുവായ വസിഷ്ഠനിലേയ്ക്കും, അദ്ദേഹത്തിൽ നിന്നും അത് ചന്ദ്രവംശത്തിലെ ഗുരുവായ പരാശരനിലേയ്ക്കും എത്തി. പരാശരൻ അത് വേദകീർത്തനങ്ങളുടെ രചയിതാവായ വ്യാസനിലേയ്ക്കും, പിന്നീട് കഥപറച്ചിലുകാരനായ രോമഹർഷണനിലേയ്ക്കും എത്തിച്ചു. അദ്ദേഹം, നൈമിഷവനത്തിൽ വച്ച് ഇത് മഹർഷിമാർക്ക് പങ്കുവയ്ക്കുകയും, പിന്നീടത് ഗരുഡപുരാണമായി അറിയപ്പെടുകയും ചെയ്തു.

## ആത്മാവ്, ദേഹി, പ്രേത, പിതൃ

വേദസംഹിതയിൽ 'പുരുഷൻ' എന്നും, ബ്രാഹ്മണ ഗ്രന്ഥങ്ങളിൽ 'പ്രജാപതി' എന്നും, ഉപനിഷത്തുകളിൽ 'ആത്മാവ്' എന്നും അറിയപ്പെടുന്ന, അനശ്വരമായ ആത്മാവാണ് മരണത്തെക്കുറിച്ചുള്ള കഥയിലെ കേന്ദ്രകഥാപാത്രം. ഹിന്ദുക്കൾ ലോകത്തെ രണ്ടായി പകുത്തിരിക്കുന്നു : നമുക്ക് അനുഭവവേദ്യമായ നശ്വരമായ പകുതിയും, നാം അനുമാനിച്ചു വച്ചിരിക്കുന്ന അനശ്വരമായ പകുതിയും. സ്വന്തം വിത്തുകളിൽ നിന്നും വീണ്ടും പൊട്ടി മുളക്കുന്ന ചെടികൾ പോലെ, നമ്മളും ഇതേ ജീവിതത്തിലേയ്ക്ക് മടങ്ങിവരുമോ? അതോ, അനന്തമായ മരണാന്തര ജീവിതത്തിൽ നാം തുടരുമോ? നമുക്കറിയില്ല. ഇൻഫിനിറ്റി (അനന്തത) എന്ന സങ്കൽപ്പം കണക്കിലെ പ്രശ്നങ്ങൾക്ക് ഉത്തരം കണ്ടെത്താൻ നമ്മെ സഹായിക്കുന്നത് പോലെ, അനശ്വരമായ ആത്മാവിലുള്ള വിശ്വാസം മെച്ചപ്പെട്ട ജീവിതം നയിക്കാനും, തൃപ്തിയോടെ കഴിയാനും, മരണത്തെ ഭയമില്ലാതെ നേരിടാനും നമ്മെ സഹായിക്കുന്നു.

അനശ്വരമായ ആത്മാവ്, നശ്വരമായ ശരീരം അഥവാ ദേഹത്തിൽ കുടികൊള്ളുന്നു. അങ്ങനെയാണ് ആത്മാവ് ദേഹത്തിൽ കുടികൊള്ളുന്ന ദേഹി എന്നറിയപ്പെടുന്നത്. മരണത്തെ 'ദേഹണ്ഡം' എന്ന് വിളിക്കുന്നതും ഈ അർത്ഥത്തിലാണ് – 'ദേഹ'ത്തിന്റെ 'അന്തം'; 'ദേഹി'യുടേതല്ല. ആത്മാവ് മരണത്തെ അതിജീവിക്കുന്നു. ജനനസമയത്ത് ഒരു പുതിയ വസ്ത്രം ധരിക്കുന്നത് പോലെ ആത്മാവ് പുതിയൊരു ശരീരം എടുത്തണിയുകയും, മരണസമയത്ത് പഴയ വസ്ത്രമെന്നപോൽ ആ ശരീരത്തെ ഉപേക്ഷിക്കുകയും ചെയ്യുന്നു. അങ്ങനെയാണ് ഭഗവദ് ഗീതയിൽ പറഞ്ഞിരിക്കുന്നത്.

ജീവിതത്തിലൂടെ കടന്നുപോകുമ്പോൾ, ശരീരം പലവിധ വികാരങ്ങളിലൂടെയും താത്പര്യങ്ങളിലൂടെയും കൂടിയാണ് കടന്നുപോകുന്നത് – വിശപ്പ്, ഭയം, അസൂയ, ക്രോധം, അസ്വസ്ഥത, പക തുടങ്ങിയവ അവയിൽ ചിലതാണ്. വയറു നിറയുമ്പോൾ മൃഗങ്ങൾ വിശപ്പിനെ മറക്കാറുണ്ടെങ്കിലും, മനുഷ്യർ അങ്ങനെയല്ല. അവർ ഓർമ്മകളിലും, ആഘാതങ്ങളിലും ഒരു അട്ട കണക്കെ കടിച്ചുതൂങ്ങിക്കിടക്കുന്നവരാണ്. രത്നത്തെ മൂടുന്ന മണ്ണു കണക്കെ, ഇവ ആത്മാവിനെയും ഇരുട്ടിലാക്കുന്നു. അനശ്വരമായ (സദാ) പ്രജ്ഞയുടെ (ചിത്ത) സ്വസ്ഥതയെക്കുറിച്ചുള്ള (ആനന്ദ) അറിവിനെ മറയ്ക്കുന്നത് അത്യാഗ്രഹവും, തീവ്രാഭിലാഷങ്ങളും, നീതിയ്ക്കും ന്യായത്തിനും വേണ്ടിയുള്ള കാത്തിരിപ്പുമാണ്. അത്യാഗ്രഹം എന്നാൽ നമ്മുടെ സഹോദരീസഹോദരന്മാർക്കുള്ളതിനേക്കാൾ കൂടുതൽ നമുക്ക് ഉണ്ടായിരിക്കണം എന്നാണ്. ന്യായം എന്നാൽ സഹോദരങ്ങൾക്കുള്ള അത്രയുമെങ്കിലും നമുക്കും ഉണ്ടാകുന്നതാണ്. നമ്മുടെ ചുറ്റുമുള്ളവരിൽ നിന്നും വേർപെട്ട് ഒറ്റയ്ക്ക് നിൽക്കുന്ന വ്യക്തി

കളായാണ് നാം നമ്മളെത്തന്നെ കാണുന്നത്. മറ്റുള്ളവർ തടസ്സങ്ങളും അവസരങ്ങളുമാണ്. തടസ്സങ്ങളെ തരണം ചെയ്യാനും അവസരത്തെ ഉപയോഗപ്പെടുത്താനും നമ്മുടെ സത്വം കാംക്ഷിക്കുന്നു. മറ്റൊന്നിന്റെ ആനുകൂല്യത്തിൽ ജീവിക്കാനും അത് ആഗ്രഹിക്കുന്നു. നിശ്ചിതമായ ഭാഗം, അവ്യയമായ ഭാഗത്തെ കീഴടക്കാൻ ആഗ്രഹിക്കുന്നു. പരിമിതികൾ ഉള്ള ഭാഗം, പരിമിതികൾ ബാധകമേയല്ലാത്ത ഭാഗത്തെ നിയന്ത്രിക്കാൻ ശ്രമിക്കുന്നു. നശ്വരനായ ഭാഗം, അനശ്വരനായ ഭാഗത്തെ ഭരിക്കാൻ ശ്രമിക്കുന്നു. ജീവ-ആത്മാവും പരമ-ആത്മാവും തമ്മിലുള്ള ഈ വേർതിരിവും വിള്ളലും ഭിന്നതയുമാണ് ദേഹിയെ പ്രേതം അഥവാ ഭൂതം എന്ന് പറയുന്നത്. പുനർജ്ജന്മം സാധ്യമാകാതെ ഈ ലോകത്ത് കുടുങ്ങിക്കിടക്കുന്ന പ്രേതങ്ങളാണ് ഭൂതങ്ങൾ. പക്ഷേ അവയ്ക്ക് യമലോകത്തേയ്ക്ക് മടങ്ങിപ്പോകാനും, പിതൃക്കളാകാനും, അവരുടെ ജീവിച്ചിരിക്കുന്ന ബന്ധുക്കൾ ഗരുഡപുരാണത്തിൽ പറഞ്ഞിരിക്കുന്ന ശേഷക്രിയകൾ കൃത്യമായി ചെയ്യുകയാണെങ്കിൽ പുനർജന്മത്തിനായി കാത്തിരിക്കാനും സാധിക്കും.

ഏകദേശം പത്താം നൂറ്റാണ്ട് സിഇ-യിലാണ് ഗരുഡപുരാണം അതിന്റെ ഇന്ന് കാണുന്ന രൂപത്തിലേക്ക് എത്തിയത്. അതിൽ, അതിന് മുൻപ് പറഞ്ഞിട്ടുള്ള ആശയങ്ങളുടെ അടരുകൾ ആഴത്തിൽ പതിഞ്ഞിരുന്നു. പുതിയ പതിപ്പുകളിൽ പുതിയ പല ആശയങ്ങളും കൂടി ഉണ്ട്. അതിൽ പറഞ്ഞിരിക്കുന്ന ആചാരങ്ങളുടെ വേരുകൾ അഞ്ചാം നൂറ്റാണ്ട് ബിസിഇ-യിലെ ഗൃഹ്യ-സൂത്രങ്ങളിൽ ഉണ്ട്. അഞ്ചാം നൂറ്റാണ്ട് ബിസിഇ-യിലെ ഉപനിഷത്തുകളിലും മുക്തിയെക്കുറിച്ചുള്ള ആശയങ്ങൾ കണ്ടെത്താൻ കഴിയും. ബ്രാഹ്മണ, *ശ്രൗത-സൂത്ര* പോലുള്ള പഴയ ഗ്രന്ഥങ്ങളിൽ പോലും പിതൃക്കൾക്കുള്ള പിണ്ഡസമർപ്പണത്തെക്കുറിച്ചുള്ള പരാമർശങ്ങളുണ്ട്. ഭയപ്പെടുത്തുന്ന നരകത്തെക്കുറിച്ചും, പ്രകാശം നിറഞ്ഞ സ്വർഗ്ഗത്തെക്കുറിച്ചും, ദൈവത്തിന്റെയും മരിച്ചവരുടെയും നാടുകളിലേക്ക് നയിക്കുന്ന പാതകളെക്കുറിച്ചും വേദഗ്രന്ഥങ്ങളിൽ എമ്പാടും കാണാം. മനുസ്മൃതി, മാർക്കണ്ഡേയ പുരാണം, അഞ്ചാം നൂറ്റാണ്ട് സിഇ-യിലെ വാമന പുരാണം തുടങ്ങിയ പുരാണങ്ങളിലും നരകങ്ങളെക്കുറിച്ചുള്ള വർണ്ണനകൾ ഉണ്ട്. മരിച്ചവരുടെ ഭയപ്പെടുത്തുന്ന യാത്രയുടെ ചിത്രണം, എട്ടാം നൂറ്റാണ്ട് മുതൽ നിലനിന്നിരുന്ന താന്ത്രികവിദ്യകളോടും പഴം പാട്ടുകളോടും ചേർന്നു പോകുന്നവയാണ്. പതിനാലാം നൂറ്റാണ്ടിലെ *ടിബറ്റൻ ബുക്ക് ഓഫ് ദി ഡെഡ്* (Bardo Thodol)-ൽ ഉള്ള വജ്രായണ ഗുരുവിന്റെ വചനങ്ങൾ ഉൾപ്പെട്ടിട്ടുള്ള പദ്മസംഭവവുമായി ഇതിന് ചില ചേർച്ചകളുണ്ട്. മരണത്തിനും പുനർജന്മത്തിനും ഇടയിലുള്ള അവസ്ഥയെ, ഒരു നദിയുടെ ഇരുകരകളിലും ഉള്ള ചവിട്ടുപടികളായാണ് ഇതിൽ വിശദീകരിച്ചിരിക്കുന്നത്. വേദഗ്രന്ഥത്തിൽ പറഞ്ഞിട്ടുള്ള ഒരു ഉപമയാണത്.

ഗരുഡപുരാണം വൈഷ്ണവരുമായി ബന്ധപ്പെട്ടതാണെങ്കിലും, ശൈവാചാരങ്ങളിൽ പറയുന്നത് ഇതിനെക്കുറിച്ച് ആരാഞ്ഞ ചാമുണ്ഡി ദേവിയോട് ഭൈരവൻ പങ്കുവയ്ക്കുന്നതായാണ്. ഭാഗവതകഥയിൽ, യമന്റെ രാജ്യമായ യമലോകത്തേയ്ക്ക് കൃഷ്ണാവതാരത്തിൽ വിഷ്ണു യാത്ര ചെയ്യുന്നതും, അവിടെ നിന്നും തന്റെ ഗുരുവിന്റെ മകന്റെ ആത്മാവിനെയും, ഒപ്പം, മാതാപിതാക്കളുടെ ക്ഷണികസന്തോഷത്തിനായി കൊല്ലപ്പെട്ട തന്റെ ജ്യേഷ്ഠസഹോദരന്മാരുടെ ആത്മാവിനെയും കൂട്ടിക്കൊണ്ടു വന്നതെങ്ങനെ എന്ന് നമുക്ക് കാണാം. ഗ്രന്ഥങ്ങളിൽ പ്രതിപാദിച്ചിട്ടുള്ള കഥകളിൽ, വിഷ്ണു ഗരുഡനോട് പറഞ്ഞ കഥയാണ് ഏറ്റവും പ്രീതിയാർജ്ജിച്ചത്.

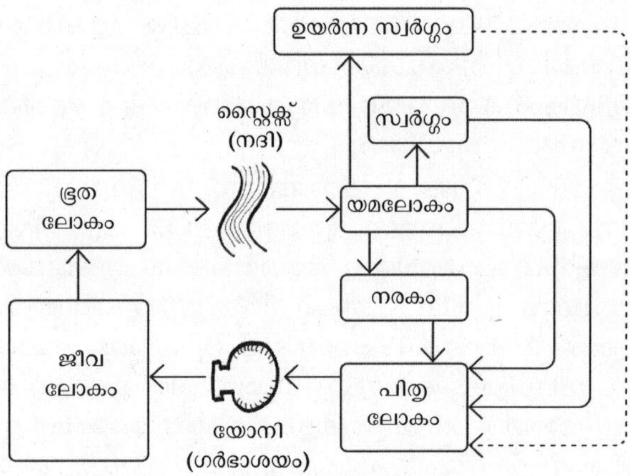


ഹിന്ദു പുരാണ പ്രകാരം മരിച്ചവരുടെ യാത്ര

ഇനി പറയാൻ പോകുന്ന പ്രേതാത്മാവിന്റെ സഞ്ചാരവഴികൾ മുഖ്യമായും ഗരുഡപുരാണത്തെ ആസ്പദമാക്കി ഉള്ളതാണ്. ഇത് വായിക്കുമ്പോൾ ഓർക്കേണ്ട മറ്റൊരു കാര്യം, ആത്മീയാശയങ്ങൾ അലിംഗമാണെങ്കിലും, ഇവിടെ, അതിനെപ്പറ്റിയുള്ള ചർച്ചകൾ ഫലപ്രദമായി അവതരിപ്പിക്കുവാൻ ലിംഗവ്യത്യാസം ദ്യോതിപ്പിക്കുന്ന വാക്കുകളും, ചിഹ്നങ്ങളും, അടയാളങ്ങളും ഉപയോഗിച്ചിട്ടുണ്ട്, എന്നതാണ്. അതുകൊണ്ട്, പ്രേതാത്മാക്കളെയും പിതൃക്കളെയും 'പുരുഷ'നായും, പിതാമഹന്മാരെ 'പൂർവ്വിക'രായും, അപ്പൂപ്പൻ-അമ്മൂമ്മമാരെ 'പിതാമഹ'നായും നിരൂപിച്ചിരിക്കുന്നു. കഴിയുന്നതും അലിംഗമായ ഭാഷ ഉപയോഗിക്കാൻ ഞങ്ങൾ ശ്രമിച്ചിട്ടുണ്ട്.

ഈ സഞ്ചാരത്തിന് നാല് ഘട്ടങ്ങളും നാല് ലക്ഷ്യസ്ഥാനങ്ങളും ഉണ്ട്. ശരീരത്തിന് പുറത്ത്, ശരീരത്തിന് ചുറ്റും അലഞ്ഞു തിരിയുന്നത്, യമലോകത്തേയ്ക്കുള്ള ഒരു വർഷം നീണ്ടുനിൽക്കുന്ന യാത്ര, ഒടുവിൽ,

പിതൃലോകം എന്നറിയപ്പെടുന്ന യമലോകം – ഇവയാണ് നാല് ഘട്ടങ്ങൾ. നരകം, സ്വർഗ്ഗം, ഉന്നതസ്വർഗ്ഗം, ഒടുവിൽ, പിതൃലോകത്തു നിന്നും യോനിയിലൂടെയുള്ള പുനർജനനം.

## ഘട്ടം 1 : ശരീരത്തിന് പുറത്ത്

ഭക്ഷിക്കാനോ, ഭക്ഷണം ദഹിപ്പിക്കാനോ, അനങ്ങാനോ, സംസാരിക്കാനോ കഴിയാത്ത വൃദ്ധരോ, രോഗികളോ, അംഗപരിമിതികൾ ഉള്ള വ്യക്തികളോ ആയവർ പോലും മരണക്കിടക്കയിൽ മരണത്തോട് മല്ലിട്ടുകൊണ്ടിരിക്കും. തങ്ങൾക്ക് മുന്നിലേയ്ക്ക് കടന്നുവരുന്ന, വിരൂപികളും, നിരാനന്ദമായ മുഖമുള്ളവരും, നഗ്നരും, ചുവപ്പ കണ്ണുകളുള്ളവരും, കൂർത്ത നഖങ്ങളുള്ളവരും, തേറ്റകളുള്ളവരും, കമ്പികളും കുടുക്കുകളും ഏന്തിയവരുമായ ഭയം ജനിപ്പിക്കുന്ന യമദൂതരോട് അവർ പൊരുതിക്കൊണ്ടിരിക്കും.

വൃദ്ധരുടെ കണ്ണുകൾ ക്ഷയിച്ചിരിക്കാം, അവരുടെ തൊണ്ടയിൽ കഫം നിറഞ്ഞിരിക്കാം, അവയിലൂടെ വരുന്ന ശബ്ദം മരണത്തിന്റെ പതിഞ്ഞ പെരുമ്പറക്കൊട്ടു പോലെ തോന്നിയേക്കാം. ചുറ്റുമുള്ള ബന്ധുക്കളോട് ഒന്നും പറയാനുള്ള ശേഷി പോലും അവർക്കുണ്ടാവില്ലായിരിക്കാം. ഇന്ദ്രിയങ്ങൾ തളർന്ന്, മനസ്സ് മരവിക്കുമ്പോൾ, യമദൂതർ, ആ ശരീരങ്ങളിൽ നിന്നും പ്രേതാത്മാവിനെ പുറത്തേയ്ക്ക് വലിച്ചെടുക്കുന്നു. പ്രേതാത്മാവ് ശരീരം വിടുമ്പോൾ, നൂറുകണക്കിന് തേളുകൾ ഒന്നിച്ചു കുത്തുന്ന വേദനയിലും, വായിൽ ഉമിനീർ നിറയുകയും, തൊണ്ടയിൽ നുര പതയുകയും, ഹൃദയം ശക്തിയായി മിടിക്കുകയും, വിസർജ്ജ്യങ്ങൾ പുറന്തള്ളപ്പെടുകയും ചെയ്യുന്നു. തള്ളവിരലിന്റെ വലിപ്പം മാത്രമുള്ള പ്രേതാത്മാവ്, തന്നെ വലിച്ചിഴച്ചു കൊണ്ടുപൊയ്ക്കൊണ്ടിരിക്കുമ്പോഴും, താൻ ഉപേക്ഷിച്ചു വന്ന ദേഹത്തെ ആശയോടെ നോക്കുന്നു.

യമദൂതൻ മരണപ്പെട്ടവരുടെ തലയിൽ നിന്ന് പ്രേതത്തെ പുറത്തെടുക്കുന്നു.

ശവദാഹസമയത്ത് (മുഖാഗ്നി) നിർജ്ജീവമായ ശരീരം അഗ്നിയ്ക്ക് സമർപ്പിക്കുമ്പോഴാണ് പ്രേതാത്മാവിന് അതിൽ നിന്നും പുറത്തു കടക്കാൻ എളുപ്പം. ആ സമയത്ത് ശരീരത്തിനോട് മൃദുസമീപനം നടത്തേണമേ എന്ന് അഗ്നിയോട് വേദകീർത്തനങ്ങളിലൂടെ അഭ്യർത്ഥിക്കുകയും, എരിയുന്ന തലയോട്ടിയുടെ ഉച്ചിയിലുള്ള ബ്രഹ്മരന്ധ്ര ഒരു വടി കൊണ്ട് പൊട്ടിച്ചു തുറക്കുകയും ചെയ്യുന്നു.

## ഘട്ടം 2 : ശരീരത്തിന് ചുറ്റും അലഞ്ഞു തിരിയുന്നത്

താൻ കുടിയിരുന്ന ശരീരം നഷ്ടമാകുന്നതോടെ പ്രേതാത്മാവ് അനാഥമാക്കപ്പെടുന്നു. അതുകൊണ്ട് തന്നെ, അത്, മൃതദേഹത്തിനരികിലും, ശവസംസ്കാരത്തിന് ശേഷം ശ്മശാനത്തിലും അലഞ്ഞുതിരിയുന്നു. യമദൂതൻ ഒരു വന്യമൃഗം കണക്കെ വന്ന് അതിനെ പിടികൂടുകയും, ഒരുപക്ഷെ അത് പ്രതിരോധത്തിനൊരുങ്ങിയാൽ വേട്ടക്കാർ ചെയ്യാറുള്ളത് പോലെ അതിനെ അടിച്ചുവീഴ്ത്തുകയും ചെയ്യുന്നു.

ആൽമരങ്ങളും ശ്മശാനങ്ങളും പുതിയ പ്രേതങ്ങളുടെ പിടിയിലമർന്നു

അനുസരിക്കാൻ കൂട്ടാക്കാത്ത പ്രേതാത്മാക്കളെ കുറ്റവാളികളെ കൊണ്ടുപോകുന്നത് പോലെ യമന്റെ സമക്ഷത്തിലേയ്ക്ക് പിടിച്ചുവലിച്ചു കൊണ്ടു പോകും. അവർ നടക്കാൻ കൂട്ടാക്കിയില്ലെങ്കിൽ, വലിച്ചിഴയ്ക്കുകയും, ചാട്ട കൊണ്ടടിക്കുകയും, ഉന്തുകയും ചെയ്യും. മാത്രവുമല്ല, അവർ നേരിടാൻ പോകുന്ന പലതരം നരകങ്ങളുടെ വിശദീകരണങ്ങൾ നൽകി മാനസികമായി പീഡിപ്പിക്കുകയും ചെയ്യുന്നു. ദാഹിച്ചും വിശന്നും വലഞ്ഞും, മരണലോകത്തിന്റെ പാതയിലൂടെ, വെളിച്ചത്തിൽ എരിയുന്നവനായി, സൂര്യന്റെയും കാട്ടുതീയുടെയും ചൂടുള്ള കാറ്റിന്റെയും ഉപദ്രവത്താൽ, അഭയവും വെള്ളവും ഇല്ലാതെ, കത്തുന്ന പാതയിൽ ശക്തമായ കാറ്റിന്റെ നിരന്തരമായ പ്രഹരത്താൽ പീഡിപ്പിക്കപ്പെട്ട്, ഇരുണ്ടതും മൂകവുമായ യമരാജ്യത്തിലേക്ക് അവൻ നടക്കുന്നു.

മരണസമയത്ത് ഒരു വിളക്ക് കൊളുത്തി വയ്ക്കാറുണ്ട് - അനാഥമാക്കപ്പെട്ട പ്രേതാത്മാവിന്, മറ്റുള്ളവർ വിസ്മരിച്ചിട്ടില്ല എന്ന പ്രതീക്ഷ നൽകാനാണത്. ശവദാഹം കഴിഞ്ഞുള്ള പത്തു ദിവസങ്ങളായ നവ-ശ്രാദ്ധത്തിൽ തയ്യാറാക്കിയിരിക്കുന്ന താൽക്കാലിക ദേഹം, ഇനി ഒരു വർഷം നീണ്ടുനിൽക്കുന്ന യാത്രയ്ക്ക് വേണ്ടത്ര ഭക്ഷണം പിണ്ഡസമർപ്പണത്തിലൂടെ കഴിക്കാൻ സഹായിക്കുന്നു.

ഈ യാതനകൾക്കൊക്കെ കാരണം ഓർമ്മയും (സ്മര), ആഗ്രഹവും (കാമ) ആണ്. ഇത്തരം യാതൊരു ഓർമ്മകളും ആഗ്രഹങ്ങളും ഇല്ലാത്തതിനാൽ പക്ഷികൾക്കും മൃഗങ്ങൾക്കും ഇത്തരം യാതനകൾ ഉണ്ടാകുന്നതേയില്ല. അതുപോലെതന്നെ, ഓർമ്മകളിൽ നിന്നും സ്വയം മുക്തരായ ജ്ഞാനിയായ മനുഷ്യർക്കും യാതനകൾ ഉണ്ടാകുന്നില്ല.

യമദൂതന്റെ പിടിയിലകപ്പെടാതെ ശ്മശാനത്തിൽ കുടുങ്ങിപ്പോയവയാകട്ടെ, പ്രേതഭൂതങ്ങളുടെ പ്രിയപ്പെട്ട ഇടമായ ആൽമരത്തിന്റെ

ചില്ലകളിൽ ഭ്രതങ്ങളെപ്പോലെ തലകീഴായി ഇങ്ങിക്കിടക്കുന്നു. അനാഥമാക്കപ്പെട്ട പഴയ പ്രേതങ്ങളാകട്ടെ, പുതിയ പ്രേതങ്ങളെ കഷ്ടപ്പെടുത്തുന്ന പിശാചുക്കളായി മാറുന്നു. അവയിൽ ദൗർഭാഗ്യക്കാരായ പ്രേതങ്ങളെ ദുർമന്ത്രവാദികൾ പിടികൂടുകയും അടിമകളാക്കി (വേതാളം) മാറ്റുകയും ചെയ്യുന്നു.

പുതിയതായി രൂപം കൊണ്ട പ്രേതത്തിന്, ശൂന്യതയും, വായുവും ഉഷ്ണവും ചേർന്ന് തീർത്ത അതിസൂക്ഷ്മമായ (അതിവാഹിക) ശരീരമാണുണ്ടാവുക. പക്ഷേ യമലോകത്തേയ്ക്കുള്ള നീണ്ട യാത്രയ്ക്കിടയിൽ ഭക്ഷണം സ്വീകരിക്കാൻ വേണ്ടി അതിന് താൽക്കാലികമായ ഒരു ശരീരം ആവശ്യമുണ്ട്. ഗർഭാവസ്ഥയുടെ പത്തു ചന്ദ്രമാസങ്ങളെപ്പോലെ കൽപന ചെയ്തിട്ടുള്ള പത്തു ഭാഗങ്ങളുള്ള ആചാരമായ നവ-ശ്രാദ്ധം, പുതിയ പ്രേതത്തിന് ആ താൽക്കാലിക ശരീരം നൽകാൻ വേണ്ടി രൂപകൽപ്പന ചെയ്തിട്ടുള്ളതാണ്.

## ഘട്ടം 3 : ഒരു വർഷം നീണ്ടു നിൽക്കുന്ന യാത്ര

ഭാഗ്യം ചെയ്തവർ ദൈവങ്ങളുടെ പാതയിലൂടെ സഞ്ചരിക്കുന്നു. എന്നാൽ മിക്കവരും മരിച്ചവരുടെ നാട്ടിലേക്കുള്ള യാത്രയിൽ കടക്കേണ്ടത് അത്യധികം വിഷമം പിടിച്ച ഒരു പകുതിയിലൂടെയാണ്: അവിടെ മരങ്ങളോ, ഫലവൃക്ഷങ്ങളോ ഇല്ല; ആ പാതയിലുടനീളമുള്ളത്, എരിയുന്ന അനേകം സൂര്യന്മാരും; ഇരുമ്പുചാട്ടകൾ പോലെ പതിക്കുന്ന തണുത്ത കാറ്റും; മുള്ളുകളും; വിഷം വമിക്കുന്ന തേളുകളും; തീയും; പേപിടിച്ച കടുവകളും പട്ടികളും; ആഞ്ഞുകൊത്തുന്ന വിശന്നു വലഞ്ഞ മൂങ്ങകളും; കടിക്കുന്ന കൊതുകുകളും; അട്ടകൾ നിറഞ്ഞ ചതുപ്പുകളും; ഇരുണ്ട ഗർത്തങ്ങൾ പോലുള്ള കിണറുകളും; ചുട്ടുപൊള്ളുന്ന മണലാരണ്യവും; തീപ്പന്തങ്ങളുടെ കൂനകളും; ചോരയുടെയും ആയുധങ്ങളുടെയും മിന്നൽപ്പിണറുകളുടെയും ശരവർഷവും; മുതലകൾ നിറഞ്ഞ, തീയും പുകയും മൂടിയ, ആകാശത്ത് കഴുകന്മാർ റാകിപ്പറക്കുന്ന, ചലവും ചോരയും വിസർജ്ജ്യവും നിറഞ്ഞ തടാകങ്ങളും; വിഷപ്പാമ്പുകളും, എലികളും നിറഞ്ഞ കുഴികളുമാണ്.

ഈ പാതയിൽ, ധർമ്മത്തെ ഒരിക്കലും വിലമതിക്കാത്ത ദുഷ്ടന്മാരെ മരണത്തിന്റെ ലോകത്തേക്ക് കൊണ്ടുപോകുമ്പോൾ പീഡനങ്ങൾ കൊണ്ട് വലിച്ചിഴയ്ക്കുകയും മൂക്ക്, ചെവി, പുറം എന്നിവ കയറുകൾ, ചങ്ങലകൾ, കൊളുത്തുകൾ എന്നിവയാൽ ബന്ധിക്കുകയും ചെയ്യുന്നു.

മരിച്ചവരുടെ നാട്ടിലേക്ക് പോകുന്ന വഴിയിലെ പീഡനങ്ങൾ

കാക്കകൾ അവരെ കൊത്തുന്നു, യമദൂതന്മാർ അവരെ അടിക്കുന്നു, അവർ രക്തം ഛർദ്ദിക്കുന്നു. അത് കുടിക്കാൻ നിർബന്ധിതരാകുന്നു. ധർമ്മത്തെ അവഗണിച്ചുകൊണ്ട് മനുഷ്യജീവിതം പാഴാകുന്നതിൽ വിലപിച്ചുകൊണ്ട് അവർ നടക്കുന്നു.

ഇവയാണ് പാപപ്രവർത്തികളിൽ ചിലത് : ഉദാരമായി നൽകാതിരിക്കുക, ദാനങ്ങൾ നടത്താതിരിക്കുക, ദൈവാരാധന ചെയ്യാതിരിക്കുക, സന്യാസിവര്യരെ ബഹുമാനിക്കാതിരിക്കുക, തീർത്ഥയാത്ര പോകാതിരിക്കുക, ജനങ്ങളെ സഹായിക്കാതിരിക്കുക, മറ്റുള്ളവർക്ക് അവസരങ്ങൾ സൃഷ്ടിക്കാതിരിക്കുക, കിണറുകളും കുളങ്ങളും നിർമ്മിക്കാതിരിക്കുക, ഭക്ഷണം പങ്കു വയ്ക്കുകയോ പശുവിനെ ദാനമായി നൽകുകയോ ചെയ്യാതിരിക്കുക, വേദ-ശാസ്ത്ര-പുരാണങ്ങളിലെ അറിവുകളെ ബഹുമാനിക്കാതിരിക്കുക, മുതിർന്നവരെ ബഹുമാനിക്കാതിരിക്കുക, സ്വന്തം ജീവിത പങ്കാളിയോട് വിശ്വസ്തത പുലർത്താതിരിക്കുക, വ്രതം നോൽക്കാതിരിക്കുക, സംയമനം പാലിക്കാതിരിക്കുക.

പ്രേതം, അതിന്റെ നെടുനീളൻ യാത്രയിൽ പല നഗരങ്ങളിലും എത്തിച്ചേരുന്നു. അവയിൽ ഓരോന്നും ഓർമ്മകളും, നഷ്ടപ്പെടുത്തിയ അവസരങ്ങളും നിരത്തി പ്രേതത്തെ പൊതിയുന്നു. കുടുംബം, സുഹൃത്തുക്കൾ, വസ്തുവകകൾ, പദവികൾ എന്നിവയുടെ നഷ്ടമോർത്ത് അത് പശ്ചാത്തപിക്കുന്നു. ഓരോ സ്ഥലത്തും അതിന് വിശ്രമിക്കാനും, ജീവിച്ചിരിക്കുന്ന ബന്ധുക്കൾ സമർപ്പിക്കുന്ന ചോറും വെള്ളവും കഴിക്കാനും സാധിക്കുന്നു. യമന്റെ ആശ്രിതർ പാഴാക്കിക്കളഞ്ഞ മനുഷ്യജന്മത്തെ ച്ചൊല്ലി അതിനെ അലട്ടുകയും, പ്രേതത്തിന്റെ ബന്ധുക്കൾ യാത്രയ്ക്കും ഭക്ഷണത്തിനും വേണ്ട കാര്യങ്ങൾ ചെയ്യാതിരുന്നാൽ അതേച്ചൊല്ലി കളിയാക്കുകയും ചെയ്യുന്നു.

| സങ്കേതം | നഗരം | സമയക്രമം |
|---|---|---|
| 1 | സൗമ്യ | ആദ്യത്തെ രണ്ടാഴ്ചയ്ക്ക് ശേഷം |
| 2 | ശൗരിപുര | ആദ്യ മാസം |
| 3 | നാഗേന്ദ്രഭവന | രണ്ടാം മാസം |
| 4 | ഗന്ധർവ്വപുര | മൂന്നാം മാസം |
| 5 | ശൈലഗ്രാമ | നാലാം മാസം |
| 6 | ക്രൗഞ്ച | അഞ്ചാം മാസം |
| 7 | ക്രൂരപുര | അഞ്ചരമാസം |
| 8 | ചിത്രഭവൻ | വൈതരണി ഒഴുകുന്ന ആറാം മാസം |
| 9 | ഭവപദ | ഏഴാം മാസം |
| 10 | ദുഃഖദ | എട്ടാം മാസം |

| 11 | നാനാക്രന്ദ | ഒൻപതാം മാസം |
|---|---|---|
| 12 | സുതപ്തഭവന | പത്താം മാസം |
| 13 | രുദ്രപുര | പതിനൊന്നാം മാസം |
| 14 | പയോവർഷണ | പതിനൊന്നര മാസം |
| 15 | സിതാദ്യ | പന്ത്രണ്ടാം മാസം |
| 16 | ബാഹുഭിതി | യമന്റെ രാജ്യത്തേയ്ക്ക് കടക്കുന്നതിന് മുൻപുള്ള അവസാനത്തെ സങ്കേതം |

ആറാം മാസത്തിൽ, പ്രേതം, ഭീതിദമായ വൈതരണി എന്ന പുഴ കടക്കേണ്ടതുണ്ട്. മരിച്ചവരുടെയും ജീവിച്ചിരിക്കുന്നവരുടെയും ലോകങ്ങളെ വേർതിരിക്കുന്നത് വീതിയേറിയ ഈ പുഴയാണ്. അതിന്റെ ഇരുകരകളിലും തലയോട്ടികളും, എല്ലുകളും, അഴുകിയ മാംസങ്ങളും കുന്നുകൂട്ടിയിട്ടിരിക്കുകയാണ്. നദീജലത്തിൽ രക്തവും ചലവും നിറഞ്ഞിരിക്കുന്നു. ജീവിച്ചിരിക്കുമ്പോൾ ഒരു പശുവിനെ ദാനമായി നൽകിയിട്ടുള്ള ആളുടെ പ്രേതത്തിന് അവിടെയെത്തുമ്പോൾ അക്കരെ കടക്കാൻ ഒരു വള്ളം ലഭിക്കും. അത്തരമൊരു ദാനം ചെയ്തിട്ടില്ലാത്ത വ്യക്തിയുടെ പ്രേതമാണെങ്കിൽ, നദിയ്ക്ക് കുറുകെ പറക്കുന്ന യമകിങ്കരന്മാർ അതിന്റെ ചുണ്ടിൽ ചൂണ്ടക്കൊളുത്തിട്ട് മുറുക്കി, അതിനെ നദിയ്ക്ക് കുറുകെ വലിച്ചിഴയ്ക്കും.

വൈതരണി നദിക്ക് അക്കരെ, കൊളുത്ത് ഉപയോഗിച്ച് വലിച്ചോ, പശുവിന്റെ വാലിൽ പിടിച്ചുകൊണ്ടോ, അല്ലെങ്കിൽ ബ്രാഹ്മണർക്ക് ദാനം നൽകുന്ന ബന്ധുക്കളുള്ള ഭാഗ്യമുള്ളവർക്ക് ഒരു തോണിയിൽ കയറ്റിയോ

ഒരു വർഷത്തിനുള്ളിൽ, പതിനാറ് സങ്കേതങ്ങളിൽ നിന്നായി പതിനാറ് സമർപ്പണങ്ങൾ സ്വീകരിച്ച ശേഷം, ആത്മാവ് ഒടുവിൽ യമപുരിയിൽ എത്തിച്ചേരുന്നു. ഏകോദിസ്ഥ ശ്രാദ്ധത്തിലെ ഈ പതിനാറ് സമർപ്പണങ്ങൾ ഒന്നുകിൽ വർഷത്തിലുടനീളമുള്ള പതിനാറ് ചടങ്ങുകളിലൂടെയോ അല്ലെങ്കിൽ ശവദാഹത്തിന് ശേഷമുള്ള പതിനൊന്നാമത്തെ ദിവസമോ, സൗകര്യാർത്ഥം ചെയ്യേണ്ടതാണ്.

ശവദാഹത്തിന് ശേഷമുള്ള പന്ത്രണ്ടാം നാൾ, സപിണ്ഡ-കരണ ചടങ്ങുകൾ പ്രേതത്തെ പിതൃ ആക്കി

മാറ്റുന്നതോടെ, യാത്ര പൂർത്തിയാകുന്നു. ഈ ചടങ്ങിൽ, മൂന്ന് നാമങ്ങൾ ധ്യാനിക്കപ്പെടുന്നു : അതിനോടകം മരണപ്പെട്ടു പോയ മാതാപിതാക്കൾ, അതിനു മുൻപ് മരണപ്പെട്ട മുത്തശ്ശീമുത്തശ്ശന്മാർ, അതിനും മുൻപ് മരണപ്പെട്ട അവരുടെ മാതാപിതാക്കൾ. ഇവിടെ പ്രേതം ആദ്യത്തെ പിതൃ സ്ഥാനം അവലംബിക്കുകയും, ആദ്യത്തെ പിതൃ രണ്ടാമത്തെ പിതൃ ആകുകയും, രണ്ടാമത്തെ പിതൃ മൂന്നാമത്തെ പിതൃ ആകുകയും, മൂന്നാമത്തെ പിതൃ വിശ്വദേവന്മാരിൽ ഒരാളായി മാറുകയും ചെയ്യുന്നു. അതോടെ, അത് തന്റെ നാമം മറന്ന്, ഓർമ്മകൾ നഷ്ടപ്പെട്ട്, മുക്തിയ്ക്കായി തയ്യാറാകുന്നു.

സപിണ്ഡം (പൊതുവായ, അഥവാ പങ്കുവയ്ക്കപ്പെടുന്ന പിണ്ഡം) എന്നാൽ പൊതുവായ പൂർവ്വികർ എന്നാണ്. സഹോദരങ്ങളെയും, അച്ഛന്റെയോ അമ്മയുടെയോ സഹോദരീ സഹോദരന്മാരുടെ സന്താനങ്ങളെയും സപിണ്ഡം എന്നാണ് പറയാറ്. കാരണം, അവർക്കെല്ലാം പൊതുവായുള്ള പൂർവ്വികരാണുള്ളത്. സപിണ്ഡങ്ങൾ തമ്മിലുള്ള വിവാഹം പല സമുദായങ്ങളിലും വിലക്കപ്പെട്ടതാണ് എന്ന് മാത്രമല്ല, അവർ തമ്മിലുള്ള ലൈംഗികവേഴ്ച നിഷിദ്ധമാണെന്നും കണക്കാക്കപ്പെടുന്നു. മൃഗങ്ങൾക്കിടയിൽ അവ സ്വീകാര്യമാണെങ്കിലും, മനുഷ്യർ അത് ഒഴിവാക്കുന്നതാണ് ഉചിതം. സംസ്കാരത്തെ നിർവ്വചിക്കുന്ന അനേകം ആചാരങ്ങളിലൂടെയാണ് ഹിന്ദുക്കൾ മനുഷ്യരും മൃഗങ്ങളും തമ്മിൽ വേർതിരിക്കുന്നത്. സംസാരം എന്നത് നൈസർഗ്ഗികമാണ്; സംസ്കാരം എന്നത് പരിഷ്കൃതമാണ്. സംസാരത്തിൽ ശവദാഹമോ, വിവാഹമോ, വസ്ത്രമോ, വ്യവഹാരങ്ങളോ ഇല്ല. ഭക്ഷിക്കലും, പുനരുത്പാദനവും, മരണവും മാത്രമേയുള്ളൂ. സംസ്കാരത്തിൽ, ശവദാഹം, വിവാഹം, വിദ്യാഭ്യാസം, വസ്ത്രം, വ്യവഹാരം മുതലായവ ഉണ്ട്.

## ഘട്ടം 4 : യമലോകം

വാസ്തുശാസ്ത്ര പ്രകാരം പത്ത് ദിശകളുണ്ട് : മുകളിൽ, താഴെ, കിഴക്ക്, വടക്ക്, തെക്ക്, പടിഞ്ഞാറ്, വടക്ക്-കിഴക്ക്, തെക്ക്-കിഴക്ക്, തെക്ക്-വടക്ക്, തെക്ക്-പടിഞ്ഞാറ്. കിഴക്ക് ഇന്ദ്രനും, വടക്ക് കുബേരനും, പടിഞ്ഞാറ് വരുണനും സ്ഥിതി ചെയ്യുന്നു. തെക്ക്-പടിഞ്ഞാറ് എന്നത് നിറിത്തി ദേവതയുടെ വാസസ്ഥലമാണ്. ഈ ദേവതയെ ചിലപ്പോഴൊക്കെ ചാമുണ്ഡി ദേവിയായും, ശരീരത്തെയും ആത്മാവിനെയും വേർപെടുത്തുന്ന മരണത്തിന്റെ ദേവതയായ മൃത്യുവായും കണക്കാക്കുന്നു. തെക്ക്-കിഴക്ക് എന്നത്, ശരീരത്തെ ദഹിപ്പിച്ച്, മരിച്ചവരുടെ ലോകത്തേക്കുള്ള വഴിവിളക്കുകൾ തെളിയിക്കുന്ന അഗ്നിദേവന്റെ വാസസ്ഥലമാണ്. അതുകൊണ്ട് തന്നെ, യമലോകം തെക്ക് ദിശയിൽ ആയത് തികച്ചും ഉചിതം ആണ്.

ഭൂമിയിലെ എല്ലാ ചരാചരങ്ങളുടെയും എല്ലാ പ്രവർത്തികളും

വാക്കുകളും എല്ലായ്പ്പോഴും അറിയുകയും കേൾക്കുകയും ചെയ്യുന്ന ശ്രാവണയിൽ നിന്നും ശ്രാവണിയിൽ നിന്നുമാണ് നന്മതിന്മകളുടെ കണക്കെഴുത്തുകാരനായ ചിത്രഗുപ്തൻ എല്ലാവരുടെയും ഗുണദോഷങ്ങളെയും, പുണ്യ-പാപ പ്രവർത്തികളെയും കുറിച്ചുള്ള വിവരങ്ങൾ നേടുന്നത്. ചിത്രഗുപ്തന്റെ വീടിന് ചുറ്റുമുള്ളത് ജ്വരം, വയറിളക്കം, സന്ധിവാതം, വസൂരി തുടങ്ങിയ പലവിധ അസുഖങ്ങളുടെ വിളനിലമാണ്.

ആ വീടിനു മുൻപിലാണ് സാക്ഷാൽ യമൻ, രത്നങ്ങൾ പതിച്ച സിംഹാസനത്തിൽ, മുത്തുക്കുടയ്ക്ക് കീഴിൽ, ഒരു രാജാവിന്റെ ആകാര സവിശേഷതകളോടെ കുടിയിരിക്കുന്നത്. അദ്ദേഹത്തിന് ചുറ്റുമുള്ളത് ഋഷിവര്യരും, രാജാധിരാജന്മാരുമാണ്. അദ്ദേഹത്തിന്റെ ഗൃഹം മുഴുവൻ സംഗീതവും കൊടിക്കൂറകളുമാണ്. കൈകളിൽ ശംഖും, ചക്രവും, ഗദയും, വാളുമേന്തിയാണ് അദ്ദേഹം കാണപ്പെടാറ്. ആ മുഖത്ത് എപ്പോഴും സന്തോഷവും തേജസ്സും വിളയാടുന്നു. ധർമ്മത്തെ പിന്തുടരുന്ന നല്ല മനസ്സുള്ളവർക്ക് ദൃശ്യമാകുന്ന അദ്ദേഹത്തിന്റെ സന്തുഷ്ടരൂപമാണിത്. ധർമ്മത്തിൽ നിന്ന് വ്യതിചലിക്കുന്ന പാപികൾക്ക് മുന്നിൽ, തന്റെ ഭീഭത്സ രൂപത്തിൽ, കൈയിൽ ദണ്ഡും, കർക്കശമായ മുഖവുമായി പോത്തിൻ മുകളിലേറിയാവും അദ്ദേഹം പ്രത്യക്ഷപ്പെടുക.

യമന്റെ കൊട്ടാരത്തിലേക്ക് നയിക്കുന്ന നാല് പാതകളുണ്ട്. മറ്റുള്ളവരെ വലച്ച് ജീവിതം നയിച്ച, നരകത്തിലേക്ക് നയിക്കപ്പെടേണ്ട മനുഷ്യർ തെക്ക് വശത്തെ പാതയിലൂടെ നടക്കുന്നു. മറ്റുള്ളവർക്ക് ശൈത്യത്തിൽ വിറകും, വേനലിൽജലവും,വരൾച്ചയിൽ ധാന്യവും, വർഷത്തിൽ അഭയവും,വിശക്കുന്നവനുംദാഹിക്കുന്നവനും ആവശ്യമുള്ളവ നൽകിയ, ജീവിതം മുഴുവൻ ഉദാരമനസ്കതയോടെ ജീവിച്ച മനുഷ്യർ, കിഴക്ക് വശത്തെ പാതയിലൂടെ നടക്കുന്നു. കള്ളന്മാർക്കും, പിടിച്ചുപറിക്കാർക്കുമെതിരെ പൊരുതി, ദുർബ്ബലർക്ക് വേണ്ടി ജീവൻ വെടിഞ്ഞ ധീരർക്കുള്ളതാണ് വടക്ക് വശത്തെ പാത. ആത്മസംയമനത്തോടെ, കടങ്ങളൊക്കെ വീട്ടി, ആരോടും അസൂയപ്പെടാതെ, ദേഷ്യപ്പെടാതെ, അതൃപ്തിപ്പെടാതെ, വെറുപ്പ് തോന്നാതെ, അവിശ്വാസ്യത കാണിക്കാതെ ജീവിതം നയിച്ചവർക്കുള്ളതാണ് പടിഞ്ഞാറ് വശത്തുള്ള പാത.

| | | |
|---|---|---|
| ശരീരത്തിന് ജീവൻ നൽകുന്ന വായു | നിധിയുടെ ദേവനായ കുബേരൻ | പുനർജന്മത്തിന്റെ ദേവനായ ഇഷാന |
| സമുദ്ര ദേവനായ വരുണൻ | എല്ലാ ശക്തികളെയും സന്തുലിതമാക്കുന്ന വിഷ്ണു | മഴയുടെ ദേവനായ ഇന്ദ്രൻ |
| നിരിത്തി, ജീർണ്ണതയുടെ ദേവത | യമൻ, മരണത്തിന്റെ രാജാവ് | മാംസം ദഹിപ്പിക്കുന്ന അഗ്നി |

വാസ്തു ശാസ്ത്ര പ്രകാരം, ദിശകളുടെ സംരക്ഷകർ

യമന്റെ ദ്വാരപാലകനായ ധർമധ്വജൻ, തന്റെ വാതിൽക്കലെത്തുന്ന എല്ലാവരെക്കുറിച്ചും അറിയിപ്പ് നൽകുന്നു. നേർമയോടെ, നന്നായി ജീവിച്ചവരോട് ഉദാര മനസ്കതയോടെയുള്ള സമീപനമായിരിക്കും ഉണ്ടാവുക. എന്നാൽ, സത്യസന്ധതയില്ലാതെ മോശമായ ജീവിതം നയിച്ചവർക്ക് നേരിടേണ്ടി വരുന്നത് പീഡനങ്ങളും കഷ്ടപ്പാടുകളുമായിരിക്കും. ഒരു വ്യക്തി ധനികനാണോ ദരിദ്രനാണോ, ശക്തനാണോ അശക്തനാണോ, ഏത് കുലത്തിൽ, ഗോത്രത്തിൽ, വംശത്തിൽ ഉള്ള ആളാണ് എന്നതിനൊന്നും യമൻ പ്രാമുഖ്യം കൽപ്പിക്കുന്നില്ല. അവിടെ പ്രസക്തമാകുന്നത് ആ വ്യക്തിയുടെ കർമ്മങ്ങൾ മാത്രമാണ്. സൂര്യനും ചന്ദ്രനും, പ്രഭാതവും പ്രദോഷവും, പഞ്ചഭൂതങ്ങളും സാക്ഷികളായതും, ശ്രാവണകളും ശ്രാവണികളും പറഞ്ഞുകൊടുത്തതിൽ നിന്നും ചിത്രഗുപ്തൻ എഴുതി, യമൻ മനസ്സിലാക്കിയതുമായ കർമ്മങ്ങളാണിവ.

ശ്രാവൺ, ശ്രാവണി എന്നിവരിൽ നിന്നാണ് രചയിതാവായ ചിത്രഗുപ്തന് വിവരങ്ങൾ ലഭിക്കുന്നത്.

യമൻ എല്ലാവരോടും അരുളിച്ചെയ്യുന്നതെന്തെന്നാൽ, താന്താങ്ങളുടെ നല്ലതോ ചീത്തയോ ആയ കർമ്മങ്ങളുടെ ഫലങ്ങൾ അനുഭവിച്ചുകൊണ്ട് സ്വർഗ്ഗത്തിലോ നരകത്തിലോ കുറച്ചു നാൾ വസിച്ച ശേഷം, നാം വീണ്ടും മനുഷ്യരൂപം എടുക്കുകയും, അവിടെ ശരീരം, സമ്പത്ത്, ഭാഗ്യം, ബന്ധങ്ങൾ എന്നിവയുടെ അനിശ്ചിതത്വത്തെക്കുറിച്ച് മനസ്സിലാക്കാൻ മറ്റൊരു അവസരം ലഭിക്കുമെന്നുമാണ്. പുനർജന്മങ്ങൾക്കുമപ്പുറമുള്ള ഉന്നതപാത കൈവരണമെങ്കിൽ ആത്മസംയമനത്തോടെയും, ഉദാരമനസ്കതയോടെയും, മറ്റുള്ളവരെ സഹായിച്ച് ജീവിക്കണം എന്ന് യമൻ നിർദ്ദേശിക്കുന്നു. മനുഷ്യജീവിതം എല്ലാവർക്കും സിദ്ധിക്കുന്ന

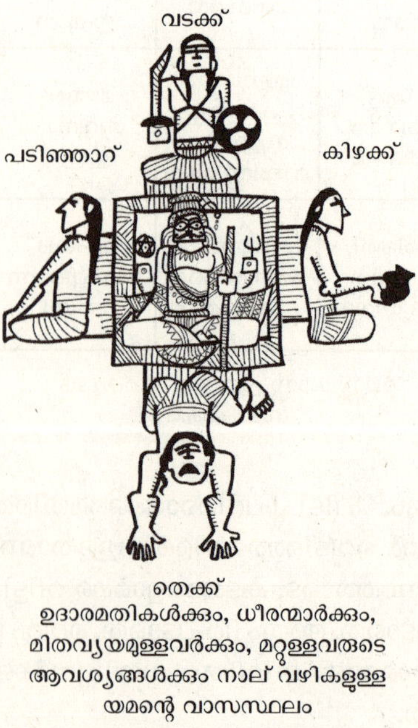


ഉദാരമതികൾക്കും, ധീരന്മാർക്കും, മിതവ്യയമുള്ളവർക്കും, മറ്റുള്ളവരുടെ ആവശ്യങ്ങൾക്കും നാല് വഴികളുള്ള യമന്റെ വാസസ്ഥലം

ഒന്നല്ല. തങ്ങളുടെ ജീവിതകാലത്ത് അനേകം പാപകർമ്മങ്ങൾ ചെയ്യുന്ന ചിലർ മൃഗങ്ങളായും, പക്ഷികളായും, കീടങ്ങളായുമാണ് പുനർജനിക്കുക.

സുഖങ്ങൾ നിറഞ്ഞ സ്വർഗ്ഗവും, യാതനകൾ നിറഞ്ഞ നരകവും, ആത്മാവിന്റെ ഭാവിയുടെയും, മനുഷ്യജീവിതത്തിൽ അനുഭവിക്കാനിടയുള്ള താൽക്കാലികമായ സന്തോഷ-സന്താപങ്ങളുടെയും തിരനോട്ടങ്ങളാണെന്നാണ് ചിലർ അഭിപ്രായപ്പെടുന്നത്. മറ്റു ചിലർ പറയുന്നതാകട്ടെ, തങ്ങളുടെ സൽപ്രവർത്തികളുടെ ഫലമായി സ്വർഗ്ഗം നേടിയവർ, തങ്ങളുടെ ദോഷങ്ങളെ തുടച്ചുനീക്കാനായി വീണ്ടും ജനിക്കുന്നുവെന്നും, തങ്ങളുടെ ദുഷ്ടതകളുടെ ഫലമായി നരകത്തിൽ എത്തിപ്പെട്ടവർ, തങ്ങളുടെ ബാക്കിയായ നന്മകൾ അനുഭവിക്കാനായി വീണ്ടും ജനിക്കുമെന്നുമാണ്. തന്റെ പുസ്തകങ്ങളിൽ സന്തുലനം കൊണ്ടുവരാൻ യമനെ സഹായിക്കുന്നത് ഇതാണ്. അതുകൊണ്ടാണ് ആ തുലാസ്സിനെ ധർമ്മകാണ്ഡം അഥവാ ധർമത്തിന്റെ തുലാസ് എന്നറിയപ്പെടുന്നത്. യമന്റെ മറ്റൊരു പേരാണല്ലോ ധർമ്മ.

ശ്രാദ്ധത്തിന്റെ പതിമൂന്നാം നാൾ ഉത്സവം പോലെയാണ്. ആ ദിവസം ബന്ധുക്കൾക്കും, സുഹൃത്തുക്കൾക്കും, ഒറ്റ സംഖ്യ വരുന്ന ബ്രാഹ്മണർക്കും വിരുന്നു നൽകുന്നു. യമലോകത്തേക്കുള്ള ആത്മാവിന്റെ യാത്രയുടെ അന്ത്യവും, അത് പിതൃ ആയി മാറുന്നതും, പാർവ്വണ-ശ്രാദ്ധത്തിൽ അർപ്പിക്കുന്ന തർപ്പണങ്ങൾ സ്വീകരിക്കാൻ തയ്യാറാവുന്നതും, പുനർജന്മത്തിന് സജ്ജമാകുന്നതും ഇത് സൂചിപ്പിക്കുന്നു.

## ഒന്നാം ലക്ഷ്യസ്ഥാനം : നരകം

പുനർജന്മത്തിന് മുൻപ്, കഴിഞ്ഞ ജന്മത്തിൽ ചെയ്ത ഓരോ പാപത്തിനും അനുസൃതമായി തയ്യാറാക്കിയിട്ടുള്ള പല നരകങ്ങളിലൂടെയും പിതൃ കടന്നുപോകേണ്ടതുണ്ട്. ഗരുഡപുരാണത്തിൽ, പാപങ്ങൾക്കനുസരിച്ച് വേർതിരിച്ച് നൽകിയിട്ടുള്ള നരകങ്ങളുടെ പട്ടികയാണിത് :

| ക്രമം | പേര് | അനുഭവിക്കേണ്ടത് | ചെയ്ത പാപം |
|---|---|---|---|
| 1 | താമിസ്രം | ചാട്ടയടി | കള്ളന്മാരും, പിതൃസ്വത്തിനെ നിരാകരിക്കുന്നവരും |
| 2 | നരകം | പാമ്പു കുഴി | |
| 3 | മഹാനരകം | പെരുമ്പാമ്പിനെ ക്കൊണ്ട് ഞെരിക്കൽ | |
| 4 | തപ്തമൂർത്തി | തീക്കുഴി | |
| 5 | അവിച്ചി | ഉയർന്ന പ്രതലത്തിൽ നിന്നും താഴേക്ക് എറിയൽ | കള്ളസത്യം ചെയ്യുന്നവർ, ചതിക്കുന്നവർ, വഞ്ചിക്കുന്നവർ |
| 5 | ശൂലപ്രോതം | ത്രിശൂലത്തിലേറ്റുക | |

| | | | |
|---|---|---|---|
| 7 | അന്ധാതമിസ്ര | കെട്ടിയിട്ട് ചാട്ടയടി | പങ്കാളിയെ ഉപേക്ഷിക്കുക, അവിഹിത ബന്ധത്തിൽ ഏർപ്പെടുക, ബലാത്സംഗം ചെയ്യുക, മൃഗങ്ങളോട് പ്രകൃതി വിരുദ്ധ ഭോഗം ചെയ്യുക തുടങ്ങിയ ലൈംഗിക കുറ്റകൃത്യങ്ങൾ |
| 8 | സാലമാലി | ചുട്ടു പഴുത്ത ലോഹം | |
| 9 | വൈതരണി | രക്തവും, ചലവും, അമേദ്ധ്യവും കലർന്ന പുഴ | |
| 10 | പൂയോദകം | മാലിന്യക്കുഴി | |
| 11 | വജ്രകണ്ട കശാലി | മുള്ളുകൾ തറച്ച തൂണിൽ മുറുകെ കെട്ടിപ്പിടിക്കുക | |
| 12 | ലാലഭക്ഷം | ശുക്ലം നിറഞ്ഞ കുളം | |
| 13 | ആയപാനം | ഉരുകിയ ലാവ കുടിക്കുക | സ്വന്തം ചുമതലകൾ നിർവ്വഹിക്കാത്ത മദ്യപാനികൾ |
| 14 | വിശനം | കൊടിയ പ്രഹരം | സ്വയം പുകഴ്ത്തലും, ജാഡയും കാണിക്കുന്നവർ |
| 15 | ക്ഷാരകർദാമ | തലകീഴായി തൂക്കിയിടൽ | |
| 16 | സൂചിമുഖം | ആണികളിലും സൂചികളിലും തറയ്ക്കൽ | പിശുക്കനും, തൻകാര്യം മാത്രം നോക്കുന്നവനും, ഭക്ഷണത്തെയും, ആതിഥ്യമര്യാദയെയും, ബഹുമാനത്തെയും നിന്ദിക്കുന്നവനും |
| 17 | കൃമിഭോജന | പുഴുക്കളെക്കൊണ്ട് ഭക്ഷിപ്പിക്കുക | |
| 18 | പര്യവർത്തനകം | കണ്ണുകളും മാംസവും പക്ഷികളെക്കൊണ്ട് കൊത്തിക്കുക | |
| 19 | അസിതപത്ര | ലോഹ വാൾ കൊണ്ട് അടി | |
| 20 | കാലസൂത്ര | ചൂട് | |
| 21 | സുകരമുഖം | തല്ലിച്ചതയ്ക്കൽ | കൈക്കൂലിക്കാരായ, സ്വേച്ഛാധിപത്യം കാണിക്കുന്നവരായ, ചൂഷകരായ, കുറ്റാക്കൃത്യ നടത്തുന്നവരായ ആളുകൾ |
| 22 | അന്ധകൂപം | മൃഗങ്ങളെക്കൊണ്ടുള്ള ആക്രമിപ്പിക്കൽ | |
| 23 | ദന്ദശുകം | ജീവനോടെ മൃഗങ്ങൾക്ക് ഭക്ഷണമാക്കുക | |
| 24 | സാരമേയാശനം | പേ പിടിച്ച നായ്ക്കളെ ക്കൊണ്ട് കടിപ്പിക്കുക | |
| 25 | കുംഭിപാക | തിളച്ച എണ്ണയിൽ ഇടുക | മൃഗങ്ങൾക്ക് യാതനകൾ കൊടുക്കുന്ന, അവരെ കൊല്ലുന്നവർ |
| 26 | പ്രാണരോധം | കൈകാലുകൾ ഛിന്നഭിന്നമാക്കുക | |
| 27 | രക്ഷോഭിജക്ഷം | കൊന്ന് മൃഗങ്ങൾക്ക് ഭക്ഷണമാക്കുക | |
| 28 | വധരോധം | അമ്ലവും അഗ്നിയും | |

പലവിധ യാതനാമുറകൾ ഇതിൽ പരാമർശിച്ചിട്ടുണ്ട് : തീ കൊണ്ട്, ആയുധങ്ങൾ കൊണ്ട്, അമ്ലം കൊണ്ട്, മൃഗങ്ങളെക്കൊണ്ട്, ഉരഗങ്ങളെ

ക്കൊണ്ട്, പക്ഷികളെക്കൊണ്ട്, അല്ലെങ്കിൽ അടിച്ചും, തല്ലിച്ചതച്ചും, ഉയർന്ന പ്രതലത്തിൽ നിന്നും അഴുക്കു നിറഞ്ഞ കുഴിയിലേക്ക് തള്ളിയിട്ടും, ചലം നിറഞ്ഞ പുഴയിലേക്ക് എടുത്തെറിഞ്ഞും ആണവ. മനുഷ്യർ സ്വന്തം ശരീരത്തിനനുസൃതമായും, മറ്റുള്ളവരുടെ വിശ്വാസങ്ങളും വസ്തുവകകളും നശിപ്പിക്കാതെയും ജീവിക്കാനും; ഗൃഹനാഥൻ/നാഥ, രാജാവ് മുതലായ വർക്ക് തങ്ങളുടെ കർത്തവ്യങ്ങൾ കൃത്യമായി ചെയ്യാനും സഹായിക്കുന്ന തരത്തിലാണ് ഇവ രൂപകൽപ്പന ചെയ്തിട്ടുള്ളത്. പുരാണങ്ങളായ മഹാ ഭാരതം, രാമായണം, അഗ്നിപുരാണം, ഗരുഡപുരാണം മുതലായവയിൽ ദുർമാർഗികളായ രാജാക്കന്മാർ, മറ്റുള്ളവരെ അടിച്ചമർത്തുന്നവർ, മൃഗങ്ങളെ കഷ്ടപ്പെടുത്തുന്നവർ, അഹങ്കരിക്കുന്നവർ, പിശുക്കൻ, അൽപ്പർ, കള്ളത്തരം കാണിക്കുന്നവർ, മറ്റുള്ളവർക്ക് നേരെ പലതരത്തിലുള്ള പീഡനങ്ങൾ ചെയ്യുന്നവർ, പൊങ്ങച്ചം പറയുന്നവർ, മറ്റുള്ളവരെ അപമാനി ക്കുന്നവർ, ബലാത്സംഗം ചെയ്യുന്നവർ, മൃഗങ്ങളെ ലൈംഗികമായി ഉപയോ ഗിക്കുന്നവർ തുടങ്ങി വദനസുരതത്തിൽ ഏർപ്പെടുന്നവർ വരെയുള്ളവർക്ക് നേരെ രോഷം പൊട്ടിപ്പുറപ്പെടുന്നതായി നമുക്ക് കാണാം.

## രണ്ടാം ലക്ഷ്യസ്ഥാനം : സ്വർഗ്ഗം

ഗരുഡപുരാണവും, മറ്റു പുരാണങ്ങളും, സ്വർഗ്ഗത്തേക്കാൾ പ്രാമുഖ്യം കൊടുക്കുന്നത് നരകങ്ങൾക്കാണ്. മനുഷ്യർ സന്തോഷമുള്ള നിമിഷ ങ്ങളേക്കാൾ നന്നായി പ്രതികരിക്കുന്നത് ഭയത്തിനോടാണ് എന്ന് അനു ഭവത്തിൽ നിന്നും ഋഷിവര്യർ മനസ്സിലാക്കിയിട്ടുണ്ട്. പല സ്വർഗ്ഗങ്ങ ളെപ്പറ്റിയുമുള്ള വിശദമായ വർണ്ണനകൾ ജെയിൻ, ബുദ്ധ പുരാണങ്ങളിൽ

കടബാധ്യതയുള്ള ആളുകൾക്ക് അത് വീട്ടാൻ വിവിധ നരകങ്ങളിലെ പീഡനങ്ങൾ അനുഭവിക്കേണ്ടിവരുന്നു

ഉണ്ട്. ജെയിനിസത്തിലും ബുദ്ധിസത്തിലും പറയുന്നതെന്തെന്നാൽ, ദൈവങ്ങളുടെ (ദേവന്മാരുടെ) പറുദീസയാണ് പരമോന്നത സ്വർഗ്ഗം എന്നാണ്. വൈകുണ്ഠം, കൈലാസം, ഗോലോകം, ഗൗരിലോകം എന്നിവയാണവ. ആത്മാർത്ഥമായ ഭക്തിയോടെ, ആഗ്രഹങ്ങളെയൊക്കെ അതിജീവിച്ച് കൊണ്ട് ജീവിതം നയിച്ചവർക്കുള്ളതാണ് ഈ സ്ഥലങ്ങൾ.

മുപ്പത്തിമൂന്ന് ദൈവങ്ങളുടെയും സന്നിധി എന്ന് ബുദ്ധിസത്തിൽ അറിയപ്പെടുന്ന സ്വർഗ്ഗം, ദേവന്മാരുടെ നിത്യഗ്രഹമാണ്. നല്ലവരായ ആളുകൾക്ക് അവിടെ സുസ്വാഗതമാണ്. അവിടെയവർക്ക് എല്ലാത്തരം ഭക്ഷണങ്ങൾ കഴിക്കാനും, സോമരസം കുടിക്കാനും, അപ്സരസുകളുടെ നൃത്തങ്ങൾ കാണാനും, കിന്നരഗാനം കേൾക്കാനും, ഗന്ധർവ്വസംഗീതം ആസ്വദിക്കാനും സാധിക്കും. ആഗ്രഹസഫലീകരണത്തിന്റെയും, ആഡംബരത്തിന്റെയും സന്തോഷത്തിന്റെയും മേടയാണിവിടം. ആഗ്രഹങ്ങൾ സാധിച്ച് തരുന്ന മരമായ കല്പതരു അഥവാ കല്പവൃക്ഷം, ആഗ്രഹം സാധിച്ച് തരുന്ന പശുവായ കാമധേനു, ആഗ്രഹം സാധിച്ച് തരുന്ന രത്നമായ ചിന്താമണി, സ്വർണ്ണവും ധാന്യവും വഴിഞ്ഞൊഴുകുന്ന പാത്രമായ അക്ഷയപാത്രം, നിത്യാനന്ദത്തിന്റെ പൂന്തോട്ടമായ നന്ദൻകണൻ എന്നിവ ഇവിടെയുണ്ട്. അപചയം, അധഃപതനം, മരണം എന്നിവയ്ക്ക് ഇവിടെ സ്ഥാനമില്ല. അത്തരമൊരു സ്ഥലത്തിന് വേണ്ടിയുള്ള തീവ്രാഭിലാഷം ഋഗ്വേദത്തിൽ, ദേവന്മാർക്ക് സോമരസം നൽകുന്ന വേളയിൽ (9.113.7) കാണാം – "സ്വർഗ്ഗത്തിന്റെ നിത്യവെളിച്ചം നിറഞ്ഞുനിൽക്കുന്ന, നശ്വരതയും അപചയവുമില്ലാത്ത ആ ലോകത്തേയ്ക്ക് എന്നെ കൂട്ടിക്കൊണ്ടു പോകൂ".

സ്വർഗ്ഗത്തിലെ സുഖങ്ങൾ സൽകർമ്മങ്ങൾ ചെയ്തവർക്കുള്ളതാണ്

നന്മകൾ ചെയ്തിട്ടുള്ളവർ, ഉദാരമായി പാരിതോഷികങ്ങൾ നൽകിയിട്ടുള്ളവർ, കരുണയും ആർദ്രതയും ഉള്ളവർ, മറ്റുള്ളവർക്ക് അവസരങ്ങൾ സൃഷ്ടിച്ചവർ, മറ്റുള്ളവരോട് നീതിയോടെയും ന്യായത്തോടെയും പെരുമാറിയിട്ടുള്ളവർ, കൃത്യമായി യജ്ഞങ്ങൾ നടത്തി ദൈവങ്ങളെയും പൂർവ്വികരെയും ഊട്ടിയിട്ടുള്ളവർ, പ്രകൃതിയിൽ നിന്നും സംസ്കാരത്തിൽ നിന്നും ലഭിച്ചതൊക്കെ തിരികെ നൽകിയവർ എന്നിവർക്ക് സ്വർഗ്ഗത്തിന്റെ സന്തോഷങ്ങൾ നുണയാൻ കഴിയും. നന്മകൾ നിലനിൽക്കുന്നിടത്തോളം കാലം ഒരാൾക്ക് സ്വർഗ്ഗത്തിൽ നിൽക്കാം. ശേഷം അവർ തകർന്നടിയുന്നു. നന്മകൾ കഴിഞ്ഞുപോയെന്ന

കാരണത്താൽ സ്വർഗ്ഗത്തിൽ നിന്നും ഇറങ്ങിപ്പോകാനുള്ള കൽപ്പന ലഭിച്ച യയാതി, ഇന്ദ്രദ്യുമ്നൻ എന്നീ രാജാക്കന്മാരെക്കുറിച്ച് നമുക്കറിയാം. യയാതിയുടെ മകളും പേരക്കുട്ടികളും അവരുടെ നന്മകൾ അദ്ദേഹവുമായി പങ്കുവയ്ക്കാൻ തയ്യാറായതോടെ, യയാതിയ്ക്ക് സ്വർഗ്ഗം തിരികെ ലഭിച്ചു. ഇന്ദ്രദ്യുമ്നൻ മടങ്ങിയെത്തിയത്, തന്റെ നന്മകൾ ഓർമ്മയുള്ള ഒരു ആമയെ കണ്ടെത്തിയതോടെയാണ്. മഹാഭാരതത്തിൽ, മഹാഭിഷനെയും ഇന്ദ്രന്റെ സ്വർഗ്ഗത്തിൽ നിന്നും പുറത്താക്കിയിട്ടുണ്ട്; സുന്ദരിയായ ഗംഗയെ കണ്ട മാത്രയിൽ കാമാതുരക്തനായതായിരുന്നു കാരണം. പിന്നീട് ശാന്തനുവായി ജന്മമെടുത്ത അദ്ദേഹത്തിന്റെ ഹൃദയം തകർക്കുന്നത് ഗംഗ തന്നെയാണ്.

നിത്യമുക്തിയ്ക്കായി നിതാന്തമായ പരിശ്രമം നടത്തുന്നവർ പരമോന്നത സ്വർഗ്ഗത്തിൽ എത്തിച്ചേരുന്നു.

## മൂന്നാം ലക്ഷ്യസ്ഥാനം : ഉന്നത സ്വർഗ്ഗം

മഹാഭാരതത്തിൽ ഇന്ദ്രൻ സ്വർഗ്ഗത്തിലേയ്ക്ക് ക്ഷണിക്കുന്ന മുദ്ഗല മഹർഷിയുടെ ഒരു കഥയുണ്ട്. പക്ഷെ മുദ്ഗലൻ ആ ക്ഷണം നിരസിക്കുന്നു. അദ്ദേഹം പറഞ്ഞത് ഇങ്ങനെയാണ് – "യജ്ഞങ്ങൾ നടത്തിയും, ദൈവങ്ങൾക്ക് നിവേദ്യങ്ങൾ അർപ്പിച്ചും, പൂർവ്വികരെയും, തങ്ങളെ ആശ്രയിച്ചു നിൽക്കുന്ന സുഹൃത്തുക്കൾ ബന്ധുക്കൾ വേലക്കാർ അദ്ധ്യാപകർ മഹർഷിമാർ തുടങ്ങി വിരുന്നുകാരെയും അപരിചിതരെയും വരെ ഊട്ടുന്നത് വഴി പുണ്യം നേടുന്നവർക്കുള്ളതാണ് സ്വർഗ്ഗം. പക്ഷെ സ്വർഗ്ഗത്തിലെ വാസം താത്കാലികമാണ്. അതിനേക്കാൾ ഉന്നതമായ, സ്ഥിരവാസം സാധ്യമായ, ഒരു സ്വർഗ്ഗമാണ് എനിക്ക് വേണ്ടത്".

ഭക്തി എന്ന പ്രാർത്ഥനാശീലം വ്യാപകമാകുകയും, പുരാണങ്ങൾ എഴുതപ്പെടുകയും ചെയ്തതോടെ ഈ ഉന്നതസ്വർഗ്ഗം കുറച്ചുകൂടി വ്യക്തമാകാൻ തുടങ്ങി. ശിവന്റെ കൈലാസവും, വിഷ്ണുവിന്റെ വൈകുണ്ഠവുമാണ് രണ്ടു പ്രധാന സ്വർഗ്ഗങ്ങൾ. വിശപ്പ് എന്ന ഒരവസ്ഥ ഇല്ലാത്ത, ശിവന്റെ കാള പുല്ല് തേടാത്ത, ശക്തിയുടെ കടുവ കാളയെ വേട്ടയാടാത്ത കൈലാസ പർവ്വതത്തിലേയ്ക്കാണ് താപസശ്രേഷ്ഠർ സ്വാഗതം ചെയ്യപ്പെടുക. ഗണപതിയുടെ എലി ശിവന്റെ കഴുത്തിൽ ചുറ്റിക്കിടക്കുന്ന നാഗത്തിൽ നിന്നും, നാഗം കാർത്തികേയന്റെ മയിലിൽ നിന്നും ഭീഷണികളൊന്നുമില്ലാതെ സുരക്ഷിതരായി വാഴുമിടം.

ആരും വിശക്കാത്ത കൈലാസം, വേട്ടക്കാരനും ഇരയും സുഹൃത്തുക്കളാണ്.

വിഷ്ണുവിന്റെ വൈകുണ്ഠമാകട്ടെ, സമൃദ്ധിയുടെ പര്യായമായ പാലാഴിയിൽ സ്ഥിതി ചെയ്യുന്നതിനാൽ, അവിടെ എല്ലാവർക്കും വേണ്ടതെല്ലാം ധാരാളമായി ഉണ്ട്. നിരന്തരം അസുരന്മാരുടെ ആക്രമണമുള്ള ഇന്ദ്രന്റെ സ്വർഗ്ഗത്തെ അപേക്ഷിച്ച്, വൈകുണ്ഠത്തിൽ പോരാട്ടങ്ങളോ പ്രശ്നങ്ങളോ ഒന്നുമില്ല.

വേറെയും സ്വർഗ്ഗങ്ങളുണ്ട്. മഹർഷിമാർക്കുള്ള ബ്രഹ്മലോകമുണ്ട്. പതിവ്രതയായ ഭാര്യമാരായി ജീവിച്ച സ്ത്രീകൾക്ക് ഗൗരിലോകമുണ്ട്. സീതയുടെയും രാമന്റെയും സ്വർഗ്ഗമായ സാകേതത്തിൽ, എല്ലാവരും ധർമ്മം പാലിക്കുന്ന രാമരാജ്യമാണ് ലഭിക്കുക. കൃഷ്ണന്റെ സ്വർഗ്ഗമായ ഗോലോകത്തിൽ, സ്വമേധയാ പാൽ നൽകി പാലാഴി നിറയ്ക്കുന്ന പശുക്കളുണ്ട്. ഗണപതിയെ ഭജിക്കുന്നവർക്ക് ഇക്ഷു-വനം അഥവാ കരിമ്പു കാടുണ്ട്. ഹനുമാനെ ഭജിക്കുന്നവർക്ക് കദളി-വനം അഥവാ വാഴകളുടെ കാടുണ്ട്. ഈ ഉന്നതസ്വർഗ്ഗങ്ങളിൽ നിന്ന് മരണപ്പെട്ടവരുടെ ലോകത്തേയ്ക്കോ അവരുടെ യാതനകളിലേയ്ക്കോ ഒരു തിരിച്ചുവരവില്ല. ഈശ്വരവദനം നിത്യവും ആസ്വദിക്കുക എന്ന നിത്യാനന്ദം മാത്രമേ അവിടെയുള്ളൂ.

എന്നിരുന്നാലും, അവിടെ വസിക്കുന്നവരിൽ ആരെങ്കിലും നേരിയ തോതിലെങ്കിലും അഹങ്കാരമോ, അസൂയയോ, വെറുപ്പോ, ദേഷ്യമോ, ഗർവ്വോ, അവജ്ഞയോ, സ്വയം മറന്നുള്ള പെരുമാറ്റമോ ചെയ്താൽ അവരെ അപ്പോൾത്തന്നെ പുറത്താക്കും. അവർ പിന്നീട് വീണ്ടും ഉന്നത സ്വർഗ്ഗത്തിന് അർഹരാകുന്നത് വരെ പുനർജനിക്കാൻ നിർബന്ധിതരാകുന്നു. കൈലാസത്തിൽ നിന്നും ശാപം നൽകി പുറത്താക്കപ്പെട്ട യോഗിനിമാർ വിക്രമാദിത്യ രാജാവിന്റെ സിംഹാസനത്തിൽ പതിക്കപ്പെട്ട പ്രതിമകളായി മാറിയത് നാം കേട്ടിട്ടുണ്ട്. വിക്രമാദിത്യന്റെ രാജകീയ ഭരണത്തിന്റെ വിവരങ്ങൾ അവർ ഭോജരാജാവിന് പങ്കുവയ്ക്കുകയും, അങ്ങനെ ശാപവിമുക്തരാകുകയും കൈലാസത്തിലേക്ക് മടങ്ങുകയും ചെയ്തു. ഭാഗവതപുരാണത്തിൽ, ബാല-ഋഷികളായ നാല് സനത്-കുമാരന്മാരെ വൈകുണ്ഠത്തിലേയ്ക്ക് കടക്കാൻ അനുവദിച്ചില്ല എന്ന കാരണത്താൽ ശാപം ഏറ്റു വാങ്ങേണ്ടി വന്ന ജയ-വിജയ എന്ന ദ്വാരപാലകരെപ്പറ്റി പരാമർശിക്കുന്നുണ്ട്. ജയവിജയന്മാർ ഹിരണകശിപു-ഹിരണ്യാക്ഷ എന്നീ അസുരന്മാരായും, രാവണ-കുംഭകർണ എന്നീ രാക്ഷസന്മാരായും, ശിശുപാല-ദന്തവക്ര എന്നീ മനുഷ്യരായും പുനർജ്ജന്മം എടുത്ത ശേഷമാണ് അവർക്ക് വൈകുണ്ഠത്തിലേയ്ക്ക് മടങ്ങാനായത്. അതായത്, ഒന്നും ശാശ്വതമല്ല എന്നർത്ഥം.

## നാലാം ലക്ഷ്യസ്ഥാനം : പിതൃലോകത്തിൽ നിന്നും യോനിയിലേക്ക്

പുനർജന്മത്തിന് സമയമാകുന്നത് വരെ പൂർവ്വികർ പിതൃലോകത്ത് ക്ഷമയോടെ കാത്തിരിക്കും. അവിടെയവർ ശ്രാദ്ധത്തിന് നേദിക്കുന്നത് സ്വീകരിക്കും. മഹാഭാരതത്തിൽ പറയുന്നത് (ഗരുഡ പുരാണത്തിൽ ഇല്ല), 'പുത്' എന്ന് പറയപ്പെടുന്ന അന്തമില്ലാത്ത ഒരു കുഴിയുടെ മുകളിൽ അവർ തലകീഴായി തൂങ്ങിക്കിടക്കുന്നു എന്നും, അനന്തരാവകാശികൾ വംശം നിലനിർത്തി അവരെ ആ അവസ്ഥയിൽ നിന്ന് രക്ഷിക്കും എന്ന് പ്രതീക്ഷിക്കുന്നു എന്നുമാണ്.

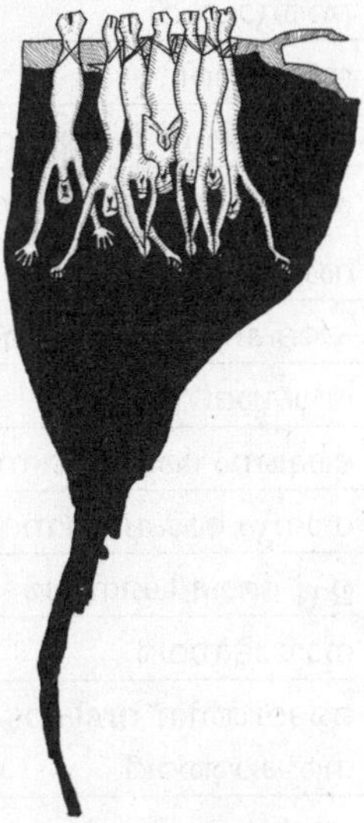

പിതൃ പുട്ട് എന്ന അഗാധതയിൽ തലകീഴായി തൂങ്ങിക്കിടക്കുന്നു

ജനനം എന്നത് സത്യത്തിൽ പുനർ ജനനമാണ്. ഓരോ പുതിയ ജന്മവും, പഴയ ജന്മമാണ്. മുജ്ജന്മങ്ങളുടെ കർമ്മഭാണ്ഡവും ഓർമ്മകളും ആഗ്രഹങ്ങളും നൈരാശ്യവുമൊക്കെ പേറിയാണ് നാം ഓരോ ജന്മത്തിലേയ്ക്കും കടക്കുക. ചിത്രഗുപ്തന്റെ രേഖകൾ പരിശോധിച്ച ശേഷം ഒരാൾ എവിടെ ജനിക്കണമെന്നും, എന്തൊക്കെ പ്രകൃത്യാലും എന്തൊക്കെ സംസ്കാരത്തിലും നിശ്ച യിക്കപ്പെടണമെന്നുള്ളതും, യമൻ നിർവ്വികാരത യോടെ തീരുമാനിക്കുന്നു. ചിലർ വിശ്വസിക്കു ന്നത്, നമ്മുടെ ലിംഗം, ലൈംഗികത്വം, മാതാ പിതാക്കൾ, ഭാഗ്യങ്ങൾ എന്നിവ തീരുമാനിക്കുന്നത് മരണപ്പെട്ടവരുടെ കർമ്മഫലമായാണ്, എന്നാണ് (പ്രകൃത്യാൽ). മറ്റു ചിലർ വിശ്വസി ക്കുന്നതാകട്ടെ, ജീവിച്ചിരിക്കുന്നവരുടെ കർമ്മം ആണ് അത് തീരുമാനി ക്കുന്നത് എന്നും (പരിപാലനം). ഗരുഡ പുരാണം പ്രകാരം ഭാവിജീവിത ങ്ങളെ ബാധിക്കാവുന്ന കുറ്റകൃത്യങ്ങളുടെ പട്ടികയിലെ ചിലത് ചുവടെ കൊടുക്കുന്നു :

| കുറ്റകൃത്യത്തിന്റെ ഉദാഹരണം | അടുത്ത ജന്മത്തിലെ യാതന |
|---|---|
| ബ്രാഹ്മണന്റെ കൊലയാളി | ക്ഷയം |
| കന്യകയുടെ കൊലയാളി | കുഷ്ഠം |
| പശുവിന്റെ കൊലയാളി | ബുദ്ധിമാന്ദ്യം |
| സ്ത്രീയുടെ കൊലയാളി | സംസ്കാര ശൂന്യത |
| ഭ്രൂണത്തിന്റെ കൊലയാളി | അസുഖബാധ |

| | |
|---|---|
| അസ്വാഭാവിക ലൈംഗികത | ഷണ്ഡത്വം |
| മാംസഭോജി | നീചവൽക്കരിക്കപ്പെട്ടവർ |
| മദ്യപാനി | നിറം മങ്ങിയ പല്ലുകൾ |
| അത്യാഗ്രഹി | കുടവയർ |
| അഹങ്കാരി | അപസ്മാരം |
| കള്ളസത്യം ചെയ്യുന്നവർ | ഊമ |
| പുസ്തകം മോഷ്ടിക്കുന്നവർ | അന്ധത |
| നുണ പറയുന്നവർ | വിക്ക് |
| പരദൂഷണം പറയുന്നവർ | ബധിരത |
| മോഷ്ടാവ് | ദാരിദ്ര്യം |
| ഭക്ഷണം മോഷ്ടിക്കുന്നവർ | എലി |
| ധാന്യം മോഷ്ടിക്കുന്നവർ | വെട്ടുകിളി |
| ഉപ്പ് മോഷ്ടിക്കുന്നവർ | എറുമ്പ് |
| നായാട്ടുന്നവർ | ആട് |
| ദൈവത്തിന് വഴിപാടുകൾ നൽകാത്തവർ | കടുവ |
| അത്യാഗ്രഹിയായ ബ്രാഹ്മണർ | പന്നി |
| ആത്മനിയന്ത്രണം ഇല്ലാത്ത ബ്രാഹ്മണർ | കാക്ക |
| അറിവ് പങ്കു വയ്ക്കാത്ത വിദ്യാസമ്പന്നർ | കാള |
| അച്ചടക്കമില്ലാത്ത വിദ്യാർത്ഥികൾ | കഴുത |
| ബ്രാഹ്മണരെ ശല്യപ്പെടുത്തുന്നവർ | പൈശാചിക സ്വഭാവി |
| മോശക്കാരിയായ ഭാര്യ | അട്ട |
| അമിതമായ ലൈംഗികത | കുതിര |

ജീവിച്ചിരിക്കുന്ന അനന്തരാവകാശികൾ അടുത്ത തലമുറയ്ക്ക് ജന്മം നൽകിയാൽ മാത്രമേ പുനർജ്ജന്മം സാധ്യമാകൂ. കാരണം, എങ്കിൽ മാത്രമേ, പിതൃ-കടം അഥവാ പൂർവ്വികരോടുള്ള കടം മടക്കിക്കൊടുക്കപ്പെടുള്ളൂ. ഈ കടം വീടാൻ പുരുഷന് സ്ത്രീയും, സ്ത്രീയ്ക്ക് പുരുഷനും വേണം. പാർവ്വണ ശ്രാദ്ധം ചെയ്യുന്ന ഒരു പുരുഷൻ മൂന്ന് തലമുറയിലെ പൂർവ്വികരെ വിളിക്കുമ്പോൾ, വിവാഹം ചെയ്ത് പുനർജ്ജന്മം സാധ്യമാക്കാം എന്ന് വാക്കു കൊടുക്കുന്നു. വിവാഹം കഴിക്കാത്തവരോ, കുട്ടികൾ ഇല്ലാത്തവരോ ആയ ആളുകൾ തീർത്ഥാടന കേന്ദ്രങ്ങളിൽ പോയി തങ്ങൾക്ക്

വേണ്ടി പ്രത്യേകമുള്ള ശ്രാദ്ധം ചെയ്യേണ്ടതുണ്ട്. എല്ലാത്തിനും ഒരു പരിഹാരമുണ്ട്. വിസ്മരിക്കപ്പെട്ട പൂർവ്വികർ ജീവിച്ചിരിക്കുന്നവരെ ശല്യപ്പെടുത്താറുണ്ട്. അവരെ ശാന്തരാക്കുവാനായി നാരായണബലി പോലെയുള്ള പ്രത്യേക ശ്രാദ്ധ ആചാരങ്ങൾ ചെയ്യേണ്ടതുണ്ട്. നാരായണ ബലിയിൽ, കുപിതരായ പിതൃക്കളെ വിഷ്ണുവിന്റെ അനുഗ്രഹത്താൽ വൈകുണ്ഠത്തിലേയ്ക്ക് ഉയർത്തുന്നു. അതിൽ സന്തുഷ്ടരായി, അവർ ജീവിച്ചിരിക്കുന്നവർക്ക് മേൽ അനുഗ്രഹവർഷം ചൊരിയുന്നു.

കുഞ്ഞുങ്ങളെ ജനിപ്പിക്കേണ്ടതിന് വേണ്ട വിധിക്രമങ്ങളെക്കുറിച്ച് വേദങ്ങളിൽ പറയുന്നുണ്ട്. അതിൽ വിവാഹം എന്ന സാമൂഹിക ചടങ്ങും ഉൾപ്പെടുന്നു. അതിന് ശേഷം, ഉചിതമായ സമയത്ത് ഭർത്താവ് ഭാര്യയുമായി ലൈംഗിക ബന്ധത്തിൽ ഏർപ്പെടണം എന്ന് നിഷ്കർഷിക്കുന്നു. ഇത് ഗർഭാധാന എന്ന സംസ്കാരമാണ്. പലപ്പോഴും വധൂവരന്മാർ പ്രായപൂർത്തിയാകുന്നതിന് മുൻപ് വിവാഹിതരാകുന്നതിനാൽ, വിവാഹവും ഗർഭധാരണവും പ്രത്യേകം ചടങ്ങുകളാക്കി മാറ്റിയിരുന്നു. ചിലപ്പോൾ ഭാര്യയെ ഗർഭിണിയാക്കാനുള്ള ശേഷി ഭർത്താവിനുണ്ടാകില്ല. പുരാതനകാലത്ത്, കുഞ്ഞിന് വേണ്ടി മറ്റുള്ള പുരുഷന്മാർക്കൊപ്പം ശയിക്കാൻ സ്ത്രീകൾക്ക് അനുമതി ഉണ്ടായിരുന്നു. സമ്പ്രദായത്തെ 'നിയോഗ' എന്നാണ് വിളിച്ചിരുന്നത്. ഉദാഹരണത്തിന്, മഹാഭാരതത്തിൽ, വിചിത്രവീര്യ രാജാവ് അകാലമായി മരണപ്പെട്ടപ്പോൾ, അദ്ദേഹത്തിന്റെ വിധവകളായ അംബിക അംബാലിക എന്നിവരുടെ അടുത്തേയ്ക്ക് വ്യാസനെ അയക്കുന്നുണ്ട്. ഹസ്തിനപുരിയുടെ ഭാവി ഭരണാധികാരികളുടെ അമ്മമാരാകാൻ അവർക്ക് അങ്ങനെ കഴിഞ്ഞു.

ഗരുഡ പുരാണവും നിരവധി താന്ത്രിക ഗ്രന്ഥങ്ങളും ഒരു പിതൃക്കൾ ഒരു സ്ത്രീയുടെ ഗർഭപാത്രത്തിൽ പ്രവേശിച്ച് ശരീരം സ്വീകരിക്കുന്ന പ്രക്രിയയെക്കുറിച്ച് വിശദമായി വിവരിക്കുന്നു. അതിനുള്ളിലെ വിശദാംശങ്ങളിൽ വ്യത്യാസങ്ങളുണ്ട്. ആനന്ദത്തിലും ആവേശത്തിലും ലിംഗം നിവർന്നുനിൽക്കുകയും, സമ്മതത്തോടെയും ആനന്ദം നിറഞ്ഞതുമായ ഒരു യോനിയിൽ പ്രവേശിച്ച്, ആനന്ദത്തിന്റെ തരംഗങ്ങൾ നിറഞ്ഞ്, പുറത്തുകടക്കുന്നതിനുമുമ്പ് അതിന്റെ വെളുത്ത ബീജം പുറത്തുവിടുകയും വേണം. കലയിൽ, സ്ത്രീ പുരുഷന്റെ മുകളിൽ ആയിരിക്കുമ്പോൾ, അത് അവളുടെ സമ്മതത്തെ സൂചിപ്പിക്കുന്നു.

ആത്മാവിനെ ചുറ്റിപ്പറ്റിയുള്ള ഏകകേന്ദ്രീകൃത മാംസ പാളികൾ (കോശങ്ങൾ)

പുരുഷന്റെ വെളുത്ത വിത്ത്, സ്ത്രീയുടെ

ചുവന്ന വിത്തുമായി സംയോജിക്കുമ്പോൾ, ആർത്തവം നിലയ്ക്കുകയും കുറച്ചു നാളുകൾക്ക് ശേഷം ഒരു കുഞ്ഞ് രൂപപ്പെടുകയും ചെയ്യുന്നു. എപ്പോൾ വേണമെങ്കിലും ഒരു ജീവനായി മാറുവാൻ വെളുത്ത വിത്ത് തയ്യാറാണെങ്കിലും, ചുവന്ന വിത്ത്, പ്രകൃതിയെപ്പോലെ, മാറിക്കൊണ്ടേയിരിക്കും. അവസരത്തിനുള്ള സാധ്യത ഹ്രസ്വവും നിയന്ത്രിക്കാൻ പ്രയാസമുള്ളതുമായതിനാൽ, വെളുത്ത വിത്ത് വിജയിക്കാൻ നന്നേ ബുദ്ധിമുട്ടും. ഗർഭപാത്രത്തിനുള്ളിൽ നടക്കുന്നതൊക്കെ, അതിന് പുറത്തു നടക്കുന്ന ക്ലേശങ്ങളുടെ നേർപ്പതിപ്പാണ്: നിയന്ത്രണാതീതമായി കടന്നു പോകുന്ന സമയവും (കാലം), പ്രതിരോധികളായ ബീജങ്ങൾ തമ്മിലുള്ള മത്സരവും.

ഭ്രൂണത്തിന് എല്ലുകളും ഞരമ്പുകളും ലഭിക്കുന്നത് പിതാവിൽ നിന്നുമാണ്. ശരീരവും രക്തവും ലഭിക്കുന്നതാകട്ടെ, മാതാവിൽ നിന്നും. വെളുത്ത വിത്താണ് ശക്തമെങ്കിൽ, ആൺകുഞ്ഞ് ജനിക്കുന്നു. ചുവന്ന വിത്താണ് ശക്തമെങ്കിൽ പെൺകുഞ്ഞ് ജനിക്കുന്നു. ഇരു വിത്തുകളും തുല്യമായി ശക്തമാണെങ്കിൽ ഭിന്നലിംഗക്കാരായ കുഞ്ഞുങ്ങൾ ജനിക്കുന്നു. ചിലരിൽ ശരീരം കൃത്യമായി രൂപംകൊണ്ടിട്ടുണ്ടാവില്ല. മറ്റു ചിലരിലാകട്ടെ, ലൈംഗികതയും ശരീരവും പൊരുത്തപ്പെടില്ല.

പത്തു ചന്ദ്രമാസങ്ങൾ മാതാവ് കഴിക്കുന്ന ഭക്ഷണം, ശരീരം, ശ്വാസം, സംവേദനങ്ങൾ, വികാരങ്ങൾ, ബുദ്ധി എന്നിങ്ങനെ പല കോശങ്ങളായി വളരുന്ന പഞ്ചഭൂതങ്ങളാക്കി മാറ്റുന്നു. ത്വക്ക്, അസ്ഥി, മുടി, മാംസം, ഞരമ്പുകൾ എന്നിവ ഭൂമി നൽകുന്നു. ഉമിനീർ, മൂത്രം, ശുക്ലം, മജ്ജ, രക്തം എന്നിവ ജലം നൽകുന്നു. വിശപ്പ്, ദാഹം, ആഗ്രഹം, ഉദാസീനത, നിദ്ര എന്നിവ അഗ്നി നൽകുന്നു. വളയൽ, നടത്തം, ഓട്ടം, ചാട്ടം, മൂരി നിവരൽ എന്നിവ വായു സാധ്യമാക്കുന്നു. ഭാഷണം, ചിന്ത, സംവേദനങ്ങൾ, വികാരങ്ങൾ, വ്യാമോഹം എന്നിവ ശൂന്യതയാൽ സാധ്യമാകുന്നു.

ശരീരത്തിൽ പല ഘടനകളുള്ള കോശജാലങ്ങൾ (ധാതു) വികസിക്കുന്നു : കോശദ്രാവകം, രക്തം, മാംസം, നാഡികൾ, എല്ലുകൾ, മജ്ജ, ജനനേന്ദ്രിയ ദ്രാവകങ്ങൾ. ചില ഇന്ദ്രിയാവയവങ്ങൾക്ക് പുറമെയുള്ള ലോകത്തു നിന്നും ചോദനകൾ ലഭിക്കുന്നു (ഗ്യാൻ ഇന്ദ്രിയ) : കാത്, കണ്ണുകൾ, മൂക്ക്, ത്വക്ക്, നാക്ക്. ശരീരത്തിന്റെ ചലനാവയവങ്ങൾ ലോകത്തിന്റെ ഈ ചോദനകൾക്കനുസൃതമായി പ്രവർത്തിക്കുന്നു : കൈകൾ, കാൽ, വായ, ഗുദം, ലൈംഗികാവയവം.

നമുക്ക് ചുറ്റുമുള്ള ലോകത്തോട് മുഴുകി പ്രവർത്തിക്കുന്ന ശരീരമാണ് നമ്മുടെ ബാഹ്യ യാഥാർത്ഥ്യം. ഉള്ളിലുള്ളതാണ് ആന്തരിക യാഥാർത്ഥ്യം. ബാഹ്യലോകത്തു നിന്നും സ്വീകരിക്കുന്ന വിവരങ്ങൾ മനസ്സിൽ സംവേദനങ്ങളും, ചിത്തത്തിൽ വികാരങ്ങളും, തലയിൽ

(ബുദ്ധിയിൽ) ചിന്തകളും സൃഷ്ടിക്കുന്നു. ഇവയെ നിരന്തരം വിമർശിച്ചു കൊണ്ടിരിക്കുന്നത് അഹമാണ്. ഇവയെല്ലാം തന്നെ ആന്തരിക യാഥാർത്ഥ്യത്തിന്റെ അദൃശ്യമായ ഇഴകളാണ്.

നട്ടെല്ലിന്റെ ഗ്രന്ഥികളിൽ അടക്കം ചെയ്തു വച്ചിരിക്കുന്ന ബോധത്തിന്റെ പല തലങ്ങളുണ്ട് (ചക്ര) : മരണഭയം, സന്തോഷ ത്തിനായുള്ള കൊതി, ഭക്ഷണത്തിനായുള്ള വിശപ്പ്, സ്നേഹത്തിനും ആശയവിനിമയ ത്തിനും ഉൾക്കാഴ്ചയ്ക്കും സാമർത്ഥ്യത്തിനു മായുള്ള കാത്തിരിപ്പ്. ശരീരത്തിന്റെ ഇടതു ഭാഗം നിയന്ത്രിക്കുന്നത് സൂര്യനെപ്പോലെ തിളങ്ങുന്ന തലയുടെ വലതുഭാഗമാണ് (പിംഗള). ശരീരത്തിന്റെ വലതുഭാഗം നിയ ന്ത്രിക്കുന്നത് ചന്ദ്രനെപ്പോലെ തെളിയുകയും മങ്ങുകയും ചെയ്യുന്ന തലയുടെ ഇടതുഭാഗമാണ് (ഇട). ഓരോ ചക്രയും ശരീരത്തിന്റെ എല്ലാ ഭാഗങ്ങളോടും കോശങ്ങളോടും ചാലുകളി ലൂടെ ബന്ധിക്കപ്പെട്ടിരിക്കുന്നു (നാഡി) – കേന്ദ്രനാഡിയായ സുഷുമ്ന, ചുരുണ്ടുകിടക്കുന്ന സർപ്പമായ കുണ്ഡലിനിയ്ക്ക് ഉണരാനും, തലയിലെ മൊട്ടിനെ ഉണർത്തി സഹസ്രദള താമരയെപ്പോലെ വിരിയിക്കാനും അവസരം നൽകുന്നു.

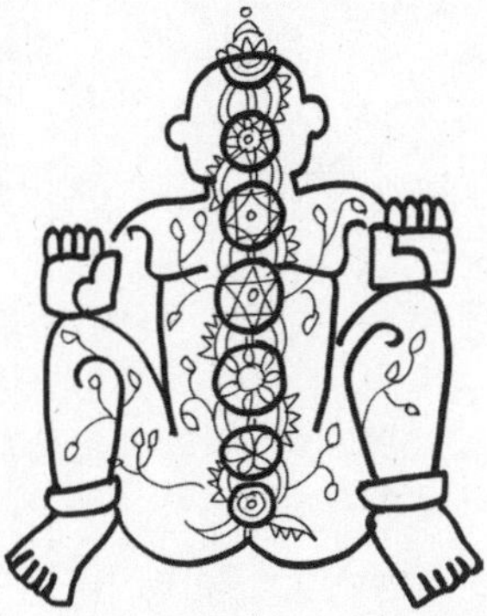

ചക്രങ്ങളും നാഡികളും ഉള്ള ശരീരത്തെക്കുറിച്ചുള്ള താന്ത്രിക ധാരണ

ഗർഭസ്ഥശിശു തന്റെ മുൻജന്മങ്ങൾ ഓർക്കുകയും മനുഷ്യജന്മത്തിൽ ലഭിച്ച പുതിയ അവസരത്തിൽ ഏറ്റവും നന്നായി കഴിയണമെന്ന് പ്രത്യാശിക്കുകയും ചെയ്യുന്നു. പക്ഷെ ജനനം എന്ന ആഘാതം മൂലം ശിശു എല്ലാം മറന്നുപോകുന്നു. മുക്തിക്കായുള്ള അന്വേഷണത്തിന് സഹായകമാകുമാ യിരുന്ന പഴയ ഓർമ്മകളുടെ ഈ നഷ്ടം പത്ത് ദിവസത്തേക്ക് വിലപിക്കുന്നു. ഇക്കാരണത്താൽ, ഒരു കുട്ടിയുടെ ജനന ത്തിനു ശേഷമുള്ള പത്ത് ദിവസ ത്തേക്ക്, വീട് വൃത്തിഹീനവും തൊട്ടു കൂടാത്തതുമായി കണക്കാക്കപ്പെടുന്നു. ഈ ശുദ്ധീകരണത്തിന്റെ കാലയള വിനെയാണ് 'സൂതക' എന്ന് പറയു ന്നത്. മരണശേഷമുള്ള പത്തു ദിവസത്തെ ശുദ്ധീകരണത്തെ ഇത് പ്രതിഫലിപ്പിക്കുന്നു. ജനനം നടക്കുമ്പോഴും മരണം നടക്കുമ്പോഴും,

പുനർജന്മം സാധ്യമാക്കാൻ പുരുഷനും സ്ത്രീയും ഒന്നിക്കുന്നു

മരിച്ചവരുടെ ലോകവും ജീവിച്ചിരിക്കുന്നവരുടെ ലോകവും, ആദ്യം ഗർഭപാത്രത്തിലും പിന്നീട് പ്രസവക്കിടക്കയിലും, ശേഷം മരണക്കിടക്കയിലും ശ്മശാനത്തിലും, അടുത്തിടപഴകുന്നുണ്ട്.

# മരിച്ചവർക്കായുള്ള ആചാരങ്ങൾ

*ഇതിൽ പ്രേതത്തെ പിതൃ ആയി മാറാൻ സഹായിക്കുന്ന അന്ത്യേഷ്ടി, സപിണ്ഡ-കരണം, ശ്രാദ്ധം, പിണ്ഡ-ദാനം എന്നീ അനുഷ്ഠാനങ്ങളെക്കുറിച്ച് നമുക്ക് നോക്കാം*

ഹിന്ദു മതത്തിൽ, മരിച്ചവർക്കായി ഒരുപാട് അനുഷ്ഠാനങ്ങൾ പറയുന്നുണ്ട്. അവയൊക്കെ ഗരുഡ പുരാണത്തിൽ വിവരിച്ചിരിക്കുന്ന മരിച്ചവരുടെ യാത്രയെ മുന്നിൽക്കണ്ടുള്ളവയാണ്. പക്ഷേ ചരിത്രം, ഭൂമിശാസ്ത്രം, സമൂഹം എന്നിവയെ അടിസ്ഥാനമാക്കി ഇതിൽ വൈവിധ്യങ്ങൾ ഉണ്ട്.

ഈ ആചാരാനുഷ്ഠാനങ്ങൾക്ക് മൂവായിരം വർഷത്തോളം പഴക്കമുണ്ട്. പക്ഷെ അവ കാലത്തിനൊപ്പം വികസിച്ചവയാണ്. ഇതാണ് അതിന്റെ സംക്ഷിപ്തം. ശവദാഹം നടത്തുമ്പോഴുള്ള കീർത്തനങ്ങൾ ഋഗ്വേദം നൽകുന്നു. പൂർവ്വികരെ ഭക്ഷിക്കുവാനായി ക്ഷണിക്കുന്നത് ശ്രോതസൂത്രമാണ്. ശ്രാദ്ധത്തെക്കുറിച്ച് വിശദമായി പ്രതിപാദിക്കുന്നത് ഗൃഹ്യസൂത്രത്തിലാണ്. ബ്രാഹ്മണരെ മരിച്ചവരുടെ പ്രതിനിധികളായി മാറ്റുന്നത് ധർമ്മശാസ്ത്രമാണ്. ചിതാഭസ്മവും അസ്ഥിയും കുഴിച്ചിടുന്നത് മുതൽ നദിയിൽ ഒഴുക്കുന്നത് വരെയുള്ളവ രാമായണത്തിലുണ്ട്. തീർത്ഥാടനകേന്ദ്രങ്ങളിലെ പിണ്ഡ-ദാനത്തെക്കുറിച്ചുള്ള ആശയങ്ങൾ പുരാണങ്ങളിൽ പങ്കുവച്ചിട്ടുണ്ട്. ആത്മാവിന് മുക്തി ലഭിക്കാനായി ദൈവനാമം ഉരുവിടാൻ ഭക്തിപ്രസ്ഥാനത്തിൽ പറയുന്നുണ്ട്.

ഹിന്ദു പൂർവ്വികന് ചെയ്യേണ്ട വിവിധ അനുഷ്ഠാനങ്ങളെക്കുറിച്ച് ചുരുക്കി പറയാം :

## 1. ശവസംസ്കാര അനുഷ്ഠാനങ്ങൾ

(1) **അന്ത്യേഷ്ടി :** ശവസംസ്കാരവും, അസ്ഥിയും ചിതാഭസ്മവും പുഴയിൽ ഒഴുക്കലും.

(2) **നവ-ശ്രാദ്ധം :** ശവദാഹത്തിന് ശേഷമുള്ള പത്തു ദിവസങ്ങൾ പ്രേതത്തിന് വേണ്ടി പത്തു ഭാഗങ്ങളായി ഉണ്ടാക്കുന്ന താൽക്കാലിക ശരീരം. പൊതുവെ ഇത് ഒറ്റ ആചാരമായാണ് ചെയ്തു വരാറുള്ളത്.

(3) **ഏകോദ്ധിഷ്ട-ശ്രാദ്ധം :** പ്രേതാത്മാവിന്റെ യാത്രയ്ക്കായി, അടുത്ത ഒരു വർഷത്തേയ്ക്കുള്ള ഭക്ഷണവും മറ്റു വസ്തുക്കളും കൊടുക്കുന്ന ചടങ്ങ്. ഇപ്പോളത് പതിനൊന്നാം നാളിലെ ചടങ്ങായി ചുരുക്കിയിരിക്കുന്നു. വർഷാവർഷമുള്ള ചരമദിനത്തിലെ ചടങ്ങുകളും, ഒരാളിനെ മാത്രം ഉദ്ദേശിച്ചുള്ളതായതിനാൽ, ഏകോദ്ധിഷ്ട ശ്രാദ്ധം ആയാണ് കാണുന്നത്.

(4) **സപിണ്ഡ-കരണം :** വർഷാവസാനം പ്രേതാത്മാവ് പിതൃവായി മാറുന്ന ചടങ്ങ്. ഇപ്പോഴത് പന്ത്രണ്ടാം നാളിലെ ആചാരമായാണ് ചെയ്യുന്നത്.

(5) **ശ്രാദ്ധ-ഭോഗ് :** പ്രേതാത്മാവ് പിതൃവായി മാറുന്ന സമയത്ത് ദുഃഖാചരണവും പുലയും അവസാനിച്ചതിനെ സൂചിപ്പിക്കുന്നതിനായി ഒറ്റ അക്കം എണ്ണമായി വരുന്നത്ര ബ്രാഹ്മണർക്ക് സമ്മാനങ്ങളും സദ്യയും ഒരുക്കുന്നത്.

(6) **വാർഷിക-ശ്രാദ്ധം :** മരിച്ചവരുടെ ചരമവാർഷികത്തിന് അവരെ ഊട്ടുന്ന ചടങ്ങ്.

## 2. ഊട്ടുന്ന രീതികൾ

(1) **പാർവണ-ശ്രാദ്ധം :** പൂർവ്വികരെയെല്ലാം ഒന്നിച്ച് ദിനവും, മാസം തോറും, വർഷംതോറും, പ്രത്യേകിച്ച് പിതൃപക്ഷത്തിന് സ്ഥിരമായി ഊട്ടുന്നത്.

(2) **തീർത്ഥ-ശ്രാദ്ധം :** ചരമവാർഷിക ചടങ്ങുകൾ അവസാനിച്ചതിനെ സൂചിപ്പിച്ചുകൊണ്ട് ഒരു തീർത്ഥാടന കേന്ദ്രത്തിൽ പൂർവ്വികരെ ഊട്ടുന്നത്.

(3) **നാരായണ-ബലി :** അക്രമത്തിലൂടെയോ അപകടത്തിലൂടെയോ മരണപ്പെട്ട, ക്രുദ്ധരായ, അതൃപ്തരായ, അസ്വസ്ഥരായ, അനർത്ഥങ്ങൾ വരുത്തിവയ്ക്കുന്നവരായ പൂർവ്വികർക്ക് ജ്യോതിഷികളുടെ നിർദ്ദേശപ്രകാരം, അവരെ ശാന്തരാക്കുവാൻ വേണ്ടി ചെയ്യുന്ന പ്രത്യേക ബലി (പിതൃദോഷം).

(4) **വൃദ്ധി-ശ്രാദ്ധം :** ശുഭകാരികളായ പിതൃക്കൾക്കൊപ്പം (നന്ദിമുഖ

പിതൃ) സന്തോഷകരമായ സന്ദർഭങ്ങൾ ആഘോഷിക്കുന്നത്. മരണവുമായി ബന്ധപ്പെട്ട സാധാരണ ചടങ്ങുകൾ നടത്താറില്ല.

## 3. ചൗധ : അനുസ്മരണ സമ്മേളനം

ഗ്രന്ഥങ്ങളിൽ ചടങ്ങുകളെക്കുറിച്ച് വിശദീകരിക്കുമ്പോൾ, അത് ചെയ്യുന്ന ആൾ (കർത്താ) മരിച്ച ആളുടെ മകനാണെന്നാണ് സങ്കല്പിച്ചിരിക്കുന്നത്. പിതാവ് ജീവനോടെയിരിക്കുമ്പോൾ, അമ്മയ്ക്കോ, അമ്മയുടെ അച്ഛനോ, പുത്രന്മാർക്കില്ലാത്ത മറ്റൊരാൾക്കോ വേണ്ടി ചടങ്ങുകൾ ചെയ്യുന്ന ആളാണ് ജീവപുത്രിക്. ഇപ്പോഴൊക്കെ സ്ത്രീകളും കർമ്മങ്ങൾ ചെയ്യാറുണ്ട്. ടെലിവിഷനൊക്കെ വരുന്നതിന് മുൻപ്, സ്ത്രീകൾക്ക് ശ്മശാനത്തിൽ കടക്കാനോ ശ്രാദ്ധമൂട്ട് ചടങ്ങുകളിൽ പങ്കെടുക്കാനോ അനുമതിയില്ലാതിരുന്ന കാലത്ത്, മരണാനന്തര ക്രിയകളെക്കുറിച്ച് പുരുഷന്മാർക്ക് മാത്രമേ അറിവുണ്ടായിരുന്നുള്ളൂ.

| മരണാന്തര ക്രിയ | ഉദ്ദേശ്യം | സമയം |
|---|---|---|
| അന്ത്യേഷ്ടി (മുഖ-അഗ്നിയും ആസ്ഥി നിമജ്ജനവും) | അഗ്നിയും ജലവും കൊണ്ട് ശരീരം ഇല്ലാതാക്കൽ | മരണപ്പെട്ടതിന് ഇരുപത്തിനാല് മണിക്കൂറിനകം |
| പത്ത് പൂരക അനുഷ്ഠാനങ്ങളോട് കൂടിയുള്ള നവ-ശ്രാദ്ധം | അതിവാഹിക ശരീരമുള്ള പ്രേതാത്മാവിന് ജഡന ശരീരം നൽകൽ | ശവദാഹം കഴിഞ്ഞ് പത്തു നാളുകൾക്ക് ശേഷം. പക്ഷെ ചിലപ്പോൾ ശവദാഹത്തിന് ശേഷമോ, അല്ലെങ്കിൽ പതിനൊന്നാം നാളിലെയോ പന്ത്രണ്ടാം നാളിലെയോ ചടങ്ങുകൾക്കൊപ്പം നടത്തപ്പെടുന്നു. |
| ഒരു വർഷത്തേയ്ക്ക് നടത്തപ്പെടുന്ന ഏകോദ്ധിഷ്ട ശ്രാദ്ധം | യമലോകത്തേയ്ക്കുള്ള സുരക്ഷിതമായ യാത്രയ്ക്ക് വേണ്ട വസ്തുക്കൾ നൽകൽ | ആദ്യത്തെ വർഷം മുഴുവൻ (ഇപ്പോൾ മിക്കവാറും, പതിനൊന്നാം നാളാണ് നടത്തുന്നത്) |
| സപിണ്ഡ-കരണം (ഏകോദ്ധിഷ്ട ശ്രാദ്ധത്തിലെ പ്രധാനപ്പെട്ട പതിനാറ് ചടങ്ങുകളിൽ അവസാനത്തേത്) | പ്രേതത്തെ പിതൃവാക്കി മാറ്റൽ | ആദ്യത്തെ ചരമവാർഷിക ത്തിനാണ് നടത്തുന്നത് എങ്കിലും ഇപ്പോൾ മിക്കപ്പോഴും പന്ത്രണ്ടാം നാൾ നടത്തപ്പെടുന്നു |
| പാർവ്വണ ശ്രാദ്ധം | പിതൃക്കൾക്ക് ഒന്നിച്ച് സ്ഥിരമായി ഊട്ടൽ | മാസത്തിലൊരിക്കലോ വർഷത്തിലൊരിക്കലോ |

## അന്ത്യേഷ്ടി

അന്ത്യേഷ്ടി എന്ന അവസാന യാത്രാനുഷ്ഠാനങ്ങളെ അന്തിമക്രിയ എന്നും അന്തിമസംസ്കാരം എന്നും പറയാറുണ്ട്. മൃതദേഹം ശ്മശാനത്തിലേക്ക്

കൊണ്ടുപോയി, ചിത കത്തിച്ച്, തലയോട്ടി പൊട്ടിച്ച്, ചിതാഭസ്മവും അസ്ഥിയും ശേഖരിച്ച്, പുഴയിൽ ഒഴുക്കുന്നതാണിത്.

പ്രേതാത്മാവിന് പിതൃലോകത്തേയ്ക്കുള്ള യാത്ര വേഗത്തിലാക്കുവാൻ ഹിന്ദു വിശ്വാസപ്രകാരം മരണശേഷം ഉടൻ തന്നെ, ഇരുപത്തിനാല് മണിക്കൂറിനുള്ളിൽ ശവസംസ്കാരം നടത്തണം. മിക്ക ഹിന്ദുക്കളും, പ്രത്യേകിച്ച് ഉത്തരേന്ത്യയിലെ 'ഉന്നത'കുല ജാതരായവർ, മൃതദേഹം എരിക്കുവാനാണ് താൽപ്പര്യപ്പെടുന്നത്. ശ്മശാനം പൊതുവെ, യമൻ കുടിയിരിക്കുന്ന, ഗ്രാമത്തിന്റെ തെക്ക് വശത്ത്, കഴിയുന്നതും ഒരു ജലാശയത്തിനടുത്തായിട്ടാവും സ്ഥിതി ചെയ്യുന്നത്. മൃതദേഹം മറവു ചെയ്യാൻ താൽപ്പര്യപ്പെടുന്ന ഹിന്ദുക്കൾ ചിലപ്പോഴൊക്കെ ശ്രാദ്ധകർമ്മങ്ങൾ ചെയ്യാറുണ്ട്.

കുട്ടികളുടെ മൃതദേഹങ്ങൾ പൊതുവെ ശ്മശാനഭൂമിയിലെ മരത്തിനടിയിൽ അടക്കം ചെയ്യുകയോ, പുഴയിൽ ഒഴുക്കുകയോ ആണ് ചെയ്യാറ്. അവരുടെ ശരീരം മണ്ണും, ജലവും, പുഴുക്കളും, മത്സ്യങ്ങളും, ആമകളും ഭക്ഷണമാക്കുന്നു. വിവാഹത്തിന് മുൻപ് യൗവനത്തിൽ മരിക്കുന്നവരുടെ പ്രേതാത്മാക്കളോട് യമദൂതൻ സൗമ്യതയോടെ ഇടപെടുന്നതിനാൽ, അവർക്കുള്ള അനുഷ്ഠാനങ്ങൾ വ്യത്യസ്തവും ലളിതവുമാണ്.

മൃതശരീരത്തെ പേര് ചൊല്ലി വിളിക്കാറില്ല. വീട്ടിൽ ശരീരം കിടത്തുന്നത് തെക്കു-വടക്കു ദിശയിൽ, കാൽപ്പാദം തെക്കോട്ടു നീട്ടിയാണ്. യമലോകത്തേയ്ക്കുള്ള പ്രയാണമാണ് ഇതുകൊണ്ട് സൂചിപ്പിക്കുന്നത്. എന്നാൽ, ശവദാഹം നടത്തുമ്പോൾ കാൽപ്പാദം വടക്കോട്ടു തിരിച്ചാണ് വയ്ക്കാറ്. തലയോട്ടിയുടെ ഉച്ചിയിൽ നിന്നും പുറപ്പെടുന്ന പ്രേതാത്മാവ് ഉടനടി, നേരെ തെക്കു ദിശയിലേക്ക്, യമലോകത്തേയ്ക്ക്, യാത്ര ചെയ്യാനാണിത്.

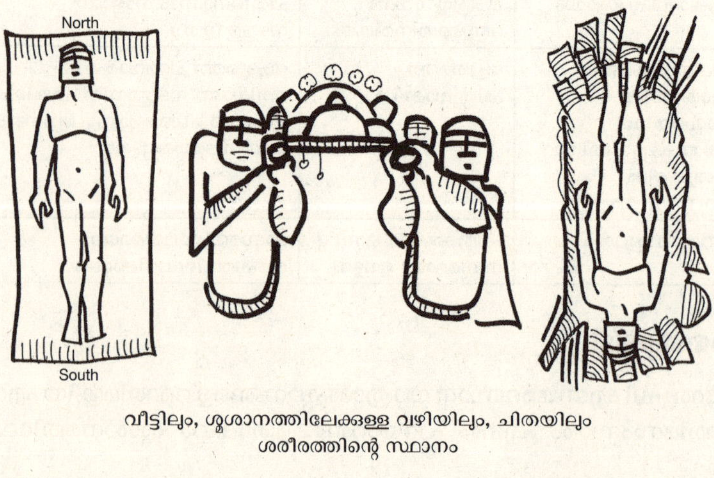


വീട്ടിലും, ശ്മശാനത്തിലേക്കുള്ള വഴിയിലും, ചിതയിലും
ശരീരത്തിന്റെ സ്ഥാനം

ചില കുടുംബങ്ങൾ, മൃതദേഹം ശ്മശാനത്തിലേയ്ക്ക് കൊണ്ടുപോകുന്നതിന് അൽപം ഗംഗാജലം ഇറ്റിക്കാറുണ്ട്. ശരീരം ഒരു പ്രത്യേക രീതിയിൽ തുണിയിൽ പൊതിയാറുണ്ട്. ഭർത്താവ് ജീവിച്ചിരിക്കുന്ന ഒരു സ്ത്രീയാണ് മരിച്ചതെങ്കിൽ, അവരെ ഒരു നവവധുവിനെപ്പോലെ അണിയിച്ചൊരുക്കും.ഒരുഗൃഹസ്ഥയുടെജീവിതംസൂചിപ്പിക്കുന്നതിനായി ശരീരത്തിൽ ചന്ദനവും, ഒരു തപസ്വിയുടെ ജീവിതം സൂചിപ്പിക്കുന്നതിനായി ശരീരത്തിൽ ഭസ്മവും പൂശും. ചന്ദനം അരയ്ക്കുന്നത് ജലമുപയോഗിച്ചും, ഭസ്മം ഉണ്ടാക്കുന്നത് അഗ്നി ഉപയോഗിച്ചുമാണ്. ഈ ജല-അഗ്നി ബന്ധം, അനുഷ്ഠാനങ്ങളിലും ഉടനീളം കാണാം. ജലം സ്ത്രീയും, അഗ്നി പുരുഷനുമാണ്. ജലം ഗംഗയും, അഗ്നി ശിവനുമാണ്. ചന്ദനം വിഷ്ണുവും, ഭസ്മം ശിവനുമാണ്. വീട്ടിൽ നിന്നും അഗ്നിയും ജലവും ശ്മശാനത്തിലേയ്ക്ക് കുടങ്ങളിൽ കൊണ്ടുപോകാറുണ്ട്.

പരമ്പരാഗതമായി, അനുഷ്ഠാനങ്ങൾ ചെയ്തുവരുന്നത് പുരുഷന്മാരാണ്. ഇപ്പോൾ സ്ത്രീകളും ചെയ്യാറുണ്ട്. ശ്മശാനത്തിൽ, പ്രധാനപ്പെട്ട ബന്ധു, ഇടതു തോളിൽ ജലം നിറച്ച കുടവുമേന്തി ശരീരത്തിന് ചുറ്റും എതിർഘടികാര ദിശയിൽ നടക്കുന്നു. ഈ കുടത്തിൽ മൂന്ന് പ്രാവശ്യം കൊട്ടി പൊട്ടലുണ്ടാക്കി, അതിലെ ജലം മൂന്ന് വിടവുകളിലൂടെ നടക്കുന്ന ആ വ്യക്തിയുടെ മുതുകിലൂടെ ഒഴുകുന്നു. മൂന്നു തവണ ചുറ്റി വന്ന ശേഷം ആ കുടം പിന്നിലേയ്ക്ക് ഇടുന്നു. അങ്ങനെ, സാമൂഹികം, ഭൗതികം, മാനസികം എന്നീ മൂന്ന് രൂപങ്ങളെ ഉപേക്ഷിക്കാൻ പ്രേതാത്മാവിനോട് പറയുന്നു.

ശവസംസ്കാര ചടങ്ങിൽ പോകുമ്പോൾ ഒരു കലം തീയും, ശവസംസ്കാര ചടങ്ങിൽ ഒരു കലം വെള്ളവും

മൃതദേഹം, ശുദ്ധമായ വെണ്ണ അഥവാ നെയ്യ് കൊണ്ട് പൊതിയുന്നു. അരിയോ യവമോ അഞ്ച് ഉരുളകൾ യമദൂതനുള്ള ഭക്ഷണമായ പിണ്ഡമായി തലയിലും തോളിലും കൈവെള്ളയിലും സമർപ്പിക്കുന്നു. ശരീരത്തിൽ സ്വർണ്ണവും വയ്ക്കാറുണ്ട്. ഇത് പിന്നീട്, മരിച്ചവർക്ക് നൽകിയതെല്ലാത്തിലും അവകാശമുള്ള, തലമുറകളായി ശ്മശാനം സൂക്ഷിപ്പുകാരായ ചണ്ടാളർ എടുക്കാറുണ്ട്. കർമ്മി ശരീരത്തിന് ചുറ്റും എതിർ ഘടികാരദിശയിൽ നടന്ന് ചിതയ്ക്ക് തീ കൊളുത്തുന്നു. ഇതിനെയാണ് മുഖ-അഗ്നി, അഥവാ തീകൊളുത്തൽ എന്ന് പറയുന്നത്. മരണപ്പെട്ടത് പുരുഷനാണെങ്കിൽ തലയുടെ ഭാഗത്താണ് ചിതയ്ക്ക് തീ കൊളുത്തുക; സ്ത്രീയാണെങ്കിൽ പാദത്തിന്റെ ഭാഗത്തു നിന്നും. ചിത

ആളിക്കത്താനായി വൈക്കോൽ, തൊണ്ട്, ചാണകവറളി എന്നിവ വിറകിനൊപ്പം ഉപയോഗിക്കാറുണ്ട്. ഋഗ്വേദത്തിലെ വരികൾ (10.16.1) ചൊല്ലാറുണ്ട് : "അഗ്നി, അവനെ പൂർണ്ണമായും ദഹിപ്പിക്കരുത്; അവന്റെ ശരീരമോ ചർമ്മമോ ചിതറിപ്പോകരുത്. ഹേ ജാതവേദാസേ, നീ അവനെ പൂർണ്ണവളർച്ചയിലെത്തിച്ചുകഴിഞ്ഞാൽ, പിതൃക്കളുടെ അടുത്തേക്ക് അവനെ അയയ്ക്കുക."

പ്രേതത്തെ ശരീരത്തിൽ നിന്ന് പുറത്തുപോകാൻ സഹായിക്കുന്നതിനായി ബ്രഹ്മരന്ധ്ര സ്ഥലത്ത് തലയോട്ടി തകർക്കുന്നു

അഗ്നിജ്വാലകൾ ശരീരം വിഴുങ്ങുമ്പോൾ, പ്രധാനപ്പെട്ട ബന്ധുവിനോട് ഒരു മുളന്തണ്ട് എടുത്ത് തലയോട്ടിയിൽ അടിക്കാൻ ആവശ്യപ്പെടുന്നു. പ്രേതാത്മാവിനെ ശരീരത്തിൽ നിന്നും രക്ഷപ്പെടാൻ ഇത് സഹായിക്കുന്നു. ഇക്കാലത്ത് വൈദ്യുതി ശ്മശാനങ്ങളിൽ അതിനുള്ള സൗകര്യമില്ലാത്തതിനാൽ, പ്രതീകാത്മകമായി, ശവശരീരത്തെ ചൂളയിലേയ്ക്ക് എടുക്കുന്നതിന് മുൻപായി, അതിന്റെ നെഞ്ചിൽ അഗ്നികലശം കമിഴ്ത്തുന്നു. ചടങ്ങുകൾക്ക് ശേഷം ശ്മശാനത്തിൽ നിന്ന് മടങ്ങുമ്പോൾ ആരും തിരിഞ്ഞു നോക്കുന്നില്ല. അവരെ ഉപേക്ഷിക്കാനുള്ള സമയമാണത്. ശ്മശാനം സന്ദർശിക്കുന്നവർ കുളിച്ച് ശുദ്ധിയായ ശേഷമേ ഗൃഹങ്ങളിൽ പ്രവേശിക്കാവൂ എന്ന് പറയാറുണ്ട്. തങ്ങളുടെ ശുദ്ധി പുനഃസ്ഥാപിക്കാനായി അവർ പശുവിനെയും, ധാന്യങ്ങളെയും, പാലിനെയും, ദൈവങ്ങളുടെ ചിത്രങ്ങളെയും തൊടാറുണ്ട്.

പണ്ടുകാലങ്ങളിൽ, ചിത കത്തിത്തീരും വരെ അത് നോക്കിയിരുന്നത് ചണ്ടാളന്മാരായിരുന്നു. കത്തിക്കരിഞ്ഞ ശരീരഭാഗങ്ങൾ നായ്ക്കളും കാക്കകളും എടുക്കാതെ നോക്കിയിരുന്നത് അവരായിരുന്നു. തന്റെ സേവനങ്ങളിൽ നിന്നായിരുന്നു അവർ വരുമാനം നേടിയിരുന്നത്. മരിച്ചവർക്ക് നൽകപ്പെട്ട, അഗ്നിയിൽ നശിക്കാത്ത എല്ലാത്തിലും അവർക്ക് അവകാശമുണ്ടായിരുന്നു. അതിൽ സ്വർണ്ണവും രത്നങ്ങളും ഉൾപ്പെടും.

അടുത്ത ദിവസം, തീക്കൊള്ളികൾക്ക് മേൽ പാൽ ഒഴിക്കും. അതിന് ശേഷം ചിതാഭസ്മവും അസ്ഥിയും ശേഖരിച്ച് ഒരു കുടത്തിലാക്കി, തുണിയിൽ പൊതിഞ്ഞ്, മരത്തിലോ, ചുവരിലെ ഒരു കൊളുത്തിലോ, നിലത്തു തട്ടാതെ, തൂക്കിയിടും. മറ്റൊരു ഉചിതമായ ദിവസം അവയെ പുഴയിൽ ഒഴുക്കും (അസ്ഥി നിമജ്ജനം). ഒടുവിലത്തെ ശ്രാദ്ധാനുഷ്ഠാനം അവിടെ വച്ച് തന്നെ നടത്തും.

മരണവീട് ആരും സന്ദർശിക്കാറില്ല. പന്ത്രണ്ടാം ദിനം സപിണ്ഡ-കരണ ചടങ്ങ് പൂർത്തിയാക്കുന്നത് വരെ അതേ വീട്ടിൽ താമസിക്കാത്ത ബന്ധുക്കൾ പോലും അശുദ്ധിയുള്ളവരായാണ് കണക്കാക്കപ്പെടുന്നത്. ഈ അശുദ്ധിയുടെ കാലയളവിനെയാണ് 'സൂതക' എന്ന് പറയുന്നത്. ശവദാഹത്തിന് ശേഷമുള്ള ചടങ്ങുകൾ ഒരു വർഷം വരെ നീളാറുണ്ട്. പക്ഷെ ഇപ്പോഴൊക്കെ അവ പതിമൂന്ന ദിനങ്ങൾക്കുള്ളിലോ, ചിലപ്പോഴൊക്കെ ഒരു ദിവസം മാത്രമോ ആക്കി ചുരുക്കാറുണ്ട്.

## നവ-ശ്രാദ്ധം

ശവദാഹത്തിനും സപിണ്ഡ-കരണ ചടങ്ങിനും ഇടയിൽ, മരിച്ചവരുടെ ലോകത്തേക്കുള്ള തന്റെ യാത്രയിൽ ഭക്ഷണം കഴിക്കാനും, കുടിക്കാനും സാധ്യമാകുന്ന തരത്തിലുള്ള ഒരു താൽക്കാലിക ദേഹം പ്രേതാത്മാവിന് നൽകപ്പെടുന്നു. ഇതാണ് നവ-ശ്രാദ്ധത്തിന്റെ ഉദ്ദേശ്യം. 'നവ' എന്നാൽ പുതിയത് അഥവാ മരണപ്പെട്ടവരുടെ ആദ്യത്തെ ശ്രാദ്ധം എന്നർത്ഥം.

വിളക്ക്, വെള്ളം, മുളയ്ക്കുന്ന വിത്തുകൾ, ചാരത്തിന്റെയും അസ്ഥികളുടെയും കുടം എന്നിവ പ്രേതത്തിന് പ്രതീക്ഷ നൽകുന്നു, കാരണം ഒരു താൽക്കാലിക ശരീരം സൃഷ്ടിക്കപ്പെടുന്നു.

പ്രേതാത്മാവ് പൊട്ടിയ തലയോട്ടിയിലൂടെ ശരീരത്തിൽ നിന്നും പുറത്തു വന്ന ശേഷം, ശ്മശാനത്തിൽ തങ്ങി നിൽക്കുന്നു. അടുത്തുള്ള ആൽമരത്തിലോ പാറയിലോ ആയിരിക്കും അവരുണ്ടാകുക (പ്രേത-ശില). കുടിവെള്ളം ഒരു കുടത്തിലാക്കി മരക്കൊമ്പിൽ തൂക്കിയിടുകയും, അതിന് മുകളിലായി ഒരു വിളക്ക് വയ്ക്കുകയും, മരത്തിന് കീഴിൽ കുറച്ച് വിത്തുകൾ വിതറുകയും ചെയ്യുന്നു. മുകളിലെ ദീപം പ്രേതാത്മാവിനെ നയിക്കുന്നു. നിലത്തുള്ള വിത്തുകൾ തളിർക്കുന്നു. ഇത്, ഭയത്തിലുഴലുന്ന പ്രേതാത്മാവിന് പുനർജ്ജന്മമെന്ന പ്രതീക്ഷ നൽകുന്നു. ഇപ്പോൾ വായു, ആകാശം, അഗ്നി (തേജസ്) എന്നിവ കൊണ്ടുണ്ടാക്കിയ ലോലമായ ശരീരമാണ് (അതിവാഹിക) പ്രേതാത്മാവിനുള്ളത്. അതിന് കാണാനും കേൾക്കാനും കഴിയുമെങ്കിലും, ഭക്ഷണം കഴിക്കാനാകില്ല. അതിനായി പുതിയൊരു താൽക്കാലിക ദേഹം (ജഠന ദേഹം) ആവശ്യമുണ്ട്. നവ-ശ്രാദ്ധത്തിലെ പത്തു നാളുകൾക്ക് മേൽ നടക്കുന്ന പൂരക ക്രിയകളിലൂടെയാണ് (പത്തു അനുഷ്ഠാനങ്ങൾ) ഇത് സാധ്യമാക്കുന്നത്. ഈ താൽക്കാലിക ശരീരം, യമലോകത്തേക്ക് യാത്ര ചെയ്യാനും, ഒടുവിൽ ഒരു പിതൃവായി മാറാനും പ്രേതാത്മാവിനെ സഹായിക്കുന്നു.

തുടർന്നുള്ള ദിവസങ്ങളിൽ, കർമ്മം ചെയ്യുന്നയാൾ എല്ലാ ദിവസവും വേവിച്ചുടച്ച ചോറുരുള വലതു കൈകൊണ്ടെടുത്ത്, അതിന് മുകളിൽ കറുത്ത എള്ള് ഇട്ട വെള്ളം ഇറ്റിക്കുന്നു. ആദ്യത്തെ ദിവസം, ഒരു കരണ്ടിയളവ് വെള്ളമാണ് ഇറ്റിക്കുക. രണ്ടാം ദിവസം, രണ്ടു കരണ്ടിയളവ്. അങ്ങനെ പത്താം ദിവസം പത്തു കരണ്ടിയളവ് വെള്ളം പിണ്ഡത്തിൽ ഇറ്റിക്കുന്നു. ഓരോ ദിവസവും ഈ അനുഷ്ഠാനം ഓരോ ശരീരഭാഗം സൃഷ്ടിക്കുന്നു. ഈ ശരീരവുമായി, ആത്മാവിന് പൂർവ്വികരുടെ ലോകത്തേയ്ക്ക് യാത്രയാകാം. അപ്പോഴേയ്ക്ക് അതിന് വിശപ്പും ദാഹവും അനുഭവപ്പെടുകയും, ബന്ധുക്കൾ നൽകുന്ന ബലിച്ചോറ് സ്വീകരിക്കാൻ സാധിക്കുകയും ചെയ്യും. പത്തു ദിവസത്തെ അനുഷ്ഠാനങ്ങൾ, അമ്മയുടെ ഗർഭപാത്രത്തിൽ പുതിയൊരു ഉടലുമായി കഴിയുന്ന പത്തു ചന്ദ്രമാസങ്ങളുടെ ഒരോർമ്മപ്പെടുത്തലാണ്. ഇപ്പോൾ, ഈ പത്തു ദിവസ ചടങ്ങുകൾ, ശവദാഹത്തിന്റെ അന്നു തന്നെ നടത്താറുണ്ട്.

| ദിവസം | ശരീരഭാഗം |
|---|---|
| 1 | തല |
| 2 | കഴുത്തും ചുമലുകളും |
| 3 | ഹൃദയവും നെഞ്ചും |
| 4 | പുറം |
| 5 | വയറും ദേഹവും |
| 6 | തുടയും കുടലും |
| 7 | പാദവും ത്വക്കും |
| 8 | കാൽമുട്ടുകളും മുടിയും |
| 9 | ജനനേന്ദ്രിയം |
| 10 | ദഹനം |

ഒരു താൽക്കാലിക ശരീരത്തിന്റെ സൃഷ്ടി

ഈ കാലയളവിൽ, ഗരുഡപുരാണത്തിലെ പ്രേതകൽപ്പം മുഴുവനും വായിക്കപ്പെടും. മരണപ്പെട്ടവരുടെ യമലോകത്തേയ്ക്കുള്ള യാത്രയെക്കുറിച്ച്, പ്രാദേശിക ഭാഷകളിലേക്ക് മൊഴിമാറ്റം ചെയ്യപ്പെട്ടിട്ടുള്ള ഇത് വിശദമായിത്തന്നെ വിവരിക്കുന്നുണ്ട്. ഒരു വർഷത്തോളം എടുക്കുന്ന ഈ യാത്രയിൽ, പതിനാറു വിശ്രമസ്ഥാനങ്ങളും, വൈതരണി നദി കടക്കേണ്ടതായും ഉണ്ട്. ഭയപ്പെടുത്തുന്ന യാത്രയാണത്. മരണപ്പെട്ടവർക്ക് ഭക്ഷണം, പാദരക്ഷകൾ, വസ്ത്രങ്ങൾ, സഞ്ചികൾ, മെത്തകൾ തുടങ്ങിയ സൗകര്യങ്ങൾ നൽകാതെയാണ് അവരെ അയച്ചത് എങ്കിൽ അത് അതികഠിനമായി മാറും. മരണപ്പെട്ടവരെ പ്രതിനിധാനം ചെയ്യുന്ന ബ്രാഹ്മണർക്ക് ഇത് നൽകണം എന്നാണ് പറഞ്ഞിട്ടുള്ളത്.

പ്രിയപ്പെട്ടവരുടെ യമലോകത്തേയ്ക്കുള്ള യാത്ര സന്തോഷപൂർണ്ണമാണെന്ന് കർമ്മം ചെയ്യുന്നയാൾ ഇത്തരത്തിൽ ഉറപ്പ് നൽകുന്നു. യമകിങ്കരന്മാർ പ്രേതാത്മാവിന്റെ ചുണ്ടിൽ കൊളുത്തിട്ട് അവരെ വൈതരണി എന്ന ഭീതിദമായ പുഴയിലൂടെ വലിച്ചിഴച്ച് കൊണ്ട് പോകും എന്ന് ദുഃഖാർത്തരായ കുടുംബാംഗങ്ങളെ ഓർമ്മിപ്പിക്കുന്നു. ഈ യാതന ഒഴിവാക്കുന്നതിനായി, ബ്രാഹ്മണർക്ക് ഒരു പശുവിനെ ദാനം ചെയ്യാമെന്നും, അതിന്റെ വാലിൽ തൂങ്ങിക്കിടന്ന് പ്രേതാത്മാവിന് അക്കരെ കടക്കാം എന്നും പറയുന്നുണ്ട്. സ്വർണ്ണമാണ് നൽകുന്നതെങ്കിൽ, ഒരു വഞ്ചി പോലും ലഭിച്ചേക്കാം.

തല നിറയെ മുടി (ലൗകിക ജീവിതം)

തലയോട്ടിയിൽ രോമകൂപങ്ങൾ (കുടുംബ ജീവിതത്തിലേക്കുള്ള തിരിച്ചുവരവ്)

## ഏകോദിഷ്ട ശ്രാദ്ധം

പതിനൊന്നാം നാൾ മുതൽ, മരിച്ചവരുടെ നാട്ടിലേക്കുള്ള നീണ്ട യാത്രയ്ക്ക് വേണ്ട ഭക്ഷണവും വെള്ളവും, അനന്തരാവകാശി, ശരീരം പൂർത്തിയായ പ്രേതാത്മാവിന് നൽകുന്നു. ശരീരം പൂർണ്ണമായെങ്കിലും ആരെയും കടിക്കാതിരിക്കാൻ പല്ലുകൾ നൽകാത്തതിനാൽ, ചവയ്ക്കേണ്ട ആവശ്യമില്ലാത്ത വേവിച്ചുടച്ച ചോറാണ് നൽകുക.

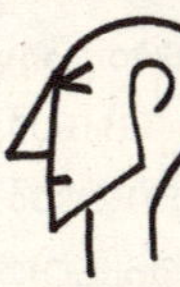

ശ്രമണ സന്യാസി (മുണ്ഡനം ചെയ്ത തല മറയ്ക്കാത്തത്)

പാരമ്പര്യമനുസരിച്ച്, സപിണ്ഡ-കരണ ചടങ്ങ് വരെ വർഷത്തിൽ എല്ലാ ദിവസവും ലളിതമായ ആചാരങ്ങൾ അനുഷ്ഠിച്ചിരുന്നു, വിപുലമായ ആചാരങ്ങളും അമാവാസി രാത്രികളിലെ അധിക ആചാരങ്ങളും ഉൾപ്പെടെ, ആകെ 360 ദൈനംദിന ആചാരങ്ങളും പതിനാറ് പ്രതിമാസ ആചാരങ്ങളും. ഇപ്പോൾ, പതിനൊന്നാം ദിവസം മാത്രമാണ് ഇത് നടത്തുന്നത്, പതിനാറ് ഉടച്ച അരി ഉരുളകളും 360 ബാർലി കേക്കുകളും ഉപയോഗിക്കുന്നു. മരിച്ചയാളുടെ സ്മരണയ്ക്കായി ഈ ആചാരം നടത്തുന്നതിനാൽ, ഇതിനെ ഏകോദിഷ്ട-ശ്രാദ്ധം എന്ന് വിളിക്കുന്നു, അതേസമയം സർവ-പിതൃ ശ്രദ്ധ എല്ലാ പൂർവ്വികർക്കും വേണ്ടി നടത്തുന്നു, ഒരു പൂർവ്വികന് മാത്രമല്ല.

ബ്രാഹ്മണ സന്യാസി (തല മുണ്ഡനം ചെയ്ത്, മൂടിയിരിക്കുന്നു)

ഈ ചടങ്ങിൽ പതിനാറു പിണ്ഡങ്ങളാവും ഉണ്ടാവുക. നവ-ശ്രാദ്ധത്തിലെ പത്ത് പിണ്ഡങ്ങളിൽ നിന്നും, ഏകോദിഷ്ട-ശ്രാദ്ധത്തിലെ പതിനാറു

യോഗി (ജടാധാരി)

പിണ്ഡങ്ങളിലേയ്ക്ക് പെട്ടെന്നുള്ള കുതിപ്പ് സൂചിപ്പിക്കുന്നത് പ്രേതാത്മാവിന്റെ കൂടിക്കൂടി വരുന്ന വിശപ്പിനെയാണ്. ഭദ്രപാദ മാസത്തിലെ പൗർണ്ണമിയിൽ തുടങ്ങി, അടുത്ത അമാവാസി വരെയുള്ള, പിതൃപക്ഷത്തിലെ പതിനാറ് ദിവസങ്ങളെയും ഇത് സൂചിപ്പിക്കുന്നു.

'പതിനാറ്' എന്ന സംഖ്യ നമ്മെ ഓർമ്മിപ്പിക്കുന്നത് *ശതപത ബ്രാഹ്മണ*യിലെ സൃഷ്ടി കീർത്തനത്തെയാണ്. പ്രജാപതിയെ പതിനാറായി വിഭജിച്ചുകൊണ്ട് സൃഷ്ടി സംഭവിക്കുന്നു എന്നാണിത് സൂചിപ്പിക്കുന്നത്:സ്വർണ്ണഭ്രൂണത്തിൽ(ഹിരണ്യഗർഭ)നിന്നുംസ്ത്രീയുംപുരുഷനും,രാവും പകലും, മൂന്ന് ഉലകങ്ങളും, നാല് ദിക്കുകളും, പഞ്ചഭൂതങ്ങളും ഉണ്ടാകുന്നു.

ഈ ചടങ്ങ് ചെയ്യുമ്പോൾ, സാധാരണ ചെയ്യുന്നതിൽ നിന്നും നേരിയ വ്യത്യാസമുണ്ട്. കിഴക്ക് ദിക്കിലേക്ക് നോക്കി ഇരുന്ന് ചെയ്യുന്നതിന് പകരം, കർമ്മം ചെയ്യുന്നയാൾ തെക്കു ദിശയിലേക്ക് തിരിഞ്ഞിരുന്നാണ് ഇത് ചെയ്യുന്നത്. പൂണൂലും മേൽവസ്ത്രവും വലതു ചുമലിലിട്ട്, ഇടത് കാൽമുട്ട് നിലത്തു കുത്തി, ചലനങ്ങളെല്ലാം എതിർഘടികാരദിശയിൽ ചെയ്ത്, ചിലപ്പോഴൊക്കെ ഇടത് കരം ഉപയോഗിച്ച്, ജലം ശരീരത്തിൽ നിന്നും അകറ്റി വലത് തള്ളവിരലിലൂടെ ഇറ്റിക്കുന്നു.

മരണപ്പെട്ടവരുടെ പ്രതിനിധിയായി കണക്കാക്കുന്ന ബ്രാഹ്മണരെ, ഒറ്റയക്കം എണ്ണമായി വരുന്ന രീതിയിൽ ക്ഷണിക്കുന്നു. വസ്ത്രങ്ങൾ, പാദരക്ഷകൾ, പണം, മെത്തകൾ, സഞ്ചികൾ, പാത്രങ്ങൾ, ധാന്യം എന്നീ സമ്മാനങ്ങൾ അവർക്ക് നൽകുന്നു. അവർ കുറെയേറെ വിലപേശും. മരണപ്പെട്ടവർ അതൃപ്തരാണ് എന്ന് സൂചിപ്പിക്കുന്ന ഒരു ചടങ്ങാണത്. ശവദാഹ ചടങ്ങുകളിൽ സംബന്ധിക്കുന്ന ബ്രാഹ്മണരെ, വിവാഹ, പൂണൂൽ, ക്ഷേത്രാരാധന തുടങ്ങിയ ചടങ്ങുകളിൽ സംബന്ധിക്കുന്ന ബ്രാഹ്മണരിൽ നിന്നും അകറ്റി നിർത്തിയിരുന്നു. ഇത്തരം പഴയ പുരോഹിത സമ്പ്രദായം പതുക്കെ അവസാനിച്ചു തുടങ്ങിയിട്ടുണ്ട്.

## സപിണ്ഡ-കരണം

ഒരു പ്രേതാത്മാവിനെ, പിതൃ ആയി മാറ്റുന്ന സപിണ്ഡ-കരണം എന്ന ചടങ്ങ് പൊതുവെ മരണത്തിന് ഒരു വർഷത്തിന് ശേഷമാണ് നടത്താറ്. ഈ ഒരു വർഷം എന്നത്, പിതൃലോകം അഥവാ യമലോകത്തേയ്ക്കുള്ള പ്രേതാത്മാവിന്റെ യാത്രയുടെ കാലയളവാണ്. ഇപ്പോഴൊക്കെ ശവദാഹം കഴിഞ്ഞ് പന്ത്രണ്ടാം നാൾ ഇത് നടത്തപ്പെടുന്നു. ഇത്തരത്തിൽ, ചടങ്ങുകളൊക്കെ നമ്മുടെ ജീവിതയാഥാർത്ഥ്യങ്ങളോട് അനുരൂപപ്പെടുന്നു.

ഒരേ മാതാപിതാക്കൾ, അവരുടെ മുൻതലമുറക്കാർ എന്നിവരുള്ളവരെയാണ് സപിണ്ഡ എന്ന് പറയുന്നത്. അവർ ഒരേ പൂർവ്വികർക്കാണ് പിണ്ഡം സമർപ്പിക്കുന്നത്. ഒരു കുടുംബത്തിലെ ജനനമോ മരണമോ മൂലം സൂതക അഥവാ അശുദ്ധി ഏർപ്പെടുന്ന ബന്ധുക്കളാണിവർ.

മരണം നടന്നാൽ, ആ ദുഃഖം സൂചിപ്പിക്കുന്നതിനായി കുടുംബത്തിലെ പുരുഷന്മാർ തല മുണ്ഡനം ചെയ്യണം എന്ന് പറയാറുണ്ട്. ഹിന്ദു മതത്തിൽ മുടിയ്ക്ക് വലിയ പ്രാധാന്യമുണ്ട്. അവന്ധ്യതയുടെയും, ഉത്പാദനശേഷിയുടെയും സൂചകമാണത്. നന്നായി എണ്ണയിട്ട് ചീകിയൊതുക്കിയ മുടി സൂചിപ്പിക്കുന്നത് ഗൃഹവുമായുള്ള ഇണക്കവും സംസ്കാരവുമാണ്. ചീകിയൊതുക്കാത്ത അലസമായ മുടി സൂചിപ്പിക്കുന്നത് വന്യവും, ഇണക്കമില്ലാത്തതുമായ ഊർജ്ജമാണ്. യോഗിയുടെ ജട പിടിച്ച മുടി സൂചിപ്പിക്കുന്നത് പ്രപഞ്ചത്തിന് മേലുള്ള അധികാരമാണ്. പരിപൂർണ്ണമായ ആത്മത്യാഗത്തിന്റെ പ്രതീകമാണ് മുണ്ഡനം ചെയ്ത തല. സന്ന്യാസിമാരും വിധവകളുമാണ് ഇങ്ങനെ ചെയ്യാറ്. ഇത്തരത്തിൽ ചെയ്യുന്നത് ഹിന്ദു മതത്തിൽ അശുഭകരമായി കണക്കാക്കുന്നതിനാൽ മുണ്ഡനം ചെയ്ത ശിരസ്സ് ഒരു തുണി ഉപയോഗിച്ച് മറയ്ക്കാറുണ്ട്. ശവദാഹ ചടങ്ങുകളിൽ തല മുണ്ഡനം ചെയ്യേണ്ടതായി വരുമ്പോൾ, പിന്നിൽ ഒരു കുടുമ ബാക്കി വയ്ക്കാറുണ്ട്; അവർ സന്ന്യാസികളല്ല മറിച്ച് ഗൃഹസ്ഥരാണ് എന്ന് ഓർമ്മിപ്പിക്കാനാണിത്. ജീവിച്ചിരിക്കുന്നവരുടെ ലോകത്തേയ്ക്ക് അവർ മടങ്ങി പോകണം. ശവദാഹ ചടങ്ങുകൾക്ക് സാക്ഷ്യം വഹിക്കേണ്ടി വരുന്നവർക്ക് ജീവിതത്തോടുള്ള പ്രതിപത്തി താൽക്കാലികമായി കുറയുന്നതായി കണ്ടുവരുന്നുണ്ട്. ഇതിനെ 'ശ്മശാന വൈരാഗ്യം' അഥവാ ശവദാഹങ്ങൾക്ക് സാക്ഷിയാകേണ്ടി വന്നത് മൂലം ഉണ്ടായ നിസ്സംഗത എന്ന് പറയുന്നു.

സപിണ്ഡ-കരണത്തിന്, പ്രേതാത്മാവിന്റെ പിണ്ഡം, ചോറു കൊണ്ടുള്ള ഒരു ദീർഘചതുര ആകൃതിയിലാണ് ഉണ്ടാക്കുക. മൂന്ന് ഉരുളകൾ കൂടി ഉണ്ടാക്കും : ഭൂമി (ഭൂ), അന്തരീക്ഷം (ഭുവഃ), ആകാശം (സ്വാഹാ) എന്നിവിടങ്ങളിൽ ജീവിക്കുന്ന, മരണപ്പെട്ട വ്യക്തിയുടെ പിതാവിന്റെയും, അപ്പൂപ്പന്റെയും, അപ്പൂപ്പന്റെ അച്ഛന്റെയും പ്രേതാത്മാക്കൾക്ക് വേണ്ടിയാണവ. അവർക്കും മുന്നേയുള്ള പൂർവ്വികർ ആകാശത്തിനും, വിശ്വദേവകൾക്കും അപ്പുറമുള്ള ശ്രേഷ്ഠമായ സ്ഥലത്താണ് സ്ഥിതി ചെയ്യുന്നത്. ഈ നാല് ഉരുളകളും കുഴച്ച് ഉരുട്ടി പുതിയ മൂന്ന് ഉരുളകൾ ഉണ്ടാക്കുന്നു. ഈ കർമ്മം ചെയ്യുന്ന മകനെ ഒന്നുകിൽ കണ്ണുകൾ കെട്ടുകയോ, അല്ലെങ്കിൽ ദൂരേയ്ക്ക് നോക്കാൻ ആവശ്യപ്പെടുകയോ ചെയ്യുന്നു. കാരണം, ഈ പരിവർത്തനം നടക്കുമ്പോൾ, ജീവിച്ചിരിക്കുന്നവരുടെയും മരിച്ചവരുടെയും രാജ്യങ്ങൾക്കിടയിലുള്ള ഭീതിദമായ വാതിൽ തുറക്കപ്പെടുന്നു. ഈ ചടങ്ങോടു കൂടി, പ്രേതാത്മാവ്, ഒന്നാം തലമുറയിലെ പിതൃവായി മാറുന്നു. ഒപ്പം, അദ്ദേഹത്തിന്റെ അച്ഛൻ രണ്ടാം തലമുറയിലെയും, അപ്പൂപ്പൻ മൂന്നാം തലമുറയിലെയിലെയും പിതൃവായി മാറുന്നു. അപ്പൂപ്പന്റെ അച്ഛൻ വിശ്വദേവകളുടെ ലോകത്തു പോയി അവർക്കൊപ്പം ചേരുന്നു. ചിലപ്പോൾ നാല് കുടം വെള്ളം വയ്ക്കാറുണ്ട് – മൂന്ന് കുടങ്ങൾ പൂർവ്വികർക്കും, ഒരു കുടം ഇപ്പോൾ മരിച്ച വ്യക്തിയ്ക്കും. ആ വ്യക്തിയുടെ

പദവി ആചാരപ്രകാരം മാറ്റുന്നതിനായി ജലം കലർത്തി വയ്ക്കുന്നു. പ്രേതാത്മാവ് പിതൃ ആകുന്നതോടു കൂടി, യാത്ര പൂർണ്ണമാകുന്നു.

| പിതൃ | ബന്ധം | സ്ഥാനം | പദവി |
|---|---|---|---|
| ഒന്നാമത്തേത് | മാതാപിതാക്കൾ | ഭൂമി | വസു |
| രണ്ടാമത്തേത് | അപ്പൂപ്പൻ-അമ്മൂമ്മ | അന്തരീക്ഷം | മാരുത |
| മൂന്നാമത്തേത് | അപ്പൂപ്പൻ-അമ്മൂമ്മമാരുടെ അച്ഛനമ്മമാർ | ആകാശം | ആദിത്യ |
| അനന്തം | അതിന് മുൻപുള്ളവർ | വിദൂരത | വിശ്വദേവ |

മരിച്ചുപോയ ഒരാളുടെ പ്രേതപിണ്ഡം മുൻ പൂർവ്വികരുടെ ത്രിപിണ്ഡവുമായി കലർത്തുന്നതിലൂടെ ആ പ്രേതത്തെ പിതൃത്വത്തിലേക്ക് മാറ്റാൻ കഴിയും

ഈ യാത്ര പൂർണ്ണമായതിന് ശേഷം, അസ്ഥികളും ചിതാഭസ്മവും ശവദാഹ സമയത്ത് ഉപയോഗിച്ച മറ്റു വസ്തുക്കളും, പ്രേതാത്മാവിന് ജലം നൽകിയ കുടം, മുളപ്പിച്ച എള്ള്, ചോറ് എന്നിവയെല്ലാം ഗംഗയിലോ അല്ലെങ്കിൽ പഹോവ, ഗയ, നാസിക്, രാമേശ്വരം മുതലായ ഏതെങ്കിലും നദിയിലോ ഒഴുക്കുന്നു.

പ്രധാന കർമ്മം ചെയ്യുന്ന വ്യക്തിയ്ക്ക് ഒരു തീർത്ഥാടനകേന്ദ്രത്തിൽ പോയി അന്ത്യകർമ്മങ്ങൾ ചെയ്യാൻ സാധിക്കുന്നത് വരെ, ഈ വസ്തുക്കളൊക്കെ കെട്ടി, നിലം തൊടാത്ത രീതിയിൽ സൂക്ഷിക്കുന്നു. അതുവരെയുള്ള എല്ലാ വർഷവും മരിച്ചയാളുടെ ചരമവാർഷികത്തിന് ആ വ്യക്തിയ്ക്ക് പിണ്ഡദാനം ചെയ്യുന്ന അഥവാ ബലിയിടുന്നു. മരണപ്പെട്ട ഒരാളെ മാത്രം കേന്ദ്രീകരിച്ച് ചെയ്യുന്നതിനാലും, പൂർവ്വികരെയെല്ലാം ഉൾപ്പെടുത്താതിനാലുമാണ് ഇതിനെ ഏകോദിഷ്ട-ശ്രാദ്ധം എന്ന് പറയുന്നത്.

## ശ്രാദ്ധ-ഭോഗ്

പതിമൂന്നാം നാൾ, ശവദാഹത്തിന് ശേഷമുള്ള ചടങ്ങുകൾ ഗംഭീരമായി നടത്തിയത് പ്രമാണിച്ച് ഒരു സദ്യ ഏർപ്പാടാക്കുന്നു. പ്രേതാത്മാവ് പിതൃ

ആയി മാറുകയും, യമലോകത്ത് സുരക്ഷിതമായി എത്തുകയും ചെയ്യു. ഇനിയവർ, മറ്റ് പൂർവ്വികരു മൊത്ത് ആചാരപ്രകാരമുള്ള ദിവസങ്ങളിൽ ഭൂമിയിലുള്ള വരെ കാണാൻ വരും. ഈ ചടങ്ങിൽ വിളമ്പുന്ന സദ്യയിൽ, തക്കാളി, ഉരുളക്കിഴങ്ങ്, മുളക് എന്നിവ പ്രാബല്യത്തിൽ വരുന്നതിന് മുൻപുള്ള പഴയ രുചിക്കൂട്ടുകളാവും ഉപയോഗി ച്ചിട്ടുണ്ടാവുക. പൊതുവെ ചേനയും കുരുമുളകും അതിലെ ഘടകങ്ങളായിരിക്കും. ഇപ്പോ ഴൊക്കെ, മരിച്ചവരുടെ പ്രിയ പ്പെട്ട ഭക്ഷണവും ഉൾപ്പെടുത്താറുണ്ട്; പ്രിയപ്പെട്ടവർ അവരെ സ്നേഹ ത്തോടെ ഓർക്കുന്നു എന്നതിന്റെ പ്രതീകമായാണിത് ചെയ്യുന്നത്.

യമലോകത്തേക്കുള്ള യാത്രയിൽ മരിച്ചയാൾക്ക് സഹായകരമാകുന്ന തരത്തിൽ ഒറ്റസംഖ്യ ബ്രാഹ്മണർക്ക് ഭക്ഷണം നൽകുകയും സമ്മാനങ്ങൾ നൽകുകയും ചെയ്യുക

ബ്രാഹ്മണരെ ഈ സദ്യക്കായി ക്ഷണിക്കാറുണ്ട്. ഒറ്റയക്കം എണ്ണമായി വരുന്ന രീതിയിലാണ് അവരെ ക്ഷണിക്കുക. അവരുടെ തൃപ്തി, പൂർവ്വികരുടെ തൃപ്തിയായാണ് കണക്കാക്കുക. ഇത്തരത്തിൽ ബ്രാഹ്മണരെ പുരോഹിതരായല്ലാതെ പൂർവ്വികരുടെ മധ്യസ്ഥരായും പ്രതിനിധികളായും കാണാൻ തുടങ്ങിയത് ഗൃഹ്യ-സൂത്രത്തിൽ നിന്നാണ്. പിന്നീട് ധർമ്മശാസ്ത്രം ഇത് അംഗീകരിക്കുന്നുണ്ട്.

## തീർത്ഥ-ശ്രാദ്ധ

പണ്ടൊക്കെ, പിതൃക്കൾക്ക് ബലിയിടുന്നത് (പിണ്ഡ-ദാൻ അഥവാ പിതൃ-യജ്ഞ), വലിയ പൊതു ചടങ്ങു കളായിരുന്നു. പക്ഷേ സമൂഹം സാർവ്വ ലൗകികമായതോടെ, ഈ ചടങ്ങുകൾ വീടുകളിൽ മാത്രം ഒതുങ്ങുകയും, സ്വകാ ര്യമായ ചടങ്ങായി മാറുകയും ചെയ്യു. കാലം കഴിയുംതോറും, പല പേരുടെ ശ്രാദ്ധചടങ്ങുകൾ നിർവ്വഹിക്കാൻ കുടുംബങ്ങൾക്ക് ബുദ്ധിമുട്ടായിത്തുടങ്ങി. അതുകൊണ്ട് ഈ ആചാരം നിർത്തുവാൻ വേണ്ടി, ഹിന്ദുക്കൾ ഗയ, കുരുക്ഷേത്ര, ഹരിദ്വാർ, കാശി, നാസിക്,പുരി,ശ്രീരംഗം,രാമേശ്വരം തുടങ്ങിയ തീർത്ഥാടനകേന്ദ്രങ്ങളിൽ പോയി സ്നാനം ചെയ്ത് ശ്രാദ്ധകർമ്മങ്ങൾ നിർവ്വഹിച്ചാൽ മതിയാകും.

പൂർവ്വികരെ പ്രതിനിധീകരിക്കുന്ന കാക്കകൾക്ക് ഭക്ഷണം കൊടുക്കുന്നു

ഈ സ്ഥലങ്ങളിൽ, മരണാനന്തര സമർപ്പണങ്ങൾ ദൈവങ്ങൾക്ക്

നേദിക്കുകയും, അവരത് സദാ പൂർവ്വികർക്ക് നൽകുകയും ചെയ്യുന്നു. കഴിഞ്ഞ ആയിരം വർഷങ്ങളിൽ, ക്ഷേത്രങ്ങളും തീർത്ഥാടന യാത്രകളും സർവ്വസാധാരണമായതോടു കൂടി, ഈ രീതിയ്ക്ക് പ്രചാരമേറി. രണ്ടായിരം വർഷം പഴക്കമുള്ള ധർമ്മ-ശാസ്ത്രത്തിൽ ക്ഷേത്രങ്ങളെയോ, തീർത്ഥാടനകേന്ദ്രങ്ങളെയോ കുറിച്ച് കൃത്യമായി പ്രതിപാദിക്കുന്നില്ല എന്നതിൽ നിന്നും നമുക്കിത് മനസ്സിലാക്കാം. എന്നാൽ ഇതേ ധർമ്മ-ശാസ്ത്രത്തെക്കുറിച്ച് ഏകദേശം ആയിരം വർഷങ്ങൾക്ക് ശേഷം വന്ന പഠനങ്ങളിൽ ഈ വിശ്വാസങ്ങളെ അടിവരയിടുന്നുണ്ട്. യാഥാസ്ഥിതികരായ വേദബ്രാഹ്മണർ ക്ഷേത്രാചാരങ്ങൾ അംഗീകരിക്കാൻ തുടങ്ങിയത് പിന്നെയും ഒരുപാട് കാലം കഴിഞ്ഞാണ് എന്ന് ഇത് സൂചിപ്പിക്കുന്നു.

## പാർവ്വണ ശ്രാദ്ധം

ശ്രാദ്ധം എന്നാൽ പൂർവ്വികർക്ക് ബഹുമാനത്തോടെ (ശ്രദ്ധ) ഭക്ഷണം നൽകുക എന്നാണ്. പൂർവ്വികരിൽ ഒരാൾക്ക് മാത്രമാണ് ബലിയിടുന്നത് എങ്കിൽ ഏകോദിഷ്ട-ശ്രാദ്ധം എന്നും, പൂർവ്വികർക്കെല്ലാം ആഘോഷമായി വിശേഷദിവസങ്ങളിൽ ബലിയിടുന്നുവെങ്കിൽ (സർവ്വ-പിതൃ) അത് പാർവ്വണ ശ്രാദ്ധം എന്നും അറിയപ്പെടുന്നു. ചിലർ പൂർവ്വികർക്ക് നിത്യവും ബലിയിടും. ചിലർ എല്ലാ അമാവാസിയ്ക്കും, മറ്റു ചിലർ വെളുത്ത വാവിന് ശേഷമുള്ള ഒൻപതാം നാളും ബലിയിടുന്നു. പൊതുവെ, ഈ ശ്രാദ്ധമൂട്ട് നടക്കുന്നത് പൂർവ്വികരുടെ പക്ഷമായ പിതൃപക്ഷത്തിലാണ്. അപ്പോൾ നൽകുന്നവയെല്ലാം മരണപ്പെട്ടു പോയ അച്ഛനപ്പൂപ്പന്മാർ, അവർക്കും മുൻപേ ഭൂമിയിൽ ഉണ്ടായിരുന്നവർ, മരണപ്പെട്ടവരുടെ ലോകത്ത് ജീവിക്കുന്ന മറ്റെല്ലാ പിതൃക്കളും മുതലായവർക്കാണ്.

പിതൃക്കൾക്കുള്ള ബലി തുടങ്ങുമ്പോൾ ആദ്യം ദൈവങ്ങൾക്കും, പിന്നീട് മഹർഷിമാർക്കും, പിന്നെ പൂർവ്വികർക്കും സമർപ്പിക്കുന്നു. ഓരോ ഘട്ടത്തിലും, കർമ്മം ചെയ്യുന്നയാൾ ഓരോ സ്ഥാനത്തും ഇരുന്ന്, ചുവടെ കൊടുത്തിരിക്കുന്ന വ്യത്യസ്തമായ കാര്യങ്ങൾ ചെയ്യുന്നു.

ഒരു ദിവ്യമായ തടുക്കിനെ അനുസ്മരിപ്പിച്ച് തെക്ക് ദിശയിലേക്ക് തിരിച്ച് വിരിക്കുന്ന ദർഭപ്പുല്ലിന് മുകളിൽ പൂർവ്വീകനെ പ്രതിനിധാനം ചെയ്യുന്ന പിണ്ഡം വയ്ക്കുന്നു. പൂർവ്വികന് പലതും അർപ്പിക്കുന്നു : വിളക്ക് (ദീപം), സാമ്പ്രാണി (ധൂപം), വസ്ത്രത്തെ സൂചിപ്പിക്കുന്നതിനായി നൂലുകൾ (വസ്ത്ര), സുഗന്ധദ്രവ്യങ്ങൾ (കണ്മഷി, കുങ്കുമം, മഞ്ഞൾ, ചന്ദനം), പരിപോഷണത്തിനായി അരി, സ്വാദനത്തിനും ദഹനത്തിനുമായി എള്ള്, ദാഹത്തിന് ജലം.

പണ്ടുകാലങ്ങളിൽ, അരിയ്ക്കൊപ്പം ധാന്യങ്ങളും, വിത്തുകളും,

പയർമണികളും കൂടി അർപ്പിക്കാറുണ്ടായിരുന്നു. അതിനോടൊപ്പം തന്നെ അവരുടെ പ്രിയപ്പെട്ട ഭക്ഷണവും നൽകാറുണ്ട്: മീൻ, അല്ലെങ്കിൽ വീട്ടിൽ വളർത്തുന്ന പക്ഷികളുടെയോ മൃഗങ്ങളുടെയോ മാംസം തുടങ്ങിയവ. ചിലപ്പോഴൊക്കെ കരിമീൻ, കൊക്ക്, ആട് തുടങ്ങിയവയും ഉൾപ്പെടുത്താറുണ്ട്. ഇതൊക്കെ ധർമ്മ-ശാസ്ത്രത്തിൽ പ്രതിപാദിച്ചിട്ടുള്ള രീതികളാണ്. എന്നാലിന്ന്, ഈ ആശയങ്ങളെയൊക്കെ പലപ്പോഴും അവഗണിക്കപ്പെടുകയും, നിഷേധിക്കുകയും ചെയ്യപ്പെടാറുണ്ട്. ഹിന്ദു മതമെന്നാൽ സസ്യഭോജനം മാത്രമാണ് എന്ന് പ്രചരിപ്പിക്കാൻ ശ്രമിക്കുന്ന മതനേതാക്കളാണ് ഇതിന് ചുക്കാൻ പിടിക്കുന്നത്. രാമായണത്തെ അധികരിച്ച് ഭാസൻ എഴുതിയ സംസ്കൃത നാടകമായ *പ്രതിമ നാടക*ത്തിൽ, രാവണൻ ഒരു ബ്രാഹ്മണന്റെ വേഷം ധരിച്ച് രാമന്റെ അരികിൽ എത്തുകയും, മരണപ്പെട്ട പിതാവിന് വേണ്ടി അസാധാരണമായ സുവർണ്ണമാനിനെ അർപ്പിക്കണം എന്ന് പറയുകയും ചെയ്യുന്നു. രാമൻ ആ മാനിനെ പിടിക്കാൻ മാറിയ തക്കത്തിന്, രാവണൻ സീതയെ തട്ടിക്കൊണ്ട് പോകുന്നു.

| ഭക്ഷണത്തിന്റെ സ്വീകർത്താവ് | ദൈവങ്ങൾ | മഹർഷിമാർ | പൂർവ്വികർ |
|---|---|---|---|
| ബലിയിടുന്ന ആൾ നിൽക്കുന്ന രീതി | സവ്യ (യജ്ഞോ പവിതി) | നിവിതി | അപസവ്യ (പ്രാചീനവിധി) |
| പൂണൂൽ ഇടുന്നത് | ഇടത്തെ ചുമൽ | കഴുത്തിന് ചുറ്റും | വലത്തെ ചുമൽ |
| മേൽവസ്ത്രം ഇടുന്നത് | ഇടത്തെ ചുമൽ | കഴുത്തിന് ചുറ്റും | വലത്തെ ചുമൽ |
| പൊക്കിവയ്ക്കുന്ന കാൽമുട്ട് | ഇടത് | ചമ്രം പടിഞ്ഞ് | വലത് |
| നിലത്തു വയ്ക്കുന്ന കാൽമുട്ട് | ഇടത് | ചമ്രം പടിഞ്ഞ് | വലത് |
| നോക്കുന്ന ദിക്ക് | കിഴക്ക് | കിഴക്ക് | തെക്ക് |
| ബലിയിൽ ജലം അർപ്പിക്കുന്നത് | വലത് കൈക്കുമ്പിൾ | വലത് മുഷ്ടി | വലത് തള്ള വിരലിലൂടെ |
| ചലനം | ഘടികാരദിശ | ഘടികാരദിശ | എതിർ ഘടികാരദിശ |
| ചൊല്ലുന്നത് | 'സ്വാഹാ!' | 'സ്വാഹാ!' | 'സ്വധാ!' |

## നാരായണ-ബലി

വലതു കൈപ്പത്തിയിലെ ചില ഭാഗങ്ങൾ ആദരണീയരായ സൃഷ്ടികളുമായി ബന്ധപ്പെട്ടിരിക്കുന്നു.

ചിലപ്പോഴൊക്കെ, കുടുംബത്തിൽ എന്തെങ്കിലും അനിഷ്ട സംഭവങ്ങൾ നടക്കുമ്പോൾ, പൂർവ്വികർ കോപിഷ്ഠരാണെന്ന് ജ്യോതിഷികൾ പറയുമ്പോൾ, ശ്രാദ്ധം നടത്താറുണ്ട്. കോപിഷ്ഠരായ പൂർവ്വികർ എന്നാൽ അക്രമത്തിലോ അപകടത്തിലോ മരണപ്പെട്ട, ശേഷക്രിയകൾ മുറയ്ക്ക് ചെയ്യപ്പെട്ടിട്ടില്ലാത്തവരും ഉൾപ്പെടും. ആഗ്രഹങ്ങൾ പൂർത്തീകരിക്കാത്ത, അടുത്ത ജന്മത്തിലേയ്ക്ക് കടക്കാനാവാത്ത പൂർവ്വികരുമാരുമാവാം അത്.

ഈ കുപിതരായ പൂർവ്വികരെ ശാന്തരാക്കാൻ വേണ്ടിയാണ് നാരായണബലി ശ്രാദ്ധം നടത്തുന്നത്. വിസ്മരിക്കപ്പെട്ട, അവഗണിക്കപ്പെട്ട പിതൃക്കൾക്ക് വേണ്ട ശ്രദ്ധയും പരിഗണനയും ഇതിൽ നൽകുന്നു. കൃത്യമായി ചെയ്താൽ, അത് പൂർവ്വികരെ പിതൃലോകത്ത് നിന്നും വിഷ്ണുവിന്റെ ലോകമായ വൈകുണ്ഠത്തിലേയ്ക്ക് ഉയർത്തുകയും, ജീവിച്ചിരിക്കുന്നവരുടെ ലോകത്തേയ്ക്ക് ഭാഗ്യാനുഗ്രഹങ്ങൾ കൊണ്ടുവരുകയും ചെയ്യും.

ഗരുഡ പുരാണത്തിൽ ഈ രീതി നിഷ്കർഷിച്ചത് ബഭ്രുവാഹന രാജാവായിരുന്നു. ഒരിക്കൽ നായാട്ടിന് പോയ രാജാവ്, വിശന്നു വലഞ്ഞ, കുപിതരായ പ്രേതാത്മാക്കളെ കാട്ടിൽ വച്ച് കണ്ടുമുട്ടി. വിഷമം തോന്നിയ രാജാവ്, അവർ തന്റെ ബന്ധുക്കളല്ലെങ്കിൽക്കൂടിയും, അവരെ ഊട്ടുവാൻ വേണ്ട കർമ്മങ്ങൾ ചെയ്യാൻ തീരുമാനിച്ചു. ഒരു നല്ല ഭരണാധികാരി, ജീവിച്ചിരിക്കുന്നവർക്ക് വേണ്ടി മാത്രമല്ല, മരിച്ചുപോയവർക്കും നീതി നൽകും. അദ്ദേഹം സ്വന്തം പ്രജകൾക്ക് മാത്രമല്ല, അപരിചിതർക്കും ആശ്രയമാകും.

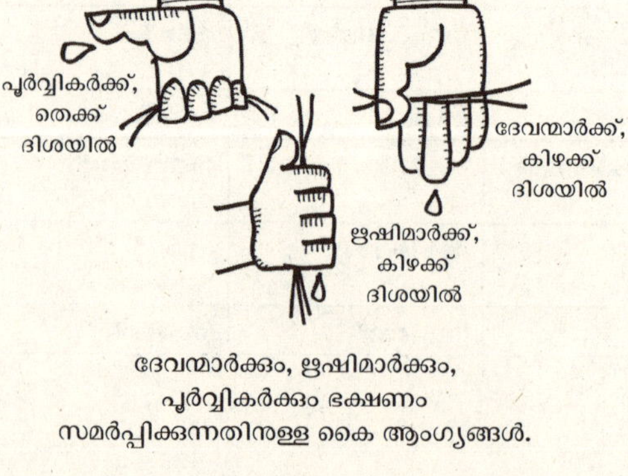


ദേവന്മാർക്കും, ഋഷിമാർക്കും, പൂർവ്വികർക്കും ഭക്ഷണം സമർപ്പിക്കുന്നതിനുള്ള കൈ ആംഗ്യങ്ങൾ.

മരണപ്പെട്ടുപോയ, മൃതശരീരം ലഭിക്കാത്തവർക്കായി ചെയ്യേണ്ടുന്ന കർമ്മങ്ങൾ ഭവിഷ്യപുരാണത്തിൽ പറയുന്നുണ്ട്. ദർഭപ്പുല്ല് കൊണ്ടോ, പച്ചക്കറികൾ കൊണ്ടോ അവരുടെ കോലം നിർമ്മിക്കുന്നു. ശേഷം ആ കോലം ദഹിപ്പിച്ച

ശേഷം ശ്രാദ്ധകർമ്മങ്ങൾ ചെയ്യുന്നു. ഒരു വ്യക്തി കാണാതായി, പന്ത്രണ്ടു വർഷങ്ങൾക്കുള്ളിൽ മടങ്ങി വന്നില്ലെങ്കിലാണ് ഇത് ചെയ്യുക. ഒരുപക്ഷെ, ഇതിന് ശേഷം ആ വ്യക്തി മടങ്ങി വരുകയാണെങ്കിൽ, അദ്ദേഹം 'സംസ്കാര' ചടങ്ങുകളിലൂടെ കടന്നുപോകണം. അങ്ങനെ ആ വ്യക്തി പ്രതീകാത്മകമായി പുനർജനിക്കുകയും, പുനർവിവാഹം ചെയ്യുകയും ചെയ്യുന്നു.

## വൃദ്ധി-ശ്രാദ്ധം

ചിലർക്ക് തങ്ങളുടെ പൂർവ്വികർ വിവാഹം, കുഞ്ഞിന്റെ ജനനം തുടങ്ങിയ കുടുംബത്തിലെ എല്ലാ പ്രധാനപ്പെട്ട ചടങ്ങുകൾക്കും പങ്കെടുക്കണം എന്നും, അവരെ ക്ഷണിച്ച് ഭക്ഷണം നൽകണം എന്നുമുണ്ടാകും. ഇതാണ് വൃദ്ധി-ശ്രാദ്ധം, അഥവാ നന്ദി-ശ്രാദ്ധം, അഥവാ അഭ്യുദയ-ശ്രാദ്ധം. ഇതിൽ പൂർവ്വികരെ സാധാരണ മനുഷ്യരെപ്പോലെ സ്വീകരിക്കുന്നതിനായി, ഇത് മറ്റുള്ള ശ്രാദ്ധാചാരങ്ങളിൽ നിന്നും വേറിട്ട് നിൽക്കുന്ന ഒന്നാണ്. അതുകൊണ്ടാണ് മറ്റുള്ള ശ്രാദ്ധങ്ങളെ അപേക്ഷിച്ച് ഇതിന് ഇരട്ടയക്കം എണ്ണമായി വരുന്ന ബ്രാഹ്മണരെ ഊട്ടുന്നത്. ഏതായാലും ശ്രാദ്ധാചാരങ്ങളിൽ കാണുന്നതരം ലംഘനങ്ങളോ, വെട്ടിച്ചുരുക്കലുകളോ ഒന്നും ഇതിൽ അങ്ങനെ കാണാറില്ല.

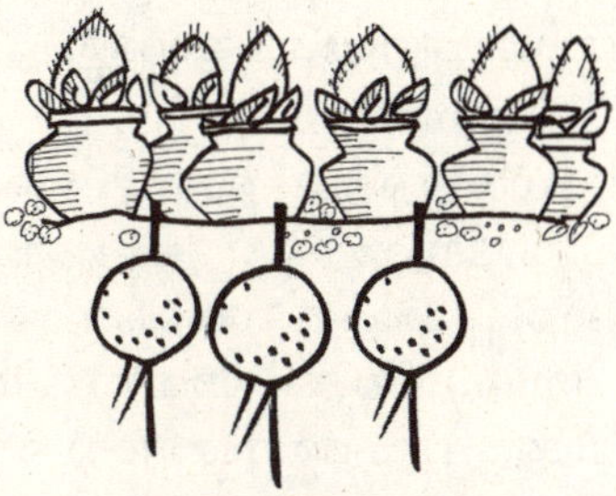

ശുഭകരമായ അവസരങ്ങളിൽ ദേവന്മാർക്കും പൂർവ്വികർക്കും ഭക്ഷണം സമർപ്പിക്കൽ

## ചൗധ

ക്രിസ്ത്യൻസമുദായത്തിൽ ഒരാൾമരണപ്പെട്ടാൽ, ആ വ്യക്തിയുടെ ബന്ധുക്കളും സുഹൃത്തുക്കളും മരണം നടന്ന വീട്ടിൽ ഒത്തുകൂടുകയും, അവരെ ഓർക്കുകയും, ഒന്നിച്ച് ഭക്ഷണം കഴിക്കുകയും ചെയ്യും. ഇതിനെ ഇംഗ്ലീഷിൽ 'വേക്ക്' (wake) എന്നാണ് പറയുന്നത്. ശവസംസ്കാരത്തിന് മുൻപും അതിന് ശേഷവും മൃതദേഹത്തിന് ചുറ്റും ഉറങ്ങാതെ(awake) ശ്രദ്ധയോടെഇരിക്കുന്നതിൽ നിന്നുമാണ് ഈ പദം ഉണ്ടായത്. മരണപ്പെട്ടയാളുടെ ആത്മാവ്, ജീവിച്ചിരിക്കുന്നവരുടെ നാട്ടിലേയ്ക്ക് തിരികെ വരുന്നില്ല എന്ന്

വൈദിക ആചാരങ്ങൾ മരിച്ചവരെ അനുസ്മരിക്കുന്നത് വിലക്കുന്നുണ്ടെങ്കിലും, ആധുനിക ഫോട്ടോഗ്രാഫി നമ്മുടെ പ്രിയപ്പെട്ടവരെ ഓർമ്മിക്കാനും ബഹുമാനിക്കാനും അനുവദിക്കുന്നു.

ഉറപ്പു വരുത്തുവാനാണിത്. പല ഹിന്ദു സമുദായങ്ങളിലും ഇതിനോട് സാമ്യമുള്ള രീതികളുണ്ട്. ഹിന്ദി സംസാരിക്കുന്നവർ ചൗധ എന്നും, ഗുജറാത്തിയിൽ ബെസ്സ എന്നും പറയുന്ന ഈ രീതിയിൽ, മരണത്തിന് ശേഷം മൂന്നോ നാലോ ദിവസങ്ങൾക്ക് ശേഷം എല്ലാവരും ഒത്തുകൂടി മരിച്ചവരെ സ്നേഹത്തോടെ ഓർക്കുന്നു. ക്രിസ്തീയ രീതിയിൽ കറുപ്പ് വസ്ത്രമാണ് ധരിക്കുന്നത് എങ്കിൽ, ഹിന്ദുക്കൾ പൊതുവെ വെളുത്ത വസ്ത്രമാണ് ധരിക്കുക. ജീവിച്ചിരിക്കുന്നവർക്ക് ആശ്വാസമേകാനായി പ്രാർത്ഥനകളും മന്ത്രങ്ങളും മുഴങ്ങിക്കൊണ്ടേയിരിക്കും. സാധാരണയായി അപ്പോൾ ഭക്ഷണം നൽകാറില്ല – അത് പതിമൂന്നാം നാൾ ശ്രാദ്ധത്തിന്റെ അന്നു മാത്രമേ ചെയ്യാറുള്ളൂ.

ഇവയൊക്കെ പഴയ വേദഗ്രന്ഥങ്ങളിൽ ഉള്ളവയല്ല; മറിച്ച്, ആധുനികരീതികളാണ്. ശവദാഹത്തിന് ശേഷം അസ്ഥികളും ചിതാഭസ്മവും ഒരു കലശത്തിൽ ശേഖരിക്കുന്ന ചടങ്ങുമായി ഇത് ഒന്നിപ്പിക്കാറുണ്ട്. വേദകാലഘട്ടത്തിൽ ഈ കലശം കുഴിച്ചിടാറായിരുന്നു പതിവ്. പക്ഷെ അതിന് ശേഷം അവ പുഴയിലൊഴുക്കാറാണുള്ളത്. മിക്കപ്പോഴും മരണത്തിന്റെ തൊട്ടടുത്ത ദിവസം അടക്കം നടക്കുമ്പോൾ അതിന് എത്തിച്ചേരാൻ പറ്റാത്ത അകന്ന ബന്ധുക്കൾ, ദുഃഖം പങ്കുവയ്ക്കാൻ എത്തിച്ചേരുമ്പോഴായിരിക്കും ഇത് നടത്തുക.

അനുസ്മരണ ചടങ്ങുകൾ സംഘടിപ്പിക്കുമ്പോൾ, അടുത്ത ബന്ധുക്കൾക്ക് അനുശോചനങ്ങൾ അർപ്പിക്കാൻ മറ്റുള്ള ബന്ധുമിത്രാദികൾക്ക് ഒരവസരം ലഭിക്കുന്നു. ആധ്യാത്മിക സംഭാഷണങ്ങളും, മന്ത്രോച്ചാരണങ്ങളും അവരെ നഷ്ടത്തിനോട് പൊരുത്തപ്പെടാൻ പ്രാപ്തരാക്കുന്നു. ചില സ്ഥലങ്ങളിൽ, ഇത്തരം ചടങ്ങുകളിൽ വെച്ചാണ് ഒരു വ്യക്തിയുടെ വിൽപ്പത്രം അവരുടെ അഭിഭാഷകൻ വായിക്കുന്നത്. ഒരു കുടുംബത്തിന്റെ തലപ്പത്തുള്ള വ്യക്തിയാണ് മരിച്ചതെങ്കിൽ, അടുത്ത അനന്തരാവകാശിയെ ഔദ്യോഗികമായി പ്രഖ്യാപിക്കുന്നതും ഈ ചടങ്ങിൽ വച്ചു തന്നെയാവും. പതിമൂന്നാം ദിവസം ദുഃഖാചരണത്തിന് അന്ത്യം കുറിക്കുന്ന സദ്യ നൽകുന്ന ചടങ്ങിനെ അപേക്ഷിച്ച്, വളരെ മ്ലാനമായ ഒരു ചടങ്ങായിരിക്കും ഇത്.

മരണവുമായി ബന്ധപ്പെട്ട ചടങ്ങുകളെല്ലാം മരിച്ചവർക്ക് വേണ്ടി മാത്രമല്ല, ജീവിച്ചിരിക്കുന്നവർക്കും കൂടി വേണ്ടിയുള്ളതാണ്. ദുഃഖിതരായ കുടുംബാംഗങ്ങളെ ആ വിഷമഘട്ടം തരണം ചെയ്യാൻ ഈ ആചാരങ്ങൾ സഹായിക്കുന്നു. അവയൊന്നും ഇല്ലായിരുന്നെങ്കിൽ, ജീവിച്ചിരിക്കുന്നവർക്ക് മറ്റൊന്നും ചെയ്യാനുണ്ടാവുമായിരുന്നില്ല. മൃത്യുവിന്റെ നടുക്കമോർത്ത് പരിതപിക്കുകയോ, വേർപാടിന്റെ നെഞ്ചു പിളരുന്ന വേദനയിൽ പിടയുകയോ മാത്രമേ അവർക്ക് ചെയ്യാൻ കഴിയു

മായിരുന്നുള്ളൂ. ഇത് നിത്യദുഃഖത്തിനും മാനസിക തകർച്ചയ്ക്കും കാരണമായേക്കും. ജീവിച്ചിരിക്കുന്ന ബന്ധുമിത്രാദികളെ കൈപിടിച്ച് മെല്ലെ നടത്തി ആ വിഷമം മറികടക്കാൻ സഹായിക്കുകയും, മുന്നിൽ കാത്തിരിക്കുന്ന ജീവിതത്തിന്റെ പുതിയ അർത്ഥതലങ്ങൾ തേടാൻ അവരെ സജ്ജരാക്കുകയും ചെയ്യുന്നവയാണ് ആചാരങ്ങൾ.

അദ്ധ്യായം 3

# മരിച്ചവർക്കുള്ള സ്മാരകങ്ങൾ

*ധീരന്മാർക്കുള്ള വിരാഗൽ, രാജാക്കന്മാർക്കും സന്ന്യാസിമാർക്കുമുള്ള സ്തൂപങ്ങളും സമാധികളും എന്നിവയൊഴികെ ഹിന്ദുക്കൾ ശവകുടീരങ്ങൾ പണിയുന്നത് ഒഴിവാക്കുന്നത് എന്തുകൊണ്ടാണെന്ന് ഇതിൽ നിന്ന് നമ്മൾ പഠിക്കും.*

ഗരുഡപുരാണത്തിന്റെ കാഴ്ചപ്പാടിൽ, മരിച്ചവരെ ഓർക്കുക എന്നത് അവർക്ക് മരിച്ചവരുടെ നാട്ടിലേക്കും, അവിടെ നിന്നും അടുത്ത ലക്ഷ്യസ്ഥാനത്തേയ്ക്കുമുള്ള പ്രയാണത്തിന് വിലങ്ങുതടിയാവലാണ്. ജീവിച്ചിരിക്കുന്നവരുടെ ലോകത്തു നിന്നും ദൂരേയ്ക്ക് പോകാൻ ആത്മാക്കളെ പ്രേരിപ്പിക്കുന്നവയാണ് ആചാരാനുഷ്ഠാനങ്ങൾ. ഇതുകൊണ്ടു തന്നെയാണ് മൂന്ന് തലമുറയിലുള്ള പൂർവ്വികരെ മാത്രം നമ്മൾ സ്മരിക്കുന്നത്. അതിന് മുൻപുള്ളവരൊക്കെ പേരറിയാത്ത എല്ലാ ദൈവങ്ങൾക്കുമൊപ്പം ഉന്നത സ്വർഗ്ഗങ്ങളിൽ നിലകൊള്ളുന്നു എന്നാണ് കരുതപ്പെടുന്നത്. അവരോടുള്ള ആദരസൂചകമായി മാതൃകകളോ, സ്മാരകങ്ങളോ പണിയപ്പെടുന്നില്ല. മരിച്ചവർക്ക് മറക്കാൻ എളുപ്പത്തിനായി പഴയ വസ്തുങ്ങൾ ഉപേക്ഷിക്കുന്നു. അങ്ങനെ അവർക്ക് സ്വതന്ത്രരായി പുതിയ വസ്തുങ്ങൾ തേടാനും, വസ്തുങ്ങളിൽ നിന്ന് മോചനം നേടാനും സാധിക്കുന്നു.

പക്ഷേ എല്ലാ ഹിന്ദുക്കളും യാഥാസ്ഥിതികമായ വേദസമ്പ്രദായങ്ങൾ പിന്തുടരുന്നവരല്ല. കാലം മാറുന്നതിനൊപ്പം, ഉന്നത ജാതിയിലുള്ള ഹിന്ദുക്കളുടെ സാമൂഹിക ആചാരങ്ങളും മാറുന്നു. മാത്രവുമല്ല, ജീവിച്ചിരിക്കുന്നവർക്ക് മരണപ്പെട്ടവരുടെ ഓർമ്മകൾ നൽകാൻ വേണ്ടി, ഭാരതത്തിലുടനീളം ശ്മശാനഭൂമികളും, പഴുതറകളും, സ്തൂപങ്ങളും, സമാധികളും, രക്തസാക്ഷിമണ്ഡപങ്ങളും, സ്മാരക

കുടീരങ്ങളും, സെമിത്തേരികളുമുണ്ട്. പ്രഗത്ഭരായ വ്യക്തിത്വങ്ങളെ സ്മരിക്കുവാനായി എഴുതപ്പെട്ട വീരഗാഥകളും വംശാവലിപ്പട്ടികകളും ഈ രാജ്യത്തിലെങ്ങുമുണ്ട്. ഹരിദ്വാറിൽ, അവിടം സന്ദർശിക്കുന്ന തീർത്ഥാടകരുടെ വംശാവലിയുടെ രേഖകൾ സൂക്ഷിക്കുന്ന വിദഗ്ധരുണ്ട്. ഭൂമിയ്ക്കും ജലത്തിനും പൂജാവിധികൾക്കും മേലുള്ള അവകാശങ്ങൾ കൊത്തിവയ്ക്കപ്പെട്ട താമ്രഫലകങ്ങളും കല്ലുകളും ഇവിടെയുണ്ട്. അതിനാൽ ത്തന്നെ, പൂർവ്വികരുടെ ഓർമ്മകൾ അനാഥമാക്കപ്പെടുന്നില്ല എന്നു തന്നെ പറയാം.

## ശവദാഹം

ഹാരപ്പൻ ശവസംസ്കാരങ്ങളിൽ, സ്ത്രീകൾ സാധാരണയായി ഇടതുകൈയിലാണ് വളകൾ ധരിച്ചിരുന്നത്.

വേദ സംസ്കാരത്തിന്റെ ഉദയത്തിനും വ്യാപനത്തിനും മുമ്പ്, ഇന്ത്യൻ ഉപഭൂഖണ്ഡത്തിലെ ഭൂരിഭാഗം ആളുകളും മരിച്ചവരെ അടക്കം ചെയ്തിരുന്നു. ചരിത്രാതീതകാലത്ത് ആളുകളെ ഒന്നുകിൽ കിടത്തിയോ അല്ലെങ്കിൽ ഭ്രൂണാവസ്ഥയിലുള്ളത് പോലെ കുനിച്ചിരുത്തിയോ ആണ് അടക്കിയിരുന്നത്. മണ്ണിലോ, ശവമഞ്ചത്തിലോ, കുടങ്ങളിലോ ചെയ്യുന്ന ഇത്തരം അടക്കങ്ങൾക്കൊപ്പം ആഭരണങ്ങളും, കണ്ണാടികളും, ഭക്ഷണകലശങ്ങളും കൂടി വച്ചിരുന്നു. ചിലപ്പോഴൊക്കെ ദമ്പതിമാരെ ഒന്നിച്ചാണ് അടക്കിയിരുന്നത്. അടക്കിയ സ്ഥലം രേഖപ്പെടുത്താൻ കല്ലുകളാണ് ഉപയോഗിച്ചിരുന്നത്. കൃഷി ചെയ്യുന്ന സമുദായങ്ങളിൽ,അതിർത്തികൾക്ക്മേലുള്ളഅധികാരംസ്ഥാപിക്കാൻ ഈ കല്ലുകളാണ് അടയാളമാക്കിയിരുന്നത്.

ഹാരപ്പൻ സംസ്കാരത്തിൽ, തല വടക്കോട്ടും, പാദങ്ങൾ തെക്കോട്ടും വരുന്ന രീതിയിൽ, വടക്ക്-തെക്കായിട്ടാണ് ശരീരങ്ങൾ അടക്കിയിരുന്നത്. ഈയൊരു രീതി ഇന്നും ഇന്ത്യയിൽ തുടർന്ന് വരുന്നുണ്ട്. മൃതദേഹം ശ്മശാനത്തിലേയ്ക്ക് കൊണ്ടുപോകുന്നതിന് മുൻപ് വീട്ടിൽ കിടത്തുമ്പോൾ ഈ രീതിയിലാണ് കിടത്താറുള്ളത്. സ്ത്രീകളെ അടക്കുമ്പോൾ, ഒപ്പം വളകളും കണ്ണാടിയും കൂടി വയ്ക്കും. ഉത്തർപ്രദേശിലെ സനൗളിയിലെ ബാഗ്പട്ടിൽ 1800 ബിസിഇ-യിൽ, കാളകൾ വലിച്ചിരുന്നുവെന്നു കരുതപ്പെടുന്ന വണ്ടികൾക്കൊപ്പം അടക്കം ചെയ്തിട്ടുള്ള ശവമഞ്ചങ്ങൾ കണ്ടെത്തിയിട്ടുണ്ട്. മരണാനന്തര ജീവിതം എന്നൊന്നുണ്ടെന്നും, മരണശേഷം ഒരു വ്യക്തി മറ്റൊരു ലോകത്തു പോകുമെന്നും, അവിടെ മരണപ്പെട്ട ഈ വ്യക്തികൾക്ക് ലൗകികസൗകര്യങ്ങൾ ആവശ്യമാണെന്നുമുള്ള

വിശ്വാസങ്ങളെയാണ് ഈ സമ്പ്രദായങ്ങൾ സൂചിപ്പിക്കുന്നത്. ലോകം മുഴുവൻ പരക്കെയുള്ള ചില വിശ്വാസങ്ങളാണിവ.

മധ്യ ഏഷ്യയിലും ഓക്സസ് പ്രദേശങ്ങളിലുമുള്ള ആര്യൻ സമുദായങ്ങളിൽ മൃതദേഹം അടക്കുന്ന രീതി ഉണ്ടായിരുന്നു എന്ന് കണ്ടെത്തിയിട്ടുണ്ട്. ആര്യൻ വംശജരായ പുരുഷന്മാർ, പ്രാദേശികരായ സ്ത്രീകളെ വിവാഹം ചെയ്തപ്പോൾ അവർ ശവം ദഹിപ്പിക്കുന്നത് കൊണ്ടുവന്നത് വഴിയാവാം വേദ സംസ്കാരം ഉണ്ടായതെന്നാണ് ചരിത്രകാരന്മാരുടെ അഭിപ്രായം. ഋഗ്വേദത്തിലെ 10.18.11-ൽ വരുന്ന ഈ വരികൾ നമ്മെ ഓർമ്മിപ്പിക്കുന്നത് വേദ കാലഘട്ടത്തിൽ പ്പോലും ശവം അടക്കുന്ന രീതി ഉണ്ടായിരുന്നു എന്നാണ്.

വിശുദ്ധരെ ഇരിക്കുന്ന സ്ഥിതിയിലാണ് അടക്കം ചെയ്യുന്നത്

"ഓ പ്രിയ ഭൂമിയേ, നീ ഉറക്കൂ, അവനെ തകർക്കരുത്. ഓ പ്രിയ ഭൂമിയേ, അവന് എളുപ്പത്തിൽ പ്രവേശിക്കാനും ആഗിരണം ചെയ്യാനും അവസരം നൽകൂ. ഓ പ്രിയ ഭൂമിയേ, ഒരു അമ്മ തന്റെ മകനെ സാരിയുടെ പല്ലവിൽ പൊതിയുന്നതുപോലെ അവനെ പൊതിയുക."

പക്ഷെ ഒടുവിൽ ശവദാഹം മികച്ചൊരു ആചാരമായി മാറി. പുനർജനനത്തിനുള്ള അവസരം അത് നൽകി എന്നതുകൊണ്ടാണത്.

ഭാരതത്തിലെ പല സമുദായങ്ങളും മരിച്ചവരെ മണ്ണിൽ അടക്കുന്നു. പലപ്പോഴും മുതിർന്നവരെയൊക്കെ ഇരിക്കുന്ന നിലയിലാണ് അടക്കം ചെയ്യുന്നത്. മാംസം അഴുകുന്ന കൊടിയ ദുർഗന്ധം പുറത്തേയ്ക്ക് വമിക്കാതിരിക്കാനായി അതിന് മുകളിൽ ഉപ്പ് വിതറാറുണ്ടായിരുന്നു. മിക്കപ്പോഴും അവർക്കരികിൽ ഭക്ഷണവും, വസ്ത്രങ്ങളും, വെള്ളവും കൂടി വയ്ക്കാറുണ്ട്.

## കുടത്തിലെ അടക്കം

ഹാരപ്പൻ സംസ്കാരത്തിലെ വലിയ ജനസംഖ്യ കണക്കിലെടുക്കുമ്പോൾ അവിടെ വളരെക്കുറച്ച് ശ്മശാനങ്ങൾ മാത്രമേയുള്ളൂ. മിക്കവരും മൃതദേഹം ദഹിപ്പിക്കുകയോ, പുഴയിൽ എറിയുകയോ, പഞ്ചഭൂതങ്ങൾക്ക് വിട്ടുകൊടുക്കുകയോ ചെയ്തിട്ടുണ്ടാവും എന്നാണ് കരുതപ്പെടുന്നത്. ശവദാഹത്തിന് ശേഷം അസ്ഥികൾ ശേഖരിച്ച് കലശങ്ങളിൽ സൂക്ഷിക്കുന്നത് ഹാരപ്പയിൽ രേഖപ്പെടുത്തിയിട്ടുണ്ട്. ആ കാലഘട്ടത്തിലെ ശവദാഹച്ചടങ്ങുകളിൽ ഉപയോഗിച്ചിരുന്ന കലശങ്ങളിൽ മയിലിന്റെ ചിത്രങ്ങളു

ണ്ടായിരുന്നു. മരണാനന്തര ജീവിതത്തിലേക്കുള്ള യാത്ര സാധ്യമാക്കിയിരുന്നത് ഈ പക്ഷിയാണെന്ന വിശ്വാസം അവർക്കുണ്ടായിരുന്നിരിക്കാൻ സാധ്യതയുണ്ട്. ശവദാഹം നടന്നിരിക്കാവുന്ന ഇടങ്ങളിൽ നിന്നും ധാരാളം മൺപാത്രങ്ങൾ ലഭിച്ചിട്ടുണ്ട്. ഇപ്പോഴും തുടർന്നു വരുന്ന ഒരു രീതിയാണിത്.

ഹാരപ്പൻ കാലഘട്ടത്തിലെ ഒരു ശവസംസ്കാര പാത്രം, അതിനുള്ളിൽ അസ്ഥികളും പുറത്ത് ഒരു മയിലിന്റെ രൂപവും

ഇരുമ്പുയുഗത്തിൽ ഇന്ത്യയിലെ ഗോത്രവർഗ്ഗക്കാർക്കിടയിൽ കുടത്തിൽ അടക്കം ചെയ്യുന്നത് പതിവായിരുന്നു. ദൈമാബാദിൽ നിന്നും 1000 ബിസിഇ വരെ പഴക്കമുള്ള കുടത്തിലെ അടക്കങ്ങൾ കണ്ടെത്തിയിട്ടുണ്ട്. ഇന്നും തമിഴ്നാട്ടിലെ പലയിടങ്ങളിൽ നിന്നും ഇവ ലഭിക്കുന്നുണ്ട്. മൃതദേഹം ഒരു വലിയ മൺകുടത്തിൽ ഇരിക്കുന്ന നിലയിൽ ഇറക്കി വച്ച്, കുറച്ച് അരിയും വസ്തുങ്ങളും ഒപ്പം വച്ച്, ഉപ്പും മഞ്ഞളുമിട്ട് മൂടിയ ശേഷം, ആ കുടം ഒരു കുഴിയിൽ ഇറക്കി, ഒരു വലിയ കല്ല് കൊണ്ട് മൂടുന്നു. അതൊരു ശവം മറവു ചെയ്ത ഇടമാണ് എന്ന് സൂചിപ്പിക്കാനായി, അഗ്രം കൂർത്ത നീളൻ പാറകൾ അതിന് മുകളിൽ കുത്തനെ നിർത്താറുണ്ട് (അവയെ 'മെൻഹിയറുകൾ' അഥവാ 'പിണ്ഡ' എന്നും വിളിക്കുന്നു).

100 സിഇ-ലെ തമിഴ് സംഘ കവിതകളിൽ കലം കുഴിച്ചിടൽ രീതിയെക്കുറിച്ചുള്ള ഓർമ്മകൾ പരാമർശിക്കുന്നുണ്ട്. ഭർത്താവിനൊപ്പം മരണത്തെ വരിക്കുന്ന സ്ത്രീകളെപ്പറ്റിയും അതിൽ പറയുന്നുണ്ട്. "അടക്കുന്ന കുടമുണ്ടാക്കുന്ന കുംഭാരാ, കാളവണ്ടിയിൽ പറ്റിച്ചേർന്ന് ലോകം സഞ്ചരിക്കുന്ന കുഞ്ഞു വെളുത്ത പല്ലിയേപ്പോലെ, ഞാനും ഈ മനുഷ്യനൊപ്പം വളരെ സഞ്ചരിച്ചിരുന്നു. അതിനാൽ, ആ കുടം ഞങ്ങൾക്ക് രണ്ടുപേർക്കുമായി വിസ്താരമുള്ളതാക്കൂ".

## പ്രതീകാത്മക അടക്കങ്ങൾ

കൃത്യമായി ആസൂത്രണം ചെയ്ത് ക്രമീകരിച്ചിട്ടുള്ള നഗരങ്ങളാണ് ഹാരപ്പയിൽ ഉണ്ടായിരുന്നത്. വീഥികൾക്കും വീടുകൾക്കും, എന്തിന്, ഇഷ്ടികകൾക്ക് പോലും കൃത്യമായ ക്രമവും ചിട്ടയും ഉണ്ടായിരുന്നു. എങ്കിലും, അവിടെയും വിവിധ ശവസംസ്കാര രീതികൾ പിന്തുടരുന്ന വിവിധ സമുദായങ്ങൾ ഉണ്ടായിരുന്നു എന്നത് വ്യക്തമാണ്. ചിലർ കുഴിച്ചിടുകയും, ചിലർ ദഹിപ്പിക്കുകയും, മറ്റു ചിലർ അസ്ഥികൾ കുടങ്ങളിലാക്കി കുഴിച്ചിടുകയും, ചിലപ്പോഴൊക്കെ, പ്രതീകാത്മകമായി അസ്ഥികളൊന്നുമില്ലാതെ കുടങ്ങൾ മാത്രം കുഴിച്ചിടുകയും ചെയ്തിരുന്നു.

കച്ചിന്റെ വരണ്ട ഭൂമിയിലെ ധോളവീരയിൽ ഒരു പഴയ ഹാരപ്പൻ സ്ഥലമുണ്ട്, അവിടെ സിന്ധു നദീതട നഗരങ്ങളെപ്പോലെ ചുട്ടുപഴുപ്പിച്ച ഇഷ്ടികകൾ കൊണ്ടല്ല, കല്ലുകൾ കൊണ്ടാണ് നഗരം നിർമ്മിച്ചിരിക്കുന്നത്. സ്ഥലത്തിന്റെ പ്രത്യേകത എന്തെന്നാൽ, ഇവിടെ ഒരു വലിയ സ്മാരക കുടീരം (cenotaph) – മൃതദേഹങ്ങൾ ഇല്ലാത്ത ശ്മശാനങ്ങൾ – ഉണ്ട് എന്നുള്ളതാണ്. ഇവിടെ ശവപ്പെട്ടികൾക്ക് പകരം കല്ലുകളാണുള്ളത്. വ്യാപാരത്തിനായി ദൂരദേശങ്ങളിലേയ്ക്ക് പോയി മടങ്ങി വരാത്ത കച്ചവടക്കാർക്കുള്ള ആദരസൂചകമായിട്ടാവുമോ ഇവ നിർമ്മിച്ചിട്ടുണ്ടാവുക? ആർക്കറിയാം.

## പഴുതറകൾ

ഏകദേശം 1000 ബിസിഇ പഴക്കമുള്ള, മെഗാലിത്തിക് ഇരുമ്പുയുഗത്തിലേത് എന്ന് കരുതപ്പെടുന്ന മെൻഹിയറുകളുടെയും പഴുതറകളുടെയും വിശാലമായ പ്രദേശങ്ങൾ തെക്കേ ഇന്ത്യയിൽ ധാരാളം കാണാം. മൃതദേഹം മറവു ചെയ്ത ഇടം എന്ന് രേഖപ്പെടുത്താനായി കുറ്റൻ ശിലകൾ കുത്തനെ നിർത്തിയിരുന്നു. ചിലപ്പോഴൊക്കെ, വലിയ പരന്ന അഞ്ചു ശിലകൾ ഉപയോഗിച്ചിരുന്നു – മൂന്നെണ്ണം കുത്തനെ നാട്ടി ഒരു മുറി പോലെയാക്കി, അതിൽ നിലത്ത് ഒന്നും, ചുവര് പോലെ മറ്റൊന്നും. അതിന്റെ തെക്ക് ഭാഗം പൊതുവെ തുറന്നും കിടന്നിരുന്നു. തെക്ക് ദിശയെ മരണപ്പെട്ടവരുമായി ബന്ധപ്പെടുത്തുന്ന ആശയം അത്തരം സമുദായങ്ങളിൽ നിന്നും വിവാഹം കഴിച്ച വേദ ആര്യന്മാർ സ്വീകരിച്ചതാവാം എന്നതാണ് ഇത് സൂചിപ്പിക്കുന്നത്. ഇത് ഒരു അഭ്യൂഹം മാത്രമാണ്. അവരുടെ രീതികൾ എന്തൊക്കെ എന്നതിനെക്കുറിച്ച് നമുക്ക് യാതൊരു വിവരങ്ങളും ലഭ്യമല്ല. പുനർജ്ജന്മം എന്നത് അത്ര പ്രബലമായ ആശയമായിരുന്നില്ല എന്ന് മാത്രമേ നമുക്ക് ഉറപ്പുള്ളൂ.

എന്തായാലും, ജീവിച്ചിരിക്കുന്നവരുടെ മണ്ഡലവും ആത്മാക്കളുടെ മണ്ഡലവും ചേരുന്ന ഇടങ്ങളിൽ പ്രേതാത്മാക്കൾ തങ്ങി നിൽക്കുന്നു എന്ന് പൗരാണികർ വിശ്വസിച്ചിരുന്നതായി നമുക്ക് അനുമാനിക്കാം. ഈ പഴുതറകളിൽ ഭക്ഷണവും വസ്ത്രങ്ങളും വിളക്കുകളും സാമ്പ്രാണികളും അർപ്പിച്ചിരുന്നു. ബുദ്ധഗ്രന്ഥങ്ങളിൽ, ഗ്രാമങ്ങൾക്ക് പുറത്തുള്ള ശ്മശാനങ്ങളിൽ മരണപ്പെട്ടവർക്കായി സമർപ്പിച്ചിരിക്കുന്ന ഭക്ഷണം കഴിക്കുകയും, അവർക്കുള്ള വസ്ത്രങ്ങൾ എടുക്കുകയും

ഇരുമ്പുയുഗത്തിൽ, മരിച്ചവരുടെ സ്മരണയ്ക്കായി ഡോൾമെനുകൾ നിർമ്മിച്ചിരുന്നു

ചെയ്തിരുന്ന ബുദ്ധസന്ന്യാസിമാരുടെ കഥകൾ കാണാം. കുപിതരായ പ്രേതാത്മാക്കൾ അവരെ പിന്തുടർന്ന് സന്ന്യാസിമഠങ്ങളിലേയ്ക്ക് പോയിരുന്നുവത്രെ.

ചില പ്രത്യേക ചടങ്ങുകളിൽ മരിച്ചവരെ വരുത്താറുണ്ട്. ആ ചടങ്ങ് നടത്തുന്ന പ്രധാന വ്യക്തി, പ്രത്യേക വേഷഭൂഷാദികളോടെ, വ്രതമെടുത്ത് ശരീരത്തെ തയ്യാറാക്കിയതിന് ശേഷം, ആത്മാവ് തന്റെ ശരീരത്തിൽ കയറുന്നത് വരെ നൃത്തം ചെയ്യുകയും പാട്ടു പാടുകയും ചെയ്യും. ഇങ്ങനെ കയറുന്ന ആത്മാവ്, അവരിലൂടെ, സമുദായത്തിലെ മറ്റുള്ളവരോട് സംസാരിക്കുകയും, അവരുടെ പ്രശ്നങ്ങൾക്ക് തീർപ്പ് കൽപ്പിക്കുകയും, ആശങ്കകൾ പങ്കുവയ്ക്കുകയും, നല്ല വർത്തമാനങ്ങൾ അറിയിക്കുകയും ചെയ്യുന്നു. ഇന്നും തെക്കൻ കർണാടകത്തിലെ തുളുനാട്ടിലും, വടക്കൻ കേരളത്തിലും തുടർന്നു വരുന്ന ഭൂതദൈവം, തെയ്യം എന്നീ ആചാരങ്ങളാണിവ.

## സമാധി

ബുദ്ധൻ മരണപ്പെട്ടപ്പോൾ, അദ്ദേഹത്തിന്റെ ശരീരം ദഹിപ്പിച്ചു. അദ്ദേഹത്തിന്റെ ശിഷ്യർ, അസ്ഥിയ്ക്ക് വേണ്ടി കലഹിച്ചു. ഇവ ഇന്ത്യയുടെ പല ഭാഗങ്ങളിലേക്കും കൊണ്ടുപോകുകയും വലിയ സ്തൂപങ്ങൾക്ക് ചുറ്റും കുഴിച്ചിടുകയും ചെയ്തിട്ടുണ്ട്. പിന്നീടവ വലിയ ആരാധനാകേന്ദ്രങ്ങളായി മാറി. അങ്ങനെയാണ് മഹദ്വ്യക്തികളുടെ ശക്തി അവരുടെ മരണത്തെയും അതിജീവിച്ച്, എവിടെയൊക്കെ അവരുടെ ബൗദ്ധികാവശിഷ്ടങ്ങൾ വച്ചിട്ടുണ്ടോ അവിടെയൊക്കെ ശക്തമായുണ്ടാവും എന്ന വിശ്വാസം ഉണ്ടായത്. ബുദ്ധപാരമ്പര്യത്തിൽ അവരുടെ മഹത്തായ അധ്യാപകരുടെ (ആഹത്) ബൗദ്ധികാവശിഷ്ടങ്ങൾ സൂക്ഷിച്ചിരിക്കുന്ന സ്തൂപങ്ങളും പഗോഡകളും കാണാം.

ബ്രാഹ്മണരും ബുദ്ധസന്ന്യാസികളും എതിരാളികൾ ആയിരുന്ന

ബുദ്ധന്റെ തിരുശേഷിപ്പുകൾ സൂക്ഷിച്ചിരിക്കുന്ന ഒരു അവശിഷ്ട ശേഖരമാണ് സ്തൂപം

ഹിന്ദു സന്യാസിമാരെ ഇരിക്കുന്ന ഭാവത്തിൽ അടക്കം ചെയ്യുന്നു; ആ സ്ഥലത്ത് ഒരു പുണ്യ തുളസി ചെടി വളർത്തുന്നു

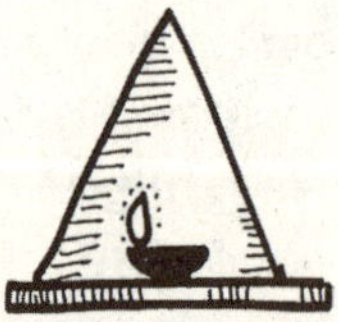

ഒരു വിശുദ്ധ വ്യക്തി മരണം തിരഞ്ഞെടുത്ത് സ്വമേധയാ ശരീരത്തിൽ നിന്ന് തന്റെ ആത്മാവിനെ മോചിപ്പിച്ച സ്ഥലത്തെ അടയാളപ്പെടുത്തുന്ന ഒരു കുന്നാണ് ശവകുടീരം

തിനാൽ, ബ്രാഹ്മണർ പലപ്പോഴും ബുദ്ധഭിക്ഷുക്കളെ 'അസ്ഥികളെ ആരാധിക്കുന്നവർ' എന്ന് പരിഹസിച്ചിരുന്നു. പക്ഷേ ഹിന്ദു മഠങ്ങളിൽ തങ്ങളുടെ തലപ്പത്തുള്ളവർക്കായി സമാധിപീഠങ്ങളുടെ രൂപത്തിൽ സ്മൃതികുടീരങ്ങൾ ഉണ്ടാക്കുന്നത് പിന്തുടരുന്നുണ്ട്.

ഇന്ത്യയിൽ നിന്നും ബുദ്ധിസം വേരറ്റു പോയെങ്കിലും, സന്ന്യാസി മഠങ്ങളിലെ രീതികളും നിയമങ്ങളും ആ പ്രദേശങ്ങളിൽ ഇന്നും തുടരുന്നു. ഇന്ന് അവ നയിക്കുന്നത് വേദാന്തത്തിലും യോഗയിലും വിദഗ്ധരായ ഹിന്ദു നേതാക്കളാണ്. ബുദ്ധഗുരുക്കളെപ്പോലെ, മഠാധിപതികളെയും ഇരിക്കുന്ന നിലയിലാണ് അടക്കാറ്. അവരുടെ ശരീരങ്ങൾ സംശുദ്ധമാണെന്നും, അവർ യോഗാചാര്യന്മാർ ആകയാൽ സമാധിയിലൂടെ തങ്ങളുടെ ശരീരത്തിൽ നിന്നും ആത്മാവിനെ പുറത്തു വിടാൻ അവർക്ക് സാധിക്കുമെന്നും വിശ്വസിക്കപ്പെടുന്നു. അവർ ഒരിക്കലും പുനർജന്മമെടുക്കില്ല. അതുകൊണ്ട് തന്നെ ശവദാഹത്തിനോട് അനുബന്ധിച്ചുള്ള വേദ അനുഷ്ഠാനങ്ങളും, ബലിയും ആവശ്യമില്ല.

ഉപ്പിട്ട ഒരു കുഴിയ്ക്കുള്ളിൽ ഇരിക്കുന്ന നിലയിലാണ് അവരെ അടക്കുന്നത്. ഉപ്പ്, നിർജലീകരണം വേഗത്തിലാക്കുകയും, മാംസം അഴുകുന്ന ഗന്ധം ഇല്ലാതാക്കുന്നത് വഴി മാംസഭോജികൾ വരുന്നത് തടയുകയും ചെയ്യുന്നു. പ്രേതാത്മാവ് ശരീരത്തിൽ നിന്നും പോകുന്നു എന്നുറപ്പാക്കാൻ വേണ്ടി തലയോട്ടി ഒരു തേങ്ങ കൊണ്ട് ഇടിച്ചു പൊട്ടിക്കുന്നു. അടക്കിയ സ്ഥലത്ത് ഒരു മരമോ ചെടിയോ വയ്ക്കാറുണ്ട്. മിക്കപ്പോഴും തുളസിച്ചെടി ആയിരിക്കും അത്. ചിലപ്പോഴെങ്കിലും ആൽമരം വയ്ക്കാറുണ്ട്. ഇന്ത്യയിലെ പല മഠങ്ങളിലും ഗുരുക്കന്മാരുടെ സമാധികൾ സ്ഥിതി ചെയ്യുന്ന ഒരു പ്രത്യേക പ്രദേശം തന്നെയുണ്ടാവും.

## വീരാഗൽ

രാജസ്ഥാനിൽ നിന്നുള്ള ഹീറോ സ്മാരക ശില

ഡെക്കാൻ പ്രവിശ്യയിൽ, മരണപ്പെട്ടവരുടെ സ്മരണാർത്ഥം മരത്തൂണുകളും കല്ലുകളും നിർമ്മിക്കാറുണ്ട്. തങ്ങളുടെ നിലവും കന്നുകാലികളും വന്യമൃഗങ്ങൾ, മോഷ്ടാക്കൾ, ആക്രമികൾ എന്നിവരിൽ നിന്നും സംരക്ഷിക്കാനുള്ള ശ്രമത്തിനിടയിൽ ജീവൻ നഷ്ടപ്പെട്ട പൂർവ്വികർക്കും യോദ്ധാക്കൾക്കുമായാണവ നിർമ്മിക്കപ്പെട്ടിട്ടുള്ളത്. മൂന്നാമത്തെയും പതിനാറാമത്തെയും നൂറ്റാണ്ടുകൾക്കിടയിൽ, കൊങ്കൺ, കർണാടക, ആന്ധ്ര, തമിഴ്നാട് പ്രദേശങ്ങളിൽ, വീരമരണം വരിച്ചവർക്കായുള്ള വിശദമായ കൊത്തുപണികളുള്ള ഫലകങ്ങൾ കാണാം. അത്തരം 'വീരശിലകൾ' അഥവാ 'വീരശവക്കല്ലറകൾ' ആണ് 'വീരാഗൽ'.

ഈ ഫലകത്തിന്റെ ഏറ്റവും അടിയിലായി, അവരുടെ മരണകാരണം സൂചിപ്പിക്കുന്ന കൊത്തുപണിയാണ് ഉണ്ടാവുക. മധ്യഭാഗത്തായി മരണപ്പെട്ട ആൾ സ്വർഗ്ഗത്തിലേക്ക് നടത്തുന്ന യാത്രയും, ഏറ്റവും മുകളിലായി ഏത് ദൈവത്തിന്റെ സ്വർഗ്ഗമാണോ ആ വീരനെ സ്വീകരിക്കുന്നത് ആ ദൈവത്തിനെയും കൊത്തിവച്ചിട്ടുണ്ടാവും. സൂര്യനെയും ചന്ദ്രനെയും കാണിച്ചിരിക്കുന്നത് സൂചിപ്പിക്കുന്നത് നിത്യതയാണ്. ശിവൻ, വിഷ്ണു, ലക്ഷ്മി തുടങ്ങി ജെയിൻ തീർത്ഥങ്കര വരെ ഏത് ദൈവവുമാകാം. മരണകാരണം പലപ്പോഴും യുദ്ധമോ, വന്യമൃഗങ്ങളുടെ (കടുവ, കാട്ടുപന്നി, പുലി) എന്നിവയുടെ ആക്രമണമോ ആകാം.

ദക്ഷിണേന്ത്യയിൽ നിന്നുള്ള വീർഗൽ അല്ലെങ്കിൽ ഹീറോ സ്റ്റോൺ

ചിലപ്പോഴൊക്കെ ഒരു മേധാവിയോടുള്ള കൂറു തെളിയിക്കാനായി ഒരു വീരൻ തന്റെ തല സ്വയം അറുക്കുകയോ, വയറു പിളർന്ന് കുടൽമാല പുറത്തിടുകയോ ചെയ്യാറുണ്ട്. ഭർത്താവിനോടുള്ള ഗാഢസ്നേഹം തെളിയിക്കുന്നതിനായി സ്വയം തീകൊളുത്തുന്ന സ്ത്രീയുമാകാം വീരപരിവേഷമുള്ള വ്യക്തി.

മരണപ്പെട്ടയാളുടെ ആത്മാവ് സമുദായത്തിന് സുരക്ഷിതത്വവും മുന്നേറ്റവും കൊണ്ടുവരുന്നുണ്ട് എന്നുറപ്പാക്കാൻ വേണ്ടി, ഈ ശിലകൾ ജലത്തിലും പാലിലും കഴുകി, മഞ്ഞളും ചന്ദനവും പൂശി, ഫലങ്ങളും പുഷ്പങ്ങളും നേദിച്ച്, മൃഗബലി നടത്താറുണ്ട്. ഇത്തരം വീരശിലകളുടെ ആരാധന, ഒരുപക്ഷെ ഏകദേശം 1500 വർഷങ്ങൾക്ക് മുൻപ് ഹിന്ദുമതത്തിൽ പ്രചാരത്തിൽ വന്ന ക്ഷേത്രാരാധനയുടെ മുൻഗാമിയായി കണക്കാക്കാം.

## സെമിത്തേരി

ആയിരം വർഷങ്ങൾക്ക് മുൻപ്, ചോള രാജാക്കന്മാർ മരണപ്പെടുമ്പോൾ, അവരെ അടക്കുകയോ ദഹിപ്പിക്കുകയോ ചെയ്തിരുന്ന ഇടങ്ങൾ 'പള്ളിപ്പടൈ' എന്നറിയപ്പെട്ടിരുന്ന ശിവലിംഗങ്ങൾ കൊണ്ടാണ് അടയാളപ്പെടുത്തിയിരുന്നത്. ആ കുടീര

മരിച്ചയാൾ ശിവനുമായുള്ള ഐക്യത്തെ സൂചിപ്പിക്കുന്നതിന് രാജകീയ ശ്മശാന സ്ഥലങ്ങളിലോ ശ്മശാന സ്ഥലങ്ങളിലോ നേർച്ച ലിംഗങ്ങൾ സ്ഥാപിക്കുന്നു

ങ്ങൾക്ക് രാജകീയ പിന്തുണ ഉണ്ടായിരുന്നു. രാജാവിന്റെ വ്യക്തിത്വത്തെ ശിവനുമായി യോജിപ്പിക്കുകയും, രാജകീയവും ദിവ്യവുമായ രണ്ടു ശക്തികളെ നാടിന്റെ അഭിവൃദ്ധിയ്ക്കും സുരക്ഷയ്ക്കും വേണ്ടി പ്രാർത്ഥനയിലൂടെയും അനുഷ്ഠാനങ്ങളിലൂടെയും ഉണർത്തുകയും ചെയ്യുമായിരുന്നു. അതിലുള്ള സൂര്യ-ചന്ദ്രന്മാരുടെ ചിഹ്നങ്ങൾ സൂചിപ്പിക്കുന്നത് ആ രാജാവിന്റെ ഓർമ്മകൾ എന്നെന്നേയ്ക്കുമായി നിലനിൽക്കണം എന്ന് ജീവിച്ചിരിക്കുന്നവർ ആഗ്രഹിക്കുന്നു എന്നാണ്.

വൈഷ്ണവമതത്തിലെ കാലാമുഖ, കാപാലിക എന്നീ ശാഖകളുടെ പിന്തുടർച്ചക്കാർ ആയിരിക്കണം ഇത്തരം കുടീരങ്ങൾ പ്രചാരത്തിൽ കൊണ്ടുവന്നത്. എന്നാൽ ഇത്തരത്തിൽ മരണപ്പെട്ടവർക്ക് കുടീരങ്ങൾ സൃഷ്ടിക്കുന്ന രീതിയെ പിന്നീട് പലരും വിമർശിച്ചിരുന്നു. മരണത്തെ അശുഭകരമായ കാര്യമായും, അസ്ഥികളെ അശുദ്ധമായും കണ്ടിരുന്നതുകൊണ്ടാണത്. കാലക്രമേണ, യാഥാസ്ഥിതിക ബ്രാഹ്മണചിന്തകൾ മരണത്തെ അശുദ്ധിയുടെയും അശുഭസൂചകങ്ങളുടെയും സ്രോതസ്സായി അവതരിപ്പിക്കാൻ തുടങ്ങിയതോടെ ഈ രീതികൾ തഴയപ്പെടുകയും, അത്തരം കുടീരങ്ങൾ തേച്ചുമായ്ക്കപ്പെടുകയും ചെയ്തു.

## ഛത്രി

ഇക്കാലത്ത്, ഒരു രാഷ്ട്രീയനേതാവ് മരണപ്പെട്ടാൽ, അദ്ദേഹത്തെ അടക്കിയ ഇടം രേഖപ്പെടുത്താൻ അവിടെ ഒരു കുടീരം പണിയാറുണ്ട്. അവയെ 'സമാധി' എന്നാണ് വിളിക്കാറെങ്കിലും, സത്യത്തിൽ അവ 'ഛത്രി' അഥവാ കുടാരങ്ങളാണ്. മുഗൾ കാലഘട്ടത്തിൽ രാജ്പുത് രാജാക്കന്മാർ പ്രചാരത്തിൽ കൊണ്ടുവന്ന ഒരു രീതിയാണിത്. രാജ്പുത് രാജാക്കന്മാർ മരിക്കുകയോ അടക്കം ചെയ്യപ്പെടുകയോ ചെയ്ത ഇടങ്ങൾ വീരർക്കുള്ള ഫലകങ്ങൾ കൊണ്ട് അടയാളപ്പെടുത്തുമായിരുന്നു. പക്ഷെ മുഗൾ കാലഘട്ടത്തിൽ ഇത്തരം ഇടങ്ങളെ അടയാളപ്പെടുത്തുവാനായി രാജ്പുത് രാജാക്കന്മാർ ഗംഭീര കുടാരങ്ങൾ പണിഞ്ഞു തുടങ്ങി. ഒരു പക്ഷെ മരിച്ചുവീണ യോദ്ധാക്കൾക്കും നേതാക്കൾക്കുമായി വലിയ ശവകുടീരങ്ങൾ പണിഞ്ഞ മുഗൾ രാജവംശത്തെ അനുകരിച്ചാവാം അവരത് ചെയ്തിട്ടുണ്ടാവുക.

ഒരു രജപുത്ര രാജാവിന്റെ സ്മരണയ്ക്കായി രാജകീയ ശ്മശാന സ്ഥലത്ത് ഒരു ഛത്രി നിർമ്മിച്ചു

ഡൽഹിയിലെ സുൽത്താന്മാർ, പേർഷ്യൻ രീതിയെ അനുകരിച്ച്

തങ്ങളുടെ പൂർവ്വികർക്കായി മുസോളിയം അഥവാ സ്മാരകമണ്ഡപങ്ങൾ പണിയുന്ന രീതി അവലംബിച്ചതോടെയാണ് ഇതിന് തുടക്കമായത്. ഗോപുരങ്ങളുള്ള ക്ഷേത്രങ്ങൾ പണിയുന്നത് സുൽത്താന്മാർ അംഗീകരിക്കാത്തതിനാൽ, ഹിന്ദു വാസ്തുവിദ്യ തിരികെ കൊണ്ടുവരുന്നതിനുള്ള ഒരു മാർഗ്ഗമായിരുന്നു രാജകീയ ഛത്രികൾ.

കുട എന്നർത്ഥം വരുന്ന ഹിന്ദി വാക്കായ ഛത്രി, ഭാരതത്തിൽ രാജത്വവുമായി വളരെയധികം കെട്ടുപിണഞ്ഞു കിടക്കുന്നു. പ്രജകളെ കാക്കുന്ന ഒരു കുടയാവണം ഓരോ രാജാവും എന്നാണ് സങ്കല്പം. പിന്നീട്, ഇത്തരം കെട്ടിടരൂപങ്ങൾ ക്ഷേത്രങ്ങളെ അനുസ്മരിപ്പിക്കും വിധം വിശാലമാകാൻ തുടങ്ങി. രാജകുടുംബത്തിന്റെ അധികാരം സ്ഥാപിക്കുകയും നിലവിലെ രാജാക്കന്മാരുടെ തലമുറയെ അവരുടെ മഹത്തായ ഭൂതകാലവുമായി ബന്ധിപ്പിക്കുകയും ചെയ്യുക എന്നതായിരുന്നു ഇതിന്റെ ലക്ഷ്യം. രാജാക്കന്മാരുടെ നിലവിലെ ശക്തി അവരുടെ ഭൂതകാല പ്രതാപത്തിൽ നിന്നാണ് ഉരുത്തിരിഞ്ഞതെന്ന് ജനങ്ങളെ നിരന്തരം ഓർമ്മിപ്പിക്കുക എന്നതായിരുന്നു ഇതിന്റെ ഉദ്ദേശ്യം. ഇവിടെ, ഓർമ്മിക്കപ്പെടുക എന്നത് ഒരു പ്രേതാത്മാവിന്റെ പിതൃലോകത്തേയ്ക്കുള്ള യാത്രയ്ക്ക് തടസ്സമാകും എന്നുള്ള വേദിക് വിശ്വാസത്തിനെതിരെയുള്ളതാണെങ്കിലും, രാഷ്ട്രീയ സാഹചര്യങ്ങൾ കണക്കിലെടുക്കുമ്പോൾ ഓർമ്മിക്കപ്പെടുക എന്നത് അത്യന്താപേക്ഷിതമാണ്.

അദ്ധ്യായം 4

# മരിച്ചവരുടെ സ്ത്രീകൾ

*ഭർത്താവിന്റെ ജീവിതവും മരണവും എങ്ങനെയാണ് ഒരു ഹിന്ദു സ്ത്രീയ്ക്ക് സധവ, വിധവ, നിത്യസുമംഗലി, സതി മഹാറാണി എന്നീ സ്ഥാനങ്ങൾ നൽകുന്നത് എന്ന് നമുക്കിവിടെ മനസ്സിലാക്കാം*

ചിപ്പിയും, എല്ലുകളും, മണ്ണും കൊണ്ടുണ്ടാക്കിയ വളകൾ ഹാരപ്പൻ സംസ്കാരത്തിന്റെ മുഖമുദ്രകളായിരുന്നു. മറ്റേതൊരു സംസ്കാരത്തെയും അപേക്ഷിച്ച് ഇവിടെയുള്ള സ്ത്രീകൾ ധാരാളം വളകൾ ഉപയോഗിച്ചിരുന്നു. വിവാഹിതരായ യുവതികൾ ഇന്നും അതുപോലെയുള്ള വളകൾ അണിയുന്നുണ്ട്. ഭർത്താവ് ജീവിച്ചിരിക്കുന്ന വിവാഹിതയായ സ്ത്രീ എന്നർത്ഥം വരുന്ന സധവ ആണ് എന്ന് സൂചിപ്പിക്കുന്ന അടയാളമാണത്. ഒരു സ്ത്രീയുടെ ഭർത്താവ് മരണപ്പെട്ടാൽ, അവരുടെ വളകൾ ഉടച്ച് ഒരു വിധവ ആയി പ്രഖ്യാപിക്കുന്നു. പഴങ്കഥകളിലെ അന്ധവിശ്വാസങ്ങളിൽ ഒരു സധവയെ കാണുന്നത് ശുഭശകുനവും, ഒരു വിധവയെ കാണുന്നത് അപശകുനവുമായിട്ടാണ് കണക്കാക്കുന്നത്.

വിവാഹിതയായ സ്ത്രീയും, വിധവയായ സ്ത്രീയും തമ്മിലുള്ള ഈ വേർതിരിവ് ആദ്യമായി രേഖപ്പെടുത്തിയിരിക്കുന്നത് ഋഗ്വേദത്തിലാണ് (10.18.7) :

“വിധവകളല്ലാത്ത, നല്ല ഭർത്താക്കന്മാരുള്ള, കണ്ണുകളിൽ കണ്ണുനീർ ഇല്ലാത്ത, ദുഃഖമോ രോഗമോ ഇല്ലാത്ത സ്ത്രീകൾ, കണ്ണുകളിൽ ക്രീം പുരട്ടി, നന്നായി വസ്ത്രം ധരിച്ച് വിവാഹ കിടക്കയിലേക്ക് പോകണം. ശ്വാസം നിലച്ച പുരുഷന്റെ അരികിൽ കിടക്കുന്ന സ്ത്രീ എഴുന്നേറ്റ് ജീവനുള്ളവരുടെ ലോകത്തേക്ക്, തന്നെ സ്നേഹിക്കുകയും കൈ പിടിക്കുകയും ചെയ്യുന്ന പുരുഷന്റെ അടുത്തേക്ക് മടങ്ങണം.”

ഇവിടെ, ഭർത്താവിന്റെ മൃതദേഹത്തിനരികിൽ കിടക്കാൻ ആവശ്യപ്പെടുന്ന വിധവയെ, പരസ്യമായി കൈപിടിച്ച് വളർത്തുന്ന അതേ പുരുഷൻ തന്നെയായിരിക്കാം, അവളെ പുനർവിവാഹം കഴിച്ച് വിവാഹിതയായ സ്ത്രീ എന്ന പദവി പുനഃസ്ഥാപിക്കുന്നത്.

നന്നായി വസ്ത്രം ധരിച്ച വധുവിനും വിധവയ്ക്കും അവരുടെ എല്ലാ ആഭരണങ്ങളും നഷ്ടപ്പെട്ടു

നാലായിരം വർഷങ്ങൾക്ക് മുൻപ് ഇൻഡസ് വാലിയിലും പരിസരങ്ങളിലുമായി നില നിന്നിരുന്ന ഒന്നാണ് ഹാരപ്പൻ സംസ്കാരം. ഗംഗാ സമതലങ്ങളിൽഏകദേശംമൂവായിരംവർഷങ്ങൾക്ക് മുൻപ് വികസിച്ചുവന്ന ഒന്നാണ് വേദ സംസ്കാരം. രാജാക്കന്മാർ തമ്മിലുള്ള യുദ്ധങ്ങളെക്കുറിച്ചാണ് വേദങ്ങൾ പറയുന്നത്. ഒരുപക്ഷേ മഹാഭാരതം എന്ന ഇതിഹാസം ഈ യുദ്ധങ്ങളുടെ ഓർമ്മ നിലനിർത്തുന്ന ഒന്നാവണം.

മഹാഭാരതത്തിലെ സ്ത്രീപർവ്വത്തിൽ, യുദ്ധത്തിൽ വിധവകളായവർ നിലവിളിച്ചു കരയുന്നതിന്റെയും, നെഞ്ചത്തടിച്ചു നിലവിളിക്കുന്നതിന്റെയും, മുടി അഴിച്ചിടുന്നതിന്റെയും, നിലത്തുരുളുന്നതിന്റെയും, മുഖത്ത് പൂഴി വാരി എറിയുന്നതിന്റെയുമൊക്കെ ചിത്രണങ്ങൾ കാണാം. അവ അത്യന്തം ദുരന്തപൂർണ്ണവും ഭീകരവുമാണ്.

ഏതാണ്ട് രണ്ടായിരം വർഷങ്ങൾക്ക് മുൻപ് ഇന്ത്യയുടെ തെക്കൻ പ്രദേശങ്ങളിൽ തഴച്ചുവളർന്ന ഒന്നാണ് തമിഴ് സംഘ സംസ്കാരം. സംഘകാല കവിതകളിൽ, വിധവകളുടെ രോദനങ്ങളും, ഭർത്താവിനെ നഷ്ടപ്പെട്ടതിൽ അവർക്ക് വന്നു ചേർന്ന ദുരിതങ്ങളും എഴുതിയിരിക്കുന്നത് കാണാം. വളകളൊഴിഞ്ഞ വിധവകളുടെ കൈകളെയും, വളകളണിഞ്ഞ വിവാഹിതകളുടെ കൈകളെയും കുറിച്ചുള്ള പ്രതിപാദങ്ങൾ പലയിടത്തും ആവർത്തിച്ചു വരുന്നുണ്ട്. ആ കാലഘട്ടത്തിലാവണം സധവയെ ശുഭകാരിയായും, വിധവയെ അശുഭകാരിയായും കാണാൻ തുടങ്ങിയത്. സംഘകാല സാഹിത്യത്തിലാണ് ഒരു സ്ത്രീയുടെ ശക്തിയെ അവരുടെ ലൈംഗിക തൃഷ്ണകളുടെയും, വിവാഹത്തിന്റെയും, പാതിവ്രത്യത്തിന്റെയും പേരിൽ അടയാളപ്പെടുത്തുന്നത് നാം ആദ്യമായി കണ്ടത്. കണ്ണകിയുടെ കഥയിൽ, അവരുടെ ഭർത്താവിനെ ആളുമാറി രാജാവ് വധിച്ചപ്പോൾ, കുപിതയായ ആ പതിവ്രത ആ രാജധാനി മുഴുവനും ചുട്ടെരിക്കുന്നത്ര ശക്തയായി മാറി.

## സധവ

രാമായണത്തിൽ, രാമൻ സീതയ്ക്കൊപ്പം കാട്ടിലേക്ക് പോകുമ്പോൾ അദ്ദേഹം തന്റെ രാജകീയ മുദ്രകൾ ഉപേക്ഷിക്കുകയും, ഒരു മുനിയുടെ വേഷം സ്വീകരിക്കുകയും ചെയ്തു. പക്ഷേ സീതയ്ക്ക് തന്റെ ആഭരണങ്ങൾ ഉപേക്ഷിക്കേണ്ടതായി വന്നില്ല. കാട്ടിൽ വച്ച് അവർ കണ്ടുമുട്ടിയ വസിഷ്ഠന്റെ പത്നിയായ അരുന്ധതി, ഒരിക്കലും കറ പുരളാത്ത സവിശേഷമായ വസ്ത്രങ്ങൾ സീതയ്ക്ക് നൽകുന്നു. പതി ജീവനോടെയുള്ള പത്നി എപ്പോഴും അണിഞ്ഞൊരുങ്ങിയിരിക്കണം. അവരുടെ സന്തോഷം കുടുംബത്തിന് ഭാഗ്യം കൊണ്ടുവരും.

രാവണൻ സീതയെ തട്ടിക്കൊണ്ടു പോകുമ്പോൾ, അവൾ തന്റെ ആഭരണങ്ങളൊക്കെ അഴിച്ച് നിലത്തിടുന്നു. ശുഭത്വം നഷ്ടപ്പെടുന്നു എന്നതിന്റെ സൂചകമാണത്. ലങ്കയിൽ അസന്തുഷ്ടയും അനലംകൃതയുമായും ഇരുന്ന സീത, ആ സുവർണ നഗരിയ്ക്ക് ദുർഭാഗ്യം വരുത്തി വച്ചു. സമാനമായ ഒരു ദുരനുഭവം ഹസ്തിനപുരിയിലും ഉണ്ടായിട്ടുണ്ട് – രാജ്യത്തിലെ കുലവധുവായ ദ്രൗപദിയെ മുടിയ്ക്ക് കുത്തിപ്പിടിച്ച് പൊതുജനസമക്ഷം കൊണ്ടുവന്ന് വസ്ത്രാക്ഷേപം നടത്തിയപ്പോഴായിരുന്നു അത്.

ഹിന്ദു ആചാരപ്രകാരം, ഭർതൃമതിയും കുട്ടിയോ കുട്ടികളോ ഉള്ളവളുമായ സ്ത്രീയെ 'സുമംഗലി' എന്ന് വിളിക്കുന്നു. പോകുന്നിടത്തെല്ലാം ഭാഗ്യം കൊണ്ടുചെല്ലുന്ന ഒരാളായാണ് അവരെ കണക്കാക്കുന്നത്. വീടിനെ കുടുംബമാക്കി മാറ്റുന്ന അത്തരം സ്ത്രീകളെ, ഗുരുപത്നിയെപ്പോലെയാണ് ബഹുമാനിച്ചിരുന്നത്. അവർ കുടുംബത്തിന് ഐശ്വര്യങ്ങൾ കൊണ്ടുവരുന്ന തരം ഉപവാസങ്ങളും പ്രാർത്ഥനകളും ഉൾപ്പെടുന്ന വ്രതങ്ങളും അനുഷ്ഠാനങ്ങളും ചെയ്യാറുണ്ട്. മാത്രവുമല്ല, അവർ എപ്പോഴും സ്വന്തം ശരീരവും ഗൃഹവും മോടിയായി സൂക്ഷിക്കും. മഹാരാഷ്ട്രയിലെ മഞ്ഞൾ-കുങ്കുമം മംഗളഗൗരി, രാജസ്ഥാനിലെ ഗാംഗൗർ, ഗംഗാ സമതലങ്ങളിലെ തീജ്, ബംഗാളിലെ സിന്ദൂർ-ഘേല തുടങ്ങിയ ആചാരങ്ങൾ ഇന്നും ആഘോഷിക്കപ്പെടുന്നു. ഇവയിലെല്ലാം വിവാഹിതകളായ സ്ത്രീകൾ ഒത്തുകൂടി പരസ്പരമുള്ള ശുഭകരമായ സ്ത്രീത്വത്തെയാണ് ആഘോഷിക്കുന്നത്. ശിവന്റെ പത്നിയായ, ശക്തിയുടെ കുടുംബിനി രൂപമായ ഗൗരിയായാണ് സ്ത്രീകളെ കാണുന്നത്.

ശൃംഗാര എന്ന സൗന്ദര്യവൽക്കരണം ഗൃഹങ്ങളിലും ദൃശ്യമാണ്. വാതിൽപ്പടിയിൽ പൂക്കൾ കൊണ്ടുള്ള മാലയും (തോരണ), ചുവരുകളിൽ വർണ്ണചിത്രങ്ങളും (അൽപന), നിലത്ത് ചിത്രമെഴുത്തുകളും (രംഗോലി, കോലം) കാണാം. വിഷ്ണുവിന്റെ പത്നിയായ ലക്ഷ്മിയുടെ ഒരു ചെറിയ ഇരട്ടയായാണ് വധുവിനെ കാണുന്നത്. വിവാഹശേഷം അവർ വീട്ടിലേയ്ക്ക് കയറി വരുന്നത് മറ്റുള്ളവരെ അറിയിക്കുന്നത് ശംഖുനാദത്തോടെയാണ്.

ആ മുഖം കാണുകയെന്നാൽ സൗഭാഗ്യത്തെ ക്ഷണിക്കുക എന്നാണ്. അവരുടെ പാദമുദ്രകളും കൈപ്പത്തിമുദ്രകളും ശുഭകരമാണെന്നും, സമൃദ്ധിയും വളർച്ചയും ഉറപ്പാക്കുന്നുവെന്നും കരുതപ്പെടുന്നു.

## വിധവ

രാമായണത്തിൽ, ബാലിയുടെ വിധവയായ താര അദ്ദേഹത്തിന്റെ സഹോദരനായ സുഗ്രീവനെ വിവാഹം കഴിക്കുന്നതായും, രാവണന്റെ വിധവയായ മണ്ഡോദരി, അദ്ദേഹത്തിന്റെ സഹോദരനായ വിഭീഷണനെ വിവാഹം കഴിക്കുന്നതായും നമുക്ക് കാണാം. സഹോദരന് സിംഹാസനം ഉറപ്പു വരുത്താൻ ഇത്തരത്തിൽ സാധിക്കുന്നു. പക്ഷേ മഹാഭാരതത്തിലെ വിചിത്രവീര്യന്റെ രണ്ടു വിധവകളെ പുനർവിവാഹം ചെയ്യാൻ അനുവദിച്ചിരുന്നില്ല. പകരം, ഒരു മഹർഷിയോട് അവരെ ഗർഭിണികളാക്കാൻ ആവശ്യപ്പെടുകയായിരുന്നു. അങ്ങനെ ജനിച്ച കുഞ്ഞുങ്ങളെ വിചിത്രവീര്യന്റെ കുഞ്ഞുങ്ങളായി കണക്കാക്കപ്പെട്ടു.

ഭർത്താവിന്റെ കൈവശമുള്ള ഒരു വയലായിട്ടാണ് ഭാര്യയെ ചിത്രീകരിച്ചിരിക്കുന്നത്; ആ വയലിൽ ഏതൊരു പുരുഷനും വിത്തു വിതയ്ക്കാമെങ്കിലും, കുഞ്ഞുങ്ങൾ ഭർത്താവിന്റേത് മാത്രമായിരിക്കും. മഹാഭാരതത്തിൽ സ്ത്രീകളെ ഭർത്താവിന്റെ സ്വത്തായി കാണുന്നതായി കാണാം. പാണ്ഡവരുടെ അമ്മയെ ഗർഭിണിയാക്കിയത് ദൈവങ്ങളാണെങ്കിലും, അവർ പാണ്ഡുവിന്റെ മക്കളായാണ് അറിയപ്പെടുന്നത്. സ്ത്രീകളുടെ മാറുന്ന പദവിയുടെ ഒരു സൂചനയാണിത്.

ഈ മാറ്റത്തെ വസ്തുവും പാരമ്പര്യസ്വത്തുമായി അടുത്ത് ബന്ധപ്പെടുത്തിയിരുന്നു. ആൺവഴി മാത്രം കണക്കാക്കുന്ന കുടുംബങ്ങളിൽ, സ്വത്ത് കൈവിട്ടു പോകാതിരിക്കാനായി, മരണപ്പെട്ടയാളുടെ വിധവ പുനർവിവാഹം ചെയ്യുന്നത് നിഷേധിച്ചിട്ടുണ്ട്. കുട്ടികളില്ലാത്ത വിധവകൾ ഒരു ബാധ്യതയായും ഒരു അധികപ്പറ്റായും കണ്ടിരുന്നു. അമ്മവഴിക്കോ പെൺവഴിക്കോ മാത്രമുള്ള പിൻതുടർച്ചക്രമമനുസരിച്ച് ഗണിക്കപ്പെടുന്ന സമുദായങ്ങളിലാകട്ടെ, ആരാണ് ഭർത്താവ് എന്നതിന് വലിയ പ്രാതിനിധ്യമൊന്നും ഉണ്ടായിരുന്നില്ല. അതുകൊണ്ട് തന്നെ അവിടത്തെ സ്ത്രീകൾക്ക് ധാരാളം പ്രണയികൾ ആകാമായിരുന്നു.

ഈ സധവ-വിധവ വേർതിരിവ് ഏറ്റവും കൂടുതൽ സാധാരണമായത് പ്രമാണിവർഗ്ഗങ്ങൾക്കിടയിലാണ്. പാരമ്പര്യവശാൽ സമ്പത്തോ വസ്തുവകകളോ ഇല്ലാത്ത കുടുംബങ്ങളിൽപ്പെട്ട സ്ത്രീകൾക്ക് പുനർവിവാഹം ചെയ്യാനുള്ള സ്വാതന്ത്ര്യമുണ്ടായിരുന്നു. പക്ഷേ ധനാഢ്യമായ കുടുംബങ്ങളിലെ സ്ത്രീകൾ ഭീതിയോടെ നോക്കിക്കണ്ടിരുന്ന ചില ചടങ്ങുകളുണ്ട് ഭർത്താവിന്റെ മരണത്തോടെ – തലയിലെ മുടി വകുന്നിട്ടതിന് നടുക്കായി ചാർത്തിയിരുന്ന സിന്ദൂരം മായ്ച്ചു കളയുക,

വളകൾ ഉടച്ചുകളയുക, താലി അറുത്തു കളയുക, തല മുണ്ഡനം ചെയ്യുക, വെള്ള വസ്ത്രങ്ങൾ നിർബന്ധിതമായി ധരിപ്പിക്കുക മുതലായവയാണവ. സ്ത്രീയുടെ എല്ലാ പദവികളും സന്തോഷങ്ങളും അവളിൽ നിന്നും പറിച്ചു നീക്കുന്നതിനായുള്ള ചടങ്ങാണത്. വിധവയ്ക്ക് മക്കളില്ലെങ്കിൽ അവസ്ഥ ഇതിനേക്കാൾ മോശമാണ്.

സ്ത്രീകൾ പൂർണ്ണമായും പിതാവിലോ ഭർത്താവിലോ ആശ്രയിച്ചു കഴിഞ്ഞിരുന്ന മദ്ധ്യകാലഘട്ടത്തിൽ, ദൗർഭാഗ്യവും അനർത്ഥവും കൊണ്ടുവരുന്ന ആളായിട്ടായിരുന്നു വിധവകളെ കണ്ടിരുന്നത്. നിരലംകൃതയായി, വെള്ളവസ്ത്രവും ധരിച്ച്, ഉപ്പോ സുഗന്ധവ്യഞ്ജനങ്ങളോ ഇല്ലാത്ത ഭക്ഷണം കഴിച്ചാണ് അവർ ജീവിക്കേണ്ടിയിരുന്നത്. ഒറ്റപ്പെട്ട്, സദാ പ്രാർത്ഥനയിൽ മുഴുകി അവർ ജീവിതം മുന്നോട്ടു നീക്കണമായിരുന്നു. ആഘോഷവേളകളിലോ, പ്രത്യുൽപ്പാദനവുമായി ബന്ധപ്പെട്ട ചടങ്ങുകളായ വിവാഹത്തിലോ, പ്രസവത്തിലോ ഒന്നും അവർ പങ്കെടുക്കാൻ പാടില്ലായിരുന്നു. ചിലപ്പോഴൊക്കെ അവരെ ഉപേക്ഷിക്കുകയും, ക്ഷേത്രനഗരികളായ കാശിയിലോ മഥുരയിലോ പോയി ദൈവത്തോട് പ്രാർത്ഥിച്ചും ഭിക്ഷ യാചിച്ചും ജീവിക്കാൻ നിർബന്ധിതരാകുകയും ചെയ്യുന്നു.

പരമ്പരാഗത ഹിന്ദു സമൂഹത്തിൽ, പ്രത്യേകിച്ച് ധനാഢ്യർക്കിടയിൽ, വിധവയുടേത് നികൃഷ്ടമായ ഒരു ജീവിതമായിരുന്നു. തന്നെ കാംക്ഷിക്കുന്ന ഒരു വ്യക്തിയുടെ കരം ഗ്രഹിച്ച് ജീവിതത്തിലേയ്ക്ക് തിരികെ വരുന്ന വിധവ എന്ന ഋഗ്വേദ സൂക്തത്തിൽ നിന്നും തികച്ചും വിഭിന്നമാണ് ഇത്. ശൈശവ വിഹാഹം നിർത്തലാക്കാനും, വിധവകളുടെ പുനർവിവാഹം സാധ്യമാക്കാനും നടത്തിയ ആഹ്വാനങ്ങളാണ് പത്തൊൻപതാം നൂറ്റാണ്ടിലെ ഹിന്ദു നവോദ്ധാനത്തിന് നാന്ദി കുറിച്ചത്. ചിലരെങ്കിലും ഇതൊക്കെ പരമ്പരാഗത ഇന്ത്യൻ മൂല്യങ്ങൾക്ക് നേരിട്ട അപമാനമായി കണക്കാക്കിയിരുന്നു.

## സതി മഹാറാണി

വിധവകളെ ദഹിപ്പിച്ച സ്ഥലത്തെ അടയാളപ്പെടുത്തുന്ന സതി കല്ലുകൾ, ഒരുകാലത്ത് യോദ്ധാക്കളുടെ സമൂഹങ്ങളിൽ സാധാരണമായിരുന്ന ഒരു ആചാരം

സ്വയം ഭർത്താവിന്റെ ചിതയിൽ ചാടി മരണം വരിച്ച സ്ത്രീകളായി ഇന്ത്യയുടെ പല ഭാഗങ്ങളിലും ദേവതയായി ആരാധിക്കുകയും, അവർ 'സതി മഹാറാണി' എന്ന പേരിൽ അറിയപ്പെടുകയും ചെയ്യുന്നു. ഇന്ത്യയിലുടനീളം അത്തരം സംഭവങ്ങളുടെ ഓർമ്മയ്ക്കായുള്ള സതി ശിലകൾ കാണാം. ഈ ശിലകളെ സൗഭാഗ്യത്തിനായി ആരാധിച്ചു പോരുന്നു.

ഭർത്താവിന്റെ ചിതയിൽ ചാടി ആത്മാ

ഹുതി ചെയ്യുന്ന ഭാരതീയ സ്ത്രീകളുടെ കഥകൾ പഴയ ഗ്രീക്ക് സഞ്ചാരികൾ, മധ്യകാലഘട്ടത്തിലെ അറബിക്, യൂറോപ്യൻ സഞ്ചാരികൾ തുടങ്ങിയവരുടെ ലേഖനങ്ങളിൽ കാണാം. യോദ്ധാക്കളുടെ കുലങ്ങളിൽ, പ്രത്യേകിച്ച് രാജ്പുത് വംശത്തിൽ, ഇത് സാർവ്വലൗകികമായ ഒരു ആചാരമായിരുന്നു. ഡെക്കാൻ പ്രദേശത്തെ ചില രാജകുടുംബങ്ങളിലും ഇത് അനുഷ്ഠിച്ചിരുന്നു. പത്തൊൻപതാം നൂറ്റാണ്ടിൽ ഇത് ബംഗാളി ബ്രാഹ്മൺ സമുദായങ്ങളിൽ പ്രചാരം നേടിയതിനെത്തുടർന്നാണ് അത് നിരോധിച്ചുകൊണ്ട് ഈസ്റ്റ് ഇന്ത്യ കമ്പനി നിയമം പാസ്സാക്കിയത്.

ഭർത്താവിനോട് പരിപൂർണ്ണമായ വിശ്വസ്തതയോടെ ജീവിക്കുന്ന സ്ത്രീയെ സൂചിപ്പിക്കാനാണ് 'സതി' എന്ന വാക്കുപയോഗിക്കുന്നത്. ഈ ഗുണം അവർക്ക് അമാനുഷിക ശക്തികൾ നൽകുമെന്നും, ഭാഗ്യത്തെ വരവേൽക്കുമെന്നും, തീയുടെ ചൂടിനെപ്പോലും സഹിക്കാനുള്ള കഴിവ് നൽകുമെന്നാണ് വിശ്വാസം. രാമായണത്തിൽ, രാമനോട് വിശ്വാസ്യതയോടെ ജീവിച്ചതിനാലാണ് സീതയ്ക്ക് തീയിലൂടെ നടക്കാനുള്ള ശക്തി ലഭിച്ചത്. കാലക്രമേണ, ഭർത്താവിനൊപ്പം മരണത്തിൽ ഒത്തുചേരാനും, മരിച്ചവരുടെ ലോകത്ത് ഒന്നിച്ച് നടക്കുവാനും തീരുമാനിച്ചുറച്ച വിധവകളെ സൂചിപ്പിക്കുന്ന പദമായി 'സതി' മാറി.

എടുത്തു പറയേണ്ടതെന്തെന്നാൽ, വേദങ്ങൾ മുതൽ ധർമ്മശാസ്ത്രങ്ങൾ വരെയുള്ള ഒരു മതഗ്രന്ഥത്തിലും ഈ നിന്ദ്യമായ രീതിയെ അംഗീകരിക്കുന്ന രീതിയിലുള്ള ഒന്നും തന്നെയില്ല എന്നുള്ളതാണ്. പക്ഷേ മഹാഭാരതത്തിൽ ഇതിനെ സൂചിപ്പിക്കുന്ന ചില ഭാഗങ്ങളുണ്ട് – പാണ്ഡുവിന്റെ വിധവയായ മാദ്രി അദ്ദേഹത്തിന്റെ ചിതയിൽ ചാടി ആത്മാഹുതി ചെയ്യുന്നതും, കൃഷ്ണന്റെ ചില പത്നിമാർ അതേ രീതിയിൽ ആത്മാഹുതി ചെയ്യുന്നതായും അതിലുണ്ട്. ഏകദേശം രണ്ടായിരം വർഷം പഴക്കമുള്ള സംസ്കൃത രാമായണത്തിൽ സതിയെപ്പറ്റി പരാമർശമൊന്നും ഇല്ല എങ്കിലും, ഈ ഇതിഹാസത്തിന്റെ 500 വർഷം പഴക്കമുള്ള തെലുഗ് പ്രാദേശിക പതിപ്പിൽ രാവണന്റെ മകനായ മേഘനാദന്റെ മൃതശരീരവും പിടിച്ച് അദ്ദേഹത്തിന്റെ ഭാര്യയായ സുലോചന സതി ചെയ്തതായി പറയുന്നുണ്ട്.

അഞ്ച് നൂറ്റാണ്ടുകൾക്ക് മുൻപ് ജീവിച്ചിരുന്ന രാജ്പുത് രാജകുമാരിയായ മീരാഭായി, ഭർത്താവിനൊപ്പം ചിതയിൽ ചാടുന്നതിന് പകരം വൃന്ദാവനത്തിൽ കൃഷ്ണനെ ആരാധിക്കാൻ തീരുമാനിച്ചതിന്റെ പേരിൽ ഭർത്താവിന്റെ കുടുംബക്കാരാൽ നിരന്തരമായി അവഹേളിക്കപ്പെട്ടിട്ടുണ്ട്. വിധവകളുടെ മേലുള്ള ക്രൂരമായ മനഃസ്ഥിതി കൊണ്ടാവണം, ചിതയിൽ ചാടി ജീവനൊടുക്കുന്നത് മികച്ചൊരു ബദൽ സംവിധാനമായി പല ഹിന്ദു വിധവകൾക്കും തോന്നാൻ കാരണമായത്. ഇന്ത്യൻ റിപ്പബ്ലിക്കിൽ ഈ ആചാരം വിലക്കപ്പെട്ടിരിക്കുന്നു.

## നിത്യ സുമംഗലി

തമിഴ് ഇതിഹാസങ്ങളിൽ മൂന്ന് തരം സ്ത്രീകളെ കാണാം. പുരുഷനോട് ബന്ധപ്പെട്ടു ജീവിക്കാത്ത, പുനർജനനം എന്ന ചക്രത്തിൽ നിന്നും മോചനം കാംക്ഷിക്കുന്ന ബ്രഹ്മചാരിണികൾ ഉണ്ട്. ഏഴു ജന്മങ്ങളിൽ ഭർത്താവിനൊപ്പം ജീവിതത്തിലും മരണത്തിലും ചേർന്നു നിന്ന പതിവ്രതയും വിശ്വസ്തയുമായ ഭാര്യയുണ്ട്. ഇവരെ തമിഴ് പഴങ്കഥകളിൽ പത്തിനി എന്നും, സംസ്കൃത പഴങ്കഥകളിൽ സതി എന്നും പറയുന്നു. പിന്നെയുള്ളത് ഗണികകളാണ്; അവർ പല പുരുഷന്മാരോടൊപ്പം ബന്ധപ്പെട്ട് ജീവിച്ച്, സ്വർഗ്ഗീയ സുഖങ്ങളെല്ലാം ആസ്വദിക്കുന്നു.

ഗണികകൾക്ക് പല ഭർത്താക്കന്മാർ ഉള്ളതിനാൽ അവർ ഒരിക്കലും വിധവകളാകുന്നില്ല. അതിനാൽ അവരെ 'നിത്യ സുമംഗലി' എന്നാണ് പറയാറ്. അവരൊരിക്കലും വിധവകളെപ്പോലെ വിലപിച്ചില്ല. അവർക്കെപ്പോഴും ഒരു ഭർത്താവ്, അല്ലെങ്കിൽ ഒരു ദാതാവ് ഉണ്ടായിരുന്നു. ഗണികകളെ ശുഭസൂചകങ്ങളായി കണക്കാക്കിയിരുന്നതിനാൽ, അവരെ എപ്പോഴും വിവാഹം, പ്രസവം, ഗൃഹപ്രവേശം മുതലായ ചടങ്ങുകൾക്ക് ക്ഷണിച്ചിരുന്നു. വധുവിന്റെ മംഗല്യച്ചരട് മുറുക്കാനും അവരെ അനുഗ്രഹിക്കാനും, അവരോട് ആവശ്യപ്പെടാറുണ്ടായിരുന്നു. നിത്യ സുമംഗലികളെ എപ്പോഴും ആഡംബരത്തോടും, ആതിഥ്യത്തോടും, സന്തോഷത്തോടും സംബന്ധപ്പെടുത്തിയിരുന്നു. അവരുടെ സമ്പത്തും പ്രാവീണ്യവും എപ്പോഴും അമ്മയിൽ നിന്ന് മകളിലേയ്ക്കാണ് നൽകപ്പെട്ടിരുന്നത്.

അഥർവ്വ വേദത്തിൽ, മാറിക്കളിക്കുന്ന ഭാഗ്യത്തെ ഗണികകളോടും, ചൂതാട്ടത്തോടും, പിന്നെ ഭാഗ്യത്തിന്റെയും സന്തോഷത്തിന്റെയും ദേവതയായ ക്ഷണികബുദ്ധിയും അശാന്തയുമായ ലക്ഷ്മിയോടും ബന്ധപ്പെടുത്തിയിരിക്കുന്നു. സ്വർഗ്ഗത്തിലെ അപ്സരസ്സുകളുടെ ഭൂമിയിലെ പ്രതിനിധികളായിരുന്നു ഗണികകൾ. എല്ലാവർക്കും സന്തോഷം നൽകുന്ന, ആർക്കും സ്വന്തമല്ലാത്തവരാണവർ.

മദ്ധ്യകാലഘട്ടത്തിൽ ഈ സ്ത്രീകളെ ക്ഷേത്രദൈവങ്ങൾക്ക് വിവാഹം ചെയ്തു നൽകിയിരുന്നു. ദൈവങ്ങൾക്ക് മരണമില്ലാത്തതിനാൽ ഇവർ ഒരിക്കലും വിധവകളാകുകയില്ല. എല്ലാവരിലും ദൈവം കുടിയിരിക്കുന്നതിനാൽ, അവർക്ക് ആർക്കൊപ്പം വേണമെങ്കിലും പോകാമായിരുന്നു. ആറാമത്തെയും പത്താമത്തേയും നൂറ്റാണ്ടുകളിലെ ക്ഷേത്ര കൊത്തുപണികളിൽ മുദ്രണം ചെയ്യപ്പെട്ടിരിക്കുന്നത് പ്രകാരം, ഒഡിഷ, ഗുജറാത്ത്, കാശ്മീർ, ആന്ധ്ര, ഗോവ, തമിഴ്നാട് എന്നിവിടങ്ങളിലെ ക്ഷേത്രങ്ങളിൽ നൂറുകണക്കിന് സ്ത്രീകൾ സമർപ്പിക്കപ്പെട്ടിട്ടുണ്ട് എന്നാണ്. അവരെല്ലാവരും സംഗീതത്തോടും നൃത്തത്തോടും ബന്ധിക്കപ്പെട്ടിരിക്കുന്നു.

പുരാതന ഹിന്ദു ചിന്തകളിൽ ഇവർ ഒരിക്കലും ഭ്രഷ്ടരായിരുന്നില്ല. പക്ഷേ കൊളോണിയൽ ഭരണകാലത്ത് ഗണികകളെ വേശ്യകളായി മുദ്രകുത്തപ്പെട്ടുകയും, അവരുടെ വൃത്തികൾ അശുദ്ധവും നിയമവിരുദ്ധവുമായി കണക്കാക്കപ്പെട്ടുകയും, സമൂഹത്തിൽ നിന്നും അവരെ തുടച്ച നീക്കപ്പെട്ടുകയും, ചരിത്രത്തിൽ നിന്നും അവർ തേച്ചുമായ്ക്കപ്പെട്ടുകയും ചെയ്തു.

*ആശയത്തോട്, ഇവിടുത്തെ ജാതിവ്യവസ്ഥിതിയും തൊട്ടുകൂടായ്മയും എത്രത്തോളം ഇഴചേർന്നു നിൽക്കുന്നു എന്ന് നമുക്ക് നോക്കാം*

ബ്രാഹ്മണഗോത്രാധിപനായ ദക്ഷൻ, ശ്മശാനത്തിന് ഭ്രഷ്ട് കൽപ്പിച്ചു. അവിടെയാണ് ശിവൻ നായ്ക്കൾക്കും പ്രേതങ്ങൾക്കുമൊപ്പം അലഞ്ഞുതിരിഞ്ഞിരുന്നത്. ദക്ഷന്റെ എതിർപ്പ് വകവയ്ക്കാതെ അദ്ദേഹത്തിന്റെ മകൾ ശിവനെ ഭർത്താവായി സ്വീകരിച്ചു. ശിവനെ യജ്ഞത്തിന് ക്ഷണിച്ച് അന്നം നൽകാൻ ദക്ഷൻ വിസമ്മതിച്ചു. ഇതിൽ കുപിതയായ സതി പിതാവിന്റെ ഹോമകുണ്ഡത്തിൽ ചാടി ആത്മാഹൂതി ചെയ്തു. ഇത് ദക്ഷനിൽ വലിയ ചലനമൊന്നുമുണ്ടാക്കിയില്ല. ഉഗ്രകോപിയായ ശിവൻ ദക്ഷന്റെ യജ്ഞശാല ആക്രമിച്ച് ദക്ഷന്റെ തലയറുത്തു. യജ്ഞം നിന്നുപോയാൽ സ്വന്തം അന്നം നിന്നുപോകും എന്നറിഞ്ഞ ദേവകൾ, യജ്ഞം പുനഃസ്ഥാപിക്കാൻ ശിവനോട് അഭ്യർത്ഥിച്ചു. അങ്ങനെ ശിവൻ ദക്ഷന് ഒരു ആടിന്റെ തല നൽകി. അതിന് ശേഷം ബാക്കിയാകുന്ന ഭക്ഷണമെല്ലാം (ഉച്ഛിഷ്ടം) ശിവനും അദ്ദേഹത്തിന്റെ അനുയായികൾക്കും മാത്രമുള്ളതാണെന്ന് അദ്ദേഹം ഉറപ്പ് വരുത്തി. അന്നുമുതൽ ശിവനും ശക്തിയും, വേദ ആരാധനയുടെയും മന്ത്രവാദ ആരാധനയുടെയും ഭാഗങ്ങളായി. ഇടത് കൈ പാതയിൽ ശിവനും ശക്തിയും പ്രചണ്ഡരായ ഭൈരവനും ഭൈരവിയുമായി മാറുന്നു. വലതു കൈ പാതയിൽ അവർ ശാന്തസ്വരൂപികളായ ശങ്കരനും ഗൗരിയുമായി മാറുന്നു. ഈ കഥ വിവരിക്കുന്നത്, ഹിന്ദു മതത്തിന്റെ ഇരു കൈവഴികളാണ് : ശുദ്ധവിചാരമുള്ള വലത് കൈ പാതയും (ദക്ഷിണമാർഗ്ഗം അഥവാ വേദം), അശുദ്ധിയെ അംഗീകരിക്കുന്ന ഇടത് കൈ പാതയും (വാമ മാർഗ്ഗം അഥവാ തന്ത്രം).

അഘോരികൾക്ക് അറിവിന്റെയും ശക്തിയുടെയും സ്രോതസ്സായിരുന്ന അശുദ്ധിയെങ്കിലും, അത് ചണ്ഡാളനെ അശുഭകാരിയാക്കി. ഗ്രാമങ്ങളിലെ മൃതദേഹങ്ങൾ നിർമ്മാർജ്ജനം ചെയ്യുന്നതും, ചിത ഒരുക്കുന്നത് വരെ നോക്കുന്നതും കുലത്തൊഴിലായവരായിരുന്നു ചണ്ഡാളന്മാർ. പിൽക്കാലത്ത് വന്നിട്ടുള്ള വേദഗ്രന്ഥങ്ങളിൽ പരാമർശിച്ചിട്ടുള്ളത് പ്രകാരം ശുദ്ധിയുടെ പേരിൽ ചണ്ഡാളനെ ഗ്രാമത്തിൽ നിന്നും അകറ്റി നിർത്തുന്നത് തൊട്ടുകൂടായ്മയുടെ ആദ്യത്തെ ഉദാഹരണങ്ങളിൽ ഒന്നായി കണക്കാക്കുന്നു.

## ചണ്ഡാളൻ

സ്വർഗ്ഗം ആകാശത്തിന് മേലെയും നരകം ഭൂമിയ്ക്കടിയിലും സ്ഥിതി ചെയ്യുന്നു എന്നാണ് പുരാണങ്ങളിൽ പറയുന്നത്. സ്വർഗ്ഗം നിറയെ സന്തോഷങ്ങളും, നരകം നിറയെ വേദനകളുമാണ്. ജീവിച്ചിരുന്നപ്പോൾ ദൈവങ്ങളെ ഊട്ടിയവർക്കുള്ളതാണ് സ്വർഗ്ഗം. ജീവിച്ചിരുന്നപ്പോൾ ആരെയും ഊട്ടാത്തവർക്കുള്ളതാണ് നരകം. മരണത്തിന് തൊടാൻ കഴിയാത്ത ദേവകൾക്കുള്ളതാണ് സ്വർഗ്ഗം. പുനർജ്ജന്മം കാംക്ഷിക്കുന്ന പ്രേതാത്മാക്കൾക്കുള്ളതാണ് നരകം. ശുദ്ധിയും, സന്തോഷവും, ശുഭകാരിയായ കാര്യങ്ങളും നിറഞ്ഞതാണ് സ്വർഗ്ഗം. നരകത്തിലാകട്ടെ, അശുദ്ധിയും, വ്യസനങ്ങളും, അശുഭകാരിയായ കാര്യങ്ങളും നിറഞ്ഞു നിൽക്കുന്നു.

ഈ പ്രാപഞ്ചിക സൃഷ്ടിയാണ് ഹൈന്ദവ വിശ്വാസങ്ങളുടെ ആണിക്കല്ല്. ഇതിന്റെ ഒത്തനടുക്കായാണ് ഭംഗിയുള്ളതും നല്ലതുമായ (മംഗളകരമായ) കാര്യങ്ങൾ ആകർഷിക്കുന്ന ക്ഷേത്രങ്ങളുള്ളത്. ശുദ്ധിയുടെ കാര്യത്തിൽ കർശന നിയമങ്ങൾ പാലിക്കുന്ന വേദപുരോഹിതരാണ് ക്ഷേത്രങ്ങളുടെ നടത്തിപ്പുകാർ. ഗ്രാമത്തിന് പുറത്താണ് അശുദ്ധവും അശുഭകരവുമായ (അമംഗളകരമായ) ശ്മശാനം സ്ഥിതി ചെയ്യുന്നത്. മൃതദേഹങ്ങൾ നിർമ്മാർജ്ജനം ചെയ്യുന്ന ചണ്ഡാളർ ഇവിടെയാണ് വസിക്കുന്നത്.

ഗ്രാമത്തിന് മേൽ പ്രാപഞ്ചിക സൃഷ്ടി ഇങ്ങനെ അടുക്കായി വയ്ക്കുന്നതിൽ നിന്നാണ് ജാതിവ്യവസ്ഥിതിയുടെ ഉത്ഭവം എന്നാണ് കരുതപ്പെടുന്നത്. ഈ വ്യവസ്ഥിതി പ്രകാരം 'ഉയർന്ന' 'ശുദ്ധരായവരുടെ' സമുദായം ഒത്തനടുക്ക് ക്ഷേത്രത്തെ ചുറ്റിപ്പറ്റി സ്ഥിതി ചെയ്യുകയും, 'താഴ്ന്ന' 'അശുദ്ധരായവരുടെ' സമുദായം സാമുദായികമായും, പ്രത്യക്ഷമായും, മാനസികമായും തഴയപ്പെട്ടു നിലകൊള്ളുകയും ചെയ്യുന്നു. ജാതിയിലേയ്ക്കുള്ള പ്രവേശനം നിർണ്ണയിക്കുന്നത് ജനനവും, അതിൽ നിന്നുള്ള രക്ഷപ്പെടൽ നിർണ്ണയിക്കുന്നത് മരണവുമാണ്.

രണ്ടായിരത്തിയഞ്ഞൂറു വർഷങ്ങളിലധികം പഴക്കമുള്ള ഛന്ദോഗ്യ

ഉപനിഷത് പോലെയുള്ള പിൽക്കാല വേദഗ്രന്ഥങ്ങൾ, ചണ്ഡാളരെക്കുറിച്ച് പറയുന്നുണ്ട്. ആയിരത്തിയഞ്ഞൂറു വർഷത്തിന് മുൻപ് ബുദ്ധിസത്തെക്കുറിച്ച് പഠിക്കാനായി ഇന്ത്യയിൽ വന്ന ചൈനീസ് സന്ന്യാസിമാരുടെ ലേഖനങ്ങളിലും അവരുടെ ജീവിതത്തെക്കുറിച്ച് എഴുതിയിട്ടുണ്ട്. ചണ്ഡാളർ ശ്മശാനങ്ങളിൽ ജീവിച്ച്, ചിതയ്ക്ക് കാവലിരുന്നവരാണ്. മരണപ്പെട്ടവർക്ക് നൽകിയിട്ടുള്ള ഭക്ഷണമായിരുന്നു അവരുടെ ആഹാരം; അവർക്ക് നൽകിയ വസ്തുങ്ങളായിരുന്നു അവർ ധരിച്ചിരുന്നത്. തലയോട്ടികളും അസ്ഥികളും അവരുടെ പാത്രങ്ങളും ആയുധങ്ങളുമായി. ശ്മശാനത്തിൽ അലഞ്ഞുതിരിഞ്ഞിരുന്ന നായ്ക്കൾ അവരുടെ സന്തതസഹചാരികളായി. അവരുടെ സാന്നിദ്ധ്യം അശുഭകരമായി കണ്ടിരുന്നു. അവരുടെ നിഴലിനു പോലും ഭ്രഷ്ട് കല്പിച്ചിരുന്നു.

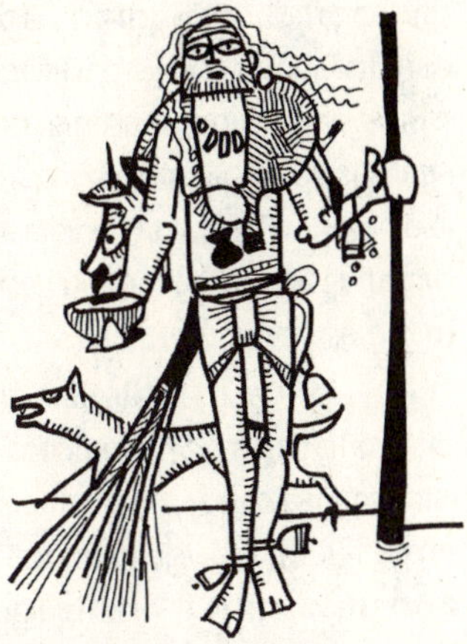

'അസ്പൃശ്യർ' എന്ന് വിളിക്കപ്പെടുന്ന ചണ്ഡാളർ, മൃഗങ്ങളുടെ തോൽ ധരിച്ച്, നായ്ക്കളുടെ അകമ്പടിയോടെ, അദ്ദേഹത്തിന്റെ വരവിനെ സൂചിപ്പിക്കുന്ന തൂപ്പൽ, വടിയിൽ മണികൾ, അദ്ദേഹത്തിന്റെ കാൽപ്പാടുകൾ തുടയ്ക്കാൻ ചൂലുകൾ എന്നിവ വഹിച്ചുകൊണ്ട്

മരിച്ചവരെ അശുദ്ധിയോട് ബന്ധപ്പെടുത്തിയിരുന്നത് കൊണ്ടാണ് ശ്മശാനങ്ങൾ എപ്പോഴും ഗ്രാമങ്ങൾക്ക് പുറത്ത് സ്ഥാപിച്ചിരുന്നത്. ശ്മശാനത്തിൽ പ്രവേശിക്കുന്നവർക്ക് താൽക്കാലിക അശുദ്ധിയുണ്ടാവുകയാൽ, അവർ സ്നാനം ചെയ്ത ശേഷം മാത്രം ഗൃഹങ്ങളിൽ പ്രവേശിക്കണം. മരണാനന്തര കർമ്മങ്ങളിൽ പങ്കെടുക്കുകയും, മരണപ്പെട്ടവരെ പ്രതിനിധാനം ചെയ്ത് പാരിതോഷികങ്ങൾ ഏറ്റു വാങ്ങുകയും ചെയ്തിരുന്ന ബ്രാഹ്മണരെ താഴ്ന്നവരായിട്ടാണ് കണക്കാക്കിയിരുന്നത്. ചിതയ്ക്ക് കാവലിരിക്കുന്നതും, ശ്മശാനത്തിൽ ജീവിക്കുന്നതും കുലത്തൊഴിലായവരെ സമുദായത്തിലെ ഏറ്റവും നികൃഷ്ടരായി കാണുകയും അവരെ ഗ്രാമത്തിൽ നിന്നും മാറ്റി നിർത്തുകയും ചെയ്തിരുന്നു.

നൂറ്റാണ്ടുകൾ കഴിയുംതോറും അശുദ്ധിയുടെ മാനദണ്ഡങ്ങൾ വിപുലമാകുകയും, ജാതിവ്യവസ്ഥിതിയുടെ ഉയർന്നുകൊണ്ടിരുന്ന ഉച്ചനീചത്വങ്ങളിൽ ചണ്ഡാളരുടെ സ്ഥാനം താണുകൊണ്ടേയിരിക്കുകയും ചെയ്തു. കുടുംബങ്ങളില്ലാത്തവരുടെയും മൃഗങ്ങളുടേയുമൊക്കെ മൃതശരീരം ഗ്രാമത്തിൽ നിന്നും നീക്കം ചെയ്യുന്ന ചുമതലയും അവരിൽ വന്നുചേർന്നു. ചണ്ഡാളരെ മലിനപ്പെടുത്തുന്നവരായി കണക്കാക്കിയിരുന്നതിനാൽ, അവർക്ക് സ്പർശിക്കാൻ അനുവാദമുള്ള ഒരേയൊരു അഗ്നി ചിതയിലേതായിരുന്നു. അവർക്ക് സ്പർശനാനുമതിയുള്ള ഒരേയൊരു ജലം

അന്ത്യകർമ്മങ്ങൾക്കുള്ളതായിരുന്നു. അതിന്റെ ഏറ്റവും കഠിനമായ രൂപത്തിൽ, മരിച്ചവരെ പരിചരിച്ചവർ, അവരുടെ ഉമിനീർ ഗ്രാമത്തിലെ മണ്ണിൽ ഒരിക്കലും വീഴാതിരിക്കാൻ കഴുത്തിൽ ഒരു പാത്രം തൂക്കി നടക്കേണ്ടിവന്നു. തങ്ങളുടെ കാൽപ്പാടുകൾ മായ്ക്കാൻ അവർക്ക് ഒരു ചൂല് എപ്പോഴും കൈയിൽ കരുതേണ്ടതായി വന്നു. ആളുകൾക്ക് അവരുടെ കാഴ്ചയും നിഴലും ഒഴിവാക്കാൻ അവസരം നൽകിക്കൊണ്ട്, അവരുടെ വരവ് ദൂരെ നിന്ന് കേൾക്കാൻ കഴിയുന്ന തരത്തിൽ അവർ മണികൾ ധരിക്കേണ്ടിവന്നു.

പല കഥകളിലും ചണ്ഡാളരെ ശിവനുമായിട്ടാണ് ബന്ധപ്പെടുത്തിയിരിക്കുന്നത്. ശിവനും ശ്മശാന ഭൂമിയിൽ അലഞ്ഞുതിരിഞ്ഞ്, തലയോട്ടികളും അസ്ഥികളും ആഭരണമായി ധരിച്ച്, ദേഹം മുഴുവൻ ഭസ്മം പൂശി, ആ ഭൂമികയിൽ നായ്ക്കളോട് ഭൈരവന്റെ രൂപത്തിൽ അടുപ്പം സൂക്ഷിക്കാറുണ്ട്. ചണ്ഡാളവേഷധാരിയായ ശിവൻ തലയോട്ടിയുടെ ആകൃതിയുള്ള കോപ്പയിൽ സന്ന്യാസിവര്യർക്ക് അമൃതം നൽകാൻ ചെന്നതായി കഥകളുണ്ട്. ആ സന്ന്യാസിവര്യർ ചണ്ഡാളന്റെ നിഴൽ പോലും വിലക്കുകയും, പാനീയം കുടിക്കാൻ വിസമ്മതിക്കുകയും, അങ്ങനെ അമരത്വത്തിനുള്ള അവസരം നഷ്ടപ്പെടുത്തുകയും ചെയ്തു. താന്ത്രിക വിദ്യ പിന്തുടരുന്നവർക്കിടയിൽ ഇത്തരം കഥകൾ മൂലം ചണ്ഡാളർ ആരാധനാപാത്രങ്ങളായി മാറാറുണ്ട്. മരണവുമായുള്ള അടുത്ത ബന്ധം മൂലം അവർക്ക് ലഭിച്ചേക്കാവുന്ന ജ്ഞാനത്തെ മുൻനിർത്തിയാണ് അത്തരമൊരു സമീപനം.

ശിവന്റെ ഭൈരവ രൂപത്തെ, ബ്രാഹ്മണവധത്തോടോ ബ്രഹ്മഹത്യയോടൊ ഒക്കെ ബന്ധിപ്പിച്ചിട്ടുണ്ട്. ബ്രഹ്മാവിന്റെയും ദക്ഷന്റെയും തലയറുത്തതാണ് ഇതിന് കാരണം. ബ്രഹ്മാവ് തന്റെ പുത്രിയെ നേടാൻ ശ്രമിക്കുകയും, അത് ആസക്തിയുടെ രൂപകമായി മാറുകയും ചെയ്തു. ദക്ഷൻ തന്റെ മകളെ നിയന്ത്രിക്കാൻ ശ്രമിക്കുകയും, അരക്ഷിതത്വത്തിന്റെ രൂപകമായി മാറുകയും ചെയ്തു. അവരുടെ തലയറുക്കുന്നതിലൂടെ, തപം എന്ന ആശയം ശിവൻ മുന്നോട്ടു വച്ചു. ആസക്തികളെ നശിപ്പിക്കുന്ന ആത്മസംയമനത്തിന്റെ തീയാണത്. ബ്രഹ്മാവിന്റെ തലയോട്ടി എല്ലായിടത്തും കൊണ്ടുനടക്കുന്നതിനാൽ ശിവനെ 'കാപാലികൻ' എന്ന് വിശേഷിപ്പിക്കാറുണ്ട്. ആത്മാവ് എന്ന തത്വത്തിൽ വിശ്വസിക്കാനും, ശുദ്ധ-അശുദ്ധ വിചാരങ്ങൾക്കപ്പുറം ഓരോ ശരീരത്തിനുമുള്ളിലെ ആത്മാവ് അടയാളമാക്കി മനുഷ്യരെ മനസ്സിലാക്കാനും അദ്ദേഹം ആഹ്വാനം ചെയ്തു. ശിവന്റെ പങ്കാളിയായിരുന്ന ചാമുണ്ഡി എന്ന ഭൈരവി, മൃതദേഹങ്ങൾക്ക് മുകളിൽ ഇരിക്കുകയും, മരിച്ചവരുടെ തലകളും കൈകാലുകളും കൊണ്ട് സ്വയം അലംകൃതമാക്കുകയും, അവരുടെ മാംസം ഭക്ഷിക്കുകയും, പ്രേതാത്മാക്കൾക്ക്

മുകളിലേറി സവാരി ചെയ്യുകയും ചെയ്യുമായിരുന്നു. ഇതൊക്കെ ഭൈരവനെയും ഭൈരവിയെയും, എല്ലാത്തിലും ശുദ്ധി അന്വേഷിച്ചുകൊണ്ടിരുന്ന ബ്രാഹ്മണരുമായി നേരിട്ടുള്ള സംഘർഷത്തിൽ എത്തിച്ചു. വേദകഥകളിലെ ഉച്ചിഷ്ടത്തോടാണ് ഇവരെ താരതമ്യപ്പെടുത്തിയിരുന്നത്. വേദകാലഘട്ടത്തിനും മുൻപേ നിലവിലുണ്ടായിരുന്ന, മരണത്തെ ഭയപ്പെടേണ്ട ഒന്നായി കാണാതെ, ആരാധിച്ചിരുന്ന ഒരു രീതിയുടെ ബാക്കിപത്രമാണത്. അതു പ്രകാരം, ചുടുകാടെന്നത് ഒരു അദ്ധ്യാത്മ വിദ്യാലയമായിരുന്നു. ശ്മശാനത്തിൽ വസിച്ചിരുന്ന വേതാളമെന്ന പ്രേതാത്മാവിനെ പിടിക്കാൻ ശ്രമിക്കുന്ന വിക്രമാദിത്യരാജാവിനെക്കുറിച്ചുള്ള നാടോടിക്കഥകൾ ഇവയിൽ നിന്നും ഉരുത്തിരിഞ്ഞതാവണം.

ഹരിശ്ചന്ദ്ര രാജാവിന്റെ പുരാണകഥയിൽ, ദരിദ്രനായിത്തീർന്ന രാജാവ്,വിശ്വാമിത്രമഹർഷിയ്ക്ക്ദക്ഷിണകൊടുക്കാനാവാത്തസാഹചര്യമുണ്ടായപ്പോൾ, തന്നെയും, തന്റെ പത്നിയെയും മഹർഷിയ്ക്ക് കാണിക്കയായി വയ്ക്കുന്നുണ്ട്. പത്നി ഒരു ബ്രാഹ്മണകുടുംബത്തിലെ അടിമയാകുകയും നിരന്തരം പീഡനങ്ങൾ ഏൽക്കേണ്ടി വരികയും ചെയ്യുന്നു. ഹരിശ്ചന്ദ്രൻ ഒരു ചണ്ഡാളന്റെ അടിമയാകുന്നു. എന്നാൽ അവിടെ ബഹുമാനത്തോടെയുള്ള സമീപനമാണ് ലഭിച്ചത്. എന്നിട്ടും, അദ്ദേഹത്തിന്റെ അവസ്ഥ, പത്നിയുടേതിനെക്കാൾ മോശമായ ഒന്നായിട്ടാണ് കണക്കാക്കപ്പെട്ടിരുന്നത്.അദ്ദേഹം തന്റെ വിധിയെ സമചിത്തതയോടെ നേരിട്ടതിനാൽ, ദൈവങ്ങളുടെ പ്രീതിയ്ക്ക് പാത്രമാവുകയും, അവർ അദ്ദേഹത്തെ സ്വർഗ്ഗരാജനായ ഇന്ദ്രന്റെ പദവിയിലേയ്ക്ക് ഉയർത്തുകയും ചെയ്തു. താന്ത്രികവിദ്യകളുടെ രഹസ്യ അറിവുകളോടും ഗുപ്തമായ ആശയങ്ങളോടുംവളരെയധികംകെട്ടുപിണഞ്ഞുകിടക്കുന്നവയാണ്ചണ്ഡാളരും, ശ്മശാനങ്ങളും.

പക്ഷേ ഈ കഥകളൊന്നും തന്നെ ചണ്ഡാളരുടെ പദവി ഉയർത്തുകയോ, ശുദ്ധിയെക്കുറിച്ചുള്ള കർശന ബ്രാഹ്മണ ചിന്തകളിൽ അയവു വരുത്തുകയോ ചെയ്തിട്ടില്ല. 'ഉയർന്ന' ജാതിയിലുള്ളവർ ചണ്ഡാളനെ അയിത്തം കൽപ്പിച്ചു മാറ്റി നിർത്തുകയും, അവനുമായുള്ള സംസർഗ്ഗം പാപമായി കണക്കാക്കുകയും ചെയ്തുപോന്നു.

## അഘോരി

ആദ്യകാലങ്ങളിൽ വേദസംസ്കൃതി ഉയർന്ന ഗംഗാ സമതലങ്ങളിൽ മാത്രമേ ഉണ്ടായിരുന്നുള്ളൂ. ഉപഭൂഖണ്ഡത്തിന്റെ ബാക്കിയുള്ള പ്രദേശങ്ങളിലുള്ള, ഗോത്രസമുദായത്തിലും മറ്റു പ്രാദേശിക സമുദായങ്ങളിലും ഉള്ളവർമൃതദേഹത്തെഅടക്കംചെയ്യുന്നവരും,പുനർജന്മത്തിൽവിശ്വസിക്കാത്തവരും ആയിരുന്നു. ശരീരം മറവു ചെയ്ത സ്ഥലം അടയാളപ്പെടുത്താനായി അതിന് മുകളിൽ കല്ലുകൾ നാട്ടിയിരുന്നു. സമുദായത്തിന്

വേണ്ടി പോരാടി ചരമമടഞ്ഞ രാജാക്കന്മാരെയും പോരാളികളെയും വീരരായി ആരാധിച്ചിരുന്നു. ഗായകർ താളമേളങ്ങളോടെ അവരുടെ വീരകഥകൾ പാടി നടന്നു. താന്ത്രികർ മുഖംമൂടികളും, ചമയങ്ങളും, കടും നിറത്തിലുള്ള വസ്ത്രങ്ങളുമണിഞ്ഞ് പൂർവ്വികരുടെ ആത്മാക്കളെ ആവാഹിക്കുകയും, അവർക്ക് താൽക്കാലികമായി കുടിയേറാൻ തങ്ങളുടെ ശരീരം വിട്ടുനൽകുകയും, അതിലൂടെ ജീവിച്ചിരിക്കുന്നവരോട് സംസാരിച്ച് അവർക്ക് വേണ്ട മാർഗ്ഗനിർദ്ദേശങ്ങൾ നൽകി അവരുടെ പ്രശ്നങ്ങൾക്ക് തീർപ്പാക്കുകയും ചെയ്യുന്നു. തങ്ങളുടെ ശരീരങ്ങൾ അതിന് തയ്യാറാക്കുന്നതിന്റെ ഭാഗമായി താന്ത്രികർ ഉപവസിക്കുകയും, നിദ്ര, ഭക്ഷണം എന്നീ ആനന്ദങ്ങൾ ഒഴിവാക്കുകയും ചെയ്യുന്നു. ഈ ആചാരങ്ങൾ തെക്കൻ കർണ്ണാടകത്തിലും, വടക്കൻ കേരളത്തിലും കണ്ടുവരുന്നുണ്ട്. ഭൂത-കോലം (ഭൂത-ദൈവത്തിന്റെ നൃത്തം), തെയ്യം എന്നിങ്ങനെയാണ് അവ അറിയപ്പെടുന്നത്. ജാതിവ്യവസ്ഥിതിയുടെ അടിത്തട്ടിലുള്ള, ഈ ആചാരം നടക്കുന്ന സമയത്ത് മാത്രം പരിപാവനർ എന്ന വിശേഷണം ലഭിക്കുന്ന, അംഗങ്ങളാണ് ഇവയൊക്കെ അവതരിപ്പിക്കുന്നത്. ഇവയെല്ലാം തന്നെ രാത്രിയിലാണ് അരങ്ങേറാറ്.

ഈ സമുദായങ്ങളിലൊക്കെ, പൂർവ്വികരുടെ ആത്മാക്കളായിരുന്നു അവർക്കറിവുണ്ടായിരുന്ന ആദ്യദൈവങ്ങൾ. ജീവിച്ചിരിക്കുന്നവർക്കിടയിൽ, ഭീതി സമ്പാദിച്ചും, ബഹുമാനിക്കപ്പെട്ടും, ആരാധിക്കപ്പെട്ടും അവരും നിലനിൽക്കുന്നു. എന്നും ഇവിടെയുള്ള, ഇത് ചെയ്യാനൊരുങ്ങി വരുന്ന പ്രത്യേക പുരോഹിതന് മാത്രം എളുപ്പം പ്രാപ്യമായ, ഭൂതലോകം എന്ന ഭൂതപ്രേതങ്ങളുടെ അദൃശ്യ മണ്ഡലമാണിത്. ഭൈരവന്റെയും ഭൈരവിയുടെയും മണ്ഡലമാണിത്.

ശ്മശാനങ്ങളിൽ തങ്ങൾക്ക് സമർപ്പിക്കപ്പെട്ട ഭക്ഷണം എടുത്ത് കഴിക്കുന്ന ബുദ്ധസന്ന്യാസിമാരെ ശല്യപ്പെടുത്തുന്ന യക്ഷാത്മാക്കളെ ബുദ്ധിസ്റ്റ് പഴങ്കഥകളിൽ ഉടനീളം കാണാം. ഈ ഭൂതഗണങ്ങൾക്ക് ചിലപ്പോഴൊക്കെ ബുദ്ധിസ്റ്റ് സന്ന്യാസിമഠങ്ങളിൽ ഭക്ഷണം വിളമ്പാറുണ്ട്. വേദാചാരങ്ങൾ പ്രചാരത്തിലാകും മുൻപേ ഈ വിശ്വാസങ്ങളും രീതികളും ഉണ്ടായിരുന്നു എന്നാണ് ഇത് ചൂണ്ടിക്കാണിക്കുന്നത്. ആത്മാക്കളോട് സംസാരിക്കുകയും പൂർവ്വികരുടെ ആഗ്രഹങ്ങൾ മറ്റുള്ളവരെ അറിയിക്കുകയും ചെയ്യുന്ന താന്ത്രികരെപ്പോലുള്ള പുരോഹിതർ ഇന്ത്യയിലുടനീളം ഉണ്ട്. മൃതദേഹങ്ങൾ അന്വേഷിച്ച്, പ്രേതാത്മാക്കളിൽ നിന്നും വിവേകം കാംക്ഷിച്ച്, ചുടലക്കാടുകളിൽ അലഞ്ഞു തിരിയുന്നവർ ഇന്നുമുണ്ട്. അവർ അഘോരികൾ എന്നറിയപ്പെടുന്നു. അവരെ ഭയപ്പെടേണ്ടതില്ല എന്നാണ് ആ പേര് കൊണ്ട് അർത്ഥമാക്കുന്നത്. ഒരുപക്ഷേ വേദകാലത്തിലോ അധിക-വേദകാലത്തിലോ ഉണ്ടായിരുന്ന വിശ്വാസങ്ങളിൽ നിന്നും ആചാരങ്ങളിൽ നിന്നുമായിരിക്കാം അവ ഉടലെടുത്തത്.

വേദപുരോഹിതർ ഈ രീതികളെ അശുഭകരവും അശുദ്ധവുമായി വിലയിരുത്തുകയും, വൈതരണി കടന്ന് അക്കരെയെത്തി അടുത്ത ജന്മത്തിനായി കാത്തിരിക്കാൻ ആത്മാക്കളെ സഹായിക്കുവാൻ വേണ്ടി അന്ത്യേഷ്ടി, ശ്രാദ്ധം എന്നിവ നടത്തണമെന്ന് പറയുകയും ചെയ്തു. അങ്ങനെ ചെയ്യുമ്പോൾ മാത്രമാണ് പുനർജന്മമെന്ന നൂലാമാലയിൽ നിന്ന് അവർക്ക് എന്നെന്നേയ്ക്കുമായി മോചനം ലഭിക്കുകയുള്ളൂ. അഘോരികൾ മൃതദേഹത്തിൽ നിന്നുള്ള അസ്ഥികളും തലയോട്ടികളും തങ്ങളുടെ രഹസ്യമായി നടക്കുന്ന ഗൂഢാചാരങ്ങളിൽ (ശവ-സാധന) ഉപയോഗിക്കാതിരിക്കാൻ വേണ്ടി മൃതദേഹം ദഹിപ്പിക്കുക തന്നെ ചെയ്യണം. ശ്മശാനം (മൃതദേഹം ദഹിപ്പിക്കുകയോ, പുഴയിൽ ഒഴുക്കുകയോ ചെയ്യുന്ന ഇടം), സെമിത്തേരി (മൃതദേഹം മണ്ണിനടിയിൽ അടക്കം ചെയ്യുന്ന ഇടം), ചാണൽ നിലങ്ങൾ (മൃതദേഹം തുറസ്സായി ഇട്ടിരിക്കുന്ന ഇടം) എന്നീ സ്ഥലങ്ങൾ, ഇരുളടഞ്ഞ, നിഗൂഢമായ, ഭയപ്പെടുത്തുന്ന, നെഗറ്റിവ് ശക്തികളുടെ പ്രദേശങ്ങളായാണ് വേദ സങ്കൽപ്പങ്ങളിൽ ഉള്ളത്. അവർ ചണ്ഡാളന് അയിത്തം കൽപ്പിക്കുക പോലും ചെയ്തിട്ടുണ്ട് – മരണം നടക്കുന്ന സമയങ്ങളിൽ മാത്രമേ ചണ്ഡാളനോട് അവർ വിനിമയങ്ങൾ നടത്തിയിരുന്നുള്ളൂ.

ശവസാധന അല്ലെങ്കിൽ മൃതദേഹങ്ങളുമായി ബന്ധപ്പെട്ട ആചാരങ്ങൾ

'മാനസ്' അഥവാ 'മനസ്സ്' എന്ന വാക്കിൽ നിന്നും വന്ന 'മന്ത്ര'ത്തിന് വേദലോകം വലിയ വില കൽപ്പിച്ചിരുന്നു. വേദകാലത്തിന്റെ തുടക്കത്തിൽ, ആത്മാവിനെ സൂചിപ്പിക്കുന്ന വാക്കുകളായി ജീവ, അശു, പ്രാണ എന്നിവ പോലെയുള്ള ഒന്നായിരുന്നു 'മാനസ്'. താന്ത്രികലോകം വിലകൽപ്പിച്ചിരുന്നത് തനു അഥവാ ശരീരത്തിനാണ്. പൂർവ്വികരുടെ ലോകത്തേക്കുള്ള പ്രേതാത്മാവിന്റെ യാത്രയെ സഹായിക്കുവാനാണ് വേദപ്രമാണങ്ങൾ നമ്മോട് പറയുന്നതെങ്കിൽ, ആത്മാവ് ശരീരത്തിൽ നിന്നും സ്വമേധയാ വിട്ടുപോകുന്ന മാർഗ്ഗങ്ങളാണ് താന്ത്രിക പ്രമാണങ്ങളിലുള്ളത്. യോഗയിലെ 'സമാധി' അത്തരത്തിലുള്ള ഒരു രീതിയാണ്. ഇത്തരത്തിൽ ചെയ്യുമ്പോൾ ആത്മാവിന് സ്വേച്ഛ പ്രകാരം ദൈവങ്ങളുടെയും ആത്മാക്കളുടെയും ലോകത്തേയ്ക്ക് പോകാനും, ശരീരത്തിലേയ്ക്ക് മടങ്ങി വരാനും സാധിക്കും. ആദ്യകാല യോഗാ ഗ്രന്ഥങ്ങളിൽ ഇതിനെക്കുറിച്ച് പ്രതിപാദിക്കുന്നുണ്ട്. ഒരു യോഗിയുടെ ജീവാത്മാവ് എങ്ങനെയാണ് പ്രാപഞ്ചിക പരമാത്മാവുമായി ലയിക്കുന്നത് എന്ന് താന്ത്രികത്തിൽ പറയുന്നുണ്ട്. ഹൈന്ദവ അധ്യാത്മദർശനത്തിന്റെ അടിത്തറ ഇത് തന്നെയാണ്. കുണ്ഡലിനിയിലൂടെ എങ്ങനെ

യാണ് ശരീരത്തിന്റെ അപ്രയുക്തമായ ജീവാത്മാവിനെ ഉത്തേജിപ്പിക്കുന്നതെന്ന് അവർ കണ്ടെത്തി. അതുവഴി അന്തരീക്ഷത്തിലൂടെ സഞ്ചരിക്കുക, ജലത്തിനു മുകളിലൂടെ നടക്കുക, ശരീരത്തിന്റെ വലിപ്പവും രൂപവും മാറ്റുക, സമയവും സ്ഥലവും കൗശലത്താൽ സ്വാധീനിക്കുക തുടങ്ങിയ 'സിദ്ധികൾ' അഥവാ അതീന്ദ്രിയ ശക്തികൾ നേടാനും വളർത്താനും അവർക്ക് സാധിക്കുന്നു. ഇത് ഹൈന്ദവ നിഗൂഢ ജ്ഞാനമാണ്. ഇതിൽ വിദഗ്ധരായവരെ വടക്കേ ഇന്ത്യയിൽ 'നാഥ്' എന്നും, തെക്കേ ഇന്ത്യയിൽ 'സിദ്ധ്' എന്നും പറയുന്നു.

മൃതദേഹങ്ങൾ അഴുകിപ്പോകാൻ അനുവദിക്കുന്ന ഒരു ശ്മശാനത്തിൽ താന്ത്രിക മഹാസിദ്ധൻ

പദ്മസംഭവ പോലുള്ള വജ്രായന ബുദ്ധിസത്തിലെ താന്ത്രിക് ഗുരുക്കന്മാരും, എൺപത്തിനാല് സിദ്ധരിലെ പലരും തലയോട്ടികളും അസ്ഥികളും കൊണ്ടുനടക്കുന്നതായും, ചാണൽ നിലങ്ങളിൽ അഴുകിയ മൃതദേഹങ്ങൾക്കിടയിൽ വസിക്കുന്നതായും കാണാം. വളരെക്കുറച്ച് ആളുകൾ മാത്രമേ അവർക്കരികിലേയ്ക്ക് പോകാൻ ധൈര്യപ്പെട്ടുള്ളൂ. നാഥരുടെ മഹാഗുരുവായ ദത്ത അഥവാ ആദിഗുരുവിനെ ചിത്രീകരിച്ചിരിക്കുന്നത് തന്നെ ഗ്രാമാതിർത്തിയിൽ ഒരു ആൽമരത്തിന് കീഴിൽ, നായ്ക്കൾക്കും ഒരു പശുവിനുമൊപ്പം ഇരിക്കുന്ന രീതിയിലാണ്. താന്ത്രികവും വൈദികവുമായ രീതികളുടെ സന്തുലനമാണ് ഇത് കൊണ്ട് അർത്ഥമാക്കുന്നത്.

താന്ത്രികതയെ മുഖ്യധാരയിലേക്ക് കൊണ്ടുവരാനുള്ള ശ്രമങ്ങൾക്ക് നേതൃത്വം നൽകിയത് ആദിശങ്കരനാണ്. അദ്ദേഹമാണ് ഏഴാം നൂറ്റാണ്ടിൽ ഗോത്രവർഗ്ഗക്കാർക്കിടയിലും മറ്റുള്ള സമുദായങ്ങൾക്കിടയിലും വേദസംസ്കാരത്തിന് പ്രചാരം നൽകിയത്. ഒരു ബ്രാഹ്മണ കുടുംബത്തിലായിരുന്നു അദ്ദേഹത്തിന്റെ ജനനം. ചെറുപ്പത്തിലേ പിതാവ് മരിച്ച അദ്ദേഹത്തെ വളർത്തിയത് അമ്മയായിരുന്നു. അദ്ദേഹത്തിന്റെ സ്വതന്ത്ര ചോദനകളെ പ്രോത്സാഹിപ്പിച്ചിരുന്ന സ്ത്രീയായിരുന്നു അവർ. മാറ്റിനിർത്തപ്പെടലുകൾ ആചരിക്കുന്നത് മൂലം ബ്രാഹ്മണാചാരങ്ങളിൽ ഉള്ള പരിമിതികളും, എല്ലാത്തിനെയും അംഗീകരിക്കുക എന്ന ബുദ്ധിസത്തിലെ രീതികളുടെ മഹത്വവും അദ്ദേഹം മനസ്സിലാക്കി. സമുദായങ്ങളെ വേർപെടുത്തുന്നതിനേക്കാൾ, അവയെ കൂട്ടിയിണക്കുന്നതിലാണ് കാര്യം എന്ന് ആദിശങ്കരൻ തീരുമാനിച്ചു. ബുദ്ധിസത്തിലെ ശൂന്യ (അഭാവം) എന്ന ആശയവും, ഹിന്ദു മതത്തിലെ നിർഗുണ (രൂപമില്ലാത്ത ദിവ്യത്വം) എന്ന ആശയവും തമ്മിൽ സാമ്യതകളുണ്ട്

എന്ന് അദ്ദേഹം കണ്ടെത്തി. ശിവന്റെ അനന്തജ്യോതിഃസ്തംഭത്തിൽ (ജ്യോതിർലിംഗം), അരൂപമായ ദിവ്യത്വത്തിന്റെ സാന്നിദ്ധ്യം അദ്ദേഹം ദർശിച്ചു.

അമ്മയുടെ ആഗ്രഹങ്ങൾക്ക് വിപരീതമായി അദ്ദേഹം സന്യാസം സ്വീകരിച്ചു. പക്ഷെ, വേദസംസ്കാരത്തിന്റെ നിയമാവലികൾ ലംഘിച്ച്, അമ്മയുടെ മരണാനന്തര ചടങ്ങുകളിൽ അദ്ദേഹം പങ്കെടുക്കുകയുണ്ടായി. മറ്റൊരു രീതിയിൽ പറഞ്ഞാൽ, കുടുംബവുമായുള്ള കണ്ണികളെല്ലാം അറുത്തുമുറിച്ച ഒരു മുനിയായിരുന്നിട്ടും, അദ്ദേഹം ഒരു മകന്റെ കടമ നിർവ്വഹിച്ചു. ഇത് നിയമലംഘനമായിരുന്നു. ഭാഷയേക്കാളുപരി അരൂപമായ അർത്ഥത്തിലും, ആചാരങ്ങളേക്കാളുപരി ആശയത്തിലും, ശരീരത്തേക്കാളുപരി ആത്മാവിലും അദ്ദേഹം മൂല്യം കണ്ടെത്തി.

പൂർവ്വികരുടെ ആത്മാവിനെ ജീവിച്ചിരിക്കുന്നവരുടെ ശരീരത്തിലേയ്ക്ക് ആവാഹിക്കുന്ന പഴയ നിഗൂഢാചാരങ്ങൾ ഇപ്പോഴും തുടരുന്ന കേരളമാണ് ആദിശങ്കരന്റെ നാട്. കാശിയിലെ ജീവിതത്തിനിടയിൽ അദ്ദേഹം ഒരു ചണ്ഡാളനുമായി സമ്പർക്കത്തിലായ കഥ നമുക്കറിയാം. ചണ്ഡാളനോട്, തന്റെ വഴിയിൽ നിന്ന് മാറാൻ ആദിശങ്കരൻ ആവശ്യപ്പെട്ടു. ആ ചണ്ഡാളൻ പറഞ്ഞ മറുപടി ഇങ്ങനെയായിരുന്നു – “ഞാൻ മാറണോ അതോ എന്റെ ആത്മാവ് മാറണോ? പക്ഷേ ആത്മാവ് സർവ്വവ്യാപിയാണെന്നല്ലേ അങ്ങ് പറഞ്ഞത്? പിന്നെയെങ്ങനെ അതിനെ മാറ്റിനിർത്താൻ സാധിക്കും? ആത്മാവാണ് സർവ്വവും എങ്കിൽ പിന്നെ എന്തിനാണ് എന്നോട് മാറി നിൽക്കാൻ ആവശ്യപ്പെട്ടത്?” ഈ വാക്കുകൾ അദ്ദേഹത്തിൽ മതിപ്പുളവാക്കി. ചണ്ഡാളൻ ശിവൻ തന്നെയാണെന്ന് അദ്ദേഹത്തിന് ബോധ്യപ്പെട്ടു.

ആദിശങ്കരന്റെ ജീവിതകാലഘട്ടത്തിന് ഏകദേശം അഞ്ചു നൂറ്റാണ്ടുകൾക്ക് ശേഷം രചിക്കപ്പെട്ട അദ്ദേഹത്തിന്റെ ജീവചരിത്രത്തിൽ, ഒരു ശരീരത്തിൽ നിന്നും മറ്റൊരു ശരീരത്തിൽ പ്രവേശിച്ച് അതിലൂടെ ജീവിതത്തെ അറിയുന്ന ശുദ്ധ ജ്ഞാനമായ പരകായപ്രവേശം അദ്ദേഹത്തിനറിയാമായിരുന്നതായി പറയുന്നുണ്ട്. ഗൃഹസ്ഥ ജീവിതത്തേക്കാൾ ഒരു മുനിയുടെ ജീവിതത്തിനാണ് അദ്ദേഹം പ്രാമുഖ്യം നൽകിയത്. അതിനാൽ ത്തന്നെ, അദ്ദേഹം ബുദ്ധിസത്തിലെ ആശയങ്ങളെ ഹിന്ദു മതത്തിലൂടെ അവതരിപ്പിക്കുകയാണ് എന്ന് ചിലർ ആരോപിച്ചിരുന്നു.

പരകായപ്രവേശം അല്ലെങ്കിൽ ഒരു വ്യക്തി തന്റെ ശരീരം ഉപേക്ഷിച്ച് മറ്റൊരു ശരീരത്തിലൂടെ ജീവൻ അനുഭവിക്കാൻ ഒരു മൃതദേഹത്തിൽ പ്രവേശിക്കുന്ന താന്ത്രിക നിഗൂഢ പരിശീലനം

ഉഭയഭാരതി എന്ന് പേരുള്ള ഒരു സ്ത്രീ താന്ത്രികതയിലും കാമശാസ്ത്രത്തിലും അദ്ദേഹത്തിനുള്ള അറിവിനെ ഒരിക്കൽ ചോദ്യം ചെയ്തു. ശരീരത്തെക്കുറിച്ചുള്ള അറിവും, ലൈംഗികതയെയും മറ്റുള്ള വികാരചോദനകളെയും കുറിച്ചുള്ള അന്വേഷണമായിരുന്നു അത്. ബ്രഹ്മചര്യവ്രതമെടുത്ത, ആത്മസംയമനം പാലിക്കേണ്ട ഒരു സന്ന്യാസിയ്ക്ക് ഈ അറിവ് എങ്ങനെ അനുഭവത്തിൽ വരുത്താൻ സാധിക്കും? ഇതിനെത്തുടർന്ന് ആദിശങ്കരൻ ഒരു ഗൂഢാചാരം ചെയ്തു എന്നാണ് പറയപ്പെടുന്നത്. അദ്ദേഹം സമാധിയുടെ യോഗനിലയിൽ പ്രവേശിക്കുകയും, ശരീരത്തിൽ നിന്നും ആത്മാവിനെ, ഉറയിൽ നിന്നും ഖഡ്ഗം കണക്കെ, അടർത്തി മാറ്റുകയും ചെയ്തു. എന്നിട്ടദ്ദേഹം അമരു രാജാവിന്റെ മൃതദേഹത്തിൽ പ്രവേശിക്കുകയും, രാജാവ് ജീവിതാവസ്ഥയിലേയ്ക്ക് മടങ്ങി വരുകയും ചെയ്തു. അമരുവിന്റെ ശരീരത്തിലൂടെ, അദ്ദേഹത്തിന്റെ രാജകൊട്ടാരത്തിലിരുന്ന്, ആദി ശങ്കരൻ ലൗകികസുഖങ്ങൾ അനുഭവിച്ചു. ഇതിനെ തുടർന്നാണ് അദ്ദേഹം വൈകാരികാനന്ദങ്ങളെക്കുറിച്ചുള്ള അമരു ശതകം രചിച്ചത്.

തന്റെ ശരീരത്തിന്റെ പരിശുദ്ധി കാത്തുസൂക്ഷിച്ചുകൊണ്ടു തന്നെ വൈദികപ്രമാണങ്ങൾ അശുദ്ധമായി കരുതുന്നതിനെ അനുഭവിക്കാൻ താന്ത്രികാചാരങ്ങൾ മൂലം ആദിശങ്കരന് സാധിച്ചു. വേദാന്തികരുടെയും, താന്ത്രികരുടെയും ബഹുമാനം അദ്ദേഹത്തിന് ഒരുപോലെ ലഭിച്ചു. താന്ത്രികവിദ്യകളിലുള്ള പാടവം, തന്റെ ജീവാത്മാവിനെ ശരീരത്തിൽ നിന്നും സ്വമേധയാ പുറത്തേയ്ക്ക് നീക്കാൻ അദ്ദേഹത്തെ സഹായിച്ചു. വേദാന്തത്തിലുള്ള പാടവം, ജീവാത്മാവും, പ്രാപഞ്ചിക ശക്തിയായ പരമാത്മാവും ഒന്നു തന്നെയാണെന്ന ബോധ്യം അദ്ദേഹത്തിന് നൽകി. അതുകൊണ്ട് തന്നെ അധ്യാത്മദർശനം, ഗൂഢജ്ഞാനം, സമാധി, സിദ്ധി എന്നിവയുടെ മഹാഗുരുവാണ് ആദിശങ്കരൻ. അദ്ധ്യാത്മദർശനം, ജീവാത്മാവിനെ പരമാത്മാവുമായി ബന്ധിപ്പിക്കുന്നു. ഗൂഢാചാരം ചെയ്യുന്നതിലൂടെ ജീവാത്മാവിനെ കുണ്ഡലിനി മൂലം ഉത്തേജിപ്പിക്കാനും തദ്വാരാ ശരീരത്തിന്റെ പരിമിതികളിൽ ഒതുങ്ങി നിൽക്കാതെ അതീന്ദ്രിയ ശക്തികൾ നേടാനും സഹായിക്കുന്നു. എല്ലാം ചേർത്തു വച്ചു വായിക്കുമ്പോൾ, ജീവിതത്തിൽ അറിഞ്ഞതിനേക്കാൾ കൂടുതലാണ് അറിയാത്തവ. മാറ്റിനിർത്തലല്ല, മറിച്ച്, ഉൾപ്പെടുത്തലാണ് അതിന്റെ കാതൽ.

അദ്ധ്യായം 6

# മരിച്ചവരുടെ ഭയം

*ഭാരതത്തിലെ ഗൂഢാചാരങ്ങളിൽ വിവരിച്ചിട്ടുള്ള ഭൂത, പ്രേത, പിശാച്, വേതാളം പോലുള്ളവയെക്കുറിച്ച് അറിയാം*

ആത്മാവില്ലാത്ത സോംബികൾ ചുറ്റിക്കറങ്ങി ജീവിച്ചിരിക്കുന്നവരെ തിന്നുകയും, അവരിൽ രോഗങ്ങൾ പടർത്തുകയും ചെയ്യുന്ന ഇതിവൃത്തങ്ങളുള്ള നിരവധി സിനിമകൾ ഹോളിവുഡിൽ വന്നിട്ടുണ്ട്. ചില സിനിമകളിൽ, മരണമില്ലാത്ത, എന്നാൽ ജീവനില്ലാത്ത, മനുഷ്യ രക്തം കൊതിച്ച് നടക്കുന്ന രക്തരക്ഷസ്സുകളെയും നമ്മൾ കണ്ടിട്ടുണ്ട്. മറ്റു ചിലതിലാകട്ടെ, നരകത്തിൽ നിന്നും ഉയിർത്തെഴുന്നേറ്റു വരുന്ന ദുർദേവതകൾ, പുണ്യഭൂമിയിൽ അടക്കം ചെയ്യപ്പെടാത്ത പ്രേതങ്ങൾ മുതലായവർ കാറ്റിൽ അലഞ്ഞു തിരിയുന്നതും, വീടുകളിലും ആളുകളിലും ബാധയായി കയറിക്കൂടുന്നതും കാണാം. മന്ത്രവാദിയെ വിളിപ്പിക്കുകയും, അവരെ ഭൂമിയിൽ നിന്നും ഉച്ചാടനം ചെയ്ത് ആദ്യം മൃതാത്മ പാപമോചനസ്ഥാനത്തേയ്ക്കും, അവിടെ നിന്ന് തിരികെ നരകത്തിലേയ്ക്കും പറഞ്ഞയക്കുന്നു. ക്രിസ്തീയ പുരാണങ്ങളിലെ ലോകത്ത് നിന്നുള്ളവരാകയാലും, ഒറ്റജന്മം എന്ന ആശയം പിന്തുടരുന്നവരാകയാലും, അവർക്ക് ക്രിസ്തീയ മതചിഹ്നങ്ങളോടും, ബൈബിൾ വാക്യങ്ങളോടും ഭയമാണ്.

ഭാരതത്തിന്റെ സാംസ്കാരിക ചുറ്റുപാടിൽ ഈ ആശയങ്ങൾക്ക് യാതൊരു സാധുതയുമില്ല. കാരണം, ഭാരതത്തിലെ ആത്മാക്കൾ, പുനർജന്മത്തെ അധിഷ്ഠിതമായുള്ള, തികച്ചും വ്യത്യസ്തമായ മറ്റൊരു പുരാണത്തിൽപ്പെട്ടവരാണ്. അതിൽ തിന്മ (ദൈവത്തിൽ നിന്നും വിഭിന്നമായത്) എന്നൊരു സങ്കൽപ്പം തന്നെയില്ല. അതിൽ ശവമട

ക്കിനും, ശവദാഹത്തിനുമുള്ള ചാണൽ നിലം (ശ്മശാന ഭൂമി), അറിവിന്റെ വിദ്യാലയങ്ങളായാണ് കാണുന്നത് പോലും. പല താന്ത്രികാചാരങ്ങളും നടക്കുന്നത് ശ്മശാനങ്ങളിലാണ്. അതിൽ പലതിലും മൃതദേഹങ്ങളും മരിച്ചവരുടെ ആത്മാക്കളും ഭാഗഭാക്കുകളാണ്. ഗരുഡപുരാണത്തിൽ പറയുന്നതെന്തെന്നാൽ, ഒരു ബ്രാഹ്മണൻ അന്ത്യേഷ്ടിയും ശ്രാദ്ധകർമ്മങ്ങളും നിർവ്വഹിക്കാത്ത പക്ഷം, ഒരു പ്രേതാത്മാവിന് വൈതരണി കടക്കാനോ, പിതൃ ആകാനോ സാധിക്കില്ല എന്നാണ്. അത്തരം ആത്മാക്കൾ ജീവിച്ചിരിക്കുന്നവരുടെ ലോകത്ത് കുടുങ്ങിക്കിടക്കുന്നുണ്ടാവാം. അത് ഒരിക്കലും ഗുണകരമല്ല. അവർ ഭൂതങ്ങളായി മാറി ജീവിച്ചിരിക്കുന്നവരെ ശല്യപ്പെടുത്തുകയോ, പിശാചുക്കളായി മാറി, മരണപ്പെട്ടവരെ ശല്യപ്പെടുത്തുകയോ ചെയ്യും. അവർ വേതാളമായി മാറുകയാണെങ്കിൽ മന്ത്രവാദികൾ അവരെ ശല്യപ്പെടുത്തുന്നു.

ഹിന്ദു മതത്തിലെ പ്രേതം കുടുങ്ങിക്കിടക്കുന്നവരോ, ദിക്ക് തെറ്റിപ്പോയവരോ ആയിരിക്കാമെങ്കിലും, അവർ ദുരാത്മാക്കളല്ല. പ്രേതങ്ങളെ ആട്ടിയകറ്റാൻ വേണ്ട ആചാരങ്ങൾ ഉണ്ട്. പക്ഷെ അവയെല്ലാം തന്നെ പരിതാപകരമായ അവസ്ഥയിലുള്ള ഈ പ്രേതങ്ങളുടെ വിശപ്പിനെയും അടുപ്പത്തെയും പരിഗണിക്കുന്നവരാണ്. ഹിന്ദു മതത്തിലെ ഉച്ചാടനം എന്ന് പറയുന്നത്, അവരുടെ യാത്രയെ സുഗമമാക്കാൻ വേണ്ടിയുള്ള ഒന്നാണ്. കപട ദേഷ്യം, ഭീഷണി, അനുഭാവപൂർവ്വമുള്ള പ്രേരണ, ചിലപ്പോഴൊക്കെ കൈക്കൂലി, മരണപ്പെട്ടവരുടെ യാത്രയ്ക്ക് തടസ്സം നിൽക്കുന്ന എല്ലാറ്റിനെയും പരിഹരിക്കാമെന്ന വാക്ക് – ഇതൊക്കെ ഇതിന്റെ ഭാഗങ്ങളാണ്. പാതാളത്തിൽ പോയി രാക്ഷസന്മാരിൽ നിന്നും രാമലക്ഷ്മണന്മാരെ രക്ഷിച്ച ഹനുമാനോട് പലപ്പോഴും സംരക്ഷണത്തിനായി അഭ്യർത്ഥിക്കുന്നു. ശിവ-ഭൈരവന്റെ പ്രതിരൂപമായി കണക്കാക്കുന്നതിനാൽ ഹനുമാനെ പ്രേതാത്മാക്കൾക്ക് ഭയമാണ്.

## പ്രേതം

മരണത്തിനും അന്ത്യകർമ്മങ്ങൾക്കും ശേഷം, മരിച്ചുപോയ വ്യക്തിയുടെ ആത്മാവ് അഥവാ പ്രേതം, വൈതരണി കടന്ന് യമലോകത്തേയ്ക്കുള്ള യാത്രയ്ക്ക് മുൻപ് കുറച്ച് ദിവസങ്ങൾക്കൂടി ശ്മശാനത്തിൽ തങ്ങുന്നു. ഈ കാലയളവിൽ അത് പലപ്പോഴും ഭയന്നും, വഴിയറിയാതെയും ഉഴലുന്നുണ്ടാവും. അതുകൊണ്ട് സ്നേഹം നിറഞ്ഞ ബന്ധുക്കൾ ഒരു വിളക്കും, കുറച്ച് വെള്ളവും, മുളപ്പിക്കുന്ന ധാന്യങ്ങളും നൽകി അവരെ സമാധാനിപ്പിക്കുന്നു. യാത്ര ചെയ്യുമ്പോഴോ, വീട്ടിൽ നിന്നും അകലെയോ, അപകടങ്ങളിലോ, പകർച്ചവ്യാധി പട്ടിണി എന്നിവ പടർന്നുപിടിച്ചപ്പോഴോ മരണപ്പെട്ട ആളുകളും തങ്ങളുടെ കുടുംബം തങ്ങളെ ഒരുക്കുമെന്നും, തങ്ങളുടെ യാത്രയ്ക്ക് വേണ്ട ഒരുക്കങ്ങൾ ചെയ്തു തരുമെന്നും

പ്രതീക്ഷിച്ച് ശ്മശാനങ്ങളിൽ തങ്ങുന്നു എന്നാണ് ഗരുഡപുരാണം പറയുന്നത്. ഇവ പൂർത്തിയാക്കാതെ അവർക്ക് മരിച്ചവരുടെ ലോകത്തേയ്ക്ക് മടങ്ങിപ്പോകാനാവില്ല. തെറ്റായ ലോകത്ത് പെട്ടുപോയ അവർ, ജീവിച്ചിരിക്കുന്നവർ അവരെ യാത്രയാക്കാൻ വേണ്ട കാര്യങ്ങൾ ചെയ്യുന്നത് വരെ അവരെ വേട്ടയാടുകയും, അവരുടെ ദേഹത്ത് കൂടുകയും ചെയ്ത് ശല്യപ്പെടുത്തിക്കൊണ്ടിരിക്കും. കാശിയിൽ, ശ്മശാനത്തിൽ കുടിയിരിക്കുന്ന പ്രേതാത്മാക്കൾക്കൊപ്പം ശിവൻ നിത്യേന ഹോളി ആഘോഷിക്കുമെന്നും, അവർ വർണ്ണപ്പൊടികൾക്ക് പകരം ഭസ്മം വാരിയെറിയുന്നുവെന്നും പറയുന്ന തരത്തിലുള്ള പാട്ടുകളുണ്ട്. മിക്ക പ്രേതാത്മാക്കളും താൽക്കാലിക താമസക്കാരാണ്. എന്നെങ്കിലുമൊരിക്കൽ അവർ യമലോകത്തേയ്ക്ക് യാത്രയാകും. എന്നാൽ ചിലർ പോകാതിരിക്കുകയും, ജീവിച്ചിരിക്കുന്നവർക്ക് ബുദ്ധിമുട്ടുണ്ടാക്കുകയും ചെയ്യുന്നു.

പ്രേതങ്ങൾ ആൽമരത്തിന്റെ തൂങ്ങിക്കിടക്കുന്ന വേരുകളിൽ ഒളിച്ചിരിക്കുന്നു എന്നാണ് സങ്കൽപ്പം. യമലോകത്തിൽ പിതൃക്കൾ ചെയ്യുന്നത് പോലെ, അവരും വവ്വാലുകളെപ്പോലെ തലകീഴായി തൂങ്ങിക്കിടക്കുന്നു. അതുകൊണ്ടുതന്നെ ആൽമരം ഒരിക്കലും വീട്ടിൽ വളർത്തുന്ന ഒന്നല്ല. സന്ന്യാസിമാർ മാത്രമേ അതിന്റെ തണലിൽ ജീവിക്കാറുള്ളൂ. ശിവൻ ആൽമരത്തിനടിയിൽ ഇരുന്ന്, ആത്മരഹസ്യം സന്ന്യാസിമാർക്ക് പറഞ്ഞുകൊടുക്കുന്ന തരത്തിലാണ് പലപ്പോഴും ചിത്രണം ചെയ്യപ്പെട്ടിട്ടുള്ളത്. വിഷ്ണു ഒരു കുഞ്ഞിന്റെ രൂപമെടുക്കുകയും, ആൽമരത്തിന്റെ ഇലയിൽ കിടക്കുകയും ചെയ്യും. ഈ ഇല, വിധിയുടെയും മരണത്തിന്റെയും അലകളിലൂടെ ആടിയാടി നീങ്ങുന്നു (പ്രളയം). ശിവനും വിഷ്ണുവും, ഒരിക്കലും പ്രതീക്ഷ കൈവിടരുത് എന്ന് പ്രേതാത്മാക്കളെ സമാധാനിപ്പിക്കുന്നു.

നമ്മുടെ നാട്ടിലുള്ള പഴങ്കഥകളിൽ നിന്നും, പ്രേതാത്മാക്കൾ രണ്ടു തരം ഉണ്ടെന്ന് നമുക്ക് മനസ്സിലാക്കാം : അക്കരെ കടക്കാൻ വളരെയധികം താത്പര്യത്തോടെ നിൽക്കുന്നവരും, അല്ലാത്തവരും. ജീവിച്ചിരിക്കുന്നവരുടെ നാടുമായി അങ്ങേയറ്റം അടുപ്പം സൂക്ഷിക്കുന്ന, കുടുംബത്തോടും സമ്പത്തിനോടും വളരെയധികം ഒട്ടി നിൽക്കുന്ന, അല്ലെങ്കിൽ ദേഷ്യം, അസൂയ, പക, അനീതി എന്നീ വികാരങ്ങൾ ഭരിക്കുന്നവരാണ് രണ്ടാമത്തെ വിഭാഗത്തിലുള്ള പോകാൻ മടിയുള്ള പ്രേതാത്മാക്കൾ.

വിശപ്പും ദേഷ്യവും അടക്കാനാവാതെ നിൽക്കുന്നവർക്ക് ഭക്ഷണം ആശ്വാസം നൽകുന്നത് പോലെയാണ്, ഗരുഡപുരാണത്തിൽ പറഞ്ഞിരിക്കുന്ന അന്ത്യകർമ്മങ്ങൾ ഇവർക്ക് ഭവിക്കുക. മരിച്ചവർക്കുവേണ്ടിയുള്ള പൊതുചടങ്ങുകൾ പ്രോത്സാഹിപ്പിക്കപ്പെടുന്നു, അതുവഴി അപരിചിതർ, അജ്ഞാതർ, മറന്നുപോയ മരിച്ചവർ, യാചകർ, അനാഥർ, വിധവകൾ എന്നിവർക്ക് അവരുടെ ചടങ്ങുകൾ പൂർത്തിയാകാത്തതിനാൽ

അവർക്ക് സമാധാനം കണ്ടെത്താൻ കഴിയും. പ്രേതാത്മാവ് മരിച്ചവരുടെ ലോകത്തെത്തി പിതൃ ആയി മാറിയെങ്കിൽ മാത്രമേ എല്ലാം ശുഭകരമാകുകയുള്ളൂ.

പല നാടോടി കഥകളും അനുസരിച്ച്, മരിച്ചവരുടെ വിശക്കുന്ന കൈകൾ

പിതൃ ആയി മാറിയ ശേഷവും ഒരു പ്രേതാത്മാവിനുള്ള ആശങ്കകളെക്കുറിച്ച് പറയുന്ന രസകരമായ ഒരു കഥ, *കഥാ സരിത്സാഗരം* എന്ന സംസ്കൃത കഥാ സമാഹാരത്തിലുണ്ട്. ഒരിക്കലൊരു രാജാവ് ആണ്ടിലൊരിക്കലുള്ള പിണ്ഡദാനം ചെയ്യുകയായിരുന്നു. അപ്പോൾ അവ സ്വീകരിക്കുവാനായി ഭൂമിയിൽ നിന്നും മൂന്നു കൈകൾ ഉയർന്നു വന്നു. ഒന്ന് ഒരു ബ്രാഹ്മണന്റെയും, മറ്റൊന്ന് ഒരു ക്ഷത്രിയന്റെയും, മൂന്നാമത്തേത് ഒരു വൈശ്യന്റെയും ആയിരുന്നു. ആ രാജാവിന്റെ അമ്മയെ വിവാഹം ചെയ്തത് ഒരു ബ്രാഹ്മണനും, ഗർഭം ധരിപ്പിച്ചത് ഒരു വൈശ്യനും, കുട്ടിയെ വളർത്തിയത് ഒരു ക്ഷത്രിയനുമായിരുന്നു. അപ്പോൾ ആരാണ് ശരിക്കുമുള്ള പിതാവ്? ആ തർപ്പണം ആരാണ് സ്വീകരിക്കേണ്ടത്? ഈ ചോദ്യത്തിനുത്തരം, നിരവധി നിയമ-സാമൂഹിക മാനദണ്ഡങ്ങളിൽ ആശ്രയിച്ചിരിക്കുന്നു. പക്ഷെ ബന്ധുത്വം ഉള്ളവരോ ഇല്ലാത്തവരോ ആയ എല്ലാ പരേതാത്മാക്കളും തർപ്പണം സ്വീകരിക്കണം എന്നാണ് രാജാവ് തീരുമാനിച്ചത്. ഒരു മഹാനായ അധിപന്റെ മുഖമുദ്രയാണ് ആ മഹാമനസ്കത.

## ഭൂത

'ഭൂത' എന്ന വാക്കിന് പല അർത്ഥങ്ങളുണ്ട്. വായു, അഗ്നി, ജലം, ഭൂമി, ആകാശം എന്നിവയടങ്ങുന്ന പഞ്ചഭൂതമാകാം അത്. 'കഴിഞ്ഞുപോയത്' എന്നർത്ഥം വരുന്ന വാക്കാവാം. 'പ്രേതം' എന്നർത്ഥം വരുന്നതുമാകാം. ഭാവിയിലേയ്ക്ക് യാത്ര ചെയ്യാൻ സഹായിക്കുന്ന കർമ്മങ്ങളൊന്നും ചെയ്യാത്തതിനാൽ കഴിഞ്ഞ കാലത്തിൽത്തന്നെ കുടുങ്ങിക്കിടക്കുന്ന പ്രേതങ്ങളാണ് ഭൂത. ജീവിച്ചിരിക്കുന്നവരുടെ ലോകത്ത്, ശരീരമില്ലാതെ അകപ്പെട്ടു പോയവരാണവർ. അതിനാലവർ ജീവിച്ചിരിക്കുന്നവരെ വേട്ടയാടുകയും, ഒറ്റപ്പെട്ട ഇടങ്ങളിലും ഉപേക്ഷിക്കപ്പെട്ട ഭവനങ്ങളിലും അഭയം തേടുകയും ചെയ്യുന്നു.

പല സമുദായങ്ങളിലും ജീവിച്ചിരിക്കുന്നവരെ അനുഗ്രഹിക്കാനും, ഭാവിയിലേക്ക് വെളിച്ചം വീശാനും, പ്രശ്നങ്ങൾക്ക് പരിഹാരം

കാണാനുമൊക്കെയായി ഭൂതങ്ങളെ വിളിച്ചുവരുത്താറുണ്ട്. പാട്ടു പാടാനും, നൃത്തം ചെയ്യാനും, സംഗീതം ഉണ്ടാക്കാനും കഴിവുകളുള്ള പ്രത്യേക പരിശീലനം കിട്ടിയ വ്യക്തികളാണ് അവരെ ആവാഹിക്കാറ്. ആത്മാവിനെ ഒരു പാത്രം കണക്കെ ഉൾക്കൊള്ളാനായി അവർ വർണ്ണങ്ങളും മുഖംമൂടികളും ഉപയോഗിച്ച് സ്വന്തം ശരീരത്തെ തയ്യാറാക്കുന്നു. കേരളത്തിൽ ഇതിനെ ദൈവങ്ങളെന്ന അർത്ഥത്തിൽ 'തെയ്യം' എന്ന് പറയുന്നു.

തെക്കൻ കർണ്ണാടകത്തിലെ തുളുനാട്ടിൽ ഈ ആചാരത്തിനെ ഭൂത-കോലം എന്ന് വിളിക്കുന്നു. ഇത്തരത്തിൽ ആവാഹിക്കുന്ന ആത്മാക്കൾ അക്രമികൾക്കും വന്യമൃഗങ്ങൾക്കുമെതിരെ പോരാടിയ, ശക്തരായ നേതാക്കളായ, മഹദ് വ്യക്തികളായിരിക്കും. ജീവിച്ചിരിക്കുന്നവരുടെ രക്ഷയ്ക്കായാണ് അവരുടെ ശക്തിയെ ആവാഹിക്കുന്നത്. ഇവിടെ ഭൂതത്തെ ഭയക്കുകയല്ല, മറിച്ച്, ആരാധിക്കുകയാണ് ചെയ്യുന്നത്. കേരളത്തിലും തുളുനാട്ടിലും ഉള്ള പല കൃഷിയിടങ്ങളിലും ഇവരോടുള്ള ആദരസൂചകമായി പണിഞ്ഞ ആരാധനാലയങ്ങളുണ്ട്. ഇറച്ചിയും കള്ളും ഉൾപ്പെടെ അവർക്ക് പ്രിയപ്പെട്ട ഭക്ഷണമെല്ലാം നേദിക്കാറുണ്ട്.

തുളുനാട്ടിലെ ഭൂത ദൈവം എന്നത് പ്രത്യേക പുരോഹിതന്മാർ വഴി ജീവിച്ചിരിക്കുന്നവരുമായി ആശയ വിനിമയം നടത്തുന്ന ഒരു പൂർവ്വിക ആത്മാവാണ്. ഈ പുരോഹിതന്മാർ ഉപവസിച്ചും പരമ്പരാഗത വസ്ത്രങ്ങൾ ധരിച്ചും ശരീരത്തെ ഒരുക്കുന്നു. സംഗീതത്തിന്റെയും നൃത്തത്തിന്റെയും അകമ്പടിയോടെ അവർ ഒരു മയക്കത്തിലേക്ക് പ്രവേശിക്കുന്നു.

ഭൂത എന്ന വാക്കിന് ഏറ്റവും കൂടുതൽ കണ്ടുവരുന്ന അർത്ഥം, ജീവിച്ചിരിക്കുന്നവരെ ശല്യപ്പെടുത്തുന്ന ആത്മാവ് എന്ന് തന്നെയാണ്. അന്ത്യകർമ്മങ്ങൾ നടത്തപ്പെടാത്ത പ്രേതാത്മാക്കൾ, തങ്ങളുടെ അതൃപ്തി പല രീതികളിൽ കാണിച്ചുകൊണ്ടേയിരിക്കും : അപകടങ്ങൾ, രോഗങ്ങൾ, ദുര്യോഗം, ഗർഭച്ഛിദ്രം, കന്നുകാലികളുടെ മരണം, ഭക്ഷണം ചീയൽ, ദുർഗന്ധം, പേടിസ്വപ്നങ്ങൾ, സാധനങ്ങളുടെ സ്ഥാനചലനം, മതിഭ്രമം, ഉന്മാദം മുതലായവ അതിൽപ്പെടും. കെട്ടിടങ്ങളും പാലങ്ങളും വീണുകൊണ്ടേയിരിക്കുമ്പോൾ അത് അതൃപ്തരായ ആത്മാക്കളുടെ സാന്നിദ്ധ്യം കൊണ്ടാണെന്ന് ആളുകൾ ഭയക്കുന്നു. അതിനാൽ അവരെ ശാന്തരാക്കാനും, സമാധാനിപ്പിക്കാനും, ഊട്ടാനും വേണ്ടിയുള്ള ആചാരങ്ങൾ നടത്തപ്പെടുന്നു.

പക്ഷേ വൈതരണി കടക്കാൻ താൽപ്പര്യമില്ലാത്ത പ്രേതാത്മാക്കളുമുണ്ട്. തങ്ങൾ ഉപേക്ഷിച്ച ജീവിതത്തോട് അദമ്യമായ അടുപ്പം സൂക്ഷിക്കുന്ന അവർ, പ്രതികാരമോ നീതിയോ തേടി അലയുന്നു. തങ്ങൾക്കുണ്ടായിരുന്നതോ നഷ്ടപ്പെട്ടു പോയതോ ആയ ജീവിത

ത്തിനായി അവർ കൊതിക്കുന്നു. ഇതാണ് ആസക്തി അല്ലെങ്കിൽ മോഹം. സമയബോധമില്ലാതെ, പ്രിയപ്പെട്ടവർ മരിച്ചതിനു ശേഷവും അവർ ഭൂമിയിൽ തന്നെ തുടരുന്നു.

## പിശാച്

ശ്മശാനത്തിൽ പ്രേതങ്ങളെ വേട്ടയാടുന്ന ഒരു പിശാച്

ദേവന്മാർ അസുരന്മാരെ ഭയപ്പെടുന്നതുപോലെ, ഋഷിമാർ രാക്ഷസന്മാരെ ഭയപ്പെടുന്നതുപോലെ, പ്രേതവും പിതൃവും പിശാചിനെ ഭയപ്പെടുന്നു. എന്നാൽ പിതൃ ആയി മാറാൻ സഹായിക്കുന്ന ഒരു കുടുംബം ഇല്ല എങ്കിൽ പ്രേതാത്മാവ് പിശാചായി മാറുകയും, മരണപ്പെട്ടവരെ ഉപദ്രവിക്കുകയും ചെയ്യുന്നു. അത് ജീവജാലങ്ങളെയും ദ്രോഹിക്കുന്നു – അത് ആളുകളെ ഭയപ്പെടുത്തുന്നു, ആളുകളെ ഭ്രാന്തന്മാരാക്കുന്നു, വെള്ളവും തീയും മലിനമാക്കുന്നു, ഭക്ഷണം നശിപ്പിക്കുന്നു, വീട്ടിൽ ദുർഗന്ധം നിറയ്ക്കുന്നു, ശരീരത്തിൽ പരുവും ചൊറിച്ചിലും ഉണ്ടാക്കുന്നു, നാവ് വളച്ചൊടിക്കുന്നു, അങ്ങനെ ആളുകൾ വൃത്തികെട്ടതും ദുഷിച്ചതുമായ വാക്കുകൾ പറയുന്നു, ബന്ധങ്ങൾ നശിപ്പിക്കുന്നു, ഗർഭം അലസലുകളും അപകടങ്ങളും ഉണ്ടാക്കുന്നു, ആടുകളും കന്നുകാലികളും അപ്രത്യക്ഷമാകാൻ കാരണമാകുന്നു, കൊതുകുകളും ചെള്ളുകളും വഴി രോഗങ്ങൾ പരത്തുന്നു.

പിശാചിനെ ശാന്തനാക്കാനും, പിതൃലോകത്തേക്കുള്ള അവരുടെ യാത്ര സാധ്യമാക്കാനും പ്രത്യേക ആചാരങ്ങളുണ്ട്. കർക്കശമായും എന്നാൽ അനുകമ്പയോടെയും, അതിനോട് പോകാനും യാത്ര തുടരാനും പറയേണ്ടതുണ്ട്.

ഋഗ്വേദത്തിലെ യമശ്ലോകത്തിലാണ് മരണപ്പെട്ടവരെ ശല്യപ്പെടുത്തുന്ന പ്രേതാത്മാക്കളെക്കുറിച്ചുള്ള ആദ്യത്തെ പരാമർശം ഉള്ളത്. അതിൽ അവരോട് ഇങ്ങനെ പറയുന്നുണ്ട്, “ഇവിടെ നിന്നും ദൂരെപ്പോകൂ, മാറിപ്പോകൂ, ഇഴഞ്ഞു നീങ്ങൂ. മരണപ്പെട്ടവർക്കായൊരു ലോകം പൂർവ്വികർ തയ്യാറാക്കിയിട്ടുണ്ട്. യമൻ അവർക്ക് ഭക്ഷണവും വിശ്രമസ്ഥാനങ്ങളും നൽകുന്നു”.

## വേതാള

മധ്യഭാരതത്തിൽ ഏകദേശം എട്ടാം നൂറ്റാണ്ട് ബിസി-യിൽ ആദ്യമായി പറയപ്പെട്ടത് എന്ന് കരുതുന്ന കഥകളനുസരിച്ച്, ഒരു മന്ത്രവാദിയ്ക്ക്

വേണ്ടി ശ്മശാനത്തിലെ വേതാളത്തെ പിടിച്ചുകൊണ്ടുവരാൻ വിക്രമാദിത്യ രാജാവിനെ പറഞ്ഞയച്ചത് മറ്റൊരു മന്ത്രവാദിയായിരുന്നു. രാജാവ് ഒന്നും സംസാരിക്കാത്തിടത്തോളം അദ്ദേഹത്തിന് വേതാളത്തെ തന്റെ ചുമലിൽ കൊണ്ടുവരാം. അദ്ദേഹം എന്തെങ്കിലും സംസാരിച്ചാൽ, വേതാളം തിരികെ മരത്തിലേയ്ക്ക് പോകും. വേതാളത്തിന് താൻ പിടിക്കപ്പെടണം എന്നാഗ്രഹമില്ലായിരുന്നു. അതുകൊണ്ടു തന്നെ രാജാവിന്റെ അഭിമാനത്തെ ചോദ്യം ചെയ്യുന്ന തരത്തിൽ, അദ്ദേഹം രാജാവാണെന്ന് തെളിയിക്കാൻ വേണ്ടി വേതാളം ചില ആവശ്യങ്ങളും കടങ്കഥകളും നിരത്തി. മാത്രവുമല്ല, ഉത്തരം അറിയാവുന്ന ചോദ്യത്തിന് മറുപടി പറയാതിരുന്നാൽ രാജാവിന്റെ തല പൊട്ടിത്തെറിച്ചു പോകും എന്നും വേതാളം ഓർമ്മപ്പെടുത്തി. ഇരുപത്തിനാല് തവണ വിക്രമാദിത്യൻ തോറ്റു. ഇരുപത്തിയഞ്ചാമത്തെ തവണ, തനിക്ക് ഉത്തരമറിയാത്തതിനാൽ വിക്രമാദിത്യന് ആശ്വാസമാകുകയും അദ്ദേഹം നിശ്ശബ്ദനാകുകയും ചെയ്തു. വേതാളം ഇത് കണ്ട് പൊട്ടിച്ചിരിച്ചു. എന്നിട്ട്, രാജാവിന്റെ അറിവില്ലായ്മ അദ്ദേഹത്തിന് വലിയ വിനയുണ്ടാകും എന്ന് പറഞ്ഞു. മന്ത്രവാദി താന്ത്രികാചാരങ്ങളിലൂടെ വേതാളത്തിന്റെ ശക്തി നേടുകയും, അതുപയോഗിച്ച് വിക്രമാദിത്യനെ സ്ഥാനഭ്രംശനാക്കുകയും ചെയ്യും.

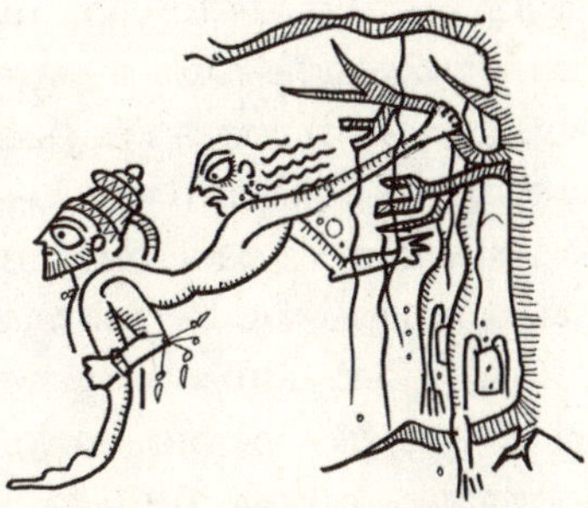

വിക്രമാദിത്യന്റെയും വേതാളിന്റെയും കഥ സോളമന്റെയും (സുലൈമാൻ) അവന്റെ ജിന്നുകളുടെയും കഥയിൽ നിന്ന് പ്രചോദനം ഉൾക്കൊണ്ടതായിരിക്കാം

നാടോടിക്കഥകളുടെ ഈ സമാഹാരം *വേതാള-പച്ചീസി* അഥവാ വേതാളത്തിന്റെ ഇരുപത്തിയഞ്ചു കഥകൾ എന്നാണ് അറിയപ്പെടുന്നത്. മദ്ധ്യകാലഘട്ട ഭാരതത്തിലെ രാജകൊട്ടാരങ്ങളിൽ മന്ത്രവാദം എത്രത്തോളം പ്രാധാന്യം അർഹിച്ചിരുന്നു എന്നും, മരിച്ചവരുമായി അതിനുണ്ടായിരുന്ന അടുത്ത ബന്ധവും കാണിക്കുന്നതാണ് ഈ കഥകൾ. വൈതരണി കടക്കാൻ കഴിയാത്ത പ്രേതാത്മാവാണ് വേതാളം. പിതൃ ആയി മാറാൻ കഴിയാത്തതിനാൽ അത് ഒരു ശരീരം തേടുന്ന പ്രേതാത്മാവായി മാറുന്നു. അതുകൊണ്ടാണ് അവ മൃതദേഹങ്ങളിൽ കയറിക്കൂടി അവയെ ഭാഗികമായി ജീവിപ്പിച്ച് അവയിലൂടെ സംസാരിക്കുന്നത്. പക്ഷേ ആ ശരീരത്തെ പൂർണ്ണമായും ജീവിപ്പിക്കാൻ അവർക്ക് കഴിയുന്നില്ല. അതീവ ശക്തിയുടെയും അറിവിന്റെയും സ്രോതസ്സുകളാണ് വേതാളങ്ങൾ എന്നാണ് വിശ്വസിച്ചുപോരുന്നത്. ജീവിച്ചിരിക്കുന്നവർക്കും മരണപ്പെട്ടവർക്കും നിഷിദ്ധമായ അറിവും അവർക്ക് പ്രാപ്യമാണെന്ന് കരുതുന്നു.

കഥ പുരോഗമിക്കുമ്പോൾ, ആ മന്ത്രവാദിയെ തോൽപ്പിക്കാൻ വേതാളം വിക്രമാദിത്യനെ സഹായിക്കുകയും, ശേഷം അദ്ദേഹത്തിന്റെ മാർഗ്ഗദർശിയാകുകയും ചെയ്യുന്നു. വിക്രമാദിത്യന് മറുപടി പറയാൻ കഴിയാഞ്ഞ ചോദ്യത്തെക്കുറിച്ച് പല ഭാഷ്യങ്ങളുമുണ്ട്. "എങ്ങനെയാവും നിന്റെ മരണം?" എന്നതാണ് ഒരു ഭാഷ്യം. നാം എപ്പോൾ മരിക്കും എന്ന് മനുഷ്യരായി പിറന്ന ആർക്കും അറിവുണ്ടാകില്ല. പക്ഷേ മരിച്ചവരുടെയും ജീവിച്ചിരിക്കുന്നവരുടെയും ലോകങ്ങൾക്ക് നടുവിൽ ജീവിക്കുന്ന വേതാളത്തിന് ചിത്രഗുപ്തന്റെ കണക്കുപുസ്തകത്തിലേക്ക് എത്തിനോക്കാനും, അതിലുള്ള രഹസ്യങ്ങൾ പറയാനും സാധിക്കും. ശക്തമായ ഒരു സഖ്യം ആയിരുന്നു വേതാളം. വിക്രമാദിത്യനെ ഒരു പ്രബലനായ രാജാവായി മാറാൻ വേതാളമാണ് സഹായിച്ചത്. പക്ഷേ എന്നിട്ടും യുവകുംഭാരനായ ശാലിവാഹന്റെ കൈകളാൽ വിക്രമാദിത്യന്റെ മരണം തടുക്കാനായില്ല.

ഭാരതത്തിന്റെ വിപുലമായ വാണിജ്യപാതകളിലൂടെ വിക്രമാദിത്യന്റെയും വേതാളത്തിന്റെയും കഥ മറ്റു നാടുകളിലും എത്തി. അറേബ്യയിൽ, വിക്രമാദിത്യനോളം ബുദ്ധിശാലിയായ സുലൈമാൻ (സോളമൻ) എന്ന രാജാവുള്ളതായി നമുക്കറിയാം. അറബ് പുരാണങ്ങളിലെ അതീന്ദ്രിയ ശക്തികളായ ജിന്നുകളുടെ ശക്തിയായിരുന്നു അദ്ദേഹത്തിന്. അലാവുദ്ദീനും, മാന്ത്രിക വിളക്കിലെ ജീനും പോലുള്ള കഥകൾ ലോകപ്രസിദ്ധമാണ്. ജിന്ന് എന്ന വാക്കിൽ നിന്നാണ് ജീൻ എന്ന പദം ഉണ്ടായത്. ഇവ രണ്ടും വേതാളത്തിന്റെ കഥയിൽ നിന്നും ഉരുത്തിരിഞ്ഞ ആശയങ്ങളായാണ് കണക്കാക്കുന്നത്. അഥവാ, വേതാളത്തിന്റെ ഉത്ഭവം ജിന്നിലാണെന്ന് പറയാം. പേർഷ്യൻ പഴങ്കഥകൾ പ്രകാരം, ജിന്നുകൾ അഹങ്കാരികളായി മാറിയതിനാൽ സുലൈമാന് വേണ്ടി പണിയെടുക്കാൻ ദൈവം അവരെ നിർബന്ധപൂർവ്വം പറഞ്ഞയക്കുകയായിരുന്നു. ജിന്നുകൾക്ക് മാലാഖമാരുടെ സംഭാഷണങ്ങൾ ഒളിഞ്ഞുനിന്ന് കേൾക്കാൻ കഴിയുമായിരുന്നു. അതുകൊണ്ട് തന്നെ അവർക്ക് മരണം പ്രവചിക്കാനും കഴിയുമായിരുന്നു. പക്ഷേ സുലൈമാന്റെ മരണം പ്രവചിക്കാൻ പാടില്ല എന്ന് ദൈവം അവരോട് ഉത്തരവിട്ടു. ജിന്നിന്റെ ജോലികൾക്ക് മേൽനോട്ടം വഹിച്ച്, തന്റെ സിംഹാസനത്തിൽ ഇരിക്കുമ്പോഴാണ്, സുലൈമാൻ മരിച്ചത്. മരണശേഷവും ജിന്ന് തന്റെ ജോലികൾ തുടർന്നു. രാജാവിന്റെ ചെങ്കോൽ ചിതലുകൾ തിന്നു തീർത്ത്, അദ്ദേഹത്തിന്റെ മൃതദേഹം ആ പ്രൗഢമായ സിംഹാസനത്തിൽ നിന്നും ഉരുണ്ട് താഴെ വീഴുന്നത് വരെ അത് തുടർന്നു.

കൊങ്കണിലെ നിരവധി ഗ്രാമങ്ങളുടെ കാവൽ ദേവതയായ വേതാൾ

കൊങ്കൺ പോലെയുള്ള പല സ്ഥലങ്ങളിലും വേതാളത്തിനെ ആരാധിക്കുന്ന അമ്പലങ്ങൾ കാണാം. ശിവൻ വിവാഹത്തിനായി ഇറങ്ങിയപ്പോൾ അദ്ദേഹത്തെ അനുഗമിച്ചവരായാണ് അവരെ വർണ്ണിക്കുന്നത്. അവർ ഗ്രാമങ്ങളുടെ കാവലാളുകളായി കുടികൊള്ളുന്നു. ഗോവയിൽ രാത്രി ഗ്രാമത്തിലൂടെ നടക്കുന്ന വേതാളത്തിന് നന്ദിസൂചകമായി പാദരക്ഷകൾ നൽകുന്നതായി കാണാം. വേതാളം വസ്ത്രങ്ങൾ ധരിക്കാറില്ല. പുരുഷനായിട്ടാണ് അവരെ കണക്കാക്കുക. വേദകാലത്തിന് മുൻപുള്ള ആചാരങ്ങളുടെയും വിശ്വാസങ്ങളുടെയും ശേഷിപ്പുകളായിരിക്കണം അവർ.

## ബ്രഹ്മരക്ഷസ്സ്

ഇന്ത്യൻ നാടോടിക്കഥകളിൽ തന്റെ ഉയർന്ന സ്ഥാനം ദുരുപയോഗം ചെയ്യുന്ന ബ്രാഹ്മണനെ, 'ബ്രഹ്മ-രക്ഷസ്സ്' എന്ന കൊടിയ പ്രേതമാക്കി മാറ്റുന്നതായി കാണാം. തന്റെ തെറ്റുകൾക്കുള്ള പ്രായശ്ചിത്തം ചെയ്യാത്ത പക്ഷം അവർക്ക് വൈതരണി കടക്കാൻ അനുമതിയില്ല. ഒരുപാട് ശക്തികളുണ്ടെങ്കിലും, ദുർമുഖം കാണിക്കുന്ന, സദാ അസ്വസ്ഥനായ, മുക്തിയ്ക്ക് വേണ്ടി കൊതിപൂണ്ടു നടക്കുന്ന ഒരു ആത്മാവാണത്. കർക്കശക്കാരനും, കഠിനമനസ്കനും, ഗർവ്വിന്റെ ഭാരം ചുമക്കുന്നവനുമാണ്. നാം അംഗീകരിക്കുകയും ഊട്ടുകയും ചെയ്യാത്ത പക്ഷം മാത്രം നമ്മെ ഉപദ്രവിക്കും എന്ന വിശ്വാസത്തിൽ അവരെ ദൈവമായി കണ്ട് ആരാധിക്കാറുണ്ട്. ഇത്തരത്തിൽ ഉപദ്രവകാരിയായ പ്രേതാത്മാവിനെ ആരാധിക്കുന്ന രീതി തെക്കുകിഴക്കൻ ഏഷ്യയിലും ഉണ്ട്. വൈതരണിയുടെ ഇങ്ങേത്തലയ്ക്കൽ കുടുങ്ങിപ്പോയ ആത്മാക്കൾക്ക് വേണ്ടിയുള്ള പ്രാർത്ഥനകളാണിവിടെ കാണാറ്.

ജീവിച്ചിരിക്കുമ്പോൾ അധികാരം ദുരുപയോഗം ചെയ്തതിന്റെ ഫലമായി ഉണ്ടായ അത്യാഗ്രഹിയായ ബ്രഹ്മ-രാക്ഷസന്റെ മുഖം. സഹായിക്കാൻ പഠിക്കുന്നത് വരെ അവൻ ആളുകളെ ഉപദ്രവിച്ചു കൊണ്ടേയിരിക്കും.

ബ്രഹ്മരക്ഷസ്സുകൾ നിസ്സംഗത ശീലിക്കേണ്ടതായുണ്ട്. അത്യാഗ്രഹം, ദേഷ്യം, അസൂയ, നിരാശ എന്നീ വികാരങ്ങൾ ഉപേക്ഷിക്കണം. തന്റെ പക്കലുള്ളതെല്ലാം തന്നെ ഉപേക്ഷിക്കണം. മറ്റുള്ളവരിൽ നിന്നും ഭക്ഷണം പ്രതീക്ഷിക്കുന്നത് നിർത്തണം. സ്വന്തം ശരീരം ഭക്ഷിക്കാൻ പഠിക്കണം. ഇതവരെ കീർത്തിമുഖന്മാരാക്കി മാറ്റും. സ്വന്തം ശരീരം മാത്രം അന്നമാക്കുന്നവരുടെ തലവനായ, തേജസ്സിന്റെ പ്രമാണി. അറുത്തുമാറ്റപ്പെട്ട ഒരു തലയുടെ ചിത്രം പൊതുവെ ക്ഷേത്രകവാടങ്ങളിലോ, മേൽക്കൂരകളിലോ കാണാറുണ്ട്. കംബോ

ഡിയയിലെയും ഇന്തോനേഷ്യയിലെയും ക്ഷേത്രങ്ങൾക്ക് മുകളിലും ഇത്തരത്തിലുള്ള ഭീമൻ തലകളുടെ ചിത്രങ്ങളുണ്ട്. ഇപ്പോഴും ഭക്ഷണം തേടുന്നുണ്ടെങ്കിൽ അത് ബ്രഹ്മരക്ഷസ്സിന്റെ തലയാണ്. ഭക്ഷണത്തിന്റെ ആവശ്യത്തെ അതിജീവിച്ചിട്ടുണ്ടെങ്കിൽ അത് കീർത്തിമുഖന്റെ തലയാണ്. ഒഡിഷയിലെ പഴയ താന്ത്രികാചാരങ്ങൾ ഉള്ള ക്ഷേത്ര ങ്ങളിൽ അറുത്തുമാറ്റപ്പെട്ട തലയെ വജ്രമുണ്ഡ അഥവാ വജ്രശിരസ്സ് എന്നാണ് അറിയപ്പെടുന്നത്. ശിരസ്സ് എന്നത് ഉയർന്ന അറിവിന്റെയും ശക്തിയുടെയും പ്രതീകമായി കാണുന്ന ബുദ്ധവിശ്വാസങ്ങളുടെ ഓർമ്മ പ്പെടുത്തലാണവ. പുറത്തേയ്ക്ക് തൂങ്ങിക്കിടക്കുന്ന നാവ് വിശപ്പിനെ ഓർമ്മിപ്പിക്കുന്നു. നമ്മുടെ തന്നെ വിശപ്പിനെ സൂചിപ്പിക്കുന്ന അവ, നാം വിശപ്പിനെ അതിജീവിച്ചില്ലെങ്കിൽ പ്രേതാത്മാക്കളായി ഇവിടെ കുടുങ്ങിക്കിടക്കും എന്ന് പറയുന്നു.

ഹിന്ദു ശവസംസ്കാര ചടങ്ങുകളുടെ പ്രാധാന്യത്തെ അടിവര യിടുകയും, ഭാരതമൊട്ടാകെയുള്ള അവയുടെ ജനപ്രീതിയ്ക്ക് ആക്കം കൂട്ടുകയും ചെയ്യുന്നവയാണ് ഈ കഥകൾ. ഇവ, ബ്രാഹ്മണർക്ക് എല്ലാ ശവസംസ്കാര ചടങ്ങുകളിലും സാന്നിദ്ധ്യം ഉറപ്പാക്കുകയും, അവരുടെ സേവനങ്ങൾക്കുള്ള പാരിതോഷികങ്ങളും ദക്ഷിണയും ഉറപ്പാക്കുകയും ചെയ്യുന്നു. ജീവിച്ചിരിക്കുന്നവർ ഊട്ടിയില്ല എങ്കിൽ മരണപ്പെട്ടവരുടെ വിധി എന്താകും എന്ന് നമ്മെ നിരന്തരം ഓർമ്മപ്പെടുത്തുന്നതാണ് ഈ കഥകളൊക്കെ. ശരിയായി സംസ്കരിക്കാത്ത ശരീരങ്ങൾ, മണ്ണിനടി യിലായ തലയോട്ടികൾ അസ്ഥികൾ മുതലായവ താന്ത്രികാചാര ങ്ങൾക്കായി ഉപയോഗപ്പെടുത്തുന്നു. അവരുടെ ആത്മാക്കളെ മന്ത്ര വാദികൾ പിടികൂടി അടിമകളാക്കി വയ്ക്കുന്നു. അതിനാൽ, ശരീരം ഇരിക്കുകയും, തലയോട്ടിയിൽ പൊട്ടലുണ്ടാക്കുകയും, അസ്ഥികൾ നദികൾക്ക് സമർപ്പിക്കുകയും ചെയ്യുന്ന വേദാചാരമായ അന്ത്യേഷ്ടി എല്ലാവരും ചെയ്യേണ്ടതുണ്ട്.

മരിച്ചവരുടെ പേടിയും അവരെക്കുറിച്ചുള്ള കഥകളുമൊക്കെ, ജീവി ച്ചിരിക്കുന്നവർക്കിടയിൽ മരണശേഷം നടക്കാവുന്നവയെക്കുറിച്ചുള്ള ആശങ്കകൾ നിറയ്ക്കുന്നു.

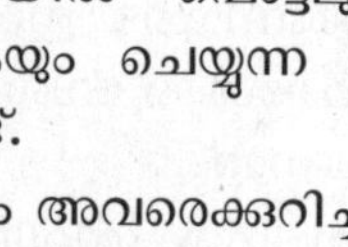

അദ്ധ്യായം 7

# മരണത്തിന്റെ ചരിത്രം

*ഹിന്ദു മതത്തിൽ മരണത്തെക്കുറിച്ചുള്ള കാഴ്ചപ്പാട്, ചരിത്രാതീത കാലത്തെ പഴുതറകൾ, ഹാരപ്പൻ ശവസംസ്കാരം എന്നിവയിൽ നിന്നും കാലക്രമേണ കാച്ചിക്കുറുക്കപ്പെട്ട് വൈദ്യുതി ശ്മശാനം വരെ എങ്ങനെ എത്തിയെന്നുള്ളതിന്റെ ഒരു സംക്ഷിപ്തം*

സമകാലിക ഹിന്ദു വിശ്വാസങ്ങളുടെയും രീതികളുടെയും ഉത്ഭവം ഇങ്ങനെയൊക്കെയാണ് – അതിപുരാതന കാലഘട്ടം, ഹാരപ്പ (2500 ബിസിഇ), വേദസംഹിതകൾ (1200 ബിസിഇ), ബ്രാഹ്മണ (800 ബിസിഇ), സ്രോത-സൂത്ര, ഗൃഹ്യ-സൂത്ര, ഉപനിഷത്തുക്കൾ (500 ബിസിഇ), ഇതിഹാസങ്ങളായ രാമായണവും മഹാഭാരതവും, ധർമ്മശാസ്ത്രം (300 ബിസിഇ മുതൽ 300 സിഇ വരെ), പുരാണങ്ങൾ (അഞ്ചാം നൂറ്റാണ്ട് സിഇ-യ്ക്ക് ശേഷം), തന്ത്ര (പത്താം നൂറ്റാണ്ട് സിഇ-യ്ക്ക് ശേഷം), ഭക്തിപ്രസ്ഥാനം (പതിനഞ്ചാം നൂറ്റാണ്ട് സിഇ-യ്ക്ക് ശേഷം). ക്രിസ്ത്യാനിറ്റി, ഇസ്ലാം, ആധുനിക നവോത്ഥാന പ്രസ്ഥാനം എന്നിവയുടെ സ്വാധീനവും നമുക്കതിൽ കാണാം.

## അതിപുരാതന കാലഘട്ടം

മനുഷ്യർ മരണത്തെക്കുറിച്ചും, മരണാനന്തര ജീവിതത്തെക്കുറിച്ചും ചിന്തിക്കാനും, മരണപ്പെട്ടവർക്ക് വേണ്ടി ആചാരങ്ങൾ സൃഷ്ടിക്കാനും തുടങ്ങിയപ്പോഴാണ് മൃഗങ്ങളിൽ നിന്നും മനുഷ്യനിലേക്കുള്ള മാറ്റം തുടങ്ങിയത്. ശിലായുഗ സംസ്കൃതിയിൽ പലയിടത്തും നമുക്ക് ശവ മടക്കുന്ന രീതികൾ കാണാം. ചിലപ്പോഴൊക്കെ മരണപ്പെട്ടവരെ അണിയി ച്ചൊരുക്കാറുണ്ട്. അവരുടെ കല്ലറകളിൽ ഭക്ഷണവും, വസ്തുങ്ങളും,

ആഭരണങ്ങളും, ആയുധങ്ങളും പോലെയുള്ള, അവരുടെ ഭാവിജീവിതത്തിനാവശ്യമായ വസ്തുക്കൾ വയ്ക്കാറുണ്ട്. ചിലർ തങ്ങളുടെ മരണപ്പെട്ടവരെ ദഹിപ്പിക്കാറുണ്ടായിരുന്നു. മറ്റു ചിലരാകട്ടെ, ശരീരങ്ങൾ കഴുകന്മാർക്ക് ഭക്ഷണമായി പാറപ്പുറത്ത് കിടത്തി. ചിലർ ഒഴുകുന്ന ജലത്തിൽ മൃതദേഹം ഇട്ടു. വേറെ ചില, മൃതദേഹം കഷണങ്ങളായി നുറുക്കി പുഴകളിലൊഴുക്കി. വടക്കുകിഴക്കൻ ഭാരതത്തിലെ ചില ഗോത്രവർഗ്ഗക്കാർക്കിടയിൽ ഇന്നും ഇത് പ്രചാരത്തിലുണ്ട്.

മരിച്ചവരോടുള്ള ആദരസൂചകമായി മെൻഹിയറുകളും പഴുതറകളും നിർമ്മിച്ചിട്ടുള്ള ശവമടക്കു നിലങ്ങളും, കലശമടക്ക് നിലങ്ങളും, ശിലായുഗം ഇരുമ്പുയുഗം എന്നിവയുടെ ഭാഗമായി ഇന്ത്യയിലുടനീളം കണ്ടെത്തിയിട്ടുണ്ട്. ശവദാഹവും നടത്തിയിട്ടുണ്ടാകാം; പക്ഷേ അസ്ഥികളും ചിതാഭസ്മവും കലശങ്ങളിൽ ശേഖരിച്ച് ഭൂമിയിൽ കുഴിച്ചിടാത്തിടത്തോളം, അതിന് തെളിവുകളില്ല.

## ഹാരപ്പൻ കാലഘട്ടം

പുരാവസ്തു ശാസ്ത്രജ്ഞരെ സംബന്ധിച്ചിടത്തോളം, നാലായിരം വർഷങ്ങൾക്ക് മുൻപ് ഇൻഡസിന് ചുറ്റും അതിമനോഹരമായി ക്രമീകരിച്ച നഗരങ്ങൾ പണിഞ്ഞ പുരാതന ഹാരപ്പൻ ആളുകൾ തന്നെയാണ് ആദ്യമായി എള്ള് വിളയിച്ചതും, പിന്നീടത് ആട്ടി എണ്ണയാക്കിയതും. ഇത് പശ്ചിമേഷ്യൻ നാടുകളിലേക്ക് കയറ്റുമതി ചെയ്തിരുന്നു. ഇന്നും, പൂർവ്വികർക്കുള്ള പിതൃ-പക്ഷത്തിൽ ഹിന്ദുക്കൾ കറുത്ത എള്ള് സമർപ്പിക്കാറുണ്ട്. വസന്തത്തിന്റെ വരവറിയിക്കുന്ന മകരസംക്രാന്തി പോലുള്ള ഉത്സവങ്ങളിൽ ദൈവങ്ങൾക്ക് സമർപ്പിക്കുന്നത് വെളുത്ത എള്ളാണ്.

ആചാരാനുഷ്ഠാനങ്ങളിൽ, ഹാരപ്പക്കാർ ഒരു കാൽമുട്ട് നിലത്ത് കുത്തി ഇരിക്കുമായിരുന്നു, ദൈവങ്ങൾക്കും പൂർവ്വികർക്കും ഭക്ഷണം സമർപ്പിക്കുമ്പോൾ ഇന്നും ഈ രീതി പിന്തുടരുന്നു

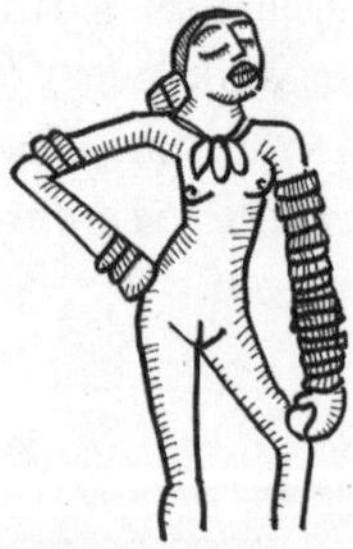

ഹാരപ്പക്കാർക്ക് വളകൾ വളരെ ഇഷ്ടമായിരുന്നു, ഇന്നും അത് വിവാഹത്തെ സൂചിപ്പിക്കുന്നു

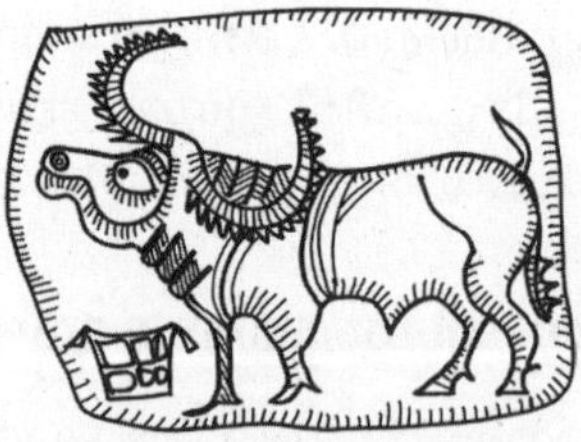

ഹാരപ്പയിൽ നീർപോത്തുകളെ വിലമതിച്ചിരുന്നു. ഋഗ്വേദത്തിൽ ഇവയെ പരാമർശിക്കുന്നുണ്ട്, എന്നാൽ പുരാണങ്ങൾ അവയെ യമനുമായി മാത്രമേ ബന്ധപ്പെടുത്തുന്നുള്ളൂ

പൂർവ്വികർക്കായുള്ള ചടങ്ങുകളിൽ എള്ളെണ്ണയും, ദൈവങ്ങൾക്കായുള്ള ചടങ്ങുകളിൽ നെയ്യും ആണ് ദീപം തെളിയിക്കാൻ ഉപയോഗിക്കാറ്. നാലായിരം വർഷങ്ങൾക്ക് മുൻപുള്ള ഒരു നാഗരികതയുമായി ഹിന്ദു സംസ്കൃതി ബന്ധപ്പെട്ടു കിടക്കുന്നത് എള്ളിലൂടെയാണ്.

ഹാരപ്പൻ ആളുകൾ ശവസംസ്കാര ചടങ്ങുകൾക്ക് കലശങ്ങൾ ഉപയോഗിച്ചിരുന്നു. ഇന്നും ഹിന്ദുക്കൾ അന്ത്യകർമ്മങ്ങൾ ചെയ്യുമ്പോൾ ചിത കത്തിക്കാനുള്ള തീ കൊണ്ടുപോകാനും, മൃതദേഹത്തിന് ചുറ്റും ഒഴിക്കാനുള്ള വെള്ളം കൊണ്ടുപോകാനുമൊക്കെയായി കലശങ്ങൾ ഉപയോഗിക്കുന്നുണ്ട്. ശരീരം പൊട്ടിച്ചിതറി ആത്മാവ് സ്വാതന്ത്ര്യമാകുന്നതിന്റെ പ്രതീകമായി ജലം നിറച്ച കലശം മൂന്ന് തവണ കൊട്ടി ഉടയ്ക്കുന്നുണ്ട്.

## വേദസംഹിത

കരിങ്കടലിന് വടക്ക്, 2000 ബിസിഇ-യിലാണ് കുതിരയെ മെരുക്കി വളർത്താൻ തുടങ്ങിയത്.1500 ബിസിഇ ആയപ്പോഴേയ്ക്കും കുതിരവണ്ടികൾ – ഗ്രീസ്, തുർക്കി, ഇസ്രായേൽ, ഈജിപ്ത്, മെസപ്പൊട്ടാമിയ, പേർഷ്യ, ചൈന, ഇന്ത്യ തുടങ്ങി – ലോകത്തിന്റെ എല്ലാ ഭാഗത്തും എത്തിച്ചേർന്നിരുന്നു. മദ്ധ്യ-ഏഷ്യ വഴി അവ ഇന്ത്യയിൽ എത്തിച്ച യൂറേഷ്യൻ നാടോടികൾ, മരിച്ചവരെ കുതിരയ്ക്കും വണ്ടിയ്ക്കുമൊപ്പമാണ് മദ്ധ്യേഷ്യയിൽ മറവു ചെയ്തത്. ഏതാണ്ട് 1500 ബിസിഇ-യിൽ പഞ്ചാബ്-ഹരിയാന ഭാഗത്തെത്തിയ അവർ തദ്ദേശവാസികളായ സ്ത്രീകളെ വിവാഹം ചെയ്തതിനെത്തുടർന്ന്, ശവസംസ്കാരസമയത്ത് ചൊല്ലേണ്ടതായ, പൂർവ്വികരുടെ യാത്രയെക്കുറിച്ച് പ്രതിപാദിക്കുന്ന സ്തുതിഗീതങ്ങളുണ്ടായതായി കാണാം.

വേദഗീതങ്ങളുടെ അവസാനത്തെ സമാഹാരമായ അഥർവ സംഹിതയിൽ പ്രാണന്റെ മൂർത്തീഭാവത്തിനും (ആത്മ), പ്രാപഞ്ചിക സാരത്തിനും (ബ്രഹ്മൻ) ഉചിതമായ വാക്കുകളുണ്ട്. കൂടാതെ, പിന്നീട് വന്ന പല ഗ്രന്ഥങ്ങളിലും മനുഷ്യശരീരത്തെ ആവർത്തിച്ച് വർണ്ണിച്ച് കണ്ടിട്ടുള്ള – 'നവദ്വാരങ്ങളുള്ള പത്മം' എന്ന വിശേഷണം ആദ്യമായി വന്നിട്ടുള്ളതും അഥർവ സംഹിതയിലാണ്. പിതാവിൽ നിന്നുള്ള അശ്രുവും (ജീവശക്തി), മാതാവിൽ നിന്നുള്ള ഗർഭവും സംയോജിച്ചാണ് ശരീരമുണ്ടായത് എന്നാണ് അഥർവ വേദത്തിൽ പറഞ്ഞിരിക്കുന്നത്. ശരീരത്തെയും അതിന്റെ ഉത്ഭവത്തെയും കുറിച്ചുള്ള വിശാലമായ ഹൈന്ദവ ധാരണയ്ക്ക് വളമിട്ടത് ഈ ആശയങ്ങളാണ്. പിൽക്കാലത്ത് വന്ന വേദാന്തത്തിലും തന്ത്രത്തിലും ഇതിനെക്കുറിച്ച് വിശദമായി പരാമർശിച്ചിട്ടുണ്ട്. മരണപ്പെട്ടവർക്ക് ധാന്യം, എള്ള്, പാല്, നെയ്യ്, മാംസം എന്നിവ നൽകുന്നത് സംബന്ധിച്ചും, മൂന്ന് തലമുറയിലുള്ള പൂർവ്വികരെ നമസ്കരി

ക്കുന്നതു സംബന്ധിച്ചും അഥർവ്വവേദം വ്യക്തമായി പറയുന്നുണ്ട്. പരേതരായവരെ യാത്രയയയ്ക്കുന്നതാണ് ഋഗ്വേദത്തിൽ പറയുന്നതെങ്കിൽ, അവരെ വന്ദിക്കുന്നതിനെക്കുറിച്ചാണ് അഥർവ്വ വേദത്തിൽ പറയുന്നത്.

വേദ ശ്ലോകങ്ങളുടെ ഏറ്റവും പഴക്കമേറിയ ശേഖരമായ ഋഗ് സംഹിതയിൽ, മരിച്ചവരെ സാവധാനം അഗ്നിയിൽ ദഹിപ്പിക്കൽ, പൂർവ്വികരിലേക്കുള്ള യാത്ര, മരിച്ചവരെ പീഡിപ്പിക്കുന്ന പ്രേതങ്ങളെ ക്കുറിച്ചുള്ള ഭയം, ശോഭയുള്ളതും ശാശ്വതവുമായ സ്വർഗ്ഗത്തിനായുള്ള ആഗ്രഹം എന്നിവ പരാമർശിക്കുന്ന ശ്ലോകങ്ങൾ അടങ്ങിയിരിക്കുന്നു. പൂർവ്വികരെ സംബന്ധപ്പെട്ട ആചാരങ്ങളിലുള്ള 'സ്വധാ' എന്ന വാക്ക് ആദ്യം കണ്ടത് ഇവിടെയാണ്. ഇതുകൂടാതെ ശ്വാസം (പ്രാണ), ജീവിതം (ജീവ), ബോധം (മാനസ്), ശക്തി (അശു) എന്നിവയെ കുറിക്കുന്ന വാക്കുകളും ഇതിൽ കാണാം. യമനെ മരിച്ചവരുടെ ദൈവമായി, നാല് കണ്ണുകളുള്ള നായ്ക്കൾക്കൊപ്പം അവതരിപ്പിച്ചിരിക്കുന്നത് ഋഗ്വേദത്തി ലാണ്. മരിച്ചവർക്കൊപ്പം മൃഗങ്ങളെ കുരുതി കൊടുക്കുന്നതിന്റെയും, എരിക്കുന്നതിന്റെയുമൊക്കെ പരാമർശങ്ങളുണ്ട്. അങ്ങനെ കുരുതി നൽകപ്പെട്ട മൃഗത്തെ അനുസ്തരണി എന്ന് വിളിക്കുന്നു.

മരിച്ച വ്യക്തിയെ ഒരമ്മയും പെങ്ങളുമെന്ന പോൽ ചേർത്തുപിടിച്ച് ആശ്വസിപ്പിക്കാൻ ഭൂമിയോട് ആവശ്യപ്പെടുന്ന ഭാഗവും ഋഗ്വേദ ത്തിലുണ്ട്. പ്രകൃതിയിലേക്കുതന്നെ മടങ്ങുന്നതിനെക്കുറിച്ചുള്ള സൂചനക ളുണ്ട്. ശ്വാസം കാറ്റായും, മനസ്സ് ചന്ദ്രനായും, കണ്ണുകൾ സൂര്യനായും മാറുന്നു. പുനരുൽപ്പത്തിയെയും പുതിയ ജീവിതത്തെയും കുറിച്ച് ചർച്ച കളുണ്ട്. സ്വർഗ്ഗം നരകം എന്നീ ആശയങ്ങൾ ഋഗ്വേദമാണ് കൊണ്ടുവന്ന തെങ്കിലും, അവയ്ക്ക് കർമ്മയോടോ, ശിക്ഷയോടോ, പുനർജന്മത്തോടോ ബന്ധമില്ലായിരുന്നു. ഇതിലെല്ലാം തന്നെ നമുക്ക് വൈവിധ്യങ്ങളുള്ള വിശ്വാസങ്ങളും ആചാരങ്ങളും കാണാം : ശവമടക്ക്, ശവദാഹം, കലശങ്ങളിൽ ശേഖരിച്ച് പ്രകൃതിയിലേയ്ക്ക് തന്നെ മടക്കുന്ന അസ്ഥികൾ, പുതിയൊരു ജീവിതത്തിൽ പുതിയൊരു ശരീരത്തിലേക്കുള്ള മടക്കം, അങ്ങനെ എല്ലാമുണ്ട്.

ഇന്ന്, പിണ്ഡദാനം ചെയ്യുമ്പോൾ, പിണ്ഡത്തിന് മുകളിലാണ് തർപ്പണം ചെയ്യുന്നത്. ശരീരത്തെയും, പൂർവ്വികർക്കുള്ള ഭക്ഷണത്തെ യുമാണ് പിണ്ഡം സൂചിപ്പിക്കുന്നത്. കറുത്ത എള്ള്, യവം, ദർഭ എന്നിവ കലർത്തിയ വെള്ളമാണ് തർപ്പണത്തിന് ഉപയോഗിക്കുന്നത്. ഹാരപ്പൻ നഗരങ്ങളിൽ എള്ളും ഗോതമ്പും കൃഷി ചെയ്തിട്ടുണ്ട്. പിന്നെയും ഒരുപാട് കാലത്തിന് ശേഷമാണ് അരി വന്നത്. കിഴക്കുനാടുകളിൽ നിന്നാവണം അവയുടെ വരവ്. ഋഗ്വേദം യവത്തെയും ദർഭപ്പുല്ലിനെയും കുറിച്ച് മാത്രമേ പറയുന്നുള്ളൂ. വേദകാലത്തിന് മുൻപത്തെ എള്ളും, വേദകാലത്തെ യവവും ദർഭയും, വേദകാലത്തിന് ശേഷമുള്ള അരിയും – അങ്ങനെ

പല ആശയങ്ങൾ ഒന്നിച്ച് ചേർന്ന ഒന്നാണ് ഇന്ന് നാം കാണുന്ന അന്ത്യകർമ്മങ്ങൾ എന്നാണ് ഇത് സൂചിപ്പിക്കുന്നത്.

ആശയങ്ങളുടെ സംയോജനം സൂചിപ്പിക്കുന്നത് സംസ്കൃതികളുടെ സംയോജനമാണ്. ആര്യന്മാർ വിവാഹം ചെയ്ത സ്ത്രീകളിൽ ചിലർ ഹാരപ്പൻ സംസ്കൃതിയിലെ പ്രാചീന വാണിജ്യ നഗരങ്ങളിൽ നിന്നുള്ള വരും, മറ്റു ചിലർ മരിച്ചവരെ മൺകുടങ്ങളിൽ അടക്കം ചെയ്യുന്ന കിഴക്കൻ ദേശത്തു നിന്നുള്ളവരുമാണ്. അതുകൊണ്ടാണ് സഹകരിച്ച് മുന്നോട്ട് പോകണം എന്ന് ഋഗ്വേദത്തിന്റെ അവസാന വചനത്തിൽ പറഞ്ഞിരിക്കുന്നത്.

## ബ്രാഹ്മണ, ശ്രോത-സൂത്ര, ഗൃഹ്യ-സൂത്ര

ആദ്യകാല വേദാചാരങ്ങളിൽ, മാസത്തിലൊരിക്കലോ വർഷത്തിലൊരിക്കലോ  ചടങ്ങുകളിൽ പൂർവ്വികരെ ഒന്നിച്ച് വണങ്ങാറുണ്ടായിരുന്നു. പിന്നീടുള്ള വേദാചാരങ്ങളിലാണ് പ്രേതാത്മാവിനെ പിതൃ ആക്കി മാറ്റുന്ന, ശവദാഹത്തിന് ശേഷമുള്ള ശ്രാദ്ധകർമ്മങ്ങൾ ഉണ്ടായത്. ഇത് 1000 ബിസിഇ-ക്ക് ശേഷം ഗംഗാസമതലങ്ങളിൽ ഉരുത്തിരിഞ്ഞു വന്നതും, ബ്രാഹ്മണർ രേഖപ്പെടുത്തി വച്ചിട്ടുള്ളതുമാണ്. വിവിധ ആചാരങ്ങളുടെ മുറയും യുക്തിയും വളരെ വിശദമായി പ്രതിപാദിക്കുന്ന രീതിയിലാണ് ബ്രാഹ്മണഗ്രന്ഥങ്ങൾ തയ്യാറാക്കിയിരിക്കുന്നത്. ഇവ യജുർ സംഹിതയുടെ ഒരു അനുബന്ധമാണ്. പിന്നീട് സ്വകാര്യവും പൊതുവായതുമായ ചടങ്ങുകൾ ഉരുത്തിരിയുകയും, അവ ശ്രോത-സൂത്രയിലും, ഗൃഹ്യ-സൂത്രയിലും രേഖപ്പെടുത്തപ്പെടുകയും ചെയ്തു.

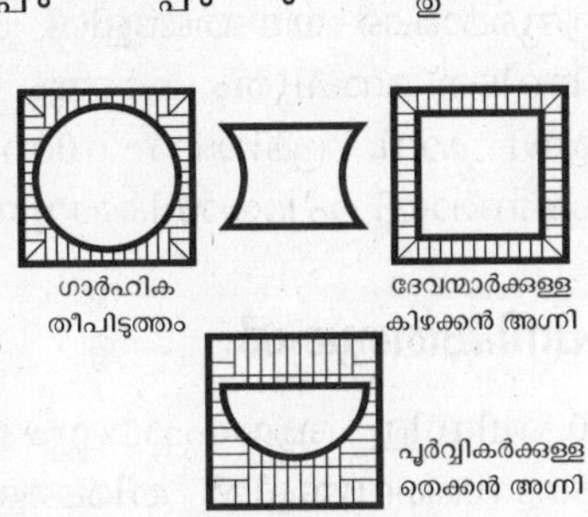

ഇന്നും അതേ അർത്ഥമുള്ള വേദ ബലിപീഠങ്ങളുടെ ദിശകൾ

പ്രപഞ്ചത്തെ പുരുഷപ്രജാപതിയുടെ ശരീരമായി പുനർസൃഷ്ടിക്കാൻ വേണ്ട വിശദമായ ആചാരങ്ങളെക്കുറിച്ച് ബ്രാഹ്മണഗ്രന്ഥങ്ങളിൽ പറയുന്നുണ്ട്. പ്രപഞ്ചത്തിന്, മനുഷ്യശരീരം പോലെതന്നെ, പതിനാറു ഭാഗങ്ങളുണ്ട് എന്നാണ് അതിൽ പറയുന്നത്. ഒരു പക്ഷേ അതിൽ നിന്നാവണം, ശ്രാദ്ധം ചെയ്യുമ്പോൾ പതിനാറു പിണ്ഡങ്ങൾ വയ്ക്കുന്ന ആശയം ഉണ്ടായത്. ബ്രാഹ്മണ ആചാരങ്ങളിൽ, പുനരുജ്ജീവനം, പുതുക്കലും പുനർജന്മവും തുടങ്ങിയവയ്ക്ക് വലിയ പ്രാമുഖ്യവും, അധഃപതനം, അപചയം, മരണം എന്നിവയെക്കുറിച്ച് വലിയ ആശങ്കയും കാണാം. മനുഷ്യരായി പിറന്നവരെല്ലാം ദൈവങ്ങളോടും, മഹർഷിമാരോടും, പൂർവികരോടും, കുടുംബത്തോടും, അപരിചിതരോടും എത്ര

ത്തോളം കടപ്പെട്ടിരിക്കുന്നു എന്നും അത് നമുക്ക് കാണിച്ചുതരുന്നു. ഈ കടം വീട്ടാനായി, മനുഷ്യർ യജ്ഞവും അന്നമൂട്ടുന്ന ചടങ്ങുകളും ചെയ്യേണ്ടതുണ്ട്.

ജീവികൾക്ക് ഭക്ഷണം നൽകുക എന്നത് മൂന്ന് അഗ്നികളെങ്കിലും തെളിച്ചു കൊണ്ടാണ് ആചാരപരമായി ചെയ്യുന്നത്: ഒന്ന് കുടുംബത്തിനും, കിഴക്ക് ദിക്കിലേക്ക് നീട്ടിയ തിരി ദൈവങ്ങൾക്കും, തെക്ക് ദിക്കിലേക്ക് നീട്ടിയ തിരി പൂർവികർക്കും. ബ്രാഹ്മണ സാഹിത്യത്തിൽ, പിണ്ഡദാനത്തെക്കുറിച്ച് കൂടുതൽ വിശദമായ ഒരു ആശയം നമുക്ക് കാണാം – അരി പൊടിച്ച ഉരുളകൾ അല്ലെങ്കിൽ കറുത്ത എള്ള് ചേർത്ത ബാർലി – ഇവ മരിച്ചയാളുടെ ശരീരത്തെയും അവരുടെ ഭക്ഷണത്തെയും പ്രതിനിധീകരിക്കാൻ ഉപയോഗിക്കുന്നു. അമാവാസി ദിവസവും മഴക്കാലത്തും നടത്തുന്ന ചടങ്ങുകളിലെ പിണ്ഡ-പിതൃ-യജ്ഞത്തിൽ, അഗ്നിയ്ക്കും സോമത്തിനുമൊപ്പം പൂർവ്വികരെ ഊട്ടുന്നു.

ശവദാഹത്തിന് ശേഷം അസ്ഥികളും ചിതാഭസ്മവും ശേഖരിച്ച് മണ്ണിനടിയിൽ കുഴിച്ചിടുന്നതിനെക്കുറിച്ചാണ് ഗൃഹ്യ-സൂത്ര പറയുന്നത്. ഈ ആചാരത്തെ പിതൃമേധം എന്നാണ് വിളിച്ചിരുന്നത്. ഭസ്മം നിമജ്ജനം ചെയ്യുന്ന രീതി പിൽക്കാലത്താണ് ആരംഭിച്ചത്.

മാംസഭക്ഷണം ഇഷ്ടപ്പെടുന്ന പുരോഹിതരും, സസ്യഭക്ഷണം ഇഷ്ടപ്പെടുന്ന പുരോഹിതരും തമ്മിലുള്ള പ്രശ്നങ്ങളും ഇവിടെ കാണാം. മരിച്ചവർക്ക് മൃഗങ്ങളുടെ മാംസം നേദിക്കുന്ന പഴയ രീതിയെ മാറ്റി, അരിയും യവവും മാത്രം നേദിക്കുന്ന രീതിയിലേയ്ക്ക് ആക്കി. ഈ മാറ്റത്തെ വിശദീകരിക്കുന്ന ഒരു കഥ ശതപത ബ്രാഹ്മണർ പറയുന്നുണ്ട്. ആദ്യമൊക്കെ യജ്ഞങ്ങളിൽ നേദിച്ചിരുന്നത് മനുഷ്യരെയായിരുന്നു. പിന്നീടത് മനുഷ്യരും, കാളയും, ചെമ്മരിയാടും, ആടും ഒടുവിൽ ഭൂമിയും ആയി മാറി. ഭൂമിയിൽ നിന്നാണ് ദൈവങ്ങൾക്കും പൂർവികർക്കും ഭക്ഷണമായി ഉപയോഗിക്കാവുന്ന അരി ഉണ്ടായത്.

## ഉപനിഷത്തുകൾ

500 ബിസിഇ ആയപ്പോഴേയ്ക്കും ഉപനിഷത്തുകൾ രചിക്കപ്പെട്ടു. ഇത്, ഗംഗാസമതലങ്ങളിൽ തിരക്കുള്ള വാണിജ്യപാതകൾ വഴി ബന്ധിപ്പിക്കപ്പെട്ട പട്ടണകേന്ദ്രങ്ങൾ ഉണ്ടായതിനും, കച്ചവടക്കാർ നാണയമായി ലോഹനാണയങ്ങൾ (കർഷപന) ഉപയോഗിക്കാൻ തുടങ്ങിയതിനും, വരവ്-ചെലവ് വിവരപ്പട്ടിക, പുനർജ്ജന്മം, മുക്തി എന്നീ പുതിയ ആശയങ്ങൾ പ്രചാരത്തിൽ വന്നതിനും ശേഷമായിരുന്നു. പുനർജന്മങ്ങളിൽ കുടുങ്ങിക്കിടക്കുന്നതിനെക്കുറിച്ചും, മുക്തിയുടെ ആനന്ദത്തെക്കുറിച്ചുമുള്ള ആശയങ്ങൾ ഉപനിഷത്തുക്കളാണ് ആദ്യമായി മുന്നോട്ടു വച്ചത്.

കഥാ ഉപനിഷത്തിൽ, മരണശേഷം എന്താണ് സംഭവിക്കുന്നത് എന്ന് യമൻ തന്നെ നചികേതനോട് പറയുന്നുണ്ട് : 'ഇന്ദ്രിയാനുഭവങ്ങളിൽ നിങ്ങൾ ആകൃഷ്ടരായി അതിൽത്തന്നെ കുടുങ്ങിപ്പോയാൽ, നിങ്ങൾ പുനർജന്മങ്ങളുടെ ലൗകികലോകത്ത് എന്നെന്നേയ്ക്കുമായി അകപ്പെട്ടുപോകും. ഇവയിൽ നിന്നും നിങ്ങൾക്ക് സ്വയം മോചിപ്പിക്കാൻ സാധിച്ചാൽ, നിങ്ങൾക്ക് സ്വാതന്ത്ര്യം ലഭിക്കുകയും പിന്നീട് വീണ്ടും ജനിക്കാതിരിക്കുകയും ചെയ്യും. പുനർജ്ജന്മം നിങ്ങളെ മാറിമാറി വരുന്ന സന്തോഷങ്ങൾക്കും വേദനകൾക്കും നടുവിൽ തളച്ചിട്ടേക്കും. മുക്തി നിങ്ങൾക്ക് നിത്യനിർവൃതി പ്രദാനം ചെയ്യുന്നു". ഇന്ദ്രിയാനുഭവങ്ങളിൽ മുഴുകുന്നതിനെ ഭോഗ എന്ന് പറയുന്നു. അവയിൽ നിന്നും ആത്മസംയമനം പാലിക്കുന്നതിനെ യോഗ എന്ന് പറയുന്നു. ആസക്തിയുടെ അഗ്നിയെ കാമ എന്ന് പറയുന്നു. കാമത്തെ നശിപ്പിക്കുന്ന അഗ്നിയെ തപ എന്ന് പറയുന്നു. ഇവിടെ പിണ്ഡത്തെക്കുറിച്ചോ ശ്രാദ്ധത്തെക്കുറിച്ചോ ഉള്ള പരാമർശങ്ങളില്ല.

കഠോപനിഷത്തിൽ, യമൻ മരണം, പുനർജന്മം, മോക്ഷം എന്നിവയുടെ രഹസ്യങ്ങൾ കുട്ടിയായ നചികേതസിന് വെളിപ്പെടുത്തുന്നു.

ഉപനിഷത്തുകളിൽ, മോക്ഷം എന്ന ആശയത്തെ വിശദമാക്കുന്നത് വ്യക്തിയുടെ ആത്മാവ് പ്രപഞ്ചത്തിൽ അലിയുന്നു എന്ന രീതിയിലാണ്. ഈ കൂടിച്ചേരൽ (യോഗ), ബുദ്ധ-ജൈന സന്ന്യാസികൾ ഒരേസമയം പ്രചരിപ്പിച്ച മാറിനിൽക്കൽ (നിർവാണ) അഥവാ ഒറ്റപ്പെടുത്തൽ (കൈവല്യ) എന്നീ ആശയങ്ങളിൽ നിന്നും വിപരീതമാണ്. മഠത്തിലെ നിയമങ്ങൾ സമൂഹത്തിൽ നിന്നും പിൻവാങ്ങുന്നതിനെക്കുറിച്ചാണ് പറഞ്ഞതെങ്കിൽ, ഹിന്ദു ലോകത്തിൽ സമൂഹവുമായി കൂടുതൽ ഇഴചേർന്നുപോകുന്നതിനാണ് വില കൽപ്പിച്ചത്.

## ധർമ്മ-ശാസ്ത്ര

മൗര്യൻ രാജസദസ്സിലെ ഗ്രീക്ക് സ്ഥാനപതിയായിരുന്ന മെഗാസ്തെനസ്, യമന്റെ ഗ്രീക്ക് പ്രതിരൂപമായ ഹെയ്ഡിസിന്റെ അനുഷ്ഠാനങ്ങളിൽ ബ്രാഹ്മണരെ ഉൾപ്പെടുത്തുന്നതിനെപ്പറ്റി സംസാരിച്ചിട്ടുണ്ട്. ഒരുപക്ഷെ ശ്രാദ്ധാചാരങ്ങളെക്കുറിച്ചാവാം അദ്ദേഹം ഉദ്ദേശിച്ചത്. ഈ കാലയളവിൽ, 300 ബിസിഇ മുതൽ 300 സിഇ വരെയാണ്, ധർമ്മ-ശാസ്ത്ര എന്നറിയപ്പെടുന്ന ഗ്രന്ഥങ്ങൾ ഉണ്ടായത്. മോക്ഷത്തിലേക്ക് നയിക്കും എന്ന് പറയുന്ന ബുദ്ധിസത്തിലെയും ജൈനമതത്തിലെയും ആശയങ്ങൾക്ക്

നേർവിപരീതമായിട്ടായിരുന്നു അവ വന്നിരുന്നത്. അവർ വില കൽപ്പിച്ചിരുന്നത് കുടുംബജീവിതത്തിനായിരുന്നു. കുടുംബത്തിലെ കടമകൾ എല്ലാം നിറവേറ്റിയ ശേഷം മാത്രമാവണം സന്ന്യാസം എന്നാണ് അവർ പറഞ്ഞിരുന്നത്.

ധർമ്മശാസ്ത്രങ്ങളും ശ്രൗതസൂത്രങ്ങളും ഗൃഹ്യസൂത്രങ്ങളും കല്പസൂത്രങ്ങളുടെ ഭാഗമാണ്, വേദങ്ങളുടെ ഒരു ശേഖരമാണ് ഇത്, വേദാംഗമായോ വേദങ്ങളുടെ ഭാഗമായോ കണക്കാക്കപ്പെടുന്നു. ആചാരപരവും സാമൂഹികവുമായ മൂല്യങ്ങളെ അടിസ്ഥാനപ്പെടുത്തിയുള്ള വേദാംഗ, ഊഹാടിസ്ഥാനത്തിൽ ഉള്ള വേദാന്തത്തിനൊപ്പം രചിക്കപ്പെട്ടതാണ്.

അപ്പോഴേയ്ക്കും, സംസാര സംസ്കാര എന്നീ ആശയങ്ങൾ ശക്തമായി നിലവിൽ വന്നിരുന്നു. ഭക്ഷണം കഴിക്കുകയും, ഭക്ഷണത്തിന് ഇരയാക്കപ്പെടുകയും ചെയ്യുന്ന എല്ലാ ജീവജാലങ്ങളുടെയും മണ്ഡലമായ കർമ്മയാണ് സംസാര. മനുഷ്യരെ മൃഗങ്ങളിൽ നിന്ന് വേറിട്ട് നിർത്തുന്ന, ആചാരപരവും സാംസ്കാരികവുമായ രീതികളും ആചാരാനുഷ്ഠാനങ്ങളും ഉള്ള ധർമ്മത്തിന്റെ മണ്ഡലമാണ് സംസ്കാര. കഴിക്കുന്നതിലും, കഴിക്കപ്പെടുന്നതിലുമല്ല, മറിച്ച്, ഊട്ടുന്നതിലും, അന്നം സ്വീകരിക്കപ്പെടുന്നതിലുമാണ് അതിന്റെ അടിസ്ഥാനം. എല്ലാ മനുഷ്യരും ദൈവങ്ങൾക്കും മഹർഷിമാർക്കും പൂർവ്വികർക്കും മനുഷ്യർക്കും യജ്ഞത്തിലൂടെ കടം വീട്ടേണ്ടതുണ്ട് എന്ന് ബ്രാഹ്മണ ഗ്രന്ഥങ്ങൾ മുന്നോട്ട് വച്ച ആശയം ധർമ്മ-ശാസ്ത്രവും പിന്താങ്ങുന്നുണ്ട്. ശ്രാദ്ധകർമ്മങ്ങൾക്ക് വലിയ പ്രാധാന്യം കല്പിച്ചിട്ടുണ്ട്.

ശ്രാദ്ധസമയത്ത് ബ്രാഹ്മണരെ ഊട്ടുന്ന ആശയം അവതരിപ്പിച്ചത് ധർമ്മശാസ്ത്രമാണ്. അവർ പൂർവ്വികരെ പ്രതിനിധീകരിക്കുന്നു എന്നും, ആയതിനാൽ, ബന്ധുക്കൾ മരിച്ചവർക്ക് നൽകാൻ ആഗ്രഹിക്കുന്ന സമ്മാനങ്ങളായ ധാന്യം, സ്വർണ്ണം, വസ്ത്രങ്ങൾ, മെത്തകൾ, പാദുകങ്ങൾ മുതലായവ ഇവർക്ക് നൽകണമെന്നും പറയുന്നു. ക്ഷണിക്കേണ്ടുന്നവരുടെയും ക്ഷണിക്കേണ്ടതായവരുടെയും പട്ടികയും ഈ ഗ്രന്ഥങ്ങളിലുണ്ട്. വേദാചാരങ്ങൾ പിന്തുടരുന്ന ബ്രാഹ്മണർക്കും, ജനപ്രീതിയുള്ള രീതിയായ ക്ഷേത്രങ്ങളിലെ ചിത്രങ്ങൾ അംഗീകരിച്ച ബ്രാഹ്മണർക്കുമിടയിൽ സ്പർദ്ധ നിലനിന്നിരുന്നതിനാൽ, ക്ഷേത്രത്തിലെ പൂജാരികളെ ക്ഷണിക്കപ്പെടേണ്ടാത്തവരായി കണക്കാക്കിയിരുന്നു. ശ്രാദ്ധമുണ്ണാൻ ക്ഷണിക്കാൻ പാടില്ലാത്ത മറ്റുള്ളവർ വൈദ്യന്മാരും, പണം കടം കൊടുക്കുന്നവരുമായിരുന്നു.പിന്നീട്,ഇത്മാറുകയും,അന്ത്യകർമ്മങ്ങളിൽ പങ്കെടുക്കുന്ന ബ്രാഹ്മണരെ, ക്ഷേത്രപുരോഹിതരെക്കാൾ നീചരായും അശുദ്ധരായും കണക്കാക്കുകയും ചെയ്തു. ധർമ്മ-ശാസ്ത്രത്തിൽ തീർത്ഥാടനത്തെക്കുറിച്ച് ഒന്നും പറഞ്ഞിട്ടില്ല എന്നത് എടുത്തു പറയേണ്ട കാര്യമാണ്. അതുകൊണ്ട് തന്നെ, ഹിന്ദു ആചാരങ്ങൾ ഗംഗാസമതല

ങ്ങളിൽ നിന്നും മറ്റുള്ള നാടുകളിലേക്ക് വ്യാപിച്ച പൗരാണിക കാലത്താവണം തീർത്ഥ-ശ്രാദ്ധം ഉരുത്തിരിഞ്ഞത്.

ധർമ്മ-ശാസ്ത്രത്തിൽ മരിച്ചവർക്ക് നൽകപ്പെടുന്നത് ഇന്നുള്ളത് പോലെ അരിയോ, വേദകാലത്തുള്ളത് പോലെ യവമോ ആയിരുന്നില്ല. മറിച്ച് പല മൃഗങ്ങളുടെയും മാംസമായിരുന്നു. പത്തൊൻപതാം നൂറ്റാണ്ട് മുതൽ ഹിന്ദു മതത്തെ സസ്യഭോജനവുമായി കൂട്ടിയിണക്കാൻ ബോധ പൂർവ്വമായ ശ്രമങ്ങൾ നടന്നു വരുന്നതിനാൽ, ഇന്ന് ആരും ഇതിനെ ക്കുറിച്ച് പറയാറില്ല. ധർമ്മശാസ്ത്ര ഗ്രന്ഥങ്ങളിൽ ഉടനീളം – അതെഴുതി യത് അപസ്തംബ, ഗൗതമ, മനു, യജ്ഞവൽക്യ, വിഷ്ണു തുടങ്ങി ആര് തന്നെയായാലും – വിശപ്പിന് നീണ്ടുനിൽക്കുന്ന ആശ്വാസം നൽകുന്നത് മാംസമാണെന്ന് അംഗീകരിക്കുന്നുണ്ട്. എള്ള്, ബാർലി, അരി, പയർ, വെള്ളം, വേരുകൾ, തണ്ട്, പഴങ്ങൾ എന്നിവയ്ക്ക് പുറമേ, നിർദ്ദേശിക്കപ്പെട്ട ഭക്ഷണങ്ങളിൽ മത്സ്യം, മാൻ, ചെമ്മരിയാട്, ആട്, പക്ഷികൾ, പന്നികൾ, മുയലുകൾ, ആമകൾ, കാണ്ടാമൃഗങ്ങൾ, കൊക്കുകൾ, വളർത്തുമൃഗങ്ങൾ പോലും ഉൾപ്പെടുന്നു. ബുദ്ധിസ്റ്റുകളും ജൈനരും മാംസാഹാരത്തിന് എതിരായിരുന്നു. കാലക്രമേണ, കൂടുതൽ കൂടുതൽ കച്ചവടക്കാരും, പിന്നീട് പുരോഹിതരും സസ്യാഹാരം സ്വീകരിക്കാനും, അത് ഉന്നത ഹിന്ദു മതത്തിന്റെ അടയാളമായി മാറാനും തുടങ്ങി.

ഈ സമയത്താണ് പഴയ കഥകളെ ഇതിഹാസങ്ങളായ രാമായണവും മഹാഭാരതവുമായി മാറ്റിയെഴുതപ്പെട്ടത്. ഒരു സാധാരണ കുടുംബസ്ഥനിൽ (ഗൃഹപതി) നിന്നും, ഒരു ഗൃഹസ്ഥൻ എങ്ങനെ വ്യത്യസ്തമായിരുന്നു എന്ന് അത് വ്യക്തമായി വിശദീകരിക്കുന്നുണ്ട്. ഗൃഹപതി തനിക്കും തന്റെ കുടുംബത്തിനും മാത്രമേ അന്നം തേടുന്നുള്ളൂ. എന്നാൽ ഗൃഹസ്ഥൻ മറ്റുള്ളവരെ ഊട്ടുന്നു.

## രാമായണം

കാട്ടിലെ രാമന്റെ സാഹസിക യാത്രകളുടെ കഥയാണ് രാമായണം. ഈ ഇതിഹാസമെഴുതാൻ പ്രേരകമായ സംഭവങ്ങൾ ഏകദേശം മൂവായിരം വർഷങ്ങൾക്ക് മുൻപ് നടന്നവയാണ്. ഏകദേശം ആ കാലത്താണ് വേദസംസ്കാരം ഗംഗാസമതലത്തിന്റെ താഴ്ന്ന പ്രദേശങ്ങളായ കോസല (ഇന്നത്തെ അയോദ്ധ്യ) വിദേഹ (ഇന്നത്തെ ബീഹാർ) എന്നിവിടങ്ങ ളിലേയ്ക്ക് വ്യാപിച്ചത്. പക്ഷെ അത് കഴിഞ്ഞ് പിന്നെയും ഒരുപാട് നാളിന് ശേഷമാണ് ഇതിഹാസം എഴുതപ്പെട്ടത്. ഇപ്പോഴുള്ള ഗ്രന്ഥങ്ങൾ ഏകദേശം രണ്ടായിരം വർഷങ്ങൾ പഴക്കമുള്ളവയാണ്.

ഇതിൽ രാമന്റെ പിതാവായ ദശരഥൻ, അടുത്ത് ആണ്മക്കളൊ രുമില്ലാതെ മരണപ്പെടുന്നു. നാല് ആൺമക്കളുള്ള ഒരു പിതാവിനെ സംബന്ധിച്ചിടത്തോളം അതൊരു ദുര്യോഗമായിരുന്നു. അദ്ദേഹത്തിന്റെ

മൃതദേഹം എണ്ണയിൽ സൂക്ഷിച്ച്, സീമന്തപുത്രന്റെ സാന്നിധ്യമില്ലാതെ അടക്കി. നമ്മുടെ ഭാവി ഒരിക്കലും നമുക്ക് നിയന്ത്രിക്കാനാവില്ല എന്നതിന്റെ തെളിവായിരുന്നു ഇത്.

കാട്ടിൽ ഒളിച്ചുതാമസിക്കുമ്പോൾ, വിരാധ എന്ന രാക്ഷസനെ രാമൻ മണ്ണിൽ അടക്കം ചെയ്യുന്നു. പക്ഷെ സീതയെ തട്ടിക്കൊണ്ടുപോകാൻ വന്ന രാക്ഷസരാജാവായ രാവണനെ തടുക്കാൻ ശ്രമിച്ച ജടായുവിനെ അദ്ദേഹം ചിതയിൽ എരിക്കുന്നു. ഒടുവിൽ സീതയെ രക്ഷിച്ച്, രാവണൻ കൊല്ലപ്പെടുമ്പോൾ, രാവണനെയും ചിതയിൽ എരിയ്ക്കുന്നു. രാവണന്റെ അമ്മ ഒരു രാക്ഷസസ്ത്രീയാണെങ്കിലും, അച്ഛൻ ബ്രാഹ്മണനായ വൈശ്രവനായിരുന്നു.

മരിച്ചവർക്ക് പുതുജീവൻ നൽകാൻ ഗംഗാദേവി സ്വർഗത്തിൽ നിന്ന് ഭൂമിയിലേക്ക് വരുന്ന കഥ ആദ്യമായി പറഞ്ഞത് രാമായണത്തിലാണ്.

കഥയിൽ രാമന്റെ പൂർവ്വികർ അകാല മരണം അടയുന്നുണ്ട്. മോഷണം നടത്തി എന്ന തെറ്റായ ആരോപണം ഏറ്റുവാങ്ങേണ്ടി വന്നതിൽ കുപിതനായ കപിലൻ എന്ന തപസ്വി അവരെ ജീവനോടെ ചുട്ടെരിയ്ക്കുകയായിരുന്നു. അവരുടെ പുനർജ്ജന്മം സാധ്യമാക്കുന്നതിനായി, രാമന്റെ മറ്റൊരു പൂർവ്വികനായ ഭഗീരഥൻ, ദൈവങ്ങളെ സ്വാധീനിച്ച് പുണ്യനദിയായ ഗംഗ ഭൂമിയിലേയ്ക്ക് ഒഴുകാൻ പ്രേരിപ്പിച്ചു. ഗംഗ ഭൂമിയിൽ നിപതിക്കുന്ന ശക്തി താങ്ങാനാവാതെ ഭൂമിയുടെ അടിസ്ഥാനം തകർന്നുപോകുമോ എന്ന ഭയത്താൽ അദ്ദേഹം ശിവന്റെ സഹായം അഭ്യർത്ഥിക്കുന്നു. താപസവൃത്തിയുടെ ദൈവമായ ശിവൻ, തന്റെ ദേഹം മുഴുവൻ ചിതാഭസ്മം പൂശുന്നു. അദ്ദേഹം ഗംഗയെ തന്റെ ജടയ്ക്കുള്ളിൽ തളച്ചിടുന്നു. ഗംഗാജലവും ചിതാഭസ്മവും കലരുമ്പോൾ, മരിച്ചവർക്ക് വീണ്ടും ജനിക്കാനാവുമെന്നും, മനുഷ്യനായി ജീവിക്കാൻ ഒരവസരം കൂടി ലഭിക്കുമെന്നും നാം കേട്ടിട്ടുണ്ട്. ഈ കഥയാണ് മരിച്ചവരുടെ അസ്ഥി ശവസംസ്കാരത്തിന് ശേഷം പുഴയിൽ ഒഴുക്കുന്നതിനെയും, 'ജീവിക്കാൻ ഒരു അവസരം കൂടി' എന്ന ആശയത്തെയും പ്രചാരത്തിലാക്കിയത്.

## മഹാഭാരതം

രാമായണവും ധർമ്മ ശാസ്ത്രവും എഴുതപ്പെട്ട ഏകദേശം അതേ കാലയളവിൽ തന്നെ രചിക്കപ്പെട്ട മഹാഭാരതം, ലോകത്തെ സുദീർഘമായ ഇതിഹാസങ്ങളിൽ ഒന്നാണ്. ഇതിൽ ദേവന്മാരുടെ പറുദീസയായ സ്വർഗ്ഗത്തെക്കുറിച്ച് പറയുന്നുണ്ട്. ദൈവങ്ങൾക്ക് സമർപ്പിക്കുന്ന യജ്ഞം

സ്ഥിരമായി നടത്തി ധർമ്മം കാത്തുസൂക്ഷിച്ച പൂർവ്വികർ സന്തോഷത്തോടെ വാഴുമിടമാണ് സ്വർഗ്ഗം. ദേവതകൾ അവരുടെ കടങ്ങൾ വീട്ടിത്തീരുന്നത് വരെ അവർക്ക് സ്വർഗ്ഗത്തിൽ കഴിയാം. മഹാഭിഷ, യയാതി, ഇന്ദ്രദ്യുമ്നൻ എന്നിവരെ, അവരുടെ പുണ്യങ്ങൾ തീർന്നയുടൻ തന്നെ സ്വർഗ്ഗത്തിൽ നിന്നും പുറത്താക്കി.

പിതൃക്കൾ ഭയചകിതരായി പുനർജന്മം കാത്ത് തലകീഴായി തൂങ്ങിക്കിടക്കുന്ന പിതൃ ലോകത്തെക്കുറിച്ച് ആദ്യമായി പ്രതിപാദിച്ചത് മഹാഭാരതമാണ്. വിവാഹത്തെ അകറ്റിനിർത്തി മഹർഷിമാരായ അഗസ്ത്യനും ജരത്കാരുവും വിവാഹം കഴിച്ച് കുഞ്ഞുങ്ങളുണ്ടാകുന്നത് വരെ യാതനകളനുഭവിക്കുന്ന പൂർവ്വികരുടെ വെളിപാടുകൾ ബുദ്ധിമുട്ടിച്ചു കൊണ്ടേയിരിക്കും.

പുനർജന്മത്തിൽ താല്പര്യമില്ലാത്തവർക്ക് സ്വർഗ്ഗത്തിനപ്പുറമുള്ള മറ്റൊരു ലോകമുണ്ടെന്ന് മഹാഭാരതത്തിൽ പറയുന്നുണ്ട്. ആശ്രമ നിയമങ്ങൾ പാലിക്കുന്ന ബുദ്ധ-ലോകത്തിനും, സിദ്ധ-ലോകത്തിനും പകരമായി ഹിന്ദു മതത്തിൽ ഉള്ളതാണിത്. ആളുകൾ തങ്ങളുടെ ദുഷ്കർമ്മങ്ങളുടെ ഫലം അനുഭവിക്കേണ്ടി വരുന്ന ഭീതിദമായ നരകത്തെക്കുറിച്ചും മഹാഭാരതം പറയുന്നു.

യുദ്ധത്തിന്റെയും അക്രമങ്ങളുടെയും കാര്യത്തിൽ ഒരു പാഠപുസ്തകമാണ് മഹാഭാരതം. മരിച്ച ഭർത്താവിനെ ഓർത്ത് മാറത്തടിച്ചു നിലവിളിക്കുന്ന, മുടിക്കെട്ടഴിച്ചിട്ടു വിലപിക്കുന്ന വിധവകളും, കരയുന്ന അനാഥരും അതിലുടനീളമുണ്ട്. മരിച്ചവരെ യുദ്ധഭൂമിയിൽത്തന്നെ, മരിച്ച കുതിരകൾക്കും ആനകൾക്കുമൊപ്പം എരിക്കുന്നു. ആ ചിതയ്ക്ക് വേണ്ട വിറകുകൾ ലഭിക്കുന്നതാകട്ടെ തകർന്ന രഥങ്ങളുടെ തടിയിൽ നിന്നും. ആ മഹാന്മാരായ പോരാളികളുടെ മൃതശരീരത്തിൽ നായ്ക്കളും പശുക്കളും കടിച്ചുവലിക്കുന്നത് ഒഴിവാക്കാനാണിത്. മരണസംഖ്യ വളരെ കൂടുതലായിരുന്നതു കൊണ്ടുതന്നെ, അവരെ ഒറ്റയ്ക്കൊറ്റയ്ക്ക് അടക്കേണ്ടി വന്നാൽ അതിന് വേണ്ടി ഒരു കാട് മുഴുവൻ നശിപ്പിക്കേണ്ടി വരുമോ എന്നും ആശങ്കപ്പെട്ടിരുന്നു.

പിൽക്കാലത്ത് വന്ന, മഹാഭാരതത്തെക്കുറിച്ചുള്ള പ്രാദേശിക നാടോടിക്കഥകളിൽ, മരണത്തെ ചുറ്റിപ്പറ്റിയുള്ള ചില ആചാരങ്ങളെയും വിശ്വാസങ്ങളെയും പറ്റി പറയുന്നുണ്ട്. പാണ്ഡവരുടെ പിതാവായ പാണ്ഡു, തന്റെ മരണശേഷം തന്റെ ശക്തികൾ അവകാശപ്പെടാൻ വേണ്ടി തന്റെ മാംസം ഭക്ഷിക്കാൻ മക്കളോട് ആവശ്യപ്പെടുന്നുണ്ട്. പക്ഷെ ആ അനാഥർ അത് ചെയ്യുന്നതിൽ നിന്നും കൃഷ്ണൻ അവരെ വിലക്കുന്നു. ഉറുമ്പുകൾ കൊണ്ടുപോകാൻ തുടങ്ങിയ ഒരു കഷണം സഹദേവൻ മാത്രം ഭക്ഷിക്കുകയും, തന്മൂലം ദീർഘദൃഷ്ടി ലഭിക്കുകയും ചെയ്യുന്നു. ഭാവിയിൽ നടക്കാൻ പോകുന്ന എല്ലാം മുൻകൂട്ടി കാണാൻ സഹദേവന്

സാധിക്കും. പക്ഷെ, ഭാവിയിൽ വരാനുള്ളത് സംഭവിക്കുമെന്നും, അത് അനിവാര്യമാണെന്നും തീർച്ചയുള്ളതിനാൽ, ദീർഘദൃഷ്ടിയിൽ അറിയുന്ന കാര്യങ്ങൾ ഒരിക്കലും ആരോടും പങ്കുവയ്ക്കരുതെന്ന് കൃഷ്ണൻ പറയുന്നുണ്ട്. വൈദ്യന്മാരും തുകൽ കൊണ്ട് ജോലി ചെയ്യുന്നവരും എന്തുകൊണ്ട് അശുദ്ധരാണെന്നും, കാക്കയെ എന്തുകൊണ്ടാണ് മരിച്ചവരോട് ബന്ധിപ്പിക്കുന്നതെന്നും പറയുന്ന സമാനമായ കഥ കൂടിയുണ്ട്. ആരോഗ്യവും സ്വാസ്ഥ്യവും സംബന്ധപ്പെട്ട എല്ലാ അറിവും സ്വായത്തമാക്കുവാൻ മാംസം ഭക്ഷിക്കാൻ, ആദ്യത്തെ വൈദ്യനായ ധന്വന്തരി മനുഷ്യരോട് പറഞ്ഞു. പക്ഷേ ദൈവങ്ങൾ മനുഷ്യരെ അതിൽ നിന്നും വിലക്കി. വൈദ്യന്മാരും ചണ്ഡാളന്മാരും മാത്രമായിരുന്നു അത് ചെയ്തത്. അതു കൊണ്ട് തന്നെയാണ് അവരെ അശുദ്ധരായി കണക്കാക്കുന്നതും, മാറ്റി നിർത്തുന്നതും. മാംസം ഭക്ഷിക്കുന്നവരായ ഉറുമ്പുകളും കാക്കകളും, മരിച്ചവരുടെ ശരീരങ്ങൾ അഗ്നിക്കും ജലത്തിനും കൊടുക്കുന്നതിൽ അസ്വസ്ഥനായിരുന്നു. അങ്ങനെയാണ് ബ്രാഹ്മണർ അവർക്ക് ഭക്ഷിക്കാനായി പിണ്ഡം നൽകാമെന്ന് വാക്കു നൽകുന്നത്.

മഹാഭാരതത്തെ ആധാരമാക്കിയുള്ള മറ്റൊരു നാടോടിക്കഥയിൽ പതിനഞ്ചാം വയസ്സിൽ കൊല്ലപ്പെട്ട മകൻ അഭിമന്യുവിനെ ഓർത്ത് വിലപിക്കുന്ന അർജ്ജുനന്റെ കഥയോട് ബന്ധപ്പെടുത്തുന്നുണ്ട്. അർജ്ജുനനെ ആശ്വസിപ്പിക്കാനായി കൃഷ്ണൻ അദ്ദേഹത്തെ സ്വർഗ്ഗത്തിലേയ്ക്ക് കൂട്ടിക്കൊണ്ടു പോകുന്നു. അവിടെ അദ്ദേഹം അഭിമന്യുവിനെ കാണുന്നു. പക്ഷേ അഭിമന്യു അർജ്ജുനനെ തിരിച്ചറിയുന്നില്ല. അർജ്ജുനൻ മകനേ എന്നുതന്നെ വിളിച്ചുകൊണ്ടിരുന്നപ്പോൾ, താൻ അനവധി ജന്മങ്ങൾ കടന്നുവന്നിട്ടുണ്ടെന്നും എന്നാൽ അതിലൊന്നുപോലും ഓർമ്മയില്ലെന്നുമാണ് അഭിമന്യു പറഞ്ഞത്. ഏതെങ്കിലുമൊരു പൂർവ്വജന്മത്തിൽ അഭിമന്യു അർജ്ജുനന്റെ പിതാവിന്റെ ജന്മം പോലുമെടുത്തിട്ടുണ്ടാവാം. കഴിഞ്ഞുപോയതിനെ ഓർത്തുകൊണ്ടിരുന്നിട്ട് കാര്യമൊന്നുമില്ല. നാം ഇന്നിൽ ശ്രദ്ധ കേന്ദ്രീകരിക്കണം. മരണമടഞ്ഞ കുട്ടികളെ മറക്കണമെന്നും, എങ്കിൽ മാത്രമേ ജീവിച്ചിരിക്കുന്നവരിൽ ശ്രദ്ധ ചെലുത്താനാവൂ എന്നതുമാണ് ഇതിന്റെ പൊരുൾ.

മഹാഭാരതത്തിന്റെ ഒരു ഭാഗമാണ് ഗീത. ധാരാളം ആളുകൾ മരണ ചടങ്ങുകൾക്ക് ശേഷം, ഗരുഡപുരാണത്തിന് പകരം ഗീതയിലെ വരികൾ വായിക്കാറുണ്ട്. പുനർജ്ജന്മം എന്ന ആശയത്തെയും, ശരീരത്തിന്റെ ക്ഷണഭംഗുരതയെയും, ആത്മാവിന്റെ നിത്യതയെയും കുറിച്ചാണ് ഗീത ഊന്നിപ്പറയുന്നത്. 'ജനനത്തിൽ ആത്മാവ് ഒരു പുതുവസ്ത്രം കണക്കെ ശരീരത്തെ അണിയുകയും, മരണസമയത്ത് അത് ഉപേക്ഷിക്കുകയും ചെയ്യുന്നു'.

## പുരാണങ്ങൾ

വാമനപുരാണം അനുസരിച്ച്, മഹാഭാരതത്തിലെ യുധിഷ്ഠിരൻ ചെയ്തതുപോലെ, മഹീരഥൻ നരകത്തിൽ താമസിച്ച് മരിച്ചവരെ ആശ്വസിപ്പിക്കാൻ തീരുമാനിച്ചു

ബ്രാഹ്മണർ വേദസംസ്കാരത്തെ ഗംഗാ സമതലങ്ങൾ താണ്ടി ഭാരതത്തിന്റെ മറ്റു ഭാഗങ്ങളിലേക്ക് കൊണ്ടുപോകുമ്പോൾ, അഞ്ചാമത്തെയും പത്താമത്തെയും നൂറ്റാണ്ടുകൾക്കിടയിൽ രചിക്കപ്പെട്ടതാണ് പുരാണങ്ങൾ. രാജ്യതന്ത്രത്തിലും ആധിപത്യത്തിലും അവർ അന്നാട്ടിലെ രാജാക്കന്മാർക്ക് സേവനങ്ങൾ ചെയ്തുകൊടുത്തിരുന്നു. രാജാവിന്റെ അധികാരം ഉറപ്പാക്കാനും, സമൂഹത്തിൽ അച്ചടക്കം വളർത്താനുമായി പുരാണകഥകളിൽ നിയമലംഘകരെ കാത്തിരിക്കുന്ന നരകത്തെക്കുറിച്ചും അതിന്റെ പ്രകൃതത്തെക്കുറിച്ചുമൊക്കെ വർണ്ണിക്കുന്നുണ്ട്.

ഋഗ്വേദത്തിലാണ്, ദുഷ്ടന്മാർക്കും കൊലപാതകികൾക്കും വേണ്ടിയുള്ള ആഴമേറിയതും അഗാധവുമായ കുഴിയായ നരകത്തെക്കുറിച്ച് നമ്മൾ ആദ്യം മനസ്സിലാക്കുന്നത്. ഇത് അഥർവ്വവേദത്തിലും ആവർത്തിക്കുന്നുണ്ട്. 500 വർഷങ്ങൾക്ക് മുൻപ് രചിക്കപ്പെട്ട ശതപത ബ്രാഹ്മണത്തിൽ യാതനകളുടെയും വേദനകളുടെയും സ്ഥലമാണ് നരകം. മരങ്ങളും നദികളുമില്ലാത്ത, ഒറ്റപ്പെടലും വേദനയും അനുഭവിക്കുന്ന താമസക്കാരുള്ള ശോകമൂകമായ ഇടമാണ് നരകം എന്നാണ് മഹാഭാരതത്തിൽ പറഞ്ഞിട്ടുള്ളത്. പിന്നീട് അഞ്ഞൂറിൽപ്പരം വർഷങ്ങൾക്ക് ശേഷം, മനുവും യാജ്ഞവൽക്യനും എഴുതിയ ധർമ്മശാസ്ത്രങ്ങളിൽ, ഇരുപത്തിയൊന്ന് നരകങ്ങളുടെ പട്ടിക കാണാം. 500 സിഇ-യിൽ ഉള്ള, ആദ്യപുരാണങ്ങളിൽ ഒന്നായ വാമനപുരാണത്തിലും ഇരുപത്തിയൊന്ന് നരകങ്ങളെപ്പറ്റി പറയുന്നുണ്ട്. പക്ഷേ ഏകദേശം 900 സിഇ-യിൽ വന്ന ഭാഗവത പുരാണത്തിൽ ഇരുപത്തിയെട്ട് നരകങ്ങളെപ്പറ്റിയാണ് പറയുന്നത്. 1200 സിഇ യിലെ പദ്മപുരാണം ആയപ്പോഴേയ്ക്കും ഈ എണ്ണം പിന്നെയും കൂടി : ആറ് വിഭാഗങ്ങളുള്ള ഏഴ് നരകങ്ങൾ; അവയെ വീണ്ടും രണ്ടായി വിഭജിച്ചിരിക്കുന്നു; ഒന്ന്, അറിഞ്ഞുകൊണ്ട് ചെയ്ത തെറ്റുകൾക്കും, മറ്റൊന്ന്, അറിയാതെ ചെയ്ത തെറ്റുകൾക്കും. അങ്ങനെ മൊത്തം എൺപത്തിനാല് $(7 \times 6 \times 2)$. 1500 സി ഇ-യിൽ വന്ന അഗ്നിപുരാണത്തിൽ ഇരുപത്തിയെട്ട് ഭാഗങ്ങളുള്ള അഞ്ച് നരകങ്ങളെപ്പറ്റി പറയുന്നുണ്ട്; മൊത്തം 140 $(5 \times 28)$. സമൂഹത്തിൽ ചിട്ട കൊണ്ടുവരാനുള്ള ശ്രമത്തിൽ വർദ്ധിച്ചുവരുന്ന നിയമങ്ങൾ പാലിക്കാത്തവരെ ശിക്ഷിക്കാനായി നരകങ്ങളുടെ എണ്ണത്തിൽ വർദ്ധനവ് ഉണ്ടാകുന്നതായി നമുക്ക് കാണാം.

പുരാണകഥകൾ, മനുഷ്യജന്മത്തിന്റെ മരണത്തെയും പുനർജന്മത്തെയും കുറിച്ച് മാത്രമുള്ളതല്ല. അത് ലോകത്തിന്റെ മരണത്തെയും പുനർജന്മത്തെയും കുറിച്ച് കൂടിയുള്ളതാണ്. ഇത് ആധാരമാക്കിയാണ് നാല് യുഗങ്ങളുടെ ആശയം സൃഷ്ടിച്ചിരിക്കുന്നത്. പ്രളയവും, ലോകത്തിന്റെ അവസാനവും, ഓരോ പ്രപഞ്ച പുനർജ്ജനനവും എങ്ങനെ പൗരാണിക വേദാചാരങ്ങൾ തിരികെ കൊണ്ടുവരാനായി ഒരു പുതിയ മനുവിനെയും, ഒരു പുതിയ വ്യാസനെയും, 'സപ്തർഷികൾ' എന്ന ഏഴ് മഹർഷിമാരുടെ പുതിയൊരു സംഘത്തെയും സൃഷ്ടിക്കുന്നു എന്നും നമുക്ക് മനസ്സിലാകും. ഒരുപക്ഷെ സമൂഹങ്ങൾ നേരിടേണ്ടിവന്ന അക്രമങ്ങൾക്കൊരു മറുപടിയെന്നോണം, അവർക്ക് പ്രതീക്ഷ നൽകാനൊരു മാർഗ്ഗമെന്നോണമായിരിക്കണം ഇത്.

പുരാണങ്ങളിൽ വിഷ്ണുവിന്റെയും ശിവന്റെയും കഥ പ്രമുഖമാണ്. ഇരുദൈവങ്ങളും മരണം, പുനർജ്ജന്മം, മുക്തി എന്നിവയെക്കുറിച്ചാണ് പറയുന്നത്. ശിവനെ പ്രേതഭൂതാദികളോടും, അദ്ദേഹത്തിന്റെ ഭൈരവാവതാരത്തെ ചണ്ഡാളനോടും ബന്ധപ്പെടുത്തിയിരിക്കുന്നു. സതി പാർവ്വതിയായി പുനർജനിച്ച് ശിവനെ വിവാഹം ചെയ്യുമ്പോൾ നാം പുനർജ്ജന്മം കാണുന്നു. വിഷ്ണുവിന്റെ അവതാരങ്ങളായ രാമനും കൃഷ്ണനും ജനനത്തിലൂടെയും മരണത്തിലൂടെയും കടന്നുപോകുന്നുണ്ട്. രാമായണത്തിലെ കടങ്ങൾ വീട്ടപ്പെട്ടത് മഹാഭാരതത്തിലാണ്. ഉദാഹരണത്തിന്, രാമൻ മറ്റു സ്ത്രീകളെ നോക്കാൻ പോലും മുതിരുന്നില്ല എങ്കിലും, കൃഷ്ണനായി മാറിയ ശേഷം പല സ്ത്രീകൾക്കുമൊപ്പം നൃത്തം ചെയ്യുന്നു. രാമായണത്തിൽ ഇന്ദ്രന്റെ മകനായ വാലിയ്ക്കെതിരെ സൂര്യപുത്രനായ സുഗ്രീവനെ സംരക്ഷിക്കുന്നുവെങ്കിൽ, മഹാഭാരതത്തിൽ സൂര്യപുത്രനായ കർണ്ണനെതിരെ ഇന്ദ്രപുത്രനായ അർജ്ജുനനെയാണ് സംരക്ഷിക്കുന്നത്. അങ്ങനെ, വിഷ്ണുവിന്റെ രണ്ടു ജീവിതങ്ങൾ പകർത്തിയ രണ്ടു ഇതിഹാസങ്ങളിലൂടെ കർമ്മ എന്ന ആശയം വ്യക്തമായി പറയുന്നു.

പരശുരാമൻ, രാമൻ, കൃഷ്ണൻ എന്നിവരുടെ കഥകളിലൂടെ ഹിംസാത്മകമായ മരണവുമായാണ് വിഷ്ണുവിനെ ബന്ധിപ്പിച്ചിരിക്കുന്നത്. തന്റെ പിതാവിനെ കൊലപ്പെടുത്തി, പിതാവിന്റെ പശുവിനെ തട്ടിക്കൊണ്ടുപോയ രാജാവിനെ പരശുരാമൻ വധിക്കുന്നു. ധർമ്മത്തെ മാനിക്കാത്ത രാജാക്കന്മാരെ ഉന്മൂലനാശം ചെയ്യാൻ അദ്ദേഹം പുറപ്പെടുന്നു. അവരുടെ ശരീരം കൊണ്ട് പിണ്ഡദാനവും, അവരുടെ രക്തം കൊണ്ട് തർപ്പണവും അദ്ദേഹം നടത്തി. പിന്നീട്, അദ്ദേഹം അവരോട് ക്ഷമിക്കുകയും, ദേവത സംരക്ഷിച്ച ഒരു യോദ്ധാവിന്റെ സഹായത്തോടെ അവരുടെ വംശം തിരിച്ചുപിടിക്കാൻ സഹായിക്കുകയും ചെയ്തു.

പിന്നെയും ഒരുപാട് കാലങ്ങൾക്ക് ശേഷം വന്ന ഗരുഡ പുരാണം, നരകങ്ങളെക്കുറിച്ചുള്ള വർണ്ണനകൾ മാത്രമല്ല, മരിച്ചവരുടെ യാത്രയെ

ക്കുറിച്ചും പറയുന്നുണ്ട്. ഇത് താന്ത്രികാചാരങ്ങളുടെ സ്വാധീനം വ്യക്തമായി കാണിക്കുന്നുണ്ട്. മാത്രവുമല്ല, *ടിബറ്റൻ ബുക്ക് ഓഫ് ദി ഡെഡ്* എന്ന പുസ്തകവുമായി ഇതിന് വളരെയധികം സാമ്യവുമുണ്ട്. ഇതിൽ, വിഷ്ണു ഗരുഡന് ഇതിനെക്കുറിച്ചുള്ള അറിവുകൾ പകർന്നു നൽകുകയും, ഗരുഡൻ അത് നൈമിഷാവനത്തിൽ പുരാണങ്ങൾ കേട്ട ഭൂമിയിലെ മഹർഷിമാരിലേക്ക് എത്തിക്കുകയും ചെയ്യുന്നു.

ബ്രഹ്മാവ്, വിഷ്ണു, ശിവൻ  എന്നിവരുമായി ബന്ധപ്പെട്ട ഉന്നത സ്വർഗ്ഗത്തെക്കുറിച്ചുള്ള ആശയം ആദ്യം കൊണ്ടുവന്നത് പുരാണങ്ങളിലാണ്. പിന്നീടത് വിശദമായി പ്രതിപാദിച്ചത് ഭക്തിഗ്രന്ഥങ്ങളിലാണ്.

## സ്ഥലപുരാണം

ധർമ്മശാസ്ത്ര സാഹിത്യത്തിൽ ക്ഷേത്രങ്ങളെയും തീർത്ഥാടനങ്ങളെയും കുറിച്ച് ശവസംസ്കാര ചടങ്ങുകളുടെ പശ്ചാത്തലത്തിൽ പരാമർശിക്കുന്നില്ലെങ്കിലും, പന്ത്രണ്ടാം നൂറ്റാണ്ടിനുശേഷം എഴുതപ്പെട്ട ധർമ്മശാസ്ത്രത്തെക്കുറിച്ചുള്ള പ്രബന്ധങ്ങൾ (ഉപന്യാസങ്ങൾ) അവ തമ്മിലുള്ള ബന്ധത്തെ സൂചിപ്പിക്കുന്നു. പുരാണഗ്രന്ഥങ്ങൾ ഇവയെപ്പറ്റി സുദീർഘമായി പറയുകയും, ഈ സ്ഥലങ്ങളിലേയ്ക്ക് തീർത്ഥാടനം ചെയ്താൽ പൂർവ്വികർക്ക് സന്തോഷമുണ്ടാകും എന്ന് പ്രേരിപ്പിക്കുകയും ചെയ്യുന്നു. മത്സ്യപുരാണത്തിൽ 1200 വരികളും, വരാഹപുരാണത്തിൽ 3000-ൽ അധികം വരികളും, പദ്മപുരാണത്തിൽ 4000-ൽ അധികം വരികളും, ബ്രഹ്മപുരാണത്തിൽ 6000-ൽ അധികം വരികളും തീർത്ഥാടനത്തെക്കുറിച്ചുണ്ട്. ആര്യവർത്തത്തിൽ മൂന്നരക്കോടിയിലധികം തീർത്ഥാടന കേന്ദ്രങ്ങളുണ്ട് എന്നാണ് സ്കന്ദപുരാണത്തിൽ പറയുന്നത്. ധർമ്മശാസ്ത്രവും പുരാണഗ്രന്ഥങ്ങളും തമ്മിലുള്ള വ്യത്യാസം തികച്ചും ശ്രദ്ധേയമാണ്.

നദിയോ (കാവേരിയിലെ ശ്രീരംഗം ദ്വീപുകൾ) കടലോ (ഗംഗാസാഗർ, രാമേശ്വരം) പോലുള്ള വിശാലമായ ജലാശയങ്ങൾക്ക് അരികിലായിട്ടായിരിക്കും തീർത്ഥാടനകേന്ദ്രങ്ങൾ സ്ഥിതി ചെയ്യുന്നത്. നദികൾ പുനർജ്ജന്മം സാധ്യമാക്കുന്നു എന്ന വിശ്വാസമാകാം ഒരു പക്ഷേ ഗോദാവരിയിലെ നാസിക്, കാവേരിയിലെ ശ്രീരംഗപട്ടണം പോലുള്ള തീർത്ഥാടനകേന്ദ്രങ്ങളുടെ ജനപ്രീതി വർദ്ധിപ്പിച്ചത്. വേദകാല ഘട്ടത്തിൽ അസ്ഥികളും ചിതാഭസ്മവും മണ്ണിൽ അടക്കം ചെയ്തിരുന്നതിന് പകരമായി, ഇതിൽ അവയെ ജലത്തിൽ നിമഗ്നം ചെയ്തു. വളരെപ്പിന്നീട് പ്രചാരത്തിൽ വന്ന മറ്റൊരു ആചാരമാണ്, പ്രേതാത്മാവിന് യമലോകത്തേയ്ക്ക് യാത്രയാകുവാൻ വേണ്ടി താൽക്കാലിക ദേഹം നൽകുന്ന പത്തു ദിവസത്തെ ചടങ്ങുകൾ.

പല തദ്ദേശീയമായ സ്ഥലപുരാണങ്ങളും ദേശമാഹാത്മ്യങ്ങളും രാമൻ തന്റെ പിതാവിനുള്ള ശ്രാദ്ധം എവിടെയാണ് നടത്തിയതെന്ന്

വിവരിക്കുന്നുണ്ട്. തീർത്ഥാടകരും ഇതുപോലെ ചെയ്യണമെന്നാണ് പ്രേരിപ്പിക്കുന്നത്. ഉത്ഭവസ്ഥാനത്തേക്ക് തിരികെ പോകുന്ന സ്ഥലങ്ങൾ പ്രത്യേകിച്ച് പവിത്രമാണ്. ഉദാഹരണത്തിന്, നാസിക്കിൽ, തൊട്ടടുത്ത് ഉത്ഭവിച്ച് കിഴക്കോട്ട് ഒഴുകുന്ന നദിയായ ഗോദാവരി ചെറിയൊരു ദൂരത്ത് വളഞ്ഞ് വടക്കോട്ട് ഒഴുകുന്നുണ്ട്. അവിടെയായിരുന്നു രാമൻ ശ്രാദ്ധം ചെയ്യാൻ വന്നത്. അതുപോലെതന്നെ കാശിയിൽ തെക്കോട്ട് ഒഴുകുന്ന ഗംഗാനദി, ചെറിയൊരു ദൂരത്തേയ്ക്ക് വടക്കോട്ട് ഒഴുകുന്നുണ്ട്. ഇവിടെ വെച്ചാണ് രാവണൻ ഒരു ബ്രാഹ്മണന്റെ വേഷം ധരിച്ച് വന്ന്, തന്റെ പിതാവിന് കാണിക്കയായി അസാധാരണമായ സ്വർണ്ണമാനിനെ പിടിച്ചുതരണമെന്ന് രാമനോട് പറഞ്ഞത്. മദ്ധ്യകാലഘട്ടത്തിലെ പല ഉന്നതകുലജാതരായ ഹിന്ദുക്കളും മാംസവും രക്തവും അശുദ്ധകരമാണെന്ന് കണക്കാക്കാൻ തുടങ്ങുന്നതിനും എത്രയോ മുൻപേ, പ്രാചീനകാലത്ത്, മരിച്ചവർക്ക് മാംസം നേദിക്കുന്നത് സാധാരണമായ ഒരാചാരമായിരുന്നു. രാമൻ മാനിനെ വേട്ടയാടാൻ പോയ തക്കം നോക്കിയാണ് രാവണൻ സീതയെ തട്ടിക്കൊണ്ടു പോയത്.

രാമേശ്വരത്ത് വച്ച്, രാമന് വേണ്ടി ശ്രാദ്ധകർമ്മങ്ങൾ ചെയ്യാമെന്ന് രാവണൻ സ്വയം സമ്മതിച്ചു. അപ്പോൾ അവിടെയുണ്ടായിരുന്ന ഒരേയൊരു ബ്രാഹ്മണൻ രാവണനായിരുന്നതായിരുന്നു കാരണം. അതുകൊണ്ടാണ് രാവണനെ രാമൻ കൊന്നുകഴിഞ്ഞപ്പോൾ, ബ്രഹ്മ-ഹത്യ അഥവാ ബ്രാഹ്മണനെ കൊന്ന പാപം കഴുകിക്കളയാൻ രാമന് രാമേശ്വരത്ത് അനുഷ്ഠാനങ്ങൾ ചെയ്യേണ്ടി വന്നത്.

ഗയയിൽ രാമൻ ശ്രാദ്ധാചാരം നടത്താൻ ഉണ്ടായ സാഹചര്യത്തെക്കുറിച്ചും ഒരു കഥയുണ്ട്. ഉചിതമായ നേർച്ചദ്രവ്യങ്ങളും അവ സ്വീകരിക്കാൻ ബ്രാഹ്മണരെയും തേടി രാമൻ കാട്ടിലേയ്ക്ക് പോയി. അപ്പോഴാണ്, സീതയെ അതിശയിപ്പിച്ചുകൊണ്ട്, ഭർതൃപിതാവിന്റെയും മറ്റ് പൂർവ്വികരുടെയും ആത്മാവ് അവൾക്ക് മുന്നിൽ പ്രത്യക്ഷപ്പെട്ട് കാണിക്ക ആവശ്യപ്പെട്ടത്. കൊടുക്കാൻ സീതയുടെ കൈയിൽ ഒന്നുമുണ്ടായിരുന്നില്ല. സ്നേഹത്തോടെ മണ്ണുകൊണ്ട് ഒരുരുള നൽകിയാൽപ്പോലും തങ്ങൾക്ക് തൃപ്തിയാകും എന്ന് അവർ അറിയിച്ചു. മണ്ണുകൊണ്ടുള്ള ഉരുള സ്വീകരിച്ച്, പൂർവ്വികർ മറഞ്ഞ ശേഷം സീത കുളിക്കാനായി പോയി. ബ്രാഹ്മണരുമായി രാമൻ എത്തിയപ്പോൾ സീത അവിടെയില്ലായിരുന്നു. അതുകൊണ്ട് രാമൻ സ്വയം കർമ്മങ്ങൾ ചെയ്ത് ബ്രാഹ്മണരെ ഊട്ടി. സീത മടങ്ങിയെത്തിയപ്പോൾ ഭാര്യയുടെ കടമകളിൽ കൃത്യവിലോപം നടത്തിയെന്നാരോപിച്ച് രാമൻ ക്രുദ്ധനായി. രാമന്റെ അഭാവത്തിൽ അവിടെ നടന്നതെന്തെന്ന് സീത വിശദീകരിച്ചെങ്കിലും അവളുടെ വാക്കുകൾ വിശ്വസിക്കാൻ രാമൻ കൂട്ടാക്കിയില്ല. ഗയയിലെ പുഴയും ആൽമരവുമാണ് തന്റെ സാക്ഷികൾ എന്നവൾ

ഉറക്കെ പ്രഖ്യാപിച്ചു. പുഴ നിശബ്ദത പാലിച്ചു. ഇതിൽ മനം നൊന്ത സീത, ഗയ ഇനിമുതൽ ഭൂമിക്കടിയിലൂടെ ഒഴുകട്ടെ എന്ന് ശപിക്കുകയും, ഇപ്പോഴും അതങ്ങനെതന്നെ തുടരുകയും ചെയ്യുന്നു. ഗയയിലെ ആൽമരം സീതയുടെ സത്യസന്ധതയ്ക്ക് സാക്ഷ്യം നൽകി. ഇന്നും ഗയയിലെ ആൽമരത്തിനു പിണ്ഡസമർപ്പണങ്ങൾ നടത്താറുണ്ട്. ഈ കഥ എടുത്തുപറയുന്നതെന്തെന്നാൽ സീത ചെയ്തത് പോലെ മണ്ണ് കൊണ്ട് ഉരുള നൽകിയാൽ മതിയാവുമെന്നും, വേവിച്ച ചോറ് തന്നെ വേണമെന്നില്ല എന്നുമാണ്.

നദിക്കരയിലുള്ള നിരവധി തീർത്ഥാടന കേന്ദ്രങ്ങൾ രാമൻ തന്റെ പൂർവ്വികർക്ക് ഭക്ഷണം നൽകിയ സ്ഥലങ്ങളായി തിരിച്ചറിഞ്ഞിട്ടുണ്ട്

## ആഗമ

ഹിന്ദു മതത്തിലെ ക്ഷേത്രാചാരങ്ങളുമായി ബന്ധപ്പെട്ടവയാണ് ആഗമ ഗ്രന്ഥങ്ങൾ. തെക്കൻ ഭാരതത്തിലാണ് ഈ ഗ്രന്ഥങ്ങൾക്ക് പ്രചാരം കൂടുതൽ. ദൈവങ്ങളെ മനുഷ്യവൽക്കരിക്കാനും, മനുഷ്യരുടെ കാര്യങ്ങളിൽ അവരെക്കൂടി പങ്കെടുപ്പിക്കാനും വേണ്ടി രൂപകൽപ്പന ചെയ്തിട്ടുള്ളവയാണ് ക്ഷേത്രാചാരങ്ങൾ. ഉദാഹരണത്തിന്, അനശ്വരരായ ദൈവങ്ങൾ, തങ്ങൾക്ക് പൂർവ്വികാരില്ലാത്തതിനാലും, അടുത്ത തലമുറയുടെ ആവശ്യമില്ലാത്തതിനാലും ഈ ആചാരങ്ങൾ ചെയ്യേണ്ടതില്ല. എന്നാൽ വിഷ്ണു ഭൂമിയിൽ അവതാരം എടുക്കുമ്പോൾ, അദ്ദേഹം ജനനത്തിലൂടെയും മരണത്തിലൂടെയും കടന്നുപോകുന്നു. അതുകൊണ്ട് തന്റെ മാതാപിതാക്കൾക്ക് വേണ്ടി ഈ ആചാരങ്ങൾ ചെയ്യാൻ അദ്ദേഹം നിർബന്ധിതനാകുന്നു. അതിനാൽത്തന്നെ മിക്ക വിഷ്ണുക്ഷേത്രങ്ങളിലും മൂർത്തി തന്റെ മാതാപിതാക്കൾക്ക് ശ്രാദ്ധകർമ്മങ്ങൾ ചെയ്യുന്നതായി കാണാം.

ശീതകാല അമാവാസിയ്ക്ക് തൊട്ടുമുമ്പ്, ക്ഷയിച്ചുപോകുന്ന ചന്ദ്രനിൽ, ഒഡീഷയിലെ പുരിയിലുള്ള ജഗന്നാഥ ക്ഷേത്രത്തിൽ മൂന്ന് ദിവസത്തെ വിപുലമായ ശ്രാദ്ധ ചടങ്ങ് നടക്കുന്നു. വിളക്കുകൾ കത്തിച്ച്, പ്രധാന ദേവനായ ജഗന്നാഥന്റെ പൂർവ്വികരെ – പ്രത്യേകിച്ച് വിവിധ അവതാരങ്ങളിലുള്ള മാതാപിതാക്കളെ – അത്താഴത്തിന് ക്ഷണിക്കുന്നു : വാമനാവതാരത്തിന്റെ മാതാപിതാക്കളായ അദിതി, കശ്യപൻ; രാമാവതാരത്തിന്റെ മാതാപിതാക്കളായ കൗസല്യ, ദശരഥൻ; ദേവകി, വാസുദേവൻ; കൃഷ്ണാവതാരത്തിന്റെ ജൈവികവും വളർത്തു മാതാപിതാക്കളുമായ യശോദ, നന്ദ; ജഗന്നാഥ ക്ഷേത്രം നിർമ്മിച്ച ഗുണ്ടിജൻ, ഇന്ദ്രദ്യുമ്നൻ പോലും.

എല്ലാവർഷവും മാഘമാസത്തിൽ (ജനുവരി-ഫെബ്രുവരി) ഒരുപാട് ക്ഷേത്രങ്ങൾ മഹാഭാരതത്തിലെ ഭീഷ്മർക്ക് പിണ്ഡദാനം ചെയ്യാറുണ്ട്. തന്റെ പിതാവ് പുനർവിവാഹം ചെയ്യുന്നതിനായി അദ്ദേഹം ബ്രഹ്മചര്യം സ്വീകരിച്ചിരുന്നു. സ്വന്തം പുത്രപൗത്രാദികൾ ഇല്ലാത്തതിനാൽ, പുനർജന്മം സാധ്യമല്ലാതെ, മറ്റുള്ളവരുടെ കാരുണ്യം പ്രതീക്ഷിച്ച്, ഭീഷ്മർ മരിച്ചവരുടെ നാട്ടിൽ എന്നെന്നേയ്ക്കുമായി കുടുങ്ങിക്കിടക്കുകയാണ്. കുട്ടികൾ ഇല്ലാത്ത ജീവിതം തിരഞ്ഞെടുത്ത ആളുകൾക്കുള്ള ഒരു ഓർമ്മപ്പെടുത്തലാണിത്. ഹിന്ദുക്കൾക്കിടയിൽ വിവാഹവും കുടുംബവും പ്രാധാന്യം നേടിയതിന് കാരണവും ഇതാണ്. ഇതിഹാസത്തിൽ പറയുന്നത്, സ്വന്തം മരണം എപ്പോൾ വേണമെന്ന് തിരഞ്ഞെടുക്കാനുള്ള കഴിവ് ഭീഷ്മർക്കുണ്ട് എന്നാണ്. വർഷത്തിന്റെ തണുത്തുറഞ്ഞ ഇരുണ്ട പകുതിയിൽ പൂർവ്വികർ മനുഷ്യരെ സന്ദർശിക്കുന്നത് ഒഴിവാക്കുന്നതിനായി അദ്ദേഹം ദക്ഷിണായനത്തിന് ശേഷം മരിക്കാമെന്ന് തിരഞ്ഞെടുത്തു. ചന്ദ്രമാസമായ മാഘത്തിലെ കറുത്തവാവിന് (ശുക്ല പക്ഷം) ശേഷമുള്ള എട്ടാമത്തെ ദിവസം (അഷ്ടമി) ആണ് അദ്ദേഹം തിരഞ്ഞെടുത്തത്. ദക്ഷിണായനത്തിന് ഏതാനും ആഴ്ചകൾക്ക് ശേഷമുള്ള ഈ ദിനം, സൂര്യൻ മകരരാശിയിൽ പ്രവേശിച്ചതിന് ശേഷമാണ് (മകര സംക്രാന്തി). അതുകൊണ്ട് എല്ലാവർഷവും ഈ ദിവസം വിഷ്ണുക്ഷേത്രങ്ങളിൽ ഭീഷ്മർക്ക് ചോറുരുള കൊണ്ട് പിണ്ഡസമർപ്പണം നടത്താറുണ്ട്. മരണക്കിടക്കിയിലായിരുന്നപ്പോൾ അദ്ദേഹം വിഷ്ണുസഹസ്രനാമം ഉരുവിട്ടതിനാൽ, മക്കളില്ലാതെ മരണപ്പെട്ടാലും അദ്ദേഹത്തെ എല്ലാക്കാലത്തും ഓർമ്മിക്കപ്പെടുമെന്നും, ജീവിച്ചിരിക്കുന്നവർ അദ്ദേഹത്തിനെ ഊട്ടുമെന്നും വിഷ്ണു ഉറപ്പ് നൽകി. ആത്മത്യാഗത്തിനും സന്ന്യാസ ജീവിതത്തിനും മുതിരുന്നതിന് മുൻപ്, ഒരു കുടുംബം കെട്ടിപ്പടുക്കേണ്ടതിന്റെ ആവശ്യകതയെക്കുറിച്ച് ആളുകളെ ഓർമ്മപ്പെടുത്തുന്നതാണ് ഈ കഥയും ആചാരവും.

## തന്ത്ര

തന്ത്രഗ്രന്ഥങ്ങളുടെ വളർച്ച എട്ടു മുതൽ പതിനഞ്ചാം നൂറ്റാണ്ട് വരെയാണ്. ഗംഗാസമതലത്തിനപ്പുറം ഭാരതമൊട്ടാകെ വേദാചാരങ്ങൾ പുരാണകഥകളിലൂടെ വ്യാപിച്ചതിന്റെ ബാക്കിപത്രമായിരുന്നു അത്. ശരീരത്തിനെയും മനസ്സിനെയും ഒരുപോലെ മതിക്കുന്ന പല പ്രാദേശിക ആചാരങ്ങളും ഇതിൽ കൂടിച്ചേർന്നിട്ടുണ്ട്.

ഈ കാലഘട്ടത്തിലെ പല ഗ്രന്ഥങ്ങളും ചൂണ്ടിക്കാണിക്കുന്നത് ശരീരം (തനു), അതിന്റെ കോശങ്ങൾ (പാളികൾ), ചക്രങ്ങൾ (ഗ്രന്ഥികൾ), നാഡികൾ (മാർഗ്ഗങ്ങൾ) എന്നിവയാണ്. തന്ത്രത്തിൽ വിദഗ്ധരായ ആളുകൾക്ക് തങ്ങളുടെ ശരീരം വിട്ട് ആത്മാവിനെ സ്വതന്ത്രമാക്കി മറ്റൊരു

ശരീരത്തിൽ കയറിക്കൂടാൻ കഴിയുന്നതെങ്ങനെ എന്ന് കാണിക്കുന്ന കഥകളുണ്ട്. പ്രേതാത്മാവിനെ അടിമയാക്കി വേതാളമാക്കി മാറ്റി, തങ്ങളുടെ ആജ്ഞാനുവർത്തികളാക്കി വച്ചിരിക്കുന്ന മന്ത്രവാദികളെ ഈ കഥകളിൽ കാണാം. ശിവനും ശക്തിയും തങ്ങളുടെ ഉഗ്രരൂപത്തിൽ ഭൈരവനും ചാമുണ്ഡിയുമായി, ചുടുകാട്ടിൽ നായ്ക്കൾക്കൊപ്പം നിൽക്കുന്നതായി കാണിക്കുന്ന ചിത്രങ്ങൾ ധാരാളം ക്ഷേത്രങ്ങളിലുണ്ട്. ജീവിച്ചിരിക്കുന്നവരെ വേട്ടയാടുകയും, ആളുകളെ ഭ്രാന്ത് പിടിപ്പിക്കുകയും, അസുഖങ്ങൾ പരത്തുകയും, ഗർഭച്ഛിദ്രവും അനർത്ഥങ്ങളും ഉണ്ടാക്കുകയും ചെയ്യുന്ന പ്രേതങ്ങളുടെ കഥകളുണ്ട്. കൂടോത്രത്തിനും മന്ത്രവാദത്തിനും വലിയ പ്രാമുഖ്യം വരുകയും, ജ്യോതിശാസ്ത്രം, പ്രവചനം, ഭൂചാലകങ്ങൾ ഉപയോഗിച്ചുള്ള ഭാവിപ്രവചനം, ആവാഹനം, മറ്റുള്ള ഗൂഢാചാരങ്ങൾ എന്നിവയ്ക്ക് വലിയ പ്രാധാന്യം നൽകപ്പെട്ടും ചെയ്തിട്ടുണ്ട്. മൂർത്തികളെ മരണവുമായിട്ടാണ് ബന്ധിപ്പിച്ചിരിക്കുന്നത്. വീര്യമുള്ള ആപൽക്കരമായ ശക്തിയുടെ താവളങ്ങളായി ചുടലപ്പറമ്പുകൾ മാറി. മരണഭയത്തെ വെല്ലുവാൻ വേണ്ടി സ്ത്രീശരീരം, ലൈംഗികത, അക്രമം എന്നിവയെ ശ്മശാനങ്ങളിൽ വച്ച് പാപാചാരങ്ങളുമായി കൂട്ടിയിണക്കണമെന്നാണ് താന്ത്രിക ഗ്രന്ഥങ്ങളിൽ പറഞ്ഞിരിക്കുന്നത്.

രാമായണത്തിന്റെയും മഹാഭാരതത്തിന്റെയും കഥകൾ നാടോടിക്കഥകളായി പുനരാഖ്യാനം ചെയ്തപ്പോൾ അതിൽ മന്ത്രവാദത്തെക്കുറിച്ചുള്ള സൂചനകൾ ഉണ്ടായിരുന്നു. മരണപ്പെട്ടവരുടെ തലയോട്ടികൾ, അസ്ഥികൾ, ചിതാഭസ്മം എന്നിവ മന്ത്രവാദികൾ ഉപയോഗിക്കുന്നുവെന്നാണ് പറയപ്പെടുന്നത്. ഇവിടെയാണ് മൃതദേഹം എരിച്ച് നശിപ്പിക്കുകയും, തലയോട്ടി തകർക്കുകയും ചെയ്ത്, പ്രേതാത്മാവിനെ പിതൃലോകത്തേയ്ക്ക് പറഞ്ഞുവിടാനുള്ള കർമ്മങ്ങൾ ചെയ്യുന്ന വേദാചാരങ്ങളുടെ പ്രസക്തി. ഹനുമാനും ഭൈരവനും ജനപ്രീതി നേടിയ കാലയളവാണത്. ആളുകളെ ദുഷ്ടാത്മാക്കളിൽ നിന്നും രക്ഷിക്കുന്ന കാളിയെപ്പോലുള്ള ദേവതകളുടെ അനുയായികളായ, ശിവന്റെ അവതാരങ്ങളായാണ് അവരെ കാണുന്നത്.

പുനർജ്ജന്മം സാധ്യമാക്കാനായി ഒരു വലിയ വേദാചാരങ്ങൾ തന്നെ നിർദ്ദേശിക്കുന്നുണ്ട്. അത് നടത്താത്ത പക്ഷം, മരിച്ചവർ പ്രേതങ്ങളായി അലയുമെന്നും, മനുഷ്യരെ വേട്ടയാടുമെന്നും, താന്ത്രികർക്കും മന്ത്രവാദികൾക്കും തന്ത്ര വിദഗ്ദ്ധർക്കും എളുപ്പം പിടി കിട്ടുന്ന തരത്തിൽ ആയിപ്പോകുമെന്നും പറയപ്പെടുന്നു.

ഗരുഡ പുരാണ, പദ്മസംഭവ ഗുരു രചിച്ച *ടിബറ്റൻ ബുക്ക് ഓഫ് ദി ഡെഡ് (ബാർദോ ഥോടോൾ)* എന്നിവയ്ക്ക് ഒരുപാട് കാര്യങ്ങൾ പൊതുവായുണ്ട്. താന്ത്രിക കാലഘട്ടത്തിൽ ഉയർന്നു വന്ന രണ്ടിലും താന്ത്രിക സ്വാധീനത്തെപ്പറ്റി കാണിച്ചു തരുന്നുണ്ട്. മരണത്തിനും

പുനർജന്മത്തിനുമിടയിൽ നാല്പത്തിയൊൻപത് ദിനങ്ങളുടെ കാലയളവാണ് ബുദ്ധിസ്റ്റുകൾ പറയുന്നത്. സിദ്ധാർത്ഥന് ബുദ്ധനാകാൻ വേണ്ടി വന്നത് നാല്പത്തിയൊമ്പത് ദിവസത്തെ ധ്യാനാത്മകത്വമാണ്. ഇതിൽ മൂന്ന് ഘട്ടങ്ങൾ വിവരിക്കുന്നുണ്ട് : മരണം കഴിഞ്ഞ ഉടനെ പ്രേതാത്മാവ് ആശയക്കുഴപ്പത്തിലായിരിക്കുന്ന ഘട്ടം, അതിന് ശേഷം ആഗ്രഹങ്ങളെയും ആസക്തികളെയും ഓർമ്മിപ്പിക്കുന്ന ഭയപ്പെടുത്തുന്ന വിഭാവനകളുടെ ഒരു ഘട്ടം, പിന്നെ സംസാരത്തിൽ നിന്നും വേർപെട്ടു പോകാൻ കഴിയാത്തവർക്കായി പുനർജന്മത്തിന്റെ ഒരു ഘട്ടം. ഗരുഡ പുരാണം പോലെ ബാർദോ ഥോടോളും മരിച്ചവരുടെ യാത്ര സുഗമമാക്കുന്നതിനായി മരണസമയത്ത് വായിക്കപ്പെടുന്നു.

## ഭക്തി

ആചാരങ്ങൾ യന്ത്രികമായല്ല, മറിച്ച്, ശ്രദ്ധയോടെയും വിശ്വാസത്തോടെയുമാണ് ചെയ്യേണ്ടതെന്ന് വേദഗ്രന്ഥങ്ങൾ നിഷ്കർഷിക്കുന്നുണ്ട്. പക്ഷേ വേദാചാരങ്ങളിൽ വികാരങ്ങളെക്കാൾ സ്ഥാനം കണിശതയ്ക്കും അച്ചടക്കത്തിനുമാണ്. എന്നാൽ കാലക്രമേണ വികാരങ്ങൾക്ക് മുൻതൂക്കം ലഭിക്കുകയും അവ ഇന്ത്യയിലെ ആചാരങ്ങളെ പിന്നിലാക്കുകയും ചെയ്തു. ഭക്തിപ്രസ്ഥാനത്തിന്റെ ആദ്യഘട്ടത്തിൽ, ക്ഷേത്രങ്ങളും ക്ഷേത്രാചാരങ്ങളുമായി ആചാരങ്ങൾ വളരെയധികം ഇഴകിച്ചേർന്നിരുന്നു. ഏഴാമത്തെ നൂറ്റാണ്ടിൽ തമിഴ്നാട്ടിൽ ജീവിച്ചിരുന്ന ആൾവാരുടെയും നായന്മാരുടെയും കഥകളിൽ നമുക്കിത് കാണാം. പതിനാറാം നൂറ്റാണ്ടിലെ സന്ത്-കവി ചടങ്ങുകൾ ആയപ്പോഴേയ്ക്കും, പാട്ടുകളിലൂടെ പ്രകടമാക്കുന്ന വികാരങ്ങൾ വേദി കീഴടക്കി.

ഗജേന്ദ്രന്റെ രക്ഷയ്ക്കായി വിഷ്ണു എത്തുന്നു. ഈ വിമോചകന്റെ ആശയം ഭക്തി പാരമ്പര്യത്തിൽ ആവർത്തിക്കുന്നു

ലിംഗായത്ത് പ്രസ്ഥാനത്തിലെ ബസവ-ശരണ ഗുരുക്കന്മാർ ഈശ്വരനുമായി നേരിട്ടുള്ള ബന്ധത്തിന് ഊന്നൽ കൊടുക്കാൻ തുടങ്ങിയതോടെ പന്ത്രണ്ടാം നൂറ്റാണ്ടിൽ കർണാടകത്തിലാണ് ആചാരങ്ങളുടെ പ്രാധാന്യത്തിന് മങ്ങലേറ്റു തുടങ്ങിയത്. ഭസ്മം കൊണ്ട് ശരീരത്തിൽ തിരശ്ചീനമായ മൂന്ന് വരകൾ വരയ്ക്കുന്നതിലൂടെ മൂന്ന് ലോകങ്ങളുടെയും മൂന്ന് ശരീരങ്ങളുടെയും അന്ത്യമാണ് പ്രതിനിധാനം ചെയ്യുന്നത്. ആത്മാവിന്റെ മുക്തിയ്ക്കായി അതിനെ പ്രതിനിധീകരിച്ച് കഴുത്തിൽ ഒരു ചെറിയ വെള്ളാരങ്കല്ല് ധരിച്ചിരുന്നു.

പതിനഞ്ചാം നൂറ്റാണ്ടോടെ, വൈകാ

രികവും പ്രണയം നിറഞ്ഞതുമായ, സംഗീതാധിഷ്ഠിതമായ, പുതിയൊരു തരം ഭക്തി പ്രാധാന്യം നേടിത്തുടങ്ങി. ചിലർ ക്ഷേത്രങ്ങളിലെ രൂപങ്ങളിൽ (സദ്ഗുണ) ദൈവത്തെ കണ്ടപ്പോൾ, മറ്റു ചിലർ രൂപമില്ലാത്തതിലാണ് (നിർഗുണ) ദൈവത്തെ കണ്ടത്. തമിഴിലെ പെരിയപുരാണത്തിൽ, ക്ഷേത്രത്തിനുള്ളിലെ ദൈവത്തെ ദർശിക്കുവാൻ തീയിലൂടെ നടന്നു പോകുന്ന നായനാർ മുനിമാരെക്കുറിച്ച് കാണാം. ഭഗവത് ഗീത മറാത്തിയിലേയ്ക്ക് തർജ്ജിമ ചെയ്ത ശേഷം സ്വയം ജീവൻ വെടിഞ്ഞ യുവകവിയായ ധ്യാനേശ്വരനെയും അതിൽ കാണാം. നാടോടിഗാനങ്ങളിൽ, സന്യാസകവിയായ ടുക്കാറാമിനെ വൈകുണ്ഠത്തിലേയ്ക്ക് നേരിട്ട് കൊണ്ടുപോകാൻ ഗരുഡൻ ഭൂമിയിലേയ്ക്ക് വന്നതായി പറയുന്നുണ്ട്. രാജസ്ഥാനി രാജകുമാരിയായ മീരാഭായി, കൃഷ്ണക്ഷേത്രത്തിലെ ഗർഭഗൃഹത്തിനുള്ളിൽ പ്രവേശിച്ചയുടനെ അപ്രത്യക്ഷമാകുന്നതായും കേട്ടിട്ടുണ്ട്. ഐതിഹ്യകഥകളുടെ ഉപമകൾക്കുള്ളിൽ സുഖമായിരിക്കുന്ന യാഥാസ്ഥിതികരെ വെല്ലുവിളിക്കുന്ന പുതിയ ആശയങ്ങൾക്കെതിരെയുള്ള പോരാട്ടങ്ങളുടെ കഥകളാണിവ എന്നാണ് ചിലർ വാദിക്കുന്നത്.

ഈ പ്രസ്ഥാനങ്ങളിൽ, മരണത്തെ മറികടക്കാനുള്ള മാർഗമായി ഭക്തിമാറുന്നു.ഗരുഡപുരാണത്തിലുംഭക്തിയെക്കുറിച്ചുപറയുന്നുണ്ടെങ്കിലും, അതൊരിക്കലും ആചാരങ്ങളെ മാറ്റിനിർത്തിക്കൊണ്ടല്ല. ദൈവത്തിന്റെ നാമം ഉരുവിട്ടുകൊണ്ടു തന്നെ, മരിച്ചവർക്കുള്ള ആചാരബലി തുടരണം. ഇങ്ങനെയാണ് മരണവുമായി ബന്ധപ്പെട്ട ചടങ്ങുകളിൽ രാമനാമവും ശിവനാമവും ഉരുവിടുന്നത് പതിവായത്.

ദൈവനാമം ഉരുവിടുന്നത് മരണത്തെ അകറ്റി നിർത്തും എന്നാണ് കരുതപ്പെടുന്നത്. 'നാരായണ-നാരായണ' എന്നുരുവിട്ട അജമിലനെ യമദൂതന്റെ കൈകളിൽ നിന്നും വിഷ്ണുദൂതൻ രക്ഷിക്കുന്നുണ്ട്. മാർക്കണ്ഡേയൻ 'ഓം നമഃശിവായ' എന്നുരുവിടുമ്പോൾ സാക്ഷാൽ ശിവൻ തന്നെ നേരിട്ട് വന്ന് യമനിൽ നിന്നും രക്ഷിക്കുന്നുണ്ട്. താരണി-സെൻ എന്ന് പേരായ ഒരു രാക്ഷസൻ, തന്റെ ദേഹം മുഴുവൻ രാമനാമം പച്ചകുത്തിയിരുന്നതിനാൽ രാമന് അദ്ദേഹത്തെ വധിക്കുവാനായില്ല എന്ന് ബംഗാളി രാമായണത്തിൽ പറയുന്നുണ്ട്. ഒടുവിൽ, പച്ചകുത്താത്ത വായിലേയ്ക്ക് അമ്പയച്ച രാമൻ, രാമഭക്തരുടെ അയോദ്ധ്യയായ സാകേതിൽ അവനൊരു സ്ഥാനം നൽകാമെന്ന് വാക്കു നൽകി. കൃഷ്ണനാമം ഉരുവിടുന്നവർക്കായി ഗോ-ലോകം എന്നൊരു സവിശേഷമായ സ്വർഗ്ഗമുണ്ട്; അവിടെ തന്റെ കദിനഭക്തരുടെ ചിത്തങ്ങൾക്ക് ആനന്ദമേകുവാനായി കൃഷ്ണൻ പുല്ലാങ്കുഴൽ വായിക്കുന്നുണ്ടാകും.

## ഇസ്ലാം

ഏഴാമത്തെ നൂറ്റാണ്ടിൽ തെക്കൻ ഭാരതത്തിലെത്തിയ വ്യാപാരി

കളായാണ് മുസ്ലിങ്ങൾ ആദ്യമായി ഭാരതത്തിൽ വന്നത്. പിന്നീട് പത്താം നൂറ്റാണ്ടിൽ വടക്കുപടിഞ്ഞാറൻ ദേശത്തെ ആക്രമിച്ചവരായും, ഒടുവിൽ പന്ത്രണ്ടാം നൂറ്റാണ്ടിൽ ഡൽഹിയിൽ ഭരണാധിപരായും അവർ വന്നു. അപകീർത്തിപ്പെടുത്തി എന്ന തോന്നലിനേക്കാൾ മരണത്തെ വരിക്കാൻ തയ്യാറായ രാജ്പുത് വീരർ അവരെ എതിർത്തു. ശത്രുക്കൾ പിടികൂടുന്നതിനെക്കാൾ നല്ലത് തീയിൽ ച്ചാടി ആത്മാഹുതി ചെയ്യുന്നതാണ് എന്നാണ് ആ വീരരുടെ ഭാര്യമാരും വിധവകളും വിശ്വസിച്ചിരുന്നത്. അന്ന് അങ്ങേയറ്റം ആരാധിച്ചിരുന്ന ഈ രീതി ഇന്ന് വിവാദപരവും നിയമവിരുദ്ധവുമാണ്. ആ കാലഘട്ടത്തിൽ വീരരെയും സതിമാരെയും ആദരിച്ചു കൊണ്ട് ഉയർത്തിയ കല്ലുകളും ഫലകങ്ങളും കാണാം.

ഒരു ദർഗയിലെ ഒരു സന്യാസിയുടെ ശവകുടീരം. ഇന്ത്യയിൽ, ബുദ്ധമത കാലം മുതൽ തന്നെ വിശുദ്ധരായ ആളുകൾക്കായി ശവകുടീരങ്ങൾ നിർമ്മിച്ചിട്ടുണ്ട്.

മുസ്ലിങ്ങൾ മരണപ്പെട്ടവരെ, തലഭാഗം മക്കയുടെ ദിശയിൽ വരുന്ന രീതിയിൽ, മണ്ണിൽ അടക്കം ചെയ്യാറാണ് പതിവ്. മരിച്ച വ്യക്തിയ്ക്കും ദൈവത്തിനുമിടയിൽ മറ്റൊന്നും വരാതിരിക്കാനായി, അവരുടെ മരണാനന്തര ചടങ്ങുകൾ വളരെ ലളിതമാണ്. പക്ഷെ ധനാഢ്യരായ ഡൽഹി സുൽത്താന്മാർ, സർവ്വസൈന്യാധിപതികൾക്കും (എമിർ), പുണ്യവാന്മാർക്കും(പീർ) വേണ്ടി പ്രൗഢിയുള്ള ശവകുടീരങ്ങൾ നിർമ്മിച്ചു. ഏഴാം നൂറ്റാണ്ടിന്റെ ആദ്യപാദത്തിൽ ഇസ്ലാം കുടിയേറിയ അറബികൾ നടത്തിയിരുന്ന മണലാരണ്യത്തിലെ അടക്കങ്ങളെ അപേക്ഷിച്ച് ഇത് ഒരു പേർഷ്യൻ രീതിയായിരുന്നു. ഈ സുൽത്താന്മാരുടെ സ്മാരകമണ്ഡപങ്ങളെ ചുറ്റി പൂന്തോട്ടങ്ങളും നീരുറവകളും ഉണ്ടായിരുന്നു. ഇസ്ലാമിക കാലഘട്ടത്തിന് മുൻപ് മുതൽ പേർഷ്യൻ ചക്രവർത്തിമാർ നിർമ്മിച്ചിരുന്ന വലിയ ചുറ്റുമതിലുകളുള്ള പൂന്തോട്ടങ്ങളുടെ മാതൃകയിൽ നിർമ്മിച്ച ഇവ, ആളുകളെ സ്വർഗ്ഗത്തെക്കുറിച്ച് (ജന്നത് ) ഓർമ്മിപ്പിക്കാൻ വേണ്ടിയുള്ളവയായിരുന്നു. സ്തൂപങ്ങൾക്ക് ചുറ്റും ബുദ്ധ ചൈത്യങ്ങൾ നിർമ്മിച്ചതുപോലെ, സന്യാസിമാരുടെ ശവകുടീരങ്ങൾക്ക് (മസാറുകൾ) ചുറ്റും ദർഗകൾ നിർമ്മിച്ചു.

മരിച്ചവരെ ഇരിക്കുന്ന രീതിയിൽ അടക്കം ചെയ്യുന്ന വേദകാലത്തിനും മുൻപുള്ള രീതി, ആളുകൾ ഒഴിവാക്കുകയും അവഹേളിക്കുകയും ചെയ്തെങ്കിലും പിന്നീടത് മുഖ്യധാരയിലേക്ക് മടങ്ങി വന്നു. ഭാരതത്തിന്റെ തെക്കൻ നാടുകളിൽ, ധനികരായ ഭൂവുടമകൾക്കും കർഷകർക്കുമിടയിലായിരുന്നു ഇത് കൂടുതൽ. ധാരാളം മഠങ്ങൾ, തങ്ങളുടെ ഗുരുക്കന്മാർക്ക് വേണ്ടി സമാധിമണ്ഡപങ്ങൾ നിർമ്മിക്കാൻ തയ്യാറായി.

മുൻപ് അത്തരത്തിലുള്ള ഇടങ്ങൾ സ്വകാര്യമായുള്ളവയായിരുന്നു എങ്കിലും, പതുക്കെ അവയൊക്കെ തീർത്ഥാടനകേന്ദ്രങ്ങളായി മാറി. ആദ്യം രാജസ്ഥാനിലും, പിന്നീട് മറാത്തികൾക്കിടയിലും, രാജാവിനെ അടക്കിയ സ്ഥലത്ത് 'ഛത്രി' എന്ന് പേരുള്ള കൂടാരങ്ങൾ ഉയർത്തിയിട്ടുണ്ട്.

ഇസ്‌ലാം അന്ത്യന്യായവിസ്താര ദിനത്തിൽ (ഖയാമത്ത്) വിശ്വസിക്കുന്നു.അസ്റായേൽഎന്നമരണമാലാഖയുടെആജ്ഞാനുവർത്തികളായ മാലാഖമാർ, വരാൻ മടിച്ച് നിൽക്കുന്നവരുടെ ആത്മാവിനെ ബലമായും, പൂർണ്ണമനസ്സോടെ വരുന്നവരുടെ ആത്മാവിനെ മൃദുവായും കൊണ്ടുപോകുന്നതായി മുസ്ലീങ്ങൾ പറയാറുണ്ട്. പാപപുണ്യങ്ങളുടെ കണക്കുകൾ സൂക്ഷിക്കുന്ന രേഖ-പാലകരെയും, ഖബറടക്കം കഴിഞ്ഞ ഉടനെ തന്നെ ആ വ്യക്തിയോട് ദൈവത്തിലും അന്ത്യപ്രവാചകനിലും വിശ്വസിക്കുന്നുണ്ടോ എന്ന് ചോദിക്കുന്ന മാലാഖമാരെയും അതിൽ കാണാം. നരകത്തിൽ ദുഷ്ടന്മാരെ കഷ്ടപ്പെടുത്തുന്ന പത്തൊൻപത് മാലാഖമാരുണ്ടെന്നാണ് പറയാറ്.

ഈ ആശയങ്ങൾ ഹിന്ദുമതത്തിലെ വിവിധ നരകങ്ങൾ, യമൻ, യമദൂതൻ, ചിത്രഗുപ്തൻ എന്നീ സങ്കൽപ്പങ്ങളുമായി ലയിച്ചതായി കണാം. തമോ-യോഗ്യർ എന്ന് പേരുള്ള, ഒരിക്കലും നരകത്തിൽ നിന്ന് രക്ഷ നേടാൻ സാധിക്കാത്ത, പുനർജന്മത്തിന് അർഹതയില്ലാത്ത ആത്മാക്കളെക്കുറിച്ച് പതിമൂന്നാം നൂറ്റാണ്ടിലെ ദാർശനികനായ കർണാടകത്തിൽ നിന്നുള്ള മാധവൻ പറഞ്ഞിട്ടുണ്ട്. ചൈനീസ് സാങ്കേതികതയും, പേർഷ്യൻ കോടതിസംസ്കാരവും സ്വാധീനിച്ചവരായിരുന്നു ടർക്കിഷ്-അഫ്ഗാൻ സുൽത്താന്മാർ. ഭാരതത്തിൽ പേനയും (കലം), കടലാസ്സും (കാഗസ്) കൊണ്ടുവന്നത് അവരായിരുന്നു. രേഖ-പാലനം അഥവാ ബഹി-ഘട്ക പ്രധാനപ്പെട്ട ഒരു ഹിന്ദു വിശ്വാസമായി മാറി. യമന്റെ കണക്കെടുപ്പുകാരനായ ചിത്രഗുപ്തൻ, കൈയിൽ പേനയും മഷിക്കുപ്പിയുമായാണ് കാണപ്പെടാറ്. ഗംഗ, സമതലങ്ങളിലേയ്ക്ക് കടക്കുന്ന ഹരിദ്വാറിൽ, പാണ്ടകൾ എന്നറിയപ്പെടുന്ന പ്രത്യേക പുരോഹിതർ തങ്ങളുടെ പുസ്തകങ്ങളിൽ ആളുകളുടെ വംശാവലിയുടെ വിശദാംശങ്ങൾ സൂക്ഷിക്കുന്നുണ്ട്.

ദൈവത്തിന്റെ കാരുണ്യത്തിനായി കേഴുന്ന ഇസ്ലാമിക രീതി ഹിന്ദുക്കൾക്ക് ആകർഷകമായി തോന്നുകയും, ബൗദ്ധികമായ ഗ്യാൻ-മാർഗ്ഗത്തിനും, ആചാരങ്ങളുള്ള കർമ്മ-മാർഗ്ഗത്തിനും അപ്പുറം വൈകാരികമായ ഭക്തി-മാർഗ്ഗം അവർ തിരഞ്ഞെടുക്കുകയും ചെയ്തു. പണ്ടുകാലങ്ങളിൽ, കടങ്ങൾ വീട്ടുന്നത് മരിച്ചവർക്ക് മോക്ഷം നൽകുമായിരുന്നു. ഇന്നതിന് ഒരു ബദൽ സംവിധാനമുണ്ട് – ദൈവത്തിന്റെ കാരുണ്യം.

## ക്രിസ്ത്യാനിറ്റി

ക്രിസ്ത്യൻ ശവകുടീരം

ക്രിസ്തു ഇസ്രായേലിൽ ജീവിച്ചിരുന്നത് രണ്ടായിരം വർഷങ്ങൾക്ക് മുൻപായിരുന്നു എങ്കിലും, ക്രിസ്ത്യാനിറ്റി ഒരു പ്രമുഖ മതമായത് 1700 വർഷങ്ങൾക്ക് മുൻപ് മാത്രമായിരുന്നു. റോമൻ ചക്രവർത്തി ക്രിസ്തീയതയിലേയ്ക്ക് മാറുകയും, മതം എന്നത് സാമ്രാജ്യം നിയന്ത്രിക്കാനും ഒന്നിപ്പിക്കാനും വേണ്ട ഒരു രാഷ്ട്രീയായുധമാവുകയും ചെയ്തപ്പോഴായിരുന്നു അത്. അതുകൊണ്ടാണ് ബൈബിളിന്റെ പുതിയ നിയമത്തിൽ കരുണാമയനും ക്ഷമാശീലനുമായ ദൈവത്തെക്കുറിച്ച് യേശു സംസാരിക്കുന്നതും, അതേസമയം സാത്താനെതിരെ യേശുവെന്ന യോദ്ധാവിനൊപ്പം യുദ്ധം ചെയ്യാൻ പോകുന്ന മാലാഖമാരുടെ ദൈവത്തെക്കുറിച്ച് ജോൺ സംസാരിക്കുന്നതും. പത്താം നൂറ്റാണ്ടിൽ ക്രിസ്ത്യാനിറ്റിയും ഇസ്‌ലാമും പരസ്പരം കൊമ്പുകോർത്തു. ഈ കുരിശുയുദ്ധങ്ങൾക്കിടയിൽ, ദൈവം ഒരു നീതിപാതിയാണെന്ന മട്ടിലുള്ള വിശ്വാസം സ്പെയിൻ മുതൽ സിന്ധ് വരെ ലോകം മൊത്തം പ്രചരിച്ചു. പന്ത്രണ്ടാം നൂറ്റാണ്ടിലെ മംഗോൾ അധിനിവേശം ലോകാവസാനത്തെക്കുറിച്ചും, അന്ത്യന്യായവിസ്താര ദിനത്തെക്കുറിച്ചും പ്രചരിപ്പിച്ചു. ഒരുപക്ഷെ ഇതായിരിക്കണം പുരാണങ്ങളിലെ കൽക്കി, പ്രളയ എന്നീ ആശയങ്ങൾ വിപുലമാക്കാൻ കാരണമായത്.

പതിനാലാം നൂറ്റാണ്ടിലെ ഇറ്റലിയിൽ, ഡാന്റെ *ദി ഡിവൈൻ കോമഡി* രചിച്ചു. ഗരുഡപുരാണവും *ദി ഡിവൈൻ കോമഡി*യും തമ്മിലുള്ള സാമ്യതകൾ പലരും ശ്രദ്ധിച്ചു. ക്രിസ്ത്യൻ പുരാണങ്ങളിൽ പറഞ്ഞിരിക്കുന്ന ഒരേയൊരു നരകത്തെ അപേക്ഷിച്ച്, ഗരുഡപുരാണത്തിലെപ്പോലെ, പല പാപങ്ങൾക്കും പല നരകങ്ങളുണ്ടെന്നാണ് ഡാന്റെയും പറഞ്ഞിരിക്കുന്നത്. അതിന്റെ ആഖ്യാനത്തിൽ, മൂന്ന് പേർ ഒപ്പമുള്ള തീർത്ഥാടകനാണ് ഡാന്റെ : ബുദ്ധിശാലിയായ വിർജിൽ, സ്നേഹമയിയായ ബിയാട്രിസ്, ഗൂഢരീതികളുള്ള സെയിന്റ് ബെർണാഡ്. ഇത്, മോക്ഷത്തിലേക്കുള്ള മൂന്ന് ഹിന്ദു പാതകളുമായി സാദൃശ്യം പുലർത്തുന്നു. അദ്ദേഹത്തിന് പുരാണങ്ങളെക്കുറിച്ച് അറിവുണ്ടായിരുന്നോ എന്ന് നമുക്ക് സംശയം തോന്നിയേക്കാം. പക്ഷെ യൂറോപ്പുകാർ ഇന്ത്യയിലേയ്ക്കുള്ള കടൽമാർഗം അന്ന് കണ്ടുപിടിച്ചിട്ടില്ലായിരുന്നതിനാൽ, അതിനുള്ള സാധ്യത തീരെയില്ല. ഇന്ത്യയുടെ അക്കങ്ങളും, ബോർഡ് ഗെയിമുകളും, നാടോടിക്കഥകളും അറബികളിലൂടെ യൂറോപ്പിൽ എത്തിയതായിരിക്കുമോ? എല്ലാം അനുമാനങ്ങൾ മാത്രം.

എന്തായാലും, ഗരുഡപുരാണവും *ദി ഡിവൈൻ കോമഡി*യും രണ്ടു വ്യത്യസ്ത ഐതിഹാസിക കാഴ്ചപ്പാടുകളിൽ നിന്നും വരുന്നതിനാൽ, അവ ഒരിക്കലും ഒന്നല്ല. ഡാന്റെയെ സംബന്ധിച്ചിടത്തോളം, നരകമെന്നത് നിത്യയാതനയുടെ ഇടമാണ്. എന്നാൽ ഗരുഡപുരാണത്തിൽ, നരകത്തെ അവതരിപ്പിച്ചിരിക്കുന്നത് താൽക്കാലിക യാതനകളുടെ ഇടമായും, കഴിഞ്ഞ ജന്മത്തിലെ തെറ്റുകൾ വരും ജന്മങ്ങളിൽ ആവർത്തിക്കരുത് എന്ന് ആളുകളെ ഓർമ്മപ്പെടുത്താനുള്ള ഒരിടമായിട്ടുമാണ്. ഗരുഡ പുരാണത്തിലെ നരകങ്ങളുടെ മേൽനോട്ടമുള്ള യമന്, ഡാന്റെയുടെ ദൈവ ത്തെപ്പോലെ തെറ്റുകൾ ക്ഷമിക്കാനാവില്ല. പരമോന്നത ദൈവങ്ങളായ വിഷ്ണുവിനും ശിവനും മാത്രമേ ആ കഴിവുള്ളൂ. മരിച്ചവർ അന്തിമവിധി കാത്തുനിൽക്കുന്ന ഒരു മൃതാത്മ പാപമോചനസ്ഥാനത്തെപ്പറ്റി ഡാന്റെ പരാമർശിക്കുന്നുണ്ടെങ്കിലും, അത്തരമൊരു ആശയം ഹിന്ദു പുരാണ കഥകളിൽ ഇല്ല. മൃഗങ്ങളെ ഉപദ്രവിക്കുകയും കൊല്ലുന്നവർക്കുമായി ഒരു നരകം ഗരുഡപുരാണത്തിൽ പറയുന്നുണ്ടെങ്കിലും, ഡാന്റെയുടെ പുസ്തകത്തിൽ അങ്ങനെ ഒന്നില്ല. എന്നാൽ ഭാവിഫലം പറയുന്നവർ, പ്രവാചകർ, ജ്യോതിശാസ്ത്രജ്ഞർ എന്നിവരെ ശിക്ഷിക്കുന്നതിൽ ഡാന്റെ ശ്രദ്ധിക്കുന്നുണ്ട്. ഇത് ഗരുഡപുരാണത്തിൽ ഇല്ല താനും. മിക്ക ശിക്ഷ കളിലും ആയുധങ്ങളും, മൃഗങ്ങളും, യാതനകളും ഉൾപ്പെട്ട് സാമ്യത കളുണ്ടെങ്കിലും *ദി ഡിവൈൻ കോമഡി*യിൽ ചില അസാധാരണമായ ശിക്ഷകളുണ്ട്. ഉദാഹരണത്തിന്, ഭാവിഫലം പറയുന്നവരുടെ തല എന്നെന്നേയ്ക്കുമായി പിറകിലേക്ക് തിരിഞ്ഞു പോകും. അഹങ്കാരി കളായവരുടെ മുതുകിൽ ഭാരം കയറ്റിവച്ച് അവരെ മുന്നോട്ട് കുനിയാൻ നിർബന്ധിതരാകുന്നു. അസ്ഥിരമായ മനസ്സുള്ളവരെ തേനീച്ച തുരത്തു ന്നതിനാൽ അവർ തീരുമാനങ്ങൾ എടുക്കേണ്ടി വരുന്നു. ഡാന്റെയെ ഗ്രീക്ക് ഇതിഹാസങ്ങൾ വലിയ തോതിൽ സ്വാധീനിച്ചിട്ടുണ്ട് എന്ന് സ്റ്റിക്സ് എന്ന നദിയെപ്പറ്റിയും, മൂന്ന് തലയുള്ള പട്ടിയായ സെറിബ്രസിനെക്കുറിച്ചും നടത്തിയിട്ടുള്ള പരാമർശങ്ങളിൽ നിന്നും മനസ്സിലാക്കാം. ഡാന്റെയുടെ ലോകത്ത്, ധനം മോശവും, പട്ടിണി നല്ലതുമാണ്. എന്നാൽ ഗരുഡപുരാണത്തിൽ ഇങ്ങനെയല്ല – അതിൽ സമ്പത്തിന്റെ ദേവതയായ ലക്ഷ്മി, വിഷ്ണുവിന്റെ തന്നെ പങ്കാളിയായി, പോകുന്നിടത്തെല്ലാം ശുഭത്വം കൊണ്ടുചെല്ലുന്നു.

ഭോഗാസക്തി (കാമം, അത്യാഗ്രഹം, അമിതഭക്ഷണം, കോപം), അക്രമം (അടിച്ചമർത്തൽ, ചൂഷണം), ക്ഷുദ്രത (അസൂയ, അഹങ്കാരം, മോഷണം, കള്ളസത്യം) എന്നിവയ്ക്കെല്ലാം ശിക്ഷകൾ ഉണ്ടെങ്കിലും, ഹിന്ദുഗ്രന്ഥങ്ങളിൽ പറഞ്ഞിട്ടുള്ള 'ധർമ്മം' പാലിക്കാത്തതിന് പ്രത്യേ കിച്ച് ശിക്ഷയൊന്നുമില്ല. കുടുംബസ്ഥന് കുടുംബത്തോടുള്ള കടമകളും, രാജാവിന് തന്റെ രാജ്യത്തോടുള്ള കടമകളുമാണ് ധർമ്മം എന്നത് കൊണ്ട് അർത്ഥമാക്കുന്നത്. ക്രിസ്ത്യാനിറ്റിയെ തള്ളിപ്പറയുന്നവർക്കും,

ഹിന്ദു മതത്തിൽ ഇല്ലാത്ത മതപ്രചാരകരായ വിഗ്രഹാരാധകർ എന്നിവർക്കുള്ള നരകങ്ങളെക്കുറിച്ച് ഡാന്റെ പറയുന്നുണ്ട്.

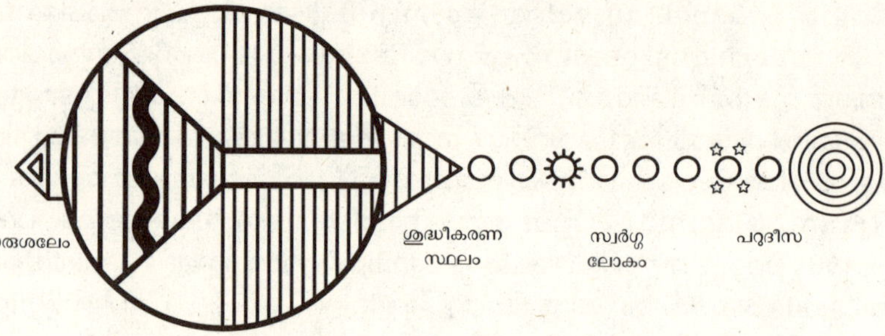


പതിമൂന്നാം നൂറ്റാണ്ടിൽ ഭൂമി പരന്നതും സൂര്യൻ അതിനു ചുറ്റം കറങ്ങുകയും ചെയ്യിരുന്ന കാലത്ത്, പ്രപഞ്ചത്തെക്കുറിച്ചുള്ള യൂറോപ്യൻ ധാരണയെ പ്രതിഫലിപ്പിക്കുന്നതാണ് നരകം, ശുദ്ധീകരണസ്ഥലം, സ്വർഗ്ഗം എന്നിവയിലൂടെയുള്ള ഡാന്റേയുടെ യാത്ര

രണ്ടായിരം വർഷങ്ങൾക്ക് മുൻപ് വാണിജ്യപാതകളിലൂടെയാണ് ക്രിസ്ത്യാനിറ്റിയുടെ ആദ്യരൂപങ്ങൾ ഇന്ത്യയിൽ എത്തിയത്. എന്നിരുന്നാലും പതിനാറാം നൂറ്റാണ്ടിൽ പോർച്ചുഗീസുകാർ വന്നതോടെയാണ് മതപ്രചാരണത്തിലൂടെയുള്ള ക്രിസ്ത്യാനിറ്റി ഇവിടെ ഉണ്ടായത്. മതപരിവർത്തനത്തിന്റെ ബാക്കി പത്രമെന്നോണം, ശവം മണ്ണിൽ അടക്കം ചെയ്യുന്ന ക്രിസ്തീയ രീതിയും, ശവദാഹം നടത്തുന്ന ഹൈന്ദവ രീതിയും തമ്മിൽ സംഘർഷമുണ്ടായി. ഗോവയിൽ, രാത്രി പള്ളിയിലെ സെമിത്തേരിയിൽ നിന്ന് മൃതദേഹം പുറത്തെടുത്ത് വീടിന് പിന്നിലെ സ്ഥലത്ത് രഹസ്യമായി ശവദാഹം ചെയ്യിട്ടുള്ളതിന്റെ ഓർമ്മകൾ ഇന്നും നിലനിൽക്കുന്നുണ്ട്. ഇത് വിഗ്രഹാരാധന നടത്തുന്നവരിൽ ക്രിസ്തീയ വിശ്വാസങ്ങളും ആചാരങ്ങളും അടിച്ചേൽപ്പിക്കുന്ന ഗോവൻ മതദ്രോഹവിചാരണയ്ക്ക് തിരി തെളിച്ചു.

ഇന്ത്യയിലുടനീളം, പേരും, ജീവിതകാലയളവും രേഖപ്പെടുത്തിയ സ്മാരകഫലകങ്ങൾ നിറഞ്ഞ സെമിത്തേരികൾ എല്ലാ പള്ളികളിലും കാണാം. ബ്രിട്ടീഷ് ഭരണകാലത്താണ് ഇത് വല്ലാതെ വ്യാപിച്ചത്. ക്രിസ്ത്യാനികൾ, തങ്ങൾക്ക് മുൻപേ മുസ്ലിമുകൾ ചെയ്യത് പോലെ, ആത്മഹത്യ ചെയ്യവരെ തങ്ങളുടെ പവിത്രമായ ഇടത്ത് സംസ്കരിക്കാനാവില്ല എന്ന ആശയത്തിന് പ്രചാരം നൽകി. ഇന്നും, ദയാവധം, വയസ്സായവർക്കും രോഗികൾക്കും നൽകപ്പെടുന്ന പരസഹായത്തോടെയുള്ള മരണങ്ങൾ, അവയവദാനം എന്നിവ ക്രിസ്തീയ മൂല്യങ്ങളിൽ അധിഷ്ഠിതമായുള്ളതാണ്. കാരണം, ഇന്ത്യയിലെ ആദ്യകാല ആശുപത്രികൾ, ബ്രിട്ടീഷ് കാലത്ത്, ക്രിസ്തീയ മതപ്രചാരകർ നിർമ്മിച്ചവയാണ്.

## ആധുനിക കാലഘട്ടം

ഹിന്ദുക്കൾ വിധവകളെ കൈകാര്യം ചെയ്ത വിധം യൂറോപ്പുകാരെഞെട്ടിക്കുകയുംഅവരതിനെക്കുറിച്ച് വിശദമായി എഴുതുകയും ചെയ്തിട്ടുണ്ട്. ഇതിനെത്തുടർന്നാണ് വിധവകൾ ചിതയിൽ ചാടുന്നതിനെതിരെയും, ശൈശവ വിവാഹത്തിനെതിരെയും നിയമങ്ങൾ നിലവിൽ വന്നത്. സാമൂഹിക പരിഷ്കർത്താക്കൾ വിധവകളുടെ പുനർവിവാഹത്തെ പ്രോത്സാഹിപ്പിച്ചു. ജാതിവ്യവസ്ഥിതി നിയമപ്രകാരം നിഷിദ്ധമാണെങ്കിലും, ഓരോ ജാതിയിൽപ്പെട്ടവർക്കും പ്രത്യേകം ശ്മശാനം എന്ന രീതി ഇന്നും ചിലയിടങ്ങളിൽ നടന്നുവരുന്നുണ്ട്.

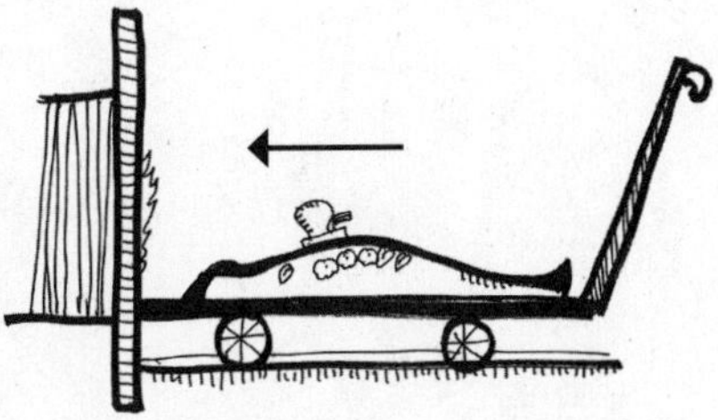

പ്രതീകാത്മകമായ ശവസംസ്കാര ചിതയായി മൃതദേഹത്തിന്റെ നെഞ്ചിൽ ഒരു കലം തീ വയ്ക്കുകയും തലയോട്ടി തകർക്കുകയും ചെയ്യുന്ന വൈദ്യുത ദഹിപ്പിക്കൽ

വിറകുപയോഗിച്ച് ശവദാഹം നടത്തുന്ന രീതിയ്ക്ക് പകരം, പരിസ്ഥിതിയെ കണക്കിലെടുത്ത്, വൈദ്യുത ശ്മശാനങ്ങൾ ഉപയോഗിക്കുന്ന രീതി ഇന്ന് പ്രചാരത്തിലുണ്ട്. ഇന്നത്തെ കാലത്ത്, പൂർവ്വികരെ ഊട്ടുന്ന ചടങ്ങുകൾ, മരണം കഴിഞ്ഞു വരുന്ന ദിവസങ്ങളിലും, ചരമവാർഷികത്തിനും, പിതൃപക്ഷത്തിനും, തീർത്ഥാടനകേന്ദ്രങ്ങൾ സന്ദർശിക്കുമ്പോഴും മാത്രമേയുള്ളൂ. ഒരിക്കൽ പല ദിവസങ്ങളിലായി നടത്തിയിരുന്ന മരണാനന്തര ചടങ്ങുകൾ എല്ലാം ഇന്ന് ഒരൊറ്റ ചടങ്ങായി ചുരുക്കിയിരിക്കുന്നു.

ശവസംസ്കാര ചടങ്ങുകൾ ചെയ്യുന്ന സ്ത്രീകളുടെ എണ്ണം കൂടിക്കൊണ്ടിരിക്കുന്നു. അവർക്കിപ്പോൾ ശ്മശാനം അപ്രാപ്യമല്ല. പണ്ടത്തെ യോഗിമാരെപ്പോലെ അനുസ്മരിപ്പിക്കും വിധം ജീവിതത്തിലെ കടമകളൊക്കെ കൃത്യമായി നിറവേറ്റിയ വൃദ്ധർക്കും അവശർക്കും, അവരുടെ ബോധപൂർവ്വമായ സമ്മതത്തോടെ, മരണം നൽകാമെന്നതിനെക്കുറിച്ച് ചർച്ചകൾ പുരോഗമിക്കുന്നു. മരണശേഷം അവയവദാനം നടത്താമെന്ന ആശയത്തോട് ചേർന്നു നിൽക്കുന്നവരും ഇന്ന് വളരെക്കൂടുതലാണ്. ദധീചി തന്റെ അസ്ഥികൾ ഇന്ദ്രന് നൽകിയ കഥയും, മരണശേഷം ശരീരം പ്രകൃതിയുമായി ചേർന്ന് – മനസ്സ് ചന്ദ്രനും, കണ്ണുകൾ സൂര്യനും, ശ്വാസം കാറ്റിനും – മാംസം എങ്ങനെ പുതുക്കപ്പെടുന്നു എന്ന് കാണിക്കുന്ന വേദവചനങ്ങളുമാണ് ഇതിന് നിദാനം.

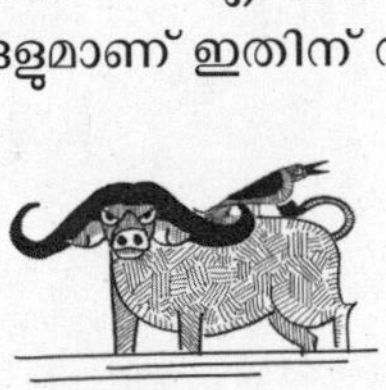

അദ്ധ്യായം 8

# മരണത്തിന്റെ ദൈവങ്ങൾ

*മരണം, മോക്ഷം, അമരത്വം എന്നിവയുമായി ബന്ധപ്പെട്ടു കിടക്കുന്ന അനവധി ഹിന്ദു ദൈവങ്ങളെപ്പറ്റി നമുക്ക് നോക്കാം*

ഒരിക്കൽ ദൈവങ്ങളെല്ലാവരും ശിവനെ വണങ്ങാനായി കൈലാസത്തിലേക്ക് പോയി. ബ്രഹ്മാവ് തന്റെ ഹംസത്തിലും, വിഷ്ണു തന്റെ പരുന്തിലും, സൂര്യൻ തന്റെ കുതിരയിലും, ചന്ദ്രൻ തന്റെ കൃഷ്ണമൃഗത്തിലും, യമൻ തന്റെ പോത്തിലുമാണ് വന്നത്. കൈലാസത്തിലേക്ക് പ്രവേശിക്കുന്നതിന് മുൻപായി യമന്റെ ദൃഷ്ടി, വാതിലിനരികിലെ ഒരു ശിലാഫലകത്തിലിരുന്ന് ദൈവങ്ങൾക്ക് സ്വാഗതഗാനം പാടിക്കൊണ്ടിരുന്ന ഒരു കുഞ്ഞു കുരുവിയിൽ പതിയുന്നത് ഗരുഡൻ ശ്രദ്ധിച്ചു. യമൻ പുരികമൊന്നുയർത്തി, മുഖം ചുളിച്ച്, തോളൊന്ന് വെട്ടിച്ച ശേഷമാണ് ദൈവങ്ങൾക്കൊപ്പം ചേർന്നത്. പക്ഷിരാജനായ ഗരുഡന്, ആ കുരുവിയുടെ ദിനങ്ങൾ എണ്ണപ്പെട്ടതായി മനസ്സിലായി. അല്ലെങ്കിൽപ്പിന്നെ മരണദേവൻ അതിനെക്കാണുമ്പോൾ മുഖം ചുളിക്കേണ്ട കാര്യമുണ്ടോ? ഒരുപക്ഷെ കൈലാസത്തിലെ തണുത്തുറഞ്ഞ താഴ്വരകളിൽ ഭക്ഷണം ലഭിക്കാതെയാവും അതിന്റെ മരണം. ഗരുഡൻ ആ കുഞ്ഞിക്കിളിയെ ഒന്ന് നോക്കി – അത് ചെറുപ്പവും, നിഷ്കളങ്കവും, ലോകം കാണാൻ ഔൽസുക്യമുള്ളതും ആയിരുന്നു. ഒരു പിതാവിന്റെ സ്നേഹം ഉള്ളിൽ നിറഞ്ഞ ഗരുഡൻ ഒരു തീരുമാനമെടുത്തു : യമന്റെ ഹൃദയശൂന്യതയിൽ നിന്നും ആ കുഞ്ഞു കുരുവിയെ മാറ്റിനിർത്തുക. അതിനെ തന്റെ കൈപ്പത്തിയിൽ ഇരുത്തി, അവൻ ഏഴു മലകളും ഏഴു നദികളും താണ്ടി പറന്നു. ഒടുവിൽ ഒരു കാട്ടിൽ, നിറയെ സ്വാദിഷ്ടമായ ഫലങ്ങളുള്ള ഒരു മരത്തിൽ, അതിനെ വച്ചു. മടങ്ങിയെത്തിയപ്പോൾ, യമൻ തന്നെ നോക്കി പുഞ്ചിരിക്കുന്നതവൻ കണ്ടു. എന്താണ് കാര്യമെന്നന്വേഷിച്ചപ്പോൾ,

യമൻ ഇങ്ങനെ പറഞ്ഞു, "കൈലാസത്തിലേക്ക് കടക്കുമ്പോൾ ഇന്ന് മരണപ്പെടേണ്ട ആ കുരുവിയെ ഞാൻ കണ്ടു. അങ്ങ് ദൂരെ, ഏഴ് മലകൾക്കും ഏഴ് നദികൾക്കുമപ്പുറം ഒരു കാട്ടിലെ മറവിൽ ജീവിക്കുന്ന പെരുമ്പാമ്പിനാലായിരിക്കും മരണം എന്ന് ഞാൻ കണ്ടു. അവനെങ്ങനെ അത്രയും ദൂരം പറന്നെത്തും എന്ന് ഞാൻ അതിശയിച്ചു. പക്ഷെ നീയത് സാധ്യമാക്കി". ഗരുഡൻ ഞെട്ടി. ആ കിളിയെ രക്ഷിക്കുന്നതിന് പകരം, അവൻ അതിനെ മരണത്തിന് വിട്ടുകൊടുക്കുകയാണ് ചെയ്തത്. അപ്പോൾ വിഷ്ണു അവനോട് പറഞ്ഞു, "ആ പെരുമ്പാമ്പ് പട്ടിണികിടന്ന് മരിക്കുന്നതിൽ നിന്നും നീ രക്ഷിച്ചു. അതൊരു നല്ല കാര്യമല്ലേ?"

മരണത്തിന്റെ അനിവാര്യതയിലേയ്ക്ക് വിരൽ ചൂണ്ടുന്ന ഒരു നാടോടിക്കഥയാണിത്. ജീവിക്കാൻ നമുക്കെല്ലാം ഭക്ഷണം വേണം. ഭക്ഷണത്തിനായി, വേട്ടയാടുന്നവർ ഇരകളെ കൊല്ലുന്നു, കന്നുകാലികൾ മരങ്ങൾ കടപുഴക്കുന്നു. അതായത്, നാം ഭക്ഷിക്കുമ്പോൾ, നേരിട്ടോ അല്ലാതെയോ, എന്തെങ്കിലുമൊക്കെ മരിക്കുന്നുണ്ട്. കടുവയുടെ വിശപ്പ് മാറാനായി മാൻ മരിക്കുന്നു. ചിതലുകൾ മരങ്ങൾ തിന്നുതീർക്കുന്നു. മനുഷ്യർക്ക് ഭക്ഷണമുണ്ടാക്കുന്ന പാടങ്ങൾക്ക് ഇടം കണ്ടെത്താനായി നൂറു കണക്കിന് മരങ്ങളും മൃഗങ്ങളും കൊല്ലപ്പെടുന്നു. അങ്ങനെ, ജീവിതവും മരണവും പരസ്പരം ഇഴചേർന്നു കിടക്കുന്നു. ജീവനുള്ള ഒരു വസ്തുവിനെ കൊന്നാണ് എല്ലാ ഭക്ഷണവും ഉണ്ടാക്കുന്നത്. അതിനാൽ എല്ലാ ഭക്ഷണത്തിലും ശരീരമുണ്ട്. ജീവൻ ജീവിതത്തിൽ ആഹാരം കണ്ടെത്തുന്നു (ജീവോ ജീവസ്യ ജീവനം). അമരനായ ഒരുവൻ ആരെയും ഭക്ഷിക്കുന്നില്ല. ജനനമരണങ്ങളുടെ ചക്രങ്ങൾക്ക് അതീതരായവരും കഴിക്കുകയോ കഴിക്കപ്പെടുകയോ, ഊട്ടുകയോ ഊട്ടപ്പെടുകയോ ചെയ്യുന്നില്ല.

മരണവുമായി ബന്ധപ്പെട്ട ദൈവം യമനാണ്. ജനനമരണ ചക്രങ്ങൾ സൃഷ്ടിക്കുന്നത് ബ്രഹ്മാവാണ്. ജീവിതത്തിലെയും മരണത്തിലെയും ഭയങ്ങളെ നേരിടാൻ മനുഷ്യരെ സഹായിക്കുന്ന ദൈവമാണ് വിഷ്ണു. ജനനമരണങ്ങളുടെ ചക്രങ്ങൾ തകർക്കുന്ന ദൈവം ശിവനാണ്.

ഋഗ്വേദത്തിൽ പറഞ്ഞിരിക്കുന്നത് പ്രകാരം, മരണവുമായി ബന്ധപ്പെടുത്തിയിട്ടുള്ള പുരാതനദൈവം യമനാണ്. അതിന് ശേഷം മരണത്തിന്റെ പല വശങ്ങളുമായി ബന്ധപ്പെട്ട പല ദൈവങ്ങളുമുണ്ടായി. വേദകാലത്ത് മരണവുമായി ബന്ധപ്പെട്ട ആചാരങ്ങൾക്ക് അഗ്നിയുമായും ഭൂമിയുമായും അടുത്ത ബന്ധമുണ്ടായിരുന്നു. ചീയൽ, ദൂഷണം, പ്രേതങ്ങൾ എന്നിവയുമായി ബന്ധപ്പെട്ട ദേവതയായിരുന്നു നിറിതി. ചിലപ്പോൾ പിന്നീട് ഭൂതങ്ങളുടെ മേൽ സവാരി ചെയ്യുന്ന ശോഷിച്ച ചാമുണ്ഡ ആയി മാറിയത് ഈ ദേവതയാവണം. മഹാഭാരതം മരണത്തെ മൃത്യു എന്ന ദേവതയായി മൂർത്തീകരിച്ചിട്ടുണ്ട്. ജീവിച്ചിരിക്കുന്നവരെ

കൊല്ലണമല്ലോ എന്നോർത്ത് വിതുമ്പുന്ന ദൈവമാണത്. പുരാണങ്ങളിൽ ശിവൻ ചുടുകാടുകളിൽ അലഞ്ഞുതിരിയുകയും; ദുർഗ, യമന്റെ പ്രതിനിധിയെന്ന് കരുതുന്ന മഹിഷാസുരനെ വധിക്കുകയും; മനുഷ്യരുടെ അവസ്ഥയെക്കുറിച്ച് സഹാനുഭൂതിയുണ്ടാവാനായി ജനനമരണങ്ങൾ അനുഭവിക്കാൻ വിഷ്ണു ഭൂമിയിൽ അവതാരങ്ങളെടുക്കുകയും ചെയ്യുന്നു. നദീദേവതയായ ഗംഗ പുനർജന്മവുമായി അടുത്തു കിടക്കുന്നു. താന്ത്രിക കാലഘട്ടത്തിൽ, ഭൂതങ്ങളെക്കുറിച്ചും അവരുടെ വേട്ടയാടലിനെക്കുറിച്ചും പറയുന്നവരുടെ എണ്ണം കൂടിക്കൂടി വന്നപ്പോൾ, സുരക്ഷയ്ക്കായി പ്രാർത്ഥിക്കുന്ന ദൈവമായി ശക്തനായ ഹനുമാൻ മാറി.

## യമൻ

മരിച്ചവരുടെ ഭരണാധികാരിയായ യമൻ, പ്രിയപ്പെട്ടവരില്ലാത്ത ഒരു ആദർശ രാജാവ്

ഋഗ്വേദത്തിൽ പറയുന്നത്, മരിച്ച ആദ്യത്തെ മനുഷ്യൻ യമനാണ് എന്നാണ്. നിഷിദ്ധ സംഗമം വിലക്കപ്പെട്ടതായതിനാൽ, തന്റെ ഇരട്ട സഹോദരിയായ യാമിയുമായി ലൈംഗികബന്ധത്തിൽ ഏർപ്പെടാൻ യമൻ വിസമ്മതിച്ചു. ഇത് മൂലം, മക്കളില്ലാതെ മരിക്കേണ്ടിവന്ന യമൻ മരിച്ചവരുടെ നാട്ടിൽ എന്നെന്നേയ്ക്കുമായി കുടുങ്ങിപ്പോയി. അങ്ങനെയാണ് യമൻ ഏറ്റവും പ്രാചീന പൂർവികനും, മരണത്തിന്റെ രാജാവുമായത്. പക്ഷെ ആദ്യത്തെ സൂര്യാസ്തമനം യമനും, ആദ്യത്തെ രാത്രി യമന്റെ സഹോദരിയുമാണ്. അതു കൊണ്ടാണ് രാത്രിയെ യാമിനി എന്നും വിളിക്കുന്നത്.

വേദ ഐതിഹ്യങ്ങളുമായി വംശം പങ്കിടുന്ന അന്യാരാധനാ ഐതിഹ്യങ്ങളിൽ, എല്ലാ ജീവജാലങ്ങളെയും ഉഗ്രമായ ഹിമവാതത്തിൽ നിന്നും രക്ഷിക്കുന്ന ആദ്യത്തെ മനുഷ്യനായ യിമയെക്കുറിച്ച് പറയുന്നുണ്ട്. പിന്നീട് വന്ന ഗ്രന്ഥമായ ശതപത ബ്രാഹ്മണത്തിലെ കഥയിൽ ഉള്ള, മഹാപ്രളയം വന്നപ്പോൾ എല്ലാ ജീവജാലങ്ങളെയും ഒരു വഞ്ചിയിൽ കയറ്റി രക്ഷപ്പെടുത്തിയ മനുവിനെപ്പോലെയാണ് യിമയും. യിമയുടെ പേര് കേൾക്കുമ്പോൾ യമനെയാണ് ഓർമ്മ വരുന്നതെങ്കിലും, അദ്ദേഹത്തിന്റെ പ്രവർത്തികൾ മനുവിന്റേതിനോട് സാമ്യമുള്ളതാണ്. വൈദിക പുരാണങ്ങളിൽ, യമനും മനുവും സൂര്യപുത്രന്മാരും സഹോദരങ്ങളുമാണ്. യിമയ്ക്കും സൂര്യദേവനുമായി ബന്ധമുണ്ട്. യമൻ മരിച്ചവരെ ഭരിക്കുന്നു; മനു ജീവിച്ചിരിക്കുന്നവരെ ഭരിക്കുന്നു.

രാജാക്കന്മാരുടെ സൂര്യവംശവും ചന്ദ്രവംശവും സ്ഥാപിച്ചത് മനുവിന്റെ

പുത്രന്മാരാണ്. മരണം പുണ്യവാനെന്നോ പാപിയെന്നോ വേർതിരിവില്ലാതെ എല്ലാവരെയും ഒരുപോലെ കാണുന്നതിനാൽ, യമനെപ്പോലെയാകണം രാജാക്കന്മാർ എന്ന് പറയാറുണ്ട്. കാലക്രമേണ, പുനർജ്ജന്മം എന്ന പ്രക്രിയയുടെ മേൽനോട്ടക്കാരനായി യമൻ മാറി. എല്ലാവരും തങ്ങളുടെ കടങ്ങൾ വീട്ടുന്നുണ്ട് എന്ന് അദ്ദേഹം ഉറപ്പാക്കി. പ്രത്യേകിച്ച് വ്യക്തിതാല്പര്യങ്ങളൊന്നുമില്ലാത്ത, ന്യായത്തിന്റെ പക്ഷത്തു നിൽക്കുന്ന, പക്ഷപാതരഹിതമായി ഇടപെടുന്ന ആളാണ് യമൻ. കഥ ഉപനിഷത്തിൽ മരണശേഷം എന്താണ് സംഭവിക്കുന്നത് എന്ന് നചികേതനോട് വിവരിക്കുന്ന ജ്ഞാനിയാണ് അദ്ദേഹം. ഗരുഡപുരാണത്തിൽ ഈ കടമ വിഷ്ണുവിന്റേതായിരുന്നു.

ഒരു കൈയിൽ കുടുക്കും, മറുകൈയിൽ ദണ്ഡുമായിട്ടാണ് യമനെ ചിത്രണം ചെയ്തിരിക്കുന്നത്. പോത്തിന്റെ പുറത്താണ് അദ്ദേഹം സവാരി ചെയ്യുന്നത്. പ്രേതാത്മാവിനെ ശരീരത്തിൽ നിന്നും പുറത്തേയ്ക്ക് വലിച്ചെടുക്കാനാണ് കുടുക്ക്. കടങ്ങൾ വീട്ടാതെ ആരും രക്ഷപ്പെടുന്നില്ല എന്നുറപ്പ് വരുത്താനാണ് ദണ്ഡ്. യമനെ പറ്റിച്ച് ആർക്കും രക്ഷപ്പെടാനാവില്ല എന്നത് എല്ലാവർക്കും അറിയുന്ന കാര്യമാണ്. പുരാണഗ്രന്ഥങ്ങളിൽ എന്തുകൊണ്ടാണ് പോത്തിനെ കാലനുമായി ബന്ധപ്പെടുത്തിയിരിക്കുന്നത് എന്നതിന് വ്യക്തതയില്ല. ജീവിതമെന്നത് വെള്ള എള്ളും വെളുത്ത പശുവും പോലെ പ്രകാശപൂർണ്ണമാണെന്നും, മരണമെന്നാൽ കറുത്ത എള്ളും കറുത്ത പോത്തും പോലെ ഇരുണ്ട രാത്രിയാണെന്നും ചിലർ അനുമാനിക്കുന്നു. മറ്റു ചിലർ പറയുന്നത്, പോത്തുകളെ മെരുക്കാൻ പ്രയാസമാണെന്നും, മരണത്തെപ്പോലെ കർക്കശവും പരുഷവുമായത് കൊണ്ടാണ് എന്നാണ്.

ഭക്തിപ്രസ്ഥാനത്തിൽ, ശിവൻ യമനെ കീഴടക്കുകയും, മരണത്തെ തോൽപ്പിച്ച യമാന്തകൻ ആകുകയും ചെയ്യുന്നു. മരണത്തെ കീഴ്പ്പെടുത്താനായുള്ള ഗീതമായ മൃത്യുഞ്ജയം, ഭക്തർ ശിവന് വേണ്ടി പാടാറുണ്ട്. ശിവൻ യമന്റെ പക്കൽ നിന്നും രക്ഷപ്പെടുത്തിയ മാർക്കണ്ഡേയൻ, ലോകത്തിന്റെ ഉത്ഭവവും നാശവും നേരിൽക്കണ്ട, അനശ്വരനായ ഒരു മുനിയാണ്. പ്രളയം (പ്രപഞ്ചത്തിന്റെ മരണം) മുതൽ പുരാണത്തിലെ ഒരു കൽപമായി (പ്രപഞ്ചത്തിന്റെ ജീവിതകാലഘട്ടം) വരുന്ന നാല് യുഗങ്ങളിലൂടെയുള്ള കാലത്തിന്റെ ഗതി രേഖപ്പെടുത്തുന്നത് അദ്ദേഹമാണ്.

കർമ്മങ്ങളുടെ കണക്കു സൂക്ഷിക്കുന്ന ചിത്രഗുപ്തൻ കായസ്ഥ സമൂഹത്തിന്റെ രക്ഷാധികാരിയാണ്

കിഴക്ക് അഗ്നിയും, പടിഞ്ഞാറ് നിറിതിയുമായി, തെക്കാണ് യമന്റെ

സ്ഥാനം. കൈയിൽ ഒരു പുസ്തകവും, ഒരു എഴുത്താണിയും, ഒരു മഷിക്കുപ്പിയുമായി നിൽക്കുന്ന ചിത്രഗുപ്തനാണ് അദ്ദേഹത്തിന്റെ സഹചാരി. യമനെ ശനി അഥവാ ശനിഗ്രഹത്തിന്റെ ദേവനുമായും ബന്ധപ്പെടുത്തുന്നുണ്ട്. ശനിയാകട്ടെ, കാഴ്ചയെ മുറിച്ച് സമയം അവസാനിപ്പിക്കുന്ന കാലവുമായി ബന്ധപ്പെട്ടിരിക്കുന്നു. ശനി ഒരു കാക്കയുടെയോ കഴുകന്റെയോ പുറത്താണ് സവാരി ചെയ്യുന്നത്. ഇവ രണ്ടും മരണവുമായി ബന്ധപ്പെട്ടവയാണ്. പൊതുവെയുള്ള ആചാരങ്ങളിൽ, യമനും ശനിയും, എല്ലാം വിഴുങ്ങുന്ന കാലത്തിന്റെ ദൈവമായ കാലഭൈരവനിലൂടെയാണ് ശിവനുമായി ബന്ധപ്പെട്ടിരിക്കുന്നത്.

ഇന്ദ്രനെ സേവിക്കുന്ന ദിവ്യ പെൺ നായയായ സരമയുടെ കുട്ടിയായ സരമേയ, നായ്ക്കളുമായി യമനും ബന്ധപ്പെട്ടിരിക്കുന്നു. യമന്റെ പട്ടികൾക്കെല്ലാം നാല് കണ്ണുകൾ ഉണ്ടായിരുന്നു. ലോകത്തെ ഒട്ടുമിക്ക സംസ്കാരങ്ങളിലും, മരണത്തെ നായയുമായി ബന്ധപ്പെടുത്തിയിരിക്കുന്നു. ഗ്രീക്ക് ഇതിഹാസങ്ങളിൽ മൂന്ന് കണ്ണുകളുള്ള സെറിബ്രസ് ഉണ്ട്. ഈജിപ്തിൽ, നായയുടെ തലയുള്ള അനുബിസ് ഉണ്ട്. കണ്ണുകൾക്ക് മുകളിൽ വെളുത്ത പാണ്ടുള്ള പട്ടികൾ 'നാല് കണ്ണുകളുള്ള' നായ്ക്കളായി കണക്കാക്കപ്പെടുകയും, അതിനാൽത്തന്നെ അന്യാരാധനക്കാരുടെ മരണച്ചടങ്ങുകളിൽ അവരെ ശുഭസൂചകമായും അവിഭാജ്യമായ ഘടകമാണ് വിശ്വസിക്കുന്നു. അന്യാരാധനക്കാർക്കും ഹിന്ദു മതത്തിനും പൊതുവായ വേരുകളാണുള്ളത് എന്നതിന്റെ മറ്റൊരു സൂചനയാണിത്. പണ്ട് പേർഷ്യ (ഇറാൻ) യിൽ അഭിവൃദ്ധി പ്രാപിച്ച അന്യാരാധനയിൽ ഒരു ജന്മമേ ഉള്ളൂ എന്ന വിശ്വാസമാണുള്ളതെങ്കിൽ, ഹിന്ദു മതം പുനർജ്ജന്മം എന്ന ആശയത്തെ മുറുക്കെപ്പിടിക്കുന്നു – ഇത് അവ തമ്മിലുള്ള പ്രധാന വ്യത്യാസമാണ്.

## അഗ്നി

ശരീരം കാർന്നു തിന്നുന്ന അഗ്നിയെ സമീകരിക്കുന്നത് വടക്ക് പടിഞ്ഞാറ് ദിക്കിലുള്ള കാറ്റിന്റെ ദേവനായ വായുവാണ്. കാറ്റിന്റെയും, പ്രാണ എന്ന ശ്വാസത്തിന്റെയും ദൈവമാണ് വായു. ശരീരത്തിന് ചൈതന്യം നൽകുന്നത് വായുവാണ്.

ഋഗ്വേദത്തിലെ ആയിരത്തിലധികം ശ്ലോകങ്ങളിൽ 200-ലധികം ശ്ലോകങ്ങൾ അഗ്നിദേവന് സമർപ്പിച്ചിരിക്കുന്നു, അദ്ദേഹത്തിലൂടെയാണ് വേദക്കാർ സ്വർഗത്തിൽ വസിച്ചിരുന്ന ദേവന്മാരുമായി ബന്ധപ്പെട്ടത്.

നല്ലതിനെയും ചീത്തയെയും ഒരുപോലെ കത്തിക്കുന്ന രണ്ട് തലകളുള്ള അഗ്നി

ഒരു മൃതദേഹത്തെ എരിച്ച്, അതിലെ പ്രേതാത്മാവിന് മരിച്ചവരുടെ നാട്ടിലേയ്ക്കുള്ള പാതയിൽ പ്രകാശം ചൊരിയുമ്പോൾ അഗ്നിയെ ക്രവ്യാദ എന്ന് വിളിക്കുന്നു. ദൈവങ്ങളുടെ സന്നിധിയിലേക്ക് ഭക്ഷണവുമായി പോകുമ്പോൾ അഗ്നിയെ ജാതവേദൻ എന്ന് വിളിക്കുന്നു. ഈ രണ്ട് അഗ്നികളും വ്യത്യസ്തമാണ്. ഒന്ന്, കിഴക്ക് സ്ഥിതി ചെയ്യുന്ന, യജ്ഞവേദിയിലെ ശുദ്ധമായ അഗ്നിയാണ്. മറ്റൊന്ന്, തെക്ക് സ്ഥിതി ചെയ്യുന്ന, മരണകർമ്മങ്ങളിലെ അശുദ്ധമായ അഗ്നിയാണ്. കിഴക്കോട്ടും തെക്കോട്ടും നോക്കുന്ന രണ്ടു മുഖങ്ങളുള്ളതായാണ് അഗ്നിയെ ചിത്രീകരിച്ചിരിക്കുന്നത് തന്നെ. വാസ്തവിൽ, അഗ്നിയുടെ സ്ഥാനം തെക്കുകിഴക്കായിട്ടാണ്. അതായത്, ദേവന്മാർ ഇരിക്കുന്ന കിഴക്കിനും, പ്രേതാത്മാക്കൾ ഇരിക്കുന്ന തെക്കിനും ഇടയിലായി.

വേദകാലഘട്ടത്തിൽ ദൈവങ്ങളെയും പൂർവികരെയും ഒരുപോലെ പ്രീതിപ്പെടുത്താൻ ബലി നൽകിയിരുന്ന ആടാണ് അഗ്നിയുടെ വാഹനം. ഇന്ന് ഈ പുരാതന ആചാരങ്ങളൊന്നും ആരും ഓർക്കുന്നില്ല.

## മൃത്യു

മരണമില്ലാത്ത ജീവികളുടെ ഭാരം സഹിക്കാനാവാതെ ഭൂമിദേവി വിതുമ്പുന്നതായി മഹാഭാരതത്തിലുണ്ട്. അവളുടെ ഭാരം കുറയ്ക്കാനായാണ് ബ്രഹ്മാവ്, മരണത്തിന്റെ ദേവതയായ മൃത്യുവിനെ സൃഷ്ടിച്ചത്. എന്നാൽ ആദ്യം തന്റെ കടമ നിർവ്വഹിക്കാൻ മടിച്ച മൃത്യു, ഒടുവിൽ, ആരെയും കൊല്ലേണ്ടതില്ല എന്ന ഉടമ്പടിയിലാണ് നിർബന്ധിതയായത്. ആളുകൾ തങ്ങളുടെ കർമ്മഫലമായി മരണപ്പെടും. ആ പ്രക്രിയയെ സാധ്യമാക്കുക മാത്രമായിരുന്നു അവളുടെ ജോലി.

ദൈവങ്ങളുടെ ആഗ്രഹപ്രകാരമല്ല, മറിച്ച് സ്വന്തം കർമ്മങ്ങളാലാണ് മനുഷ്യർ മരിക്കുക എന്ന വിശ്വാസം, വിധി തീർത്ത നൂലാണ് മനുഷ്യായുസ്സ് നിർണ്ണയിക്കുന്നത് എന്ന ഗ്രീക്ക് വിശ്വാസത്തിന് നേർ വിപരീതമാണ്. ഇത്തരത്തിൽ, പാവനമായ കാരണത്താലല്ലാതെ, സ്വന്തം കർമ്മങ്ങളുടെ അനന്തരഫലത്തിൽ ജീവിതവും മരണവും ആശ്രയിച്ചിരിക്കുന്നു എന്നതിനെ സാധൂകരിക്കുന്ന ഒരു കഥ മഹാഭാരതത്തിൽ ഭീഷ്മൻ പാണ്ഡവരോട് പറയുന്നുണ്ട്. വിധവയായ ഗൗതമിയുടെ ഒരേയൊരു കുഞ്ഞിനെ കടിച്ചുകൊന്ന സർപ്പത്തെ പിടിക്കാൻ പക്ഷികളെ വേട്ടയാടുന്ന അർജ്ജുനൻ വന്നപ്പോൾ, അവർ അതിനെ മുറിവേൽപ്പിക്കാൻ സമ്മതിച്ചില്ല. "ആ സർപ്പത്തെ വേദനിപ്പിക്കുന്നത് കൊണ്ട് എന്റെ മകൻ മടങ്ങിവരില്ല. അത് നമ്മുടെ ദൗർഭാഗ്യത്തിൽ കലാശിക്കുന്ന പാപം ഉരുവാക്കുകയേയുള്ളൂ. എന്റെ മകൻ കൊല്ലപ്പെട്ടത്, അവന്റെ കർമ്മഫലമാണ്; സർപ്പം കാരണമല്ല" എന്നാണ് അവർ പറഞ്ഞത്.

മരണത്തെ സൃഷ്ടിച്ചതിനാൽ, മറ്റു ദൈവങ്ങൾക്കുള്ള പോലെ ആരാധന ബ്രഹ്മാവിനില്ല. എന്നാൽ, പുനർജന്മവും, മോക്ഷത്തിലേക്കുള്ള പാതയും സാധ്യമാക്കുന്നതിനാൽ ശിവനെയും വിഷ്ണുവിനെയും ആരാധിക്കുന്നു.

## നിറിതി

തെക്കു-പടിഞ്ഞാറ് സ്ഥിതി ചെയ്യുന്ന, ഭൂതങ്ങളുടെ ദേവതയാണ് നിറിതി. അഴുകലും ചീയലും നടക്കുന്നതിന് കാരണമായവൾ. വേദഗ്രന്ഥങ്ങളിൽ, ഭയവും ദൗർഭാഗ്യവും കൊണ്ടുവരുന്നവളാകയാൽ, അവൾ കൊടുംഭീതി ജനിപ്പിക്കുന്നവളാണെന്നും മാറ്റി നിർത്തപ്പെടേണ്ടവളാണെന്നുമാണ് പരാമർശിച്ചിരിക്കുന്നത്. യുദ്ധഭൂമിയിൽ മരണപ്പെട്ടു വീഴുന്നവരുടെ മാംസം ഭക്ഷിക്കുന്ന യുദ്ധഭൂമികളുടെ വന്യദേവതയായി തമിഴ് സംഘ സാഹിത്യം പറഞ്ഞിരിക്കുന്ന കൊടവൈ ആയിട്ടാണ് അവൾ ബന്ധിക്കപ്പെട്ടിരിക്കുന്നത്. ദൗർഭാഗ്യത്തിന്റെ ദേവതയായ അലക്ഷ്മിയുമായും ഇവളെ ചേർത്ത് വയ്ക്കുന്നു.

നാശോന്മുഖിയായ നിറിതി മരണത്തെയും അഴുകലിനെയും പ്രതിനിധീകരിച്ച് തെക്കുപടിഞ്ഞാറ് കുടികൊള്ളുമ്പോൾ, അതിനെ സമീകരിക്കാനായി, പുനർജ്ജനകനായ ചന്ദ്രചൂഢനായ ഇഷാന-ശിവ വടക്കുകിഴക്ക് കുടികൊള്ളുന്നു. ശിവനുമായുള്ള ഈ ബന്ധം മൂലമാവാം, അവളെ താന്ത്രിക-ശൈവ നാടോടിക്കഥകളിൽ ചാമുണ്ഡി ആയി കണക്കാക്കുന്നത്.

## ചാമുണ്ഡ

കലയിൽ, പ്രത്യേകിച്ച് തന്ത്രയ്ക്ക് പ്രചാരമേറിയ പത്താം നൂറ്റാണ്ട് സിഇ മുതൽ, മെലിഞ്ഞുണങ്ങി, ചർമ്മമില്ലാത്ത, രക്തം വമിക്കുന്ന ഉടലുമായി, എല്ലും തോലുമായി, കണ്ണുകളും ദംഷ്ട്രകളും പുറത്തേക്കുന്തിയ, മാംസം കഴിച്ച ശേഷം പല്ലിട കുത്തുന്ന രീതിയിലാണ് ചിത്രീകരിക്കപ്പെട്ടിട്ടുള്ളത്. ചെന്നായ്ക്കൾ, നായ്ക്കൾ, കഴുകന്മാർ, കാക്കകൾ, പുഴുക്കൾ എന്നിവയായിരുന്നു അവളുടെ സഹചാരികൾ. മൃതദേശങ്ങൾ കൊണ്ടുണ്ടാക്കിയ സിംഹാസനത്തിൽ ഉപവിഷ്ടയായ രീതിയിലാണ് കാണിച്ചിട്ടുള്ളത്.

ഇന്ത്യയിലെ ആദ്യകാല ക്ഷേത്രങ്ങളിൽ ഒന്നാണ്, ഒഡിഷയിലെ ആത്മാക്കളുടെ ക്ഷേത്രമായ വേതാള ദേവ്ല. ശിവന്റെയും ശക്തിയുടെയും രുദ്രാവതാരങ്ങളായ ഭൈരവനും ചാമുണ്ഡിയ്ക്കും അർപ്പിക്കപ്പെട്ട ക്ഷേത്രമാണത്. അഴുകുന്ന, ചർമ്മമില്ലാത്ത ശരീരവും, പുറത്തേയ്ക്കുന്തി നിൽക്കുന്ന കണ്ണുകളും ദംഷ്ട്രകളും, ഒരു കൈയിൽ വാളും, മറുകൈയിൽ

മനുഷ്യശിരസ്സമായാണ് ഭൈരവൻ ഉള്ളത്. ചാമുണ്ഡിയും ഏറെക്കുറെ ഇതുപോലെയാണ് – മെലിഞ്ഞുണങ്ങി, രൗദ്രഭാവത്തിൽ, തലമുടിയ്ക്ക് പകരം തീയും, ശരീരം മുഴവൻ മരിച്ചവരുടെ കുടൽമാലകളും അവയവങ്ങളും അണിഞ്ഞ്, പല്ലിടയിൽ നിന്ന് എല്ലും മാംസവും കുത്തിയെടുക്കുന്ന രീതിയിൽ. അവൾ രക്തം കുടിക്കുകയും, മരിച്ചവരെ ഭക്ഷിക്കുകയും ചെയ്യുന്നു. പ്രേതാത്മാക്കൾ, നായ്ക്കൾ, കുറുനരികൾ, തേളുകൾ, യുദ്ധഭൂമിയിലോ മഹാമാരി, പട്ടിണി എന്നിവ പടർന്നു പിടിച്ച ഗ്രാമങ്ങളിലോ ഉള്ള മൃതദേഹങ്ങൾ ഭക്ഷണമാക്കുന്ന കഴുകന്മാർ എന്നിവരാണ് അവളുടെ സഹചാരികൾ. രാജസദസ്സുകളിൽ വിക്രമാദിത്യന്റെയും വേതാളത്തിന്റെയും കഥകൾ അവതരിക്കപ്പെട്ട ഏകദേശം അതേ സമയത്ത് തന്നെയാണ് ഈ ക്ഷേത്രങ്ങളും ഉയർന്നു വന്നത്. ചരിത്രത്തിലെ ഈ കലാഘട്ടത്തിൽ തന്നെയാണ് താന്ത്രികരീതികളുമായി ബന്ധപ്പെട്ട മന്ത്രവാദത്തിലും, ഭാരതീയ നാടോടിക്കഥകളിലും മരണവും പുനർജന്മവും ചിരപ്രതിഷ്ഠ നേടിയത്.

പുരാണകഥകളിൽ ഭൂതങ്ങളുടെ ദൈവമായ ഭൂതപതി എന്നറിയപ്പെട്ടിരുന്ന ഭൈരവന്റെ വാഹനം നായയായിരുന്നു. യമലോകത്ത് പുനർജ്ജന്മം കാത്തു കഴിയുന്ന മരിച്ചവരുടെ ആത്മാക്കളേക്കാൾ വ്യത്യസ്തമാണ് ഈ ആത്മാക്കൾ. മരിച്ചവർക്കായുള്ള വേദാചാരങ്ങൾ ബന്ധുക്കൾ ചെയ്യാത്തതിനാൽ വൈതരണി കടക്കാനാകാതെ ജീവിച്ചിരിക്കുന്നവരുടെ നാട്ടിൽ അകപ്പെട്ടു പോയവരാണവർ. മുഖ്യപുരോഹിതനും, ബ്രഹ്മാവിന്റെ പുത്രനുമായ ദക്ഷന് ശിവനെ ഇഷ്ടമല്ല. അദ്ദേഹം എപ്പോഴും ശിവനെ മാറ്റിനിർത്തി. ശിവൻ അശുദ്ധനാണ് എന്നായിരുന്നു ദക്ഷന്റെ പക്ഷം. എന്നാൽ ദക്ഷപുത്രിയായ സതി, അച്ഛനെ വകവയ്ക്കാതെ, ശിവനെ വിവാഹം കഴിച്ചു. കുപിതനായ ദക്ഷൻ ഒരു യാഗം നടത്തുകയും, അതിൽ തന്റെ മകളെയും മരുമകനെയും ക്ഷണിക്കാൻ വിസമ്മതിക്കുകയും ചെയ്തു. അന്നവിടെ സന്നിഹിതരായവരിൽ ശിവനും സതിയുമൊഴികെ മറ്റെല്ലാവർക്കും അദ്ദേഹം ഭക്ഷണം വിളമ്പി. ഈ അപമാനത്തിൽ ക്രുദ്ധയായ സതി, യാഗാഗ്നിയിൽ ചാടി തന്റെ ശരീരം ശിവന് നേദിക്കുന്നു. ഇതിൽ നിസ്സംഗത പാലിച്ച ദക്ഷൻ ചടങ്ങു തുടരുകയും, ഇത് ശിവനെ കുപിതനാക്കുകയും ചെയ്തു. ഭൈരവനായി മാറിയ ശിവൻ, ദക്ഷന്റെ തലയറുത്തു. എന്നാൽ ദേവന്മാർ ശിവനോട് ശാന്തനാകാനും, ദക്ഷനോട് ക്ഷമിച്ച് അദ്ദേഹത്തിന്റെ ജീവിതം തിരികെ നൽകാനും അപേക്ഷിച്ചു.

വേദകാലഘട്ടത്തിന് ശേഷമുള്ള പുരാണങ്ങളിൽ നിന്നാണ് ഈ നാടകീയമായ കഥ ഉണ്ടാകുന്നത്. വേദങ്ങളിലും, വേദാംഗങ്ങളിലും, വേദാന്തങ്ങളിലും ഇത് കാണാനാവില്ല. ഇവിടെ, ശിവനെ മരണം, ഭൂതങ്ങൾ, അശുദ്ധി എന്നിവയുമായും, ദക്ഷനെ ജീവിതം, അമരത്വം,

ശുദ്ധി എന്നിവയുമായും ബന്ധപ്പെടുത്തിയിരിക്കുന്നു. ഈ രണ്ട് ലോകങ്ങളെയും ബന്ധിപ്പിക്കുന്ന കണ്ണി, ദക്ഷന്റെ പുത്രിയും, ശിവനോടൊപ്പം ചേർന്ന ശേഷം ജഡങ്ങൾ ഭക്ഷിക്കുന്ന രൗദ്രഭാവമായ ചാമുണ്ഡിയായി മാറുകയും ചെയ്ത സതിയായിരുന്നു. ആചാരപരമായ ശുദ്ധി നോക്കുന്ന വേദലോകം, പുനർജന്മവും അമരത്വവും അടയാളങ്ങളായി കാണുന്ന ശിവനിൽ നിന്നും പഠിക്കുന്നു എന്ന് അവൾ ഉറപ്പുവരുത്തുന്നു. ബാക്കിയായ ഭക്ഷണം (ഉച്ഛിഷ്ട) പോലും ഒരു നിവേദ്യമാണെന്ന വിശ്വാസം ഉടലെടുത്തത് ഈ രണ്ട് ആശയങ്ങൾക്കിടയിലെ വൈരുധ്യം കൊണ്ടാവാം. നായ്ക്കളും കാക്കകളും ഭക്ഷിക്കുമ്പോൾ, അത് അലഞ്ഞു തിരിയുന്നവർക്കുള്ള ദൈവത്തിനുള്ള നിവേദ്യമാണെന്നും, വൈതരണി കടക്കാനാകാതെ ഇക്കരെ കുടുങ്ങിപ്പോയവരെ ആ ദൈവം കാത്തു കൊള്ളുമെന്നും വിശ്വസിക്കുന്നു.

അഴുകിയ മാംസം കഴിച്ച് പല്ല് തേയ്ക്കുന്ന ചാമുണ്ഡ, ശവശരീരങ്ങളിൽ ഇരുന്ന് ഒരു പ്രേതത്തെ സവാരി ചെയ്യുന്നു. തെക്ക് പടിഞ്ഞാറൻ ദിശയുടെ സംരക്ഷകയും ജീർണ്ണതയുടെ ദേവതയുമായ നിറിതിയുടെ പിൽക്കാല രൂപമായിരിക്കാം അവൾ

## ശിവ

യോഗാവസ്ഥയിൽ ഇരിക്കുന്ന ഒരു പുരുഷനെ സൂചിപ്പിക്കുന്ന തരത്തിലുള്ള മുദ്രകൾ ഹാരപ്പയിലുണ്ടായിരുന്നു. ശിവൻ എന്ന സങ്കൽപ്പത്തിന്റെ ബീജമാവണം അത്. മൃഗങ്ങളും മാറ്റങ്ങളുമായി ബന്ധപ്പെട്ട, രുദ്രൻ എന്ന ഉഗ്രരൂപിയായ വന്യദൈവത്തെപ്പറ്റി വേദങ്ങളിൽ പറയുന്നുണ്ട്. പുരാണങ്ങൾ എഴുതപ്പെട്ടപ്പോഴേയ്ക്കും, ദൈവികതയുടെ പര്യായവും, കുടുംബസ്ഥനായ തപസ്വിയുടെ പ്രതീകവുമൊക്കെയായി ശിവൻ ജനപ്രീതി നേടി. കുടുംബം ഉപേക്ഷിച്ച് സന്യാസം സ്വീകരിക്കണം എന്ന് പ്രഘോഷിച്ച് കൊണ്ട് പഴയ വേദാചാരങ്ങളെ വെല്ലുവിളിച്ച പുതിയ മതമായ ബുദ്ധിസത്തിനെതിരെ വന്ന ഒന്നായിരുന്നു ഈ ആഖ്യാനം.

ആദിയും അന്തവുമില്ലാത്ത ഒരു അഗ്നി സ്തംഭത്തിൽ നിന്നും ഉയർന്നുവരുന്ന രീതിയിലാണ് ശിവനെ വിഭാവനം ചെയ്തിരിക്കുന്നത്. മറ്റൊരു തരത്തിൽ പറഞ്ഞാൽ, ശിവൻ ജനിക്കുകയോ മരിക്കുകയോ ചെയ്യുന്നില്ല. അദ്ദേഹം സ്വയം രൂപീകൃതമായതാണ് : സ്വയംഭൂ.

അദ്ദേഹത്തിന്റെ മക്കളായ ഗണേശനും കാർത്തികേയനും അയോനിജരായിരുന്നു. ഗർഭത്തിൽ നിന്നും ജനിച്ചവരല്ല എന്നർത്ഥം. അതുകൊണ്ടു തന്നെ അവർ പുനർജന്മങ്ങളുടെ പരിവർത്തനങ്ങൾക്ക് അതീതരാണ്.

ദേഹം മുഴുവൻ ഭസ്മം വാരിപ്പൂശി, കൈയിൽ ബ്രഹ്മാവിന്റെ തലയുമായി, മരണത്തെക്കുറിച്ച് എല്ലാവരെയും ഓർമ്മിപ്പിച്ചുകൊണ്ട്, ഒരു ചണ്ഡാളനെപ്പോലെ ചുടലക്കാടുകളിൽ ശിവൻ അലഞ്ഞുതിരിയുന്നു. ഭൈരവതാരത്തിൽ ശിവൻ സവാരി ചെയ്യുന്നത്, ചുടലക്കാടുകളുടെ അടയാളമായ നായ്ക്കളുടെ പുറത്താണ്. മരിച്ചവരുടെ ആത്മാക്കളായ പ്രേതങ്ങളാണ് ശിവന് ചുറ്റും. പുനർജ്ജന്മം വാഗ്ദാനം ചെയ്തുകൊണ്ട് അദ്ദേഹത്തിന്റെ ജടയിൽ നിന്നും ഗംഗ ഒഴുകുന്നു.

ശിവലിംഗത്തിന്റെ മുഖലിംഗത്തിന് (മുഖമൂടി) മൂന്ന് കണ്ണുകൾ, ഒരു ത്രിശൂലം, മൂന്ന് ഇലകളുള്ള ഒരു മുന്തിരിവള്ളിയുടെ ശാഖ, സമയം, സ്ഥലം, ദ്രവ്യം, ശരീരം എന്നിവയുടെ ത്രിമാന സ്വഭാവത്തെ പ്രതിനിധീകരിക്കുന്ന മൂന്ന് സമാന്തര തിരശ്ചീന രേഖകൾ എന്നിവയുണ്ട്

അമരത്വമുള്ളതിനാലും, ഊട്ടാൻ പൂർവികാരില്ലാത്തതിനാലും, വിവാഹം, കുട്ടികൾ, അടുക്കള, കുടുംബം എന്നിവയിലൊന്നും ശിവന് പ്രതിപത്തിയില്ല. പരമോന്നത താപസനാകയാലും, സ്വത്തുവകകൾ ഇല്ലാത്തതിനാലും, കർമ്മഭാരങ്ങൾ ഇല്ലാത്തതിനാലും ശിവൻ ആരോടും ഒന്നിനും കടപ്പെട്ടിട്ടില്ല. "വിശപ്പില്ലാത്തവൻ, വിശപ്പുള്ളവന് അന്നം നൽകണം. നീ ജനനമരണങ്ങൾക്ക് അതീതനാണെങ്കിലും, അവയിലൂടെ കടന്നുപോകുന്നവരോട് സഹാനുഭൂതിയുണ്ടാകണം" എന്നാണ് ദേവത അദ്ദേഹത്തോട് പറഞ്ഞത്. അതിനാൽ ശിവൻ അനശ്വരരുടെ ലോകമായ കൈലാസപർവ്വതത്തിൽ നിന്നും ഇറങ്ങി, കാശിയിൽ ഗംഗാതീരത്ത്, ജനനമരണങ്ങളിലൂടെ കടന്നുപോകുന്നവർക്കിടയിൽ ഒരു ഗൃഹസ്ഥനായി ജീവിക്കുന്നു.

വടക്കുദിക്കിൽ തെക്കുദിക്കിലേയ്ക്ക് നോക്കി ഇരിക്കുന്നതിനാൽ ശിവനെ ദക്ഷിണാ-മൂർത്തി എന്നും വിളിക്കുന്നു. അദ്ദേഹത്തിന്റെ പത്നി, തെക്ക് (ദക്ഷിണം) നിന്ന് വന്ന ദക്ഷനെന്ന മുഖ്യബ്രാഹ്മണന്റെ പുത്രിയാകയാൽ, അവന്റെ ദക്ഷിണായനി എന്ന് വിളിക്കുന്നു. ദക്ഷിണ കാളി അഥവാ ശ്മശാന കാളി എന്നും വിളിപ്പേരുകളുള്ള ഇവൾ ഇരുണ്ട നിറവും, രൗദ്ര ഭാവവും, നഗ്നയും, മരിച്ചവരുടെ തലകളും അവയവങ്ങളും അണിഞ്ഞവളും, മുടിയഴിച്ചിട്ട്, നാക്ക് പുറത്തേയ്ക്ക് തള്ളി നിൽക്കുന്നതായാണ് കാണിച്ചിരിക്കുന്നത്.

അശുദ്ധിയുടെ നിയമങ്ങളെ തെല്ലും ഗൗനിക്കാതെ, ശുദ്ധിയെക്കുറിച്ചുള്ള ബ്രാഹ്മണചിന്തകൾക്കപ്പുറമാണ് ജ്ഞാനത്തിന്റെ സ്ഥാനം എന്ന് കരുതുന്ന താന്ത്രികാചാര്യന്മാരുടെ രക്ഷകയാണവർ. ശിവൻ വടക്കാണെങ്കിൽ, ശക്തി തെക്കാണ്. ശിവൻ ആത്മാവാണെങ്കിൽ, ശക്തി ശരീരമാണ്. ശിവൻ ലൈംഗികതയും അക്രമവും എതിർക്കുന്നുൺവെങ്കിൽ, അവൾ അവ രണ്ടും പ്രതിനിധാനം ചെയ്യുന്നു. അവൻ പുരുഷനും, അവൾ പ്രകൃതിയുമാണ്. ഒന്നിച്ച് അവർ ലോകം സൃഷ്ടിക്കുന്നു. അവളാണ് തപസ്വിയെ ഗൃഹസ്ഥനാക്കി മാറ്റിയത്. വന്യമായ കാടിനെ, ചിട്ടയും ഭംഗിയുമുള്ള പൂന്തോട്ടമാക്കി മാറ്റിയത് അവനാണ്. ഈ പ്രക്രിയയിലാണ് ശുദ്ധിയും അശുദ്ധിയും തമ്മിലുള്ള വ്യത്യാസം ഉരുത്തിരിയുന്നത് : നിഷിദ്ധവും വന്യവുമായ കാടുകളും, നിയന്ത്രിതമായ, സന്തോഷത്തോടെ സ്വീകരിക്കുന്ന പൂങ്കാവനങ്ങളും. ഇത്തരം അതിർവരമ്പുകളും വിഭജനവും മനുഷ്യനിർമ്മിതമാണ് എന്ന് മനസ്സിലാക്കുന്നവർ അധികാരശ്രേണികൾക്കതീതരാകും എന്നും, ജ്ഞാനികളാകും എന്നും വിശ്വസിക്കുന്നു.

കലയിൽ, മരണത്തെ അമരത്വം കൊണ്ട് വെല്ലുന്നതിനെ കാണിക്കാൻ തീയും ഭസ്മവും ഉപയോഗിക്കുന്നു. അതുപോലെ, പുനർജനനത്തിലൂടെ മരണത്തെ തോൽപ്പിക്കുന്നത് കാണിക്കാൻ ജലം ഉപയോഗിക്കുന്നു. ഇവ രണ്ടും ശിവനുമായി ബന്ധിപ്പിക്കപ്പെട്ടിരിക്കുന്നു. മൂന്ന് ലോകങ്ങളുടെയും മൂന്ന് ശരീങ്ങളുടെയും മരണവും, ആത്മാവിന്റെ മോക്ഷവും സൂചിപ്പിക്കാനാണ്, ചിതകളിൽ നിന്നും ശേഖരിച്ച ഭസ്മം കൊണ്ട് ശിവൻ നെറ്റിയിൽ തിരശ്ചീനമായ മൂന്ന് വരകൾ വരയ്ക്കുന്നു. അവന്റെ ജടയിൽ നിന്നും ഉത്ഭവിക്കുന്ന ഗംഗയിലാണ് പുനർജ്ജന്മം സാധ്യമാക്കുന്നതിനായി അസ്ഥികൾ നിമജ്ജനം ചെയ്യുന്നത്. ശിവൻ സ്വയംഭൂ ആണെങ്കിൽ, അദ്ദേഹത്തിന്റെ പങ്കാളിയായ ശക്തി, മരിച്ചവർ ജീവിച്ചിരിക്കുന്നവരുടെ ലോകത്തേക്ക് മടങ്ങിവരുന്ന ഗർഭപാത്രം അഥവാ യോനിയാകുന്നു. അവരുടെ മക്കൾ, ഗർഭപാത്രത്തിലൂടെയല്ലാതെ പിറന്ന അയോനിജരാണ്.

അഗ്നി എന്നാൽ ഇന്ധനം ആവശ്യമായ തീ എന്നർത്ഥം. എന്നാൽ, തപം എന്നാൽ ഇന്ധനം ആവശ്യമില്ലാതെ ആത്മീയാഗ്നി എന്നർത്ഥം. ശ്വാസം, ശരീരം, മനസ്സ് എന്നിവയുടെ നിയന്ത്രണത്തിലൂന്നിയുള്ള തപസ്യ എന്ന കഠിനവ്രതത്തിലൂടെയാണ് ഇത് മനസ്സിൽ ഊതികാച്ചുന്നത്. തപസ്യ എന്നാൽ അധികാരം നേടാനുള്ള ശ്രമം എന്നല്ല, മറിച്ച്, ജ്ഞാനത്തിലൂടെ അധികാരത്തിന്റെ ആവശ്യകതയെ അതിജീവിക്കുക എന്നതാണ് ലക്ഷ്യമാക്കുന്നത്. പരമതാപസ്വിയായ ശിവൻ, തെക്ക് ദിക്കിലേക്ക് നോക്കി വടക്ക് കുടികൊള്ളുന്നു. തെക്കെന്നാൽ മരണത്തിന്റെ ദിശയാണ്. ഇന്ദ്രിയങ്ങളെ നിയന്ത്രിച്ചും,

ഓർമ്മകളെയും ആഗ്രഹങ്ങളെയും അതിജീവിച്ചും എങ്ങനെ മരണത്തെ തോൽപ്പിക്കാം എന്നും ശിവൻ ജനങ്ങളെ പഠിപ്പിക്കുന്നു. തപത്തിന്റെ അഗ്നിയെ തന്റെ മൂന്നാം കണ്ണിലൂടെ വമിപ്പിച്ച്, ആഗ്രഹത്തെ (കാമ) നശിപ്പിക്കുന്നതിനാലാണ് ശിവനെ കാമാന്തക എന്ന് വിളിക്കുന്നത്. ഓർമ്മയെ (സ്മര) നശിപ്പിക്കുന്നതിനാലാണ് അദ്ദേഹത്തെ സ്മരാന്തക എന്ന് വിളിക്കുന്നത്. ശിവകഥകളിൽ, തപത്തിന്റെ ലക്ഷ്യം തന്നെ ജനനമരണങ്ങൾക്ക് അതീതരാകുക എന്നതാണ്. ശിവൻ തന്റെ നെറ്റിയിൽ വരച്ച മൂന്ന് വരകൾ (തൃപുന്ദ്ര), നാം വസിക്കുന്ന മൂന്ന് ലോകങ്ങളുടെയും മൂന്ന് ശരീരങ്ങളുടെയും അന്ത്യത്തെ സൂചിപ്പിക്കുന്നു. അതുകൊണ്ടാണ് അദ്ദേഹത്തെ മൂന്ന് ലോകങ്ങളുടെ അന്തകൻ (ത്രിപുരാന്തകൻ) എന്ന് വിളിക്കുന്നത്. നിർഭാഗ്യവശാൽ, തപം കാംക്ഷിച്ച് ഇറങ്ങുന്നവരിൽ മിക്കവരും, ലോകത്തിൽ നിന്നും രക്ഷപ്പെടാനല്ല, മറിച്ച്, ലോകത്തെ വെല്ലാനുള്ള ശക്തി നേടാനാണ് ശ്രമിക്കുന്നത്. സമാധിയെക്കാൾ അവർ തേടുന്നത് സിദ്ധിയാണ്.

## ശക്തി

ദക്ഷന്റെ യാഗാഗ്നിയിൽ ചാടി സതി ആത്മാഹുതി ചെയ്തപ്പോൾ, ശിവൻ അവളുടെ കത്തിയമർന്ന മൃതദേഹവും കൈകളിലേന്തി ഭൂമിയിലൂടെ അലഞ്ഞുതിരിഞ്ഞു. ഓർമ്മകളിലും ദുഃഖത്തിലും അദ്ദേഹം കുടുങ്ങിക്കിടക്കുകയാണ് എന്ന് മനസ്സിലാക്കിയ ദേവകൾ, അദ്ദേഹത്തെ മുക്തനാക്കണമെന്ന് വിഷ്ണുവിനോട് ആവശ്യപ്പെട്ടു. വിഷ്ണു തന്റെ സുദർശനചക്രം അയച്ച് സതിയുടെ മൃതദേഹം പല കഷണങ്ങളാക്കി. അവ ഭാരതത്തിന്റെ പല ഭാഗങ്ങളിൽ ചെന്ന് പതിക്കുകയും, ആ ഇടങ്ങളെല്ലാം പ്രധാന ശക്തി കേന്ദ്രങ്ങളായി മാറുകയും ചെയ്തു. ഈ ശക്തിപീഠങ്ങൾ അഥവാ ദേവിയുടെ ഇരിപ്പിടങ്ങളിലെല്ലാം തന്നെ, ദേവിയ്ക്ക് വേണ്ടി ക്ഷേത്രങ്ങളുണ്ട്. വടക്ക്, നാക്ക് പതിച്ച ഇടമാണ് ജ്വാലാമുഖി. കിഴക്ക്, ഗർഭപാത്രം പതിച്ച ഇടമാണ് കാമാഖ്യ. ഇതുപോലെ കണ്ണുകൾ, കൈകൾ, പാദം, സ്തനങ്ങൾ എന്നിവ പതിച്ചസ്ഥലങ്ങളെല്ലാം ക്ഷേത്രങ്ങളായി. മരണത്തിൽ പോലും ആ ദേവത തന്റെ ശക്തി പ്രസരിപ്പിച്ചു. ജനനം മരണം എന്നിവ പരസ്പരം തേടിക്കൊണ്ടിരിക്കുന്ന സ്വാഭാവിക പ്രക്രിയകളാണ് എന്ന ഓർമ്മപ്പെടുത്തലാണിത്.

പുരാണത്തിൽ പറഞ്ഞിട്ടുള്ള, പുനർജന്മത്തെക്കുറിച്ചുള്ള ഏറ്റവും ആദ്യത്തെ കഥയിൽ, സതി, പർവ്വതങ്ങളുടെ രാജകുമാരിയായ പാർവ്വതിയായി മടങ്ങിവരുകയും ശിവനെ വീണ്ടും വിവാഹം കഴിക്കുകയും ചെയ്യുന്നു. ഇത്തവണ പിതാവിനെ ധിക്കരിച്ചുകൊണ്ടല്ല, മറിച്ച്, പ്രണയവും ഭക്തിയും കൊണ്ടാണ് ശിവനെ സമീപിച്ചത് എന്ന് മാത്രം. പിതാവിന് പകരം ഭർത്താവിനെ തിരഞ്ഞെടുക്കുകയല്ല, മറിച്ച്, അവരെ

ഒന്നിപ്പിക്കുകയാണ് അവൾ ചെയ്തത്. അവൾ ശിവനെ തന്റെ പിതാവിന്റെ വീട്ടിലേക്ക് വരനായി കൊണ്ടുവരികയും വൈദിക വിവാഹ ചടങ്ങുകളിൽ പങ്കെടുക്കുകയും ചെയ്യുന്നു. അൽപ്പം വിമുഖതയോടെയാണെങ്കിലും, കുടുംബം കെട്ടിപ്പടുക്കാനും, കുഞ്ഞുങ്ങളുടെ പിതാവാകാനും ശിവൻ സമ്മതിക്കുന്നുണ്ട്. അങ്ങനെ ആ താപസനെ ഒരു കുടുംബസ്ഥനും, തന്റെ പുത്രന്മാരായ ഗണേശന്റെയും കാർത്തികേയന്റെയും പിതാവുമാക്കി പാർവ്വതി മാറ്റി.

പക്ഷേ ശിവനും അദ്ദേഹത്തിന്റെ മക്കളും അനശ്വരരാണ്. അവർക്ക് പൂർവ്വികർക്ക് ബലിയിടേണ്ടതില്ല. അതിനാൽ പാർവ്വതി ശിവനെ കൈലാസത്തിലെ മഞ്ഞണിഞ്ഞ മലനിരകളിൽ നിന്നും, ഗംഗാതീരത്തുള്ള ഊർജ്ജസ്വലമായ നഗരമായ കാശിയിലെത്തിച്ചു. മഞ്ഞുകൊണ്ടു മൂടിയ കല്ലുകൊണ്ടുള്ള മലയായ കൈലാസത്തിൽ സസ്യജാലങ്ങളില്ല. ശിവനാകട്ടെ, ഭക്ഷണമൊന്നും ആവശ്യമില്ല താനും. കാശിയിൽ പാർവ്വതി അന്നപൂർണ്ണയായി ഭക്ഷണം പാകം ചെയ്യുന്നു. ഗംഗാതീരത്തുള്ള അനേകം ശ്മശാനങ്ങളിലെ പ്രേതങ്ങളുടെ കരച്ചിലുകളിലേയ്ക്ക് പാർവ്വതി ശിവന്റെ ശ്രദ്ധ ക്ഷണിക്കുന്നു. അവർക്ക് ഭക്ഷണം നൽകാൻ അവൾ അവനോട് ആവശ്യപ്പെടുന്നു. അങ്ങനെ, ശിവൻ ഒരു യാചകനായി, ഭിക്ഷാടനനായി മാറുന്നു, പാർവ്വതിയോട് ഭക്ഷണം യാചിക്കുകയും അവളുടെ കാരുണ്യത്താൽ മരിച്ചവർക്ക് ഭക്ഷണം നൽകുകയും ചെയ്യുന്നു. അദ്ദേഹം ഒരു കാവൽക്കാരനായി മാറുന്നു, നഗരത്തെ പ്രേതങ്ങളിൽ നിന്ന് സംരക്ഷിക്കുന്ന കോട്വാൾ. കാശിയിൽ ശിവനെ കാലഭൈരവനായാണ് വണങ്ങുന്നത്. നായുടെ മേൽ സവാരി ചെയ്ത്, ജീവിച്ചിരിക്കുന്ന എല്ലാത്തിനെയും കാത്തിരിക്കുന്ന മരണത്തെക്കുറിച്ച് ഓർമ്മിപ്പിക്കുകയും, പുനർജ്ജന്മം എന്ന പ്രതിഭാസത്തെ നിന്നും രക്ഷ നേടാൻ വേണ്ട കർമ്മങ്ങളിൽ ശ്രദ്ധ ചെലുത്തണം എന്ന് പറയുന്ന കാലഭൈരവൻ.

മരണത്തിന്റെ ഓർമ്മപ്പെടുത്തലായി ശിവൻ ശവശരീരം ചാരത്തിൽ മൂടപ്പെട്ടിരിക്കുന്നു, എന്നാൽ ശക്തി അവനെ ഭർത്താവും പിതാവുമാക്കി പുനർജന്മത്തെ ഓർമ്മിപ്പിക്കുന്നു

ഒരു താപസനിൽ നിന്നും ഗൃഹസ്ഥനിലേക്കുള്ള ശിവന്റെ മാറ്റം സൂചിപ്പിക്കുന്നത് മരിച്ചവരോടുള്ള അനുകമ്പയും, അനശ്വരത ഉള്ളവർ പോലും അത് അനുഭവിക്കണം എന്നുമാണ്. സതിയും പാർവ്വതിയും ശിവനെ ഓർമ്മപ്പെടുത്തുന്നതെന്തെന്നാൽ, അദ്ദേഹം വിശപ്പിനെ

അതിജീവിച്ച മഹാ-ദേവൻ ആണെങ്കിലും, മറ്റുള്ള സാധാരണ ദൈവങ്ങളായ ദേവന്മാർ ഭക്ഷണത്തിനായി വിശക്കുന്നുണ്ട് എന്നാണ്. സംസ്കാരത്തെ നിലനിർത്തുന്നതും വ്രതം, ഇന്ദ്രിയപരവും ലൗകികവുമായ ലോകത്ത് നിന്നുള്ള പിൻവാങ്ങൽ എന്നിവയ്ക്കുള്ള മറുപുറവുമായ വിശപ്പിലേക്കാണ് അവൾ ശ്രദ്ധ ക്ഷണിക്കുന്നത്. അങ്ങനെ, ശിവന്റെ കഥയിലൂടെ, ഗൃഹസ്ഥർക്ക് പകരം മഹർഷിമാർ എന്ന ബുദ്ധിസ്റ്റ്-ജനമതങ്ങളുടെ തത്വങ്ങളെ ബ്രാഹ്മണരീതികൾ വെല്ലുവിളിക്കുന്നതായി കാണാം.

## ഗംഗ

പുനർജന്മവുമായി ബന്ധപ്പെട്ട നദീദേവതയാണ് ഗംഗ. അവളുടെ കഥ ആദ്യം പറഞ്ഞത് രാമായണത്തിലാണ് : ദൈവങ്ങളുടെ പറുദീസയിൽ ഒഴുകി നടന്നിരുന്ന ഗംഗയെ എങ്ങനെ ഭൂമിയിലേയ്ക്കെത്തിച്ചു എന്നും, അവൾ നിപതിക്കുന്ന ശക്തിയിൽ ഭൂമിയുടെ അടിസ്ഥാനം തകർന്നേക്കുമോ എന്ന് ഭയന്നതും, ശിവൻ കൃത്യസമയത്ത് അവളെ തന്റെ ജടയ്ക്കുള്ളിൽ തളച്ചതുമൊക്കെ. ഇത്, നദിയിലൂടെ പ്രതിനിധാനം ചെയ്യുന്ന ലൗകിക ജീവിതത്തിന്റെ വിനാശകരമായ ശക്തിയെയും, മഹാമുനിയായ ശിവനിൽ അന്തർലീനമായിരിക്കുന്ന യോഗയുടെയും തപസ്യയുടെയും സംരക്ഷിക്കാനുള്ള ശക്തിയെയും കാട്ടുന്ന രൂപകങ്ങളാണ്. ജലദേവതയുടെ (അപ്സര) മാതൃകയാണ് ഗംഗ. അസ്ഥികളും ചിതാഭസ്മവും ഗംഗയിൽ ഒഴുക്കപ്പെട്ടവർ പ്രേതാത്മാവാകാതെ രക്ഷപ്പെടുകയും, പുനർജനിക്കാനോ മുക്തി നേടാനോ ഉള്ള അവസരം നേടുകയും ചെയ്യുന്നു.

പുനർജന്മം നൽകുന്ന നദി ദേവതയായ ഗംഗ, ശിവന്റെ പായകളിൽ നിന്ന് ഭൂമിയിലേക്ക് ഒഴുകുന്നു

മഹാഭാരതത്തിൽ, ശാന്തനുവിന്റെ പത്നിയാണ് ഗംഗ. ദിവ്യവസുക്കളായിരുന്ന തന്റെ നവജാതശിശുക്കളെ, മരണം അനുഭവിക്കാനായി ശപിച്ച ശേഷം അവൾ മുക്കിക്കൊല്ലുന്നു. പക്ഷേ മനുഷ്യർ അവളുടെ ആ പ്രവർത്തിയെ ശിശുഹത്യയായി കാണുകയും, അതിൻ കാരണമായി അവൾ മനുഷ്യമണ്ഡലത്തിൽ നിന്ന് പുറത്തുപോവുകയും ചെയ്യുന്നു.

ആനത്തലയുള്ള മത്സ്യമായ മകരത്തിൽ സവാരി ചെയ്യുന്നതായാണ് അവളെ സങ്കൽപ്പിച്ചിരിക്കുന്നത്. ആ മത്സ്യം ഒരു ഗംഗാനദി ഡോൾഫിനായിരിക്കണം. ഗർഭപാത്രത്തിന്റെ അടയാളമായി അവൾ ഒരു കുടം കയ്യിലേന്തിയിട്ടുണ്ട്. സർപ്പങ്ങളെപ്പോലെ ചലിക്കുന്ന അവളെ നാഗരുമായി ബന്ധപ്പെടുത്താറുണ്ട്.

ഗൗരി (പാർവ്വതി) ശിവന്റെ മടിയിലാണ് ഇരിക്കുന്നതെങ്കിൽ, ഗംഗ അദ്ദേഹത്തിന്റെ തിരുമുടിയിലാണ് ഇരിക്കുന്നത്. ഇരുവരും ആ താപസനെ ഗൃഹസ്ഥന്റെ ജീവിതത്തിൽ വ്യാപൃതനാക്കുന്നു.

## കാളി

മരണം, ശ്മശാനം, ഭൂതങ്ങൾ, മന്ത്രവാദം എന്നിവയെല്ലാമായി ബന്ധപ്പെട്ട ഒരുപാട് ദേവതകൾ താന്ത്രിക കാലഘട്ടത്തിൽ രൂപപ്പെട്ടിട്ടുണ്ട്. ഗർഭഛിദ്രവും ബാലാരിഷ്ടതകളുമായി ബന്ധപ്പെട്ട ദേവതകളുണ്ട്. വനങ്ങളിലും ജലത്തിലും ജീവിച്ചിട്ടുള്ള, ഭയക്കുകയും ആരാധിക്കുകയും ചെയ്യുന്ന, മാതൃക, മഹാവിദ്യ എന്നീ സ്ത്രീകളുടെ സംഘത്തെക്കുറിച്ച് നമുക്കറിയാം. അവരിൽ ഉള്ളവരാണ് താരയും കാളിയും. മരണമടഞ്ഞ യോദ്ധാക്കളുടെ തലകളും കൈകാലുകളും അണിഞ്ഞ്, മൃതദേഹങ്ങൾക്ക് മേൽ നൃത്തം ചെയ്യുന്ന രീതിയിലാണ് ഇവരെ ചിത്രണം ചെയ്തിട്ടുള്ളത്. മൃതദേഹങ്ങൾക്കും ഇണചേരുന്ന പങ്കാളികൾക്കും മുകളിൽ കയറി നിന്ന്, സ്വന്തം തല അറുത്തു മാറ്റി, സ്വന്തം രക്തം കുടിക്കുന്ന ചിന്നമസ്തിക എന്ന ദേവതകളെക്കുറിച്ചുള്ള വർണ്ണനകൾ അതിലുണ്ട്. ജനനം, മരണം, വിശപ്പ്, ഭയം എന്നീ ശക്തികളെ നിഷ്പ്രഭമാക്കുന്നതാണ് അവരുടെ പ്രവർത്തികൾ.

മരണത്തെ കീഴടക്കാനും, ആകൃതിയും വലിപ്പവും മാറ്റാനും, മനസ്സുകളെ സ്വാധീനിക്കാനും, വായുവിൽ പറക്കാനും, വെള്ളത്തിൽ നടക്കാനും, ശരീരം ഉപേക്ഷിച്ച് യാത്ര ചെയ്ത് പ്രേതാത്മാക്കളുമായി സംസാരിക്കാനും കഴിയുന്ന സിദ്ധശക്തികൾ കാംക്ഷിക്കുന്ന മന്ത്രവാദികളാണ് ഈ ദേവതകളെ ആവാഹിക്കുന്നത്. താന്ത്രിക ആശയങ്ങളുടെ സ്വാധീനത്തിലുണ്ടായ അത്ഭുത രാമായണത്തിൽ, മഹിരാവണൻ രാമനെയും ലക്ഷ്മണനെയും പാതാളത്തിൽ വച്ച് കാളിയ്ക്ക് ബലി നൽകാൻ ആലോചിക്കുന്നു. എന്നാൽ ഹനുമാൻ മഹിരാവണനെ വധിക്കുകയും, മരണത്തോടും പ്രേതങ്ങളോടുമുള്ള മനുഷ്യരുടെ ഭയത്തെക്കുറിച്ച് കാളിയ്ക്ക് അവബോധമുണ്ടാക്കുകയും ചെയ്യുന്നു.

ചിന്നമസ്തിക കാളിയിൽ നിന്നും വിഭിന്നയാണ്. പുനർജനനം ആഗ്രഹിക്കുന്ന അസുരന്മാരുടെ രക്തം കുടിക്കാനായി കാളി തന്റെ നാക്ക് പുറത്തിടുന്നു. അങ്ങനെ അവൾ പുനർജ്ജന്മം തടയുന്നു. മെല്ലിച്ച ഭീതിദമായ രൂപമുള്ള, മാംസത്തിലും മരണത്തിലും ഭക്ഷണം തേടുന്ന, പുനർജന്മവും മുക്തിയുമായി യാതൊരു ബന്ധവുമില്ലാത്ത ചാമുണ്ഡിയും കാളിയും വ്യത്യസ്തരാണ്.

കാളി ശിവനിൽ കാൽ വയ്ക്കുന്നു. അവളില്ലെങ്കിൽ ശിവൻ ഒരു ശവമാണ്.

പക്ഷെ മിക്കപ്പോഴും, കുമ്പാരത്തിന് മേൽ ഇരിക്കുന്ന ചാമുണ്ഡിയും, സ്വയം തലയറുക്കുന്ന ചിന്നമസ്തികയും, പിന്നെ ശിവന്റെ തലയ്ക്ക് മേൽ നൃത്തം ചെയ്യുന്ന കാളിയോ താരയോ ഒക്കെ ശിവനുമായി ലയിച്ച് ചേരുന്നു. താന്ത്രികതയിലെ ഈ ശിവനും ശക്തിയും തമ്മിലുള്ള ലൈംഗിക സംയോജനം വേദസങ്കൽപ്പത്തിലെ പുരുഷന്റെയും പ്രകൃതിയുടെയും മറ്റൊരു പതിപ്പാണ്.

## ദുർഗ്ഗ

യുദ്ധത്തിന്റെയും രാജാക്കന്മാരുടെയും ദേവതയാണ് ദുർഗ്ഗ. മരണദേവനായ യമന്റെ വാഹനമായ പോത്തിന്റെ രൂപത്തിൽ വന്ന രാക്ഷസനെ യുദ്ധം ചെയ്ത് തോൽപ്പിക്കുന്നതായാണ് ദുർഗ്ഗയെ ചിത്രീകരിച്ചിരിക്കുന്നത്. മഹിഷ വേഷം പൂണ്ട രാക്ഷസനെ കൊന്ന മഹിഷാസുരമർദ്ദിനിയായതോടെ, അവൾ ശത്രുക്കൾക്കെതിരെ യുദ്ധം ചെയ്യുക മാത്രമല്ല, മറിച്ച്, മരണത്തിനെതിരെ തന്നെയും യുദ്ധം ചെയ്യുകയാണ്.

ദുർഗ്ഗ പോത്ത്-രാക്ഷസനെ കൊല്ലുകയാണ്. പോത്ത് യമനെയും അതിനാൽ മരണത്തെയും പ്രതീകപ്പെടുത്തുന്നു

പിതൃപക്ഷത്തിന് ശേഷമുള്ള പത്തു നാളുകൾ ദുർഗ്ഗയെ ആരാധിക്കുന്നു എന്നത് ഇതിന് തെളിവ് നൽകുന്നു. പൂജയുടെ ആദ്യ ദിവസത്തെ മഹാലയം എന്ന് വിളിക്കുന്നു. മഹത്തായ ലയനം എന്നാണ് ഇതിനർത്ഥം. മരണത്തിൽ നിന്ന് പുതിയ ജീവിതത്തിലേക്കുള്ള മാറ്റം അവൾ എങ്ങനെ കൊണ്ടു വരുന്നു എന്നതിന്റെ ഓർമ്മപ്പെടുത്തലാണിത്. ഈ കാലയളവിൽ അവൾ സസ്യജാലങ്ങളുടെ ദേവതയായ ശാകാംബരി എന്നും അറിയപ്പെടുന്നു. ശാകാംബരിയെ ആരാധിക്കുന്നത് മഴയ്ക്ക് മുൻപും അതിന് ശേഷവുമുള്ള കൊയ്ത്തുമായി ഒന്നിച്ച് വരുന്നു. അവളുടെ വീരഭാവം, അരിവാളിനോടും കലപ്പയോടും ബന്ധപ്പെടുത്തിയിരിക്കുന്നു. അവളുടെ മാതൃഭാവത്തെ ചിത്രീകരിച്ചിരിക്കുന്നത് ഒരു കുടം നിറയെ മുളപ്പിച്ച വിത്തുകളും, ഔഷധസസ്യങ്ങളുടെയും വള്ളിച്ചെടികളുടെയും ഒരു കറ്റയുമായിട്ടാണ്. ഇതൊക്കെ, വീരദേവതയായ ദുർഗ്ഗയെ മരണത്തോടും, മുക്തിയോടും; മാതൃദേവതയായ ദുർഗ്ഗയെ പുനർജന്മത്തിനോടും ബന്ധിപ്പിച്ചിരിക്കുന്നു.

ചില നാട്ടാചാരങ്ങളിൽ, മരണം മൂലം പുനർജ്ജന്മം സാധ്യമായ മഹിഷത്തെ ദുർഗ്ഗയുടെ താൽക്കാലിക ഭർത്താവായി കണ്ട് വന്ദിക്കുന്നു.

അതുകൊണ്ട്തന്നെദുർഗ്ഗാഉത്സവങ്ങളിൽപോത്തിനെബലിനൽകുകയും, അതിന്റെ രക്തത്തെ വിത്തുകളോട് യോജിപ്പിക്കുകയും ചെയ്യുന്നു. മരണത്തെക്കുറിച്ചും, അവന്ധ്യതയോട് ബന്ധപ്പെടുത്തിയിരിക്കുന്ന പുനർജന്മത്തെക്കുറിച്ചുമുള്ള ആശയം, ലോകമെമ്പാടുമുള്ള കാർഷിക സമുദായങ്ങളുമായി ബന്ധപ്പെട്ട ഒരു പ്രാചീന ആശയമാണ്. ഭൂമി ഒരു ദേവതയാണ്. ആലങ്കാരികമായി, വിളവെടുപ്പ് പഴയ ഭർത്താവിന്റെ മരണത്തെയും അടുത്ത സീസണിന്റെ വിത്തുകൾ വിതയ്ക്കുന്ന പുതിയ ഭർത്താവിന്റെ ജനനത്തെയും പ്രതിനിധീകരിക്കുന്നു.

ഹാരപ്പൻ നഗരങ്ങളിൽ മെരുക്കപ്പെട്ട പോത്തുകളെ (2600-1900 ബിസിഇ) മെസപ്പൊട്ടാമിയയിലേയ്ക്ക് കയറ്റി അയയ്ക്കപ്പെട്ടിട്ടുണ്ട്. പ്രാചീനകാലം മുതൽക്ക് തന്നെ അത് മരണത്തിന്റെ പ്രതീകങ്ങളായിരുന്നിരിക്കണം. സ്ഫിങ്ക്സുകളെപ്പോലെ, പകുതി-കടുവകളായ ദേവതകളുടെ ചിത്രങ്ങളും ഹാരപ്പൻ നഗരങ്ങളിലുണ്ട്. ആധുനിക കാലത്ത് വരയൻപുലിപ്പുറത്തേറി വരുന്ന മാതൃദേവതകളെ ആരാധിക്കുന്നത് ഇതിന്റെ അനുബന്ധമാകാം എന്ന് ചിലർ പറയുന്നുണ്ട്.

ഒരു ദേവത, പോത്തിനോട് മല്ലിട്ട് അതിനെ തോൽപ്പിക്കുന്നതിന്റെ ഏറ്റവും ആദ്യത്തെ ചിത്രം ഒരുപക്ഷെ 100 സിഇ-യിൽ വന്ന കുശാന കാലഘട്ടത്തിലേതാവാം. ഈ ദേവതാചിത്രണമാവണം ഏഴാമത്തെ നൂറ്റാണ്ടിൽ മഹിഷാസുരമർദ്ദിനിയായി മാറിയതും, പിന്നീട് ശിവന്റെ ഉഗ്രരൂപിണിയായ ഭാര്യയായ ദുർഗ്ഗയായതും. അപ്പോഴേയ്ക്കും അവളെ രാജത്വത്തിനോട് ബന്ധപ്പെടുത്തിക്കഴിഞ്ഞിരുന്നു. യുദ്ധങ്ങൾക്ക് നേതൃത്വം നൽകുകയും ശത്രുക്കളെ കൊന്ന് രാജാക്കന്മാരാകുകയും ചെയ്യുന്ന യോദ്ധാക്കൾ മരണഭയത്തെ മറികടക്കാൻ ദുർഗ്ഗയുടെ ശക്തിയെ വിളിച്ചപേക്ഷിക്കുന്നു. രാമായണത്തിൽ രാമൻ അവളെ പൂജിക്കുന്നു. മഹാഭാരതത്തിൽ പാണ്ഡവർ അവളെ പൂജിക്കുന്നു. തങ്ങളുടെ എതിരാളികളുടെ തലകൾ അവർ ദുർഗ്ഗയ്ക്ക് സമർപ്പിക്കുകയും, പകരം ദുർഗ്ഗ അവർക്ക് ആധിപത്യം സമ്മാനിക്കുകയും ചെയ്യുന്നു.

## വിഷ്ണു

ശിവനെക്കുറിച്ചുള്ള കഥകൾക്ക് ആക്കം കൂട്ടുന്നവയാണ് വിഷ്ണുവിനെക്കുറിച്ചുള്ള കഥകൾ. ശിവൻ അമരനാകയാൽ, പൂർവ്വികരെ ഊട്ടേണ്ടതില്ല. ഒരു ഗർഭപാത്രത്തിലൂടെ കടന്നുപോകാതെയാണ് അദ്ദേഹത്തിന്റെ മക്കൾ ജനിച്ചത് എന്നതിനാൽ, ജനനവും മരണവും അനുഭവിക്കേണ്ടതില്ല. എന്നാൽ വിഷ്ണുവാകട്ടെ, ഗർഭപാത്രത്തിലൂടെയാണ് നശ്വരലോകത്തേയ്ക്ക് പ്രവേശിച്ചത്. ഒരു അവതാരമായിരിക്കെ, അദ്ദേഹത്തിന് മാതാപിതാക്കളും മക്കളുമുണ്ട്. അവർ മരിക്കുമ്പോൾ അദ്ദേഹം അന്ത്യകർമ്മങ്ങൾ ചെയ്യുന്നുമുണ്ട്. അദിതിയ്ക്കും കശ്യപനും വേണ്ട കർമ്മങ്ങൾ ചെയ്യുന്നത്

വാമനനും, രേണുകയ്ക്കും ജമദഗ്നിയ്ക്കും വേണ്ട കർമ്മങ്ങൾ ചെയ്യുന്നത് പരശുരാമനുമാണ്. രാമൻ, കൗസല്യക്കും ദശരഥനും; കൃഷ്ണൻ, ദേവകിയ്ക്കും വസുദേവർക്കും, പിന്നെ തന്നെ വളർത്തിയ യശോദയ്ക്കും നന്ദഗോപനും. രാമൻ ഈ കർമ്മങ്ങളൊക്കെ ചെയ്തു എന്ന് പറയപ്പെടുന്ന തീർത്ഥാടനകേന്ദ്രങ്ങളുണ്ട് : കുരുക്ഷേത്ര, പുഷ്കർ, പുരി, നാഷിക്, ഗയ, രാമേശ്വരം. ജീവിച്ചിരിക്കുന്നവരെ മരിച്ചുപോയവരിൽ നിന്നും രക്ഷിക്കാൻ രാമൻ ഹനുമാനോട് ആവശ്യപ്പെടുന്നുമുണ്ട്. അതുകൊണ്ടാണ് ബാധ കയറിയോ പ്രേതം ആവേശിച്ചെന്നോ ഭയക്കുന്ന സന്ദർഭങ്ങളിൽ ഹനുമാനെ പ്രാർത്ഥിക്കുന്നത്.

കൃഷ്ണൻ അർജ്ജുനന് ഭഗവദ്ഗീത സമ്മാനിക്കുന്നു

ഭൂമിയുടെ ഭാരം കുറയ്ക്കാനായി ദുഷ്ടന്മാരായ രാജാക്കന്മാരെ കൊല്ലാൻ വിഷ്ണു പരശുരാമന്റെയും, രാമന്റെയും, കൃഷ്ണന്റെയും അവതാരമെടുത്തതായി നമുക്കറിയാം. അങ്ങനെനോക്കുമ്പോൾ, വിഷ്ണുവും മരണത്തിന്റെ ആയുധമാണ്. ഭൂമിയിൽ ധർമ്മപരിപാലനത്തിനായാണ് മരണവും കാലവും നിലനിൽക്കുന്നത്. രാമാവതാരത്തിൽ, തന്റെ ഭൂമിയിലെ കടമകളെല്ലാം നിർവ്വഹിച്ച ശേഷം അദ്ദേഹം സ്വയം സരയൂ നദിയിലിറങ്ങി ജീവൻ വെടിയുന്നു. കൃഷ്ണാവതാരത്തിൽ, വിഷ്ണു മരിച്ചവരുടെ ലോകത്തേയ്ക്ക് പോയി, അകാലമരണം അടയേണ്ടി വന്ന തന്റെ ഗുരുവായ സാന്ദീപനി മഹർഷിയുടെ മകന്റെ ആത്മാവിനെ ജീവിച്ചിരിക്കുന്നവരുടെ ലോകത്തേയ്ക്ക് കൊണ്ടുവരുന്നു. ജന്മമെടുത്തയുടൻ കംസൻ കൊന്നുകളഞ്ഞ തന്റെ ആറു ജ്യേഷ്ഠന്മാരുടെ ആത്മാവിനെയും അദ്ദേഹം അതിനൊപ്പം കൊണ്ടുവരുന്നുണ്ട്. ഈ ആത്മാക്കൾ ഭൂമിയിൽ അവരുടെ മാതാപിതാക്കളെ കണ്ടശേഷം യമലോകത്തേയ്ക്ക് മടങ്ങിപ്പോകുന്നു. കൃഷ്ണാവതാരത്തിൽ തന്നെയാണ് വിഷ്ണു പുനർജന്മത്തിന്റേയും മുക്തിയുടെയും രഹസ്യം അർജ്ജുനന് പറഞ്ഞുകൊടുക്കുന്നത്. പിന്നീട് ഉദ്ധവന്റെ മരണത്തിന് മുൻപ് അദ്ദേഹത്തിനോടും ഇത് പറഞ്ഞിരുന്നു. വിഷ്ണുവിന്റെ അവതാരങ്ങളുടെ മരണങ്ങളെ, സാധാരണ മരണങ്ങളായി കാണാനാവില്ല. വിഷ്ണു തന്റെ ഭൗതിക ദേഹം ഉപേക്ഷിച്ച ശേഷം, യമലോകത്തേയ്ക്ക് പോകുന്നതിന് പകരം വൈകുണ്ഠത്തിലേയ്ക്ക് പോവുകയാണുണ്ടായത്. ഭഗവത്ഗീതയിലും ഉദ്ധവ ഗീതയിലും പറഞ്ഞിട്ടുള്ള വേദജ്ഞാനങ്ങളായ ആത്മയും യോഗയും എങ്ങനെയാണ് പുനർജന്മങ്ങളിൽ നിന്ന് രക്ഷപ്പെടാൻ സഹായിക്കുന്നത് എന്നതിനെ ഈ കഥകൾ അടിവരയിടുന്നു.

ശിവലോകമായ കൈലാസത്തിൽ ആർക്കും വിശപ്പുണ്ടാകാറില്ല. എന്നാൽ അനുകമ്പയും ചിന്തയും ഉണർത്തുന്നതിൽ വിശപ്പിന്റെ പ്രാധാന്യമെന്തെന്ന് വിഷ്ണുവിനറിയാം. അതുകൊണ്ടു തന്നെ, പങ്കുവയ്ക്കാൻ മനസ്സുള്ള എല്ലാവർക്കും വിഷ്ണുലോകമായ പാലാഴിയിൽ ഭക്ഷണമുണ്ടാകും. അതുകൊണ്ടാണ് ശിവനെ സംഹാരവും വിഷ്ണുവിനെ സ്ഥിതിയുമായി കണക്കാക്കുന്നത്. ഹൈന്ദവതത്ത്വമീമാംസയിൽ വിശപ്പിനുള്ള പ്രാമുഖ്യം അംഗീകരിക്കുമ്പോൾ, ഹൈന്ദവ ഇതിഹാസങ്ങളിലെ പൊരുൾ നമുക്ക് മനസ്സിലാകും.

## ഹനുമാൻ

ഇതിഹാസമായ രാമായണത്തിൽ രാക്ഷസ രാജാവായ രാവണൻ തട്ടിക്കൊണ്ടുപോയ, രാമന്റെ പത്നിയായ സീതയെ രക്ഷിക്കാൻ സഹായിക്കുമ്പോഴാണ് ഹനുമാന്റെ കഥ നാമറിയുന്നത്. സംയമനം, ബ്രഹ്മചര്യം, സംതൃപ്തി, സേവനം എന്നിവയുമായാണ് ഹനുമാനെ ബന്ധിപ്പിച്ചിരിക്കുന്നത്. അദ്ദേഹം ശക്തനും ബുദ്ധിമാനുമാണ്. മന്ത്രത്തിന്റെയും (മനസ്സ് എന്നർത്ഥം വരുന്ന മാനസം), തന്ത്രം (ശരീരം എന്നർത്ഥം വരുന്ന തനു) എന്നിവയുടെ അധിപനാണ് അദ്ദേഹം. ഒരു കുരങ്ങനായി ചിത്രീകരിച്ചിരിക്കുന്ന ഹനുമാൻ, മനുഷ്യരേക്കാൾ പ്രബലനാണ്. അദ്ദേഹത്തിന്റെ പിതാവ്, കാറ്റിന്റെയും ശ്വാസത്തിന്റെയും ദൈവമായ വായു, അദ്ദേഹത്തെ യോഗയുമായി കൂട്ടിയിണക്കുന്നു. അദ്ദേഹത്തിന്റെ ഗുരുവായ സൂര്യൻ, അദ്ദേഹത്തെ വേദങ്ങളുമായി കൂട്ടിയിണക്കുന്നു.

രാമായണം ജനപ്രീതി നേടിയപ്പോൾ മനുഷ്യരെ കഷ്ടസമയത്ത് സംരക്ഷിക്കുന്ന ശിവന്റെ പ്രതിരൂപമായി ഹനുമാനെ കാണാൻ തുടങ്ങി. എട്ടാമത്തെയും പതിനഞ്ചാമത്തെയും നൂറ്റാണ്ടുകൾക്കിടയിൽ താന്ത്രിക കാലഘട്ടത്തിൽ, ഗൂഢാചാരങ്ങളെയും പ്രേതങ്ങളെയും കുറിച്ചുള്ള ഭയം വർദ്ധിച്ച സാഹചര്യത്തിൽ, പ്രേതങ്ങൾക്കെതിരെയും, അവരെ അടിമകളാക്കി വച്ചിരിക്കുന്ന

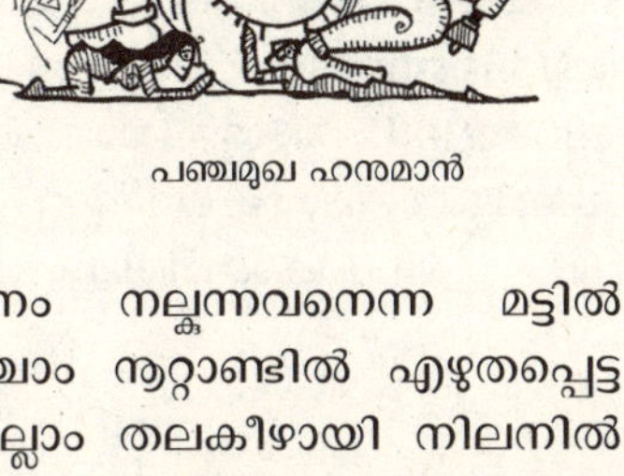

പഞ്ചമുഖ ഹനുമാൻ

മന്ത്രവാദികൾക്കെതിരെയും സംരക്ഷണം നല്കുന്നവനെന്ന മട്ടിൽ ഹനുമാൻ ജനപ്രിയത നേടി. പതിനഞ്ചാം നൂറ്റാണ്ടിൽ എഴുതപ്പെട്ട സംസ്കൃത അത്ഭുത രാമായണത്തിൽ എല്ലാം തലകീഴായി നിലനിൽക്കുന്ന പാതാളത്തിൽ എത്തിയ പാതാലി ഹനുമാനെക്കുറിച്ച് നമുക്കറിയാം. മാന്ത്രിക സിദ്ധികൾ ലഭിക്കുന്നതിനായി രാമന്റെ തല കാളിയ്ക്ക് ബലി നൽകുവാനൊരുങ്ങിയ മഹിരാവണനെയും, മകൻ അഹിരാവണ

നെയും ഹനുമാൻ കൊല്ലുന്നു. പരിണമിച്ചാണ് അദ്ദേഹം ഭൂമിയിലേയ്ക്ക് മടങ്ങിയത്. അപ്പോഴേയ്ക്കും നാൾ തലകൾ അദ്ദേഹത്തിന് മുളച്ചിരുന്നു : സിംഹം, പരുന്ത്, കുതിര, കാട്ടുപന്നി, എന്നിവരുടേത്. മറ്റൊരു തരത്തിൽ പറഞ്ഞാൽ, എല്ലാ ഗൂഢശക്തികളെയും, ക്ഷുദ്രശക്തികളെയും, ദ്വേഷ ബുദ്ധികളെയും തോൽപ്പിക്കാൻ വേണ്ട ശക്തികൾ ദേവത ഹനുമാന് നൽകുന്നു. ശിവന്റെ ദക്ഷിണാമൂർത്തി അവതാരം പോലെ, തെക്കോട്ടു ദർശനം വരുന്ന രീതിയിലാണ് ഹനുമാൻ കാണപ്പെടാറ്. മരണത്തെയും പ്രേതങ്ങളെയും അദ്ദേഹം അകറ്റി നിർത്തുന്നു.

യമന് ഹനുമാനെ ഭയമായിരുന്നതിനാൽ, രാമനഗരിയായ അയോധ്യയിൽ കടക്കാൻ യമൻ ഭയന്നിരുന്നു എന്ന് നാടോടി രാമായണങ്ങളിൽ പറയുന്നുണ്ട്. രാമന്റെ ഭൂമിയിലെ കാലയളവ് കഴിഞ്ഞുവെന്നും, വൈകുണ്ഠത്തിലേയ്ക്ക് മടങ്ങാൻ നേരമായെന്നും ദൈവങ്ങൾ രാമനോട് പറയുന്നു. അതിന് രാമൻ മരിക്കണം. പക്ഷെ യമൻ അയോധ്യയിൽ പ്രവേശിക്കാത്തിടത്തോളം രാമന് മരണം സാധ്യമല്ല. എന്നാൽ ഹനുമാൻ രാജ്യകവാടങ്ങൾക്ക് കാവൽ നിൽക്കുന്നിടത്തോളം ഇത് നടക്കുകയുമില്ല. ഹനുമാന്റെ ശ്രദ്ധ മാറ്റാനായി, രാമൻ ഒരു മോതിരം തറയിലേക്കിടുകയും, അത് ഒരു വിള്ളലിലൂടെ താഴേയ്ക്ക് ഊർന്നിറങ്ങുകയും ചെയ്തു. ഹനുമാനോട് അത് കണ്ടുപിടിച്ചുകൊണ്ടുവരാൻ രാമൻ ആവശ്യപ്പെട്ടു. ഹനുമാനെ പാതാളത്തിലേയ്ക്ക് നയിച്ച ഒരു തുരങ്കമായിരുന്നു ആ വിള്ളൽ. അവിടെ, രാമന്റെ മോതിരത്തിന്റെ അനവധി പകർപ്പുകൾ ഒരു മല പോലെ കൂട്ടിയിട്ടിരിക്കുന്നത് രാമൻ കണ്ടു. നാഗരാജാവായ വാസുകി ആ രഹസ്യം ഹനുമാന് വിവരിക്കുന്നു, “നമ്മുടെ ലോകം മരണത്തിലൂടെയും പുനർജന്മത്തിലൂടെയും കടന്നുപോകുന്നു. ഓരോ ജീവിതകാലയളവിലും രാമന്റെ വരവ് ലോകം കാണുന്നു. അപ്പോൾ രാമന്റെ മോതിരം പാതാളത്തിലേക്ക് വീഴുകയും, ഒരു കുരങ്ങൻ അതിനെ പിന്തുടരുകയും, രാമൻ ഭൂമിയിൽ അന്തരിക്കുകയും, അദ്ദേഹം തന്റെ ഭൗതികശരീരം വെടിഞ്ഞ് വൈകുണ്ഠത്തിലേയ്ക്ക് പോവുകയും ചെയ്യുന്നു. എത്ര മോതിരങ്ങളുണ്ടോ, അത്രയും രാമന്മാർ വന്നുപോയിട്ടുണ്ട്. ഹനുമാൻ ചിരഞ്ജീവി ആയതിനാൽ, അദ്ദേഹം അവരെ ഓരോരുത്തരെയും കണ്ടിട്ടുണ്ട്. പക്ഷേ അദ്ദേഹം അവരെ മറക്കുകയും, വീണ്ടും രക്ഷിക്കാൻ വൃഥാ ശ്രമിച്ചുകൊണ്ടിരിക്കുകയും ചെയ്യുന്നു”.

അദ്ധ്യായം 9

# മരണത്തെ തന്ത്രപരമായി തോൽപ്പിക്കൽ

*സോമ, അമൃത, സഞ്ജീവനി, ചിരഞ്ജീവി എന്നീ കഥകളിലൂടെ എങ്ങനെയാണ് അമരത്വം പുനർജന്മം എന്നീ ആശയങ്ങൾ ഉരുത്തിരിഞ്ഞതെന്ന് നമുക്ക് നോക്കാം*

ക്ഷയ എന്നത്, അഴുകലും നശിക്കലുമുൾപ്പെടുന്ന ഒരു സ്വാഭാവിക പ്രക്രിയയാണ്. അക്ഷയമെന്നാൽ ഒരിക്കലും വാടാത്തത് എന്നർത്ഥം. അതൊരു അയഥാർത്ഥമായ സങ്കൽപ്പമാണ്. ഇത് നാല് വിധത്തിലുണ്ടാകാം. ഒന്നാമത്തേത് അമരത്വം നേടുന്നതിലൂടെ നാശം എന്നതിനെ പൂർണ്ണമായും ഒഴിവാക്കി, അമൃത, ചിരഞ്ജീവി എന്നീ ആശയങ്ങൾ ഉത്ഭവിക്കുന്നതാണ്. പുനർജീവനം, പുതുക്കൽ, ആരോഗ്യവും യുവത്വവും സ്ഥിരമായി വീണ്ടെടുക്കുക, മരണത്തെ വൈകിക്കുക തുടങ്ങിയവയിലൂടെ വരുന്നവയായ സഞ്ജീവനി, നാഗമണി, പതിവ്രത, രസായന എന്നിവയാണ് രണ്ടാമത്തേത്. മൂന്നാമത്തേത്, മരിക്കുന്നവയെല്ലാം ഒടുവിൽ ജീവിതത്തിലേയ്ക്ക് തന്നെ മടങ്ങി വരും എന്ന വിശ്വാസമാണ്. ഇത് മരണത്തിൽ നിന്നും മോക്ഷവും, മരണഭയത്തെ അവസാനിപ്പിക്കുന്നതുമായ ജ്ഞാനമാണിത്. നാലാമത്തേത്, ജനനമോ മരണമോ ഇല്ലാത്ത, ഗർഭപാത്രത്തിലൂടെ വരാത്ത (അയോനിജ) അല്ലെങ്കിൽ സ്വയം സൃഷ്ടമായ (സ്വയംഭൂ) ഒരു ദൈവിക സാന്നിധ്യത്തിൽ വിശ്വസിക്കുക എന്നതാണ്.

## സോമം

വേദകാലഘട്ടത്തിൽ, പൂർണ്ണചന്ദ്രന്റെയും അമാവാസിയുടെയും വളർച്ചയിലേയ്ക്കും തളർച്ചയിലേയ്ക്കും ദൈവങ്ങളുടെ ശ്രദ്ധ ക്ഷണിക്കുവാനായി,

എഫെഡ്ര എന്ന കുറ്റിച്ചെടിയിൽ നിന്നും പിഴിഞ്ഞെടുക്കുന്ന സോമരസം അന്നേ ദിവസങ്ങളിൽ ദൈവങ്ങൾക്ക് നേദിക്കാറുണ്ടായിരുന്നു. എഫെഡ്രയിൽ അത് കഴിക്കുന്ന ഒരാളെ ഉത്സാഹിയും ഊർജ്ജസ്വലരും ആക്കുവാൻ തക്കതായ രാസ ഉത്തേജകങ്ങൾ അടങ്ങിയിട്ടുണ്ട്. പക്ഷേ പൗരാണിക കാലഘട്ടത്തിൽ, ചന്ദ്രനോടും അതിന്റെ പുനരുജ്ജീവന ശക്തിയോടുമാണ് സോമം ബന്ധിപ്പിച്ചിരുന്നത്. ചന്ദ്രനാകട്ടെ, ശിവനോടും ഗംഗയോടും ബന്ധപ്പെട്ടിരിക്കുന്നു.

അവന് ജീവിതത്തിലേക്ക് തിരിച്ചുവരാൻ വേണ്ടി ശിവൻ ചന്ദ്രനെ അവന്റെ തലയിൽ വച്ചു

സോമനാഥ സ്ഥലപുരാണത്തിൽ, ക്ഷയിച്ചുപോകുന്ന ദീനം വരട്ടെയെന്ന് ചന്ദ്രദേവൻ ശപിക്കപ്പെട്ടു. ഓരോ ദിവസവും, ചന്ദ്രന്, തന്റെ തിളക്കം കുറേശ്ശെയായി നഷ്ടപ്പെട്ടു തുടങ്ങി. തന്നെ രക്ഷിക്കുവാനായി ചന്ദ്രൻ ശിവനെ ഭജിക്കുന്നു. മരണവും പുനർജന്മവുമായി ബന്ധപ്പെട്ട ശിവന്റെ തിരുജടയിലാണല്ലോ സ്വർഗ്ഗീയ നദിയായ ഗംഗ ഒഴുകുന്നത്. ശിവൻ നെറ്റിയിൽ ചന്ദ്രനെ ധരിക്കുന്നു, അത് അദ്ദേഹത്തിന് മാന്ത്രിക സോമത്തിലേക്ക് പ്രവേശനം നൽകുന്നു, അത് അദ്ദേഹത്തിന് തേജസ്സ് പുനഃസ്ഥാപിക്കുന്നു. അതിനാൽ, ക്ഷയിച്ചുപോകുന്ന ചന്ദ്രൻ പുനർജന്മവുമായും പുനരുജ്ജീവനമായും ബന്ധപ്പെട്ടിരിക്കുന്നു, അവനെ രക്ഷിച്ച പദാർത്ഥമായ സോമ എന്ന് പുനർനാമകരണം ചെയ്യപ്പെടുന്നു.

തിങ്കളാഴ്ച (ഹിന്ദിയിൽ സോമവാർ), ചന്ദ്രദേവന്റെ ദിവസമാകയാൽ, അന്നേ ദിവസം പുനർജന്മവും പുനരുജ്ജീവനവുമായി ബന്ധപ്പെടുത്തിയിരിക്കുന്നു. പൊതുവെ, തിങ്കളാഴ്ച കറുത്തവാവ് വന്നാൽ, ലക്ഷക്കണക്കിന് ആളുകൾ ഗംഗാസ്നാനത്തിനും, അതുവഴി പിതൃക്കൾക്ക് മോക്ഷവും, അനന്തരാവകാശികൾക്ക് മരണശാപത്തിൽ നിന്ന് രക്ഷയും, അവർക്ക് പുനരുജ്ജീവനത്തിനുള്ള അനുഗ്രഹത്തിനുമായി വരുന്നുണ്ട്. ഈ ദിവസത്തെ സോമാവതി അമാവാസ്യ അഥവാ സോംപതി മാസ്യ എന്ന് പറയുന്നു.

## അമൃത

ഒന്നിനും ക്ഷയം സംഭവിക്കാത്ത ശാശ്വതമായ ലോകത്തെക്കുറിച്ച് ഋഗ്വേദത്തിൽ പറയുന്നുണ്ട്. മഹാഭാരതത്തിൽ ദൈവങ്ങൾ അമരത്വം കൊതിക്കുന്നുണ്ട് (അമൃത). ഈ ദൈവങ്ങളുടെ പറുദീസയായ സ്വർഗ്ഗമെന്ന അനശ്വര നഗരത്തിൽ ആരും വൃദ്ധരാകുകയോ മരിക്കുകയോ

ചെയ്യാത്തതിനാൽ, അതിനെ അമരാവതി എന്നും പറയുന്നു. അമൃതം നേടാനായി, ഒരു കൂറ്റൻ ആമയുടെ മേൽ വച്ച മേരു പർവ്വതം കൊണ്ട് പാലാഴി കടഞ്ഞിട്ടുണ്ട് (മന്ഥനം). കടയാനുള്ള വടമായി മാറിയത് നാഗരാജാവായ വാസുകിയായിരുന്നു.

പിന്നീട് വന്ന പൗരാണിക ആചാരങ്ങളിൽ വിഷ്ണു ഈ കഥയിലെ കേന്ദ്രകഥാപാത്രമാകുന്നുണ്ട്. അദ്ദേഹത്തിന്റെ ഗൃഹമാണ് പാലാഴി. അദ്ദേഹത്തിന്റെ സ്വന്തം ശ്യേനനായ ഗരുഡൻ മേരുപർവ്വതം എടുത്തു കൊണ്ടു വന്നപ്പോൾ, വിഷ്ണു ഒരു കൂർമ്മമായി ആ പർവ്വതത്തെ തന്റെ പുറത്ത് താങ്ങി പൊക്കിനിർത്തി. കടയാൻ വടമായി ഉപയോഗിച്ചത് വാസുകിയെ ആയിരുന്നില്ല, മറിച്ച്, വിഷ്ണുവിന്റെ സർപ്പമായ ആദി അനന്ത ശേഷനെ ആയിരുന്നു. ആകാശത്തു നിന്നും ദേവന്മാർ അതിന്റെ വാലറ്റം പിടിച്ചു വലിച്ചപ്പോൾ, അസുരന്മാർ മറ്റേ അറ്റം വലിച്ചു. സമുദ്രത്തിൽ സ്വയം അലിഞ്ഞ ഭാഗ്യദേവതയായ ശ്രീയെ മോചിപ്പിക്കുകയായിരുന്നു ലക്ഷ്യം. മന്ഥനത്തിനിടയിൽ സർപ്പം കാളകൂടം എന്ന വിഷം വമിക്കുകയും അത് ശിവൻ കഴിക്കുകയും ചെയ്തു. പിന്നീടാണ് ചന്ദ്രന്റെ ഓരോ ഘട്ടത്തിനുമായി പതിനാലു രത്നങ്ങൾ പൊങ്ങിവന്നത്. പല ഗ്രന്ഥങ്ങളിലും പല സാധനങ്ങളാണ് കൊടുത്തിരിക്കുന്നത്. പക്ഷെ അധികാരം (ധർമ്മം), അഭിവൃദ്ധി (അർഥം), ആനന്ദം (കാമം) എന്നിവ സമ്മാനിക്കുന്ന രത്നങ്ങളാണവ എന്ന് തരംതിരിക്കാം.

പാലിൽ നിന്നും വെണ്ണ കണക്കെ പൊങ്ങിവന്ന ആന, കുതിര, കുട, വില്ല് എന്നിവ അധികാരത്തെ സൂചിപ്പിക്കുന്നു. ആഗ്രഹപൂർത്തീകരണം നൽകുന്ന മരം, ആഗ്രഹപൂർത്തീകരണം നൽകുന്ന പശു, ആഗ്രഹപൂർത്തീകരണം നൽകുന്ന രത്നം, ധാന്യങ്ങളും സ്വർണ്ണവും വഴിഞ്ഞൊഴുകുന്ന ആട്ടിൻകൊമ്പ് എന്നിവ അഭിവൃദ്ധിയെ സൂചിപ്പിക്കുന്നു. സംഗീതജ്ഞരായ ഗന്ധർവ്വന്മാർ, നർത്തകിമാരായ അപ്സരസ്സുകൾ, പാട്ടുപാടുന്ന കിന്നരന്മാർ എന്നിവയെക്കൂടാതെ ഉല്ലാസാനുഭവത്തിന് സംഭാവന നൽകുന്ന ചന്ദ്രനും മദ്യവും ആനന്ദത്തിന്റെ അടയാളങ്ങളാണ്. പിന്നീടാണ് ഭാഗ്യദേവതയായ ശ്രീ വരുന്നതും, വിഷ്ണുവിന്റെ തന്റെ ഭർത്താവായി തിരഞ്ഞെടുക്കുന്നതും. ശ്രീയ്ക്കൊപ്പം വന്ന ആരോഗ്യത്തിന്റെയും സുഖപ്പെടുത്തലിന്റെയും ദൈവമായ ധന്വന്തരിയാണ് അമൃതകുംഭം കൈയിലേന്തിയിരുന്നതും, തനിക്കൊപ്പം ആയുർവേദമെന്ന വിജ്ഞാനം കൊണ്ടുവന്നതും.

ദേവന്മാർക്കും അസുരന്മാർക്കും അമരത്വം വേണമെന്നുണ്ടായിരുന്നു. അവർ അമൃതത്തിന് വേണ്ടി പരസ്പരം മല്ലിട്ടപ്പോൾ, വിഷ്ണു സുന്ദര തരുണിയായ മോഹിനിയുടെ രൂപമെടുക്കുകയും, അതവർക്ക് തുല്യമായി വീതിച്ചു നൽകാമെന്ന് പറയുകയും ചെയ്തു. ആ സൗന്ദര്യധാമത്തിന്റെ തീരുമാനത്തിന് അവരെല്ലാവരും സമ്മതം മൂളി. മോഹിനി ആദ്യം

ദേവന്മാരുടെ വായിൽ അമൃതം നൽകാൻ തുടങ്ങി. അത് ലഭിച്ച ഏഴ് ദേവന്മാർ, ഏഴ് ഗ്രഹങ്ങളായി മാറി. ഇത് കണ്ട അസുരന്മാരിൽ ഒരാളായ സ്വർഭാനുവിന് സന്ദേഹം തോന്നി. അവൻ ദേവന്മാർക്കൊപ്പം ഇരിക്കാനൊരുങ്ങി. പക്ഷെ സൂര്യചന്ദ്രന്മാർ ഇത് കണ്ടു. അവർ വിഷ്ണുവിനോട് പരാതി പറഞ്ഞു. അമൃത് ഇറക്കാൻ തുടങ്ങുകയായിരുന്ന അവന്റെ തല വിഷ്ണു ഛേദം ചെയ്തു. അതിന്റെ ഫലമായി അസുരൻ രണ്ടായി വിഭജിച്ച : അനശ്വരമായ തല രാഹുവും, അനശ്വരമായ ശരീരം കേതുവാകുകയും ചെയ്തു. രാഹു സൂര്യചന്ദ്രന്മാരെ തുരത്തുകയും, ഗ്രഹണങ്ങൾക്ക് കാരണമാകുകയും ചെയ്യുന്നു. കേതുവാകട്ടെ, എങ്ങോട്ട് പോകണം എന്ന് തീർച്ചയില്ലാത്തതിനാൽ ആകാശത്തിലൂടെ ഒരു വാൽനക്ഷത്രമായി അലഞ്ഞുതിരിയുന്നു. അങ്ങനെ ഹൈന്ദവ ജ്യോതിഷത്തിലെ ഒൻപത് ഘടകങ്ങളായ ഗ്രഹങ്ങൾ, ഗ്രഹണങ്ങൾ, വാൽനക്ഷത്രങ്ങൾ എന്നീ ഒരിക്കലും ഇമചിമ്മാത്ത വസ്തുക്കളെ അമൃതവുമായി ബന്ധിപ്പിച്ചിരിക്കുന്നു.

ദേവന്മാരും അസുരന്മാരും അമൃതിനുവേണ്ടി പാൽക്കടൽ കടഞ്ഞുകൊണ്ടിരിക്കുകയാണ്

ഈ സംഭവം ദേവന്മാരും അസുരന്മാരും തമ്മിലുള്ള താൽക്കാലികയുദ്ധവിരാമം തകർത്തു. അമൃതത്തിനാൽ അമരരായ ദേവന്മാർ എല്ലാ നിധികളും കൈക്കലാക്കി ആകാശത്തേയ്ക്ക് പറന്നു. അമരത്വം ലഭിക്കാത്ത അസുരന്മാർ, പാതാളത്തിലിരുന്ന് കുണ്ഠിതപ്പെട്ടുകയും ദേവന്മാർ ഒരിക്കലും സമാധാനത്തോടെ അവ ആസ്വദിക്കാൻ സമ്മതിക്കില്ല എന്ന് പ്രതിജ്ഞയെടുക്കുകയും ചെയ്തു. അവർ അമരാവതി ആക്രമിക്കുകയും, സ്വർഗ്ഗം ഒരു യുദ്ധക്കളമാക്കി മാറ്റുകയും, എന്നെന്നേക്കുമായി ഉപരോധത്തിലാക്കുകയും ചെയ്തു. ദേവന്മാർക്ക് എല്ലാ സമ്പത്തുമുണ്ടായിട്ടും ഒരിക്കലും സമാധാനം ലഭിച്ചില്ല. ഇത്, ചെടികൾ, മൃഗങ്ങൾ, ദൈവങ്ങൾ, കുടുംബം, അപരിചിതർ എന്നിവരുൾപ്പെടെയുള്ളവരുടെ വിശപ്പ് മാറ്റാൻ വേണ്ട അഞ്ച് യജ്ഞങ്ങൾ ചെയ്യാത്ത ധനികരായ മനുഷ്യർക്കുള്ള ഒരു താക്കീത് കൂടിയാണ്.

അമൃതത്തിന്റെ തുള്ളികൾ ഭൂമിയിൽ പലയിടങ്ങളിലായി വീണുവെന്നും, അവിടെയൊക്കെ ക്ഷേത്രങ്ങളുണ്ടായെന്നും, ആ ക്ഷേത്രങ്ങളിലെ ഉത്സവങ്ങൾ വലിയ രീതിയിൽ ആഘോഷിക്കപ്പെടുന്നുണ്ടെന്നും നമുക്കറിയാം. ആ ക്ഷേത്രങ്ങളിൽ ദർശനം നടത്തി, അവിടുത്തെ ഉത്സവങ്ങളിൽ പങ്കെടുക്കുന്നവർക്ക് അമൃതത്തിൽ നിന്നുള്ള ഗുണം ലഭിക്കുന്നു. അതിന്റെ ഫലമായി ജീവിതത്തിൽ നിന്നും നാശം (ക്ഷയം) ഒഴിഞ്ഞുപോകുകയും, അതിന് പകരം പുരോഗതിയും (അക്ഷയ), അഭിവൃദ്ധിയും (വൃദ്ധി) വരുകയും ചെയ്യുന്നു.

## സഞ്ജീവനി

ശുക്രനെന്ന് പേരായ ഒരു ഋഷിയ്ക്ക് ശിവൻ സഞ്ജീവനി ലഭ്യമാക്കി. സഞ്ജീവനി ചിലപ്പോഴൊക്കെ ഒരു പച്ചമരുന്നായും (സഞ്ജീവനി-ഭ്രതി) മറ്റ ചിലപ്പോഴൊക്കെ മരിച്ചവരെ ജീവിതത്തിലേയ്ക്ക് മടക്കിക്കൊണ്ടുവരാൻ കഴിയുന്ന ഒരു ആചാരവുമായാണ് (സഞ്ജീവനി-വിദ്യ) നൽകപ്പെടാറ്. ശുക്രൻ ഈ അറിവെടുത്ത് അസുരന്മാർ ദേവന്മാർക്കെതിരെ നടത്തിയിരുന്ന യുദ്ധത്തിൽ അവരെ സഹായിക്കാനായി നൽകി. ശുക്രന്റെ മാതാവ് അസുരന്മാരെ ദേവന്മാരിൽ നിന്നും രക്ഷിക്കാൻ ശ്രമിച്ചപ്പോൾ വിഷ്ണു അവരെ ശിരച്ഛേദം ചെയ്തു. അതുകൊണ്ട് ശുക്രന് അസുരന്മാരോട് വെറുപ്പായിരുന്നു. സ്ത്രീയെ വധിച്ചതിനാൽ വിഷ്ണു ശപിക്കപ്പെട്ടു. ഭൂമിയിൽ രാമനായും കൃഷ്ണനായും ജന്മമെടുത്ത് മർത്ത്യത അനുഭവിക്കാൻ വിഷ്ണു നിർബന്ധിതനായി.

നാഗന്മാരെപ്പോലെ, അസുരന്മാരും പാതാളവാസികളായിരുന്നു. നാഗർ, തങ്ങളുടെ പത്തിയിൽ മുളയ്ക്കുന്ന രത്നങ്ങളോടാണ് ബന്ധപ്പെട്ടിരിക്കുന്നത് എങ്കിൽ, അസുരന്മാർ ബന്ധപ്പെട്ടിരിക്കുന്നത് തങ്ങളുടെ അസ്ഥികളിൽ നിന്ന് വരുന്ന ലോഹങ്ങളോടായിരുന്നു. നിരന്തരമായി സമ്പൂർണ്ണമാക്കാൻ അസുരന്മാർക്ക് സാധിക്കും. ജലസ്രോതസ്സുകൾ പുതുക്കപ്പെടുകയും, ചെടികൾ വർഷം തോറും പുഷ്പങ്ങളും കനികളും നൽകുകയും ചെയ്യുന്നു. എന്താണിതിന്റെ രഹസ്യം?

സഞ്ജീവനി ഔഷധം അടങ്ങിയ പർവ്വതം ഹനുമാൻ വഹിക്കുന്നു

അസുരന്മാർ ഒന്നും പങ്കുവയ്ക്കില്ല. ആതാപി വാതാപി എന്നീ രണ്ട് അസുര സഹോദരന്മാരുടെ കഥയിൽ നമ്മൾ കണ്ടതു പോലെ, അവർ തങ്ങളുടെ അധികാരം ദുർവിനിയോഗം ചെയ്തു. ആതാപി തന്റെ സഹോദരനെ ഒരു ആടായി മാറ്റുകയും, അതിനെ അറുത്ത് കറി വച്ച് വിരുന്നുകാർക്ക് നൽകുകയും ചെയ്തു. വാതാപിയാകട്ടെ, വിരുന്നുകരുടെ വയറ്റിനുള്ളിൽ പുനരുജ്ജീവിച്ച്, അവരുടെ വയറുകൾ പിളർന്ന്, ഉല്ലാസവാനായി പുറത്തു വന്നു. ഇങ്ങനെ ആ അസുരസഹോദരന്മാർ ബ്രാഹ്മണർക്ക് വിരുന്നൂട്ടുകയും, അവർക്ക് സമ്മാനങ്ങളൊന്നും നൽകാതെ തന്നെ പുണ്യം നേടുകയും ചെയ്തു. അവരുടെ ഭയാജനകമായ വാഴ്ചയ്ക്ക് അന്ത്യം കുറിച്ചത് അഗസ്ത്യനായിരുന്നു. ആടായ അഗസ്ത്യനെ ഭക്ഷിച്ച അഗസ്ത്യൻ, അവന് പുനരുജ്ജീവനം ചെയ്യാൻ സാധിക്കും മുൻപേ തന്നെ ദഹനം പൂർത്തിയാക്കി. അതിന് ശേഷം ആതാപിയിൽ നിന്നും സമ്പത്തുകൾ തട്ടിയെടുത്ത്, തനിക്ക് മുൻപ് വന്ന

ബ്രാഹ്മണരോട് കാണിച്ച അനീതിയ്ക്ക് പകരം ചോദിച്ച്, ചിരിച്ചുകൊണ്ട് നടന്നുപോയി.

അസുരഗുരുവിൽ നിന്നും സഞ്ജീവനി-വിദ്യ തട്ടിയെടുക്കാനായി, ദേവന്മാർ ബൃഹസ്പതിയുടെ മകനായ കച്ചനെ നിയോഗിക്കുകയും, അവൻ ശുക്രന്റെ മകളായ ദേവയാനിയെ വശീകരിക്കുകയും ചെയ്തു. സംശയം തോന്നിയ അസുരന്മാർ കച്ചനെ കൊന്നുകളഞ്ഞെങ്കിലും, അവനെ വീണ്ടും ജീവിപ്പിക്കാൻ ദേവയാനി തന്റെ അച്ഛനെ നിർബന്ധിച്ചു. എന്നാൽ അസുരന്മാർ വീണ്ടും കച്ചനെ കൊല്ലുകയും, ശുക്രനെക്കൊണ്ട് അവന്റെ മാംസം തീറ്റിക്കുകയും ചെയ്തു. ഇനി സ്വയം കൊന്നാലല്ലാതെ ശുക്രന് കച്ചനെ ജീവിപ്പിക്കാനാവില്ല. പക്ഷേ ശുക്രനോട് തന്റെ ജ്ഞാനം തന്റെ ശിഷ്യരോടൊപ്പം പങ്കിടാൻ ദേവയാനി അപേക്ഷിക്കുന്നു. അതുവഴി, ഉയിർത്തെണീറ്റ കച്ചന് ശുക്രനെയും രക്ഷിക്കാം എന്നായിരുന്നു ദേവയാനിയുടെ പക്ഷം. അങ്ങനെ കച്ചൻ ശുക്രന്റെ ശരീരത്തിൽ നിന്നും ഉയിർത്തെണീക്കുന്നു. പക്ഷേ അതോടെ കച്ചൻ ദേവയാനിയെ തന്റെ സഹോദരിയായി പ്രഖ്യാപിക്കുകയും, അവളുടെ ഹൃദയം തകർത്ത്, ദേവലോകത്തേയ്ക്ക് മടങ്ങിപ്പോകുകയും ചെയ്തു.

സഞ്ജീവനിയെക്കുറിച്ചുള്ള ഏറ്റവും ജനപ്രീതി നേടിയ പരാമർശമുള്ളത് രാമായണത്തിലാണ്. ഗന്ധമാദന പർവ്വതത്തിന് മുകളിൽ വളരുന്ന ഒരു ഔഷധസസ്യമായിട്ടാണ് ഇതിനെ അവതരിപ്പിച്ചിരിക്കുന്നത്. യുദ്ധത്തിൽ പരിക്കേറ്റ ലക്ഷ്മണനെ ജീവിതത്തിലേയ്ക്ക് തിരികെ കൊണ്ടുവരുന്നതിനായി ശ്രമിച്ച രാമന് വേണ്ടി ഹനുമാനാണ് ആ മല ചുമന്ന് ലങ്കയിലെത്തിച്ചത്.

## ആയുർവേദം

കുശ പുല്ലിലാണ് അമൃതം സൂക്ഷിച്ചിരുന്നത്, അതു കൊണ്ടാണ് ഈ പുല്ല് വേദ ആചാരങ്ങളുടെ അവിഭാജ്യ ഘടകമായിരിക്കുന്നത്

ആരോഗ്യത്തിന്റെയും സുഖപ്പെടുത്തലിന്റെയും ദൈവമായ ധന്വന്തരി, പാലാഴി കടഞ്ഞപ്പോൾ, കൈയിൽ അമൃതകുംഭവുമായി ഉയർന്നു വന്നതാണ്. ഈ കുംഭം വച്ചിരുന്ന പുല്ലിന് അമരത്വം ലഭിക്കുകയും, അതിന്റെ ഇലകൾ പറിക്കുംതോറും വീണ്ടും മുളച്ചുവരുകയും ചെയ്യുന്നു. ഇതാണ് വേദാചാരങ്ങളിലും ക്ഷേത്രാചാരങ്ങളിലും പാവനമായി കരുതപ്പെടുന്ന ദർഭപ്പുല്ല് അഥവാ കുശപ്പുല്ല്. വേദാചാരങ്ങൾ ചെയ്യുമ്പോൾ ഇത് ശുദ്ധീകരണത്തിനായി മോതിരവിരലിൽ അണിയുന്നു (പവിത്രം). ക്ഷേത്രങ്ങളിൽ ഇത് ഗണേശന് സമർപ്പിക്കാറുമുണ്ട്. ഈ അനശ്വരമായ പുല്ലിൽ ഇഴഞ്ഞു നടന്നതിനാൽ സർപ്പങ്ങൾക്ക് പടം

പൊഴിക്കാനും, തങ്ങളുടെ ചർമ്മത്തെ പുതുക്കാനുമുള്ള ശക്തിയുണ്ട്. മനുഷ്യരെ ആയുർവേദം പഠിപ്പിച്ചത് ധന്വന്തരിയാണ്. അങ്ങനെ ധന്വന്തരിയിലൂടെയാണ് അമൃതം, സഞ്ജീവനി, ആയുർവേദം എന്നിവ യെല്ലാം ബന്ധിക്കപ്പെട്ടിരിക്കുന്നത്.

അശ്വിനി ഇരട്ടകൾക്ക് സോമരഹസ്യം വെളിപ്പെടു ത്തിക്കൊണ്ട് കുതിരയുടെ തലയുമായി ദധീചി

അമരത്വത്തിന്റെ രഹസ്യമായ സോമം ദേവന്മാർ പങ്കുവച്ചില്ല എന്ന് മഹാഭാരതത്തിൽ കാണാം. മഴയുടെ ദേവനായ ഇന്ദ്രൻ, സൂര്യ പുത്രന്മാരായ അശ്വിനികൾ എന്ന ഇരട്ടകൾക്ക് അത് കൊടുക്കാൻ വിസമ്മതിക്കുന്നു. ഈ രഹസ്യം അറിയുന്ന എല്ലാ ഋഷിമാരോടും അത് ആരോടും പറയരുതെന്നും ഇന്ദ്രൻ ചട്ടം കെട്ടുന്നു. അങ്ങനെ ചെയ്താൽ അവരുടെ തല ആയിരം കഷണങ്ങളായി പൊട്ടിത്തെറിക്കുമെന്ന് അവർ താക്കീത് നൽകുന്നു. പക്ഷേ അശ്വി നികൾ മറ്റൊരു പദ്ധതി തയ്യാറാക്കി. അവർ ദധീചി മഹർഷിയുടെ തലയ്ക്ക് പകരം ഒരു കുതിരയുടെ തല വച്ചു. ശേഷം ആ കുതിരയുടെ തലയിലൂടെ അവർ സോമരഹസ്യം മനസ്സിലാക്കുന്നു. ആ കുതിരയുടെ തല പൊട്ടിത്തെറിക്കുമ്പോൾ, അവരവിടെ ദധീചിയുടെ തല പുനഃസ്ഥാ പിക്കുന്നു.

അശ്വിനികൾ ഈ ജ്ഞാനം ഉപയോഗിച്ച് ച്യവന മഹർഷിയുടെ യുവത്വം തിരികെ കൊണ്ടുവരുന്നു. ച്യവനമഹർഷിയാകട്ടെ, മനുഷ്യരെ ആയുർവേദം പഠിപ്പിക്കുന്നു. മന്ത്രങ്ങളുടെ ശക്തിയും, ചന്ദ്രന്റെ വൃദ്ധി ക്ഷയങ്ങളും, പലവിധ സസ്യങ്ങളും, രത്നങ്ങളും, ലോഹങ്ങളും ഉപയോ ഗിച്ച് അസുഖങ്ങൾ ഭേദമാക്കുകയും, മരണത്തിന് കാലതാമസം വരുത്തു കയും ചെയ്യുന്നതാണ് ആയുർവേദം. രാമായണത്തിൽ, ഹനുമാൻ സഞ്ജീവനി കൊണ്ടുവരുമ്പോൾ, കാലനേമി പോലുള്ള ദുഷ്ടാത്മാക്കളെ നശിപ്പിക്കുകയും, ശനി പോലെയുള്ള ദുഷ്ടഗ്രഹങ്ങൾക്ക് മേൽ നിയന്ത്രണം നേടുകയും ചെയ്യുന്നുണ്ട്. സുഖപ്പെടുത്തൽ എന്നത് സസ്യങ്ങളുടെ പ്രവർത്തനം കൊണ്ടുമാത്രമല്ല, മറിച്ച്, ഗൂഢരഹസ്യങ്ങളുടെയും ജ്യോതി ശാസ്ത്രത്തിന്റെയും കൂടി പ്രവർത്തനം ചേർന്നതാണ് എന്ന പ്രാചീന വിശ്വാസത്തിന്റെ ഓർമ്മപ്പെടുത്തൽ കൂടിയാണത്.

## നാഗമണി

വൃദ്ധരും ജ്ഞാനികളുമായ നാഗർ തങ്ങളുടെ പത്തിയിൽ വിരിയിക്കുന്ന രത്നമാണ് നാഗമണി. സുഖപ്പെടുത്താനുള്ള ശക്തിയുള്ള ഈ നാഗമണി, രോഗശമനത്തിനും, നാശത്തെ ഇല്ലാതാക്കാനും ഉപയോഗിക്കാം.

മരിച്ചവരെ ജീവിതത്തിലേയ്ക്ക് കൊണ്ടുവരാൻ പോലും ഇതിന് കഴിയും. മഹാഭാരതത്തിൽ, അർജ്ജുനൻ തന്റെ മകനായ ബഭ്രുവാഹനനാൽ കൊല്ലപ്പെട്ടപ്പോൾ, അർജ്ജുനന്റെ നാഗപത്നിയായ ഉലൂപി അദ്ദേഹത്തിന്റെ ജീവൻ രക്ഷിക്കാനായി ഒരു നാഗമണി കൊണ്ടുവരുന്നുണ്ട്.

മരിച്ചവരെ സുഖപ്പെടുത്താനും ഉയിർപ്പിക്കാനും ശക്തിയുള്ള സർപ്പക്കല്ല്

ജ്യോതിഷവിദ്യയിൽ പ്രഗത്ഭരായ ജ്യോതിഷികൾ വിശ്വസിക്കുന്നത് ഭൂമിക്കടിയിൽ നിന്നും ലഭിക്കുന്ന രത്നങ്ങളും ലോഹങ്ങളും നാഗരിൽ നിന്നും അസുരന്മാരിൽ നിന്നും വരുന്നവയാണ് എന്നാണ്. മാത്രവുമല്ല, ആകാശത്തിലെ ഗ്രഹങ്ങളിൽ അമൃതമുള്ളത് പോലെ ഇവയിൽ സഞ്ജീവനിയുടെ ശക്തിയുണ്ടെന്നും അവർ വിശ്വസിക്കുന്നു. ഒരു വ്യക്തിയുടെ ജീവിതത്തിലെ നെഗറ്റിവായ ശക്തികളെ മാറ്റാനും, പോസിറ്റീവ് ആയ ശക്തികളെ കൊണ്ടുവരാനും ഇവയെ ഉപയോഗിക്കാം. നെഗറ്റീവ് ശക്തികൾ നാശം, ദുഃഖം, മരണം എന്നിവയ്ക്ക് കാരണമാകുന്നു. പോസിറ്റീവ് ശക്തികൾ വളർച്ച, സന്തോഷം, ദീർഘായുസ്സ് എന്നിവ സാധ്യമാക്കുന്നു.

## തപം

അഞ്ചാം നൂറ്റാണ്ട് മുതൽ രചിക്കപ്പെട്ട പൗരാണിക കഥകളിൽ, അസുരന്മാർ തപസ്യ ചെയ്യുന്നതായി കാണിക്കുന്നുണ്ട്. ശരീരത്തിലെ ആത്മീയാഗ്നിയെ അഥവാ തപത്തിനെ കടഞ്ഞെടുക്കുന്ന ഈ പ്രക്രിയ, ബ്രഹ്മാവിനെയും ശിവനെയും പോലും വരം നൽകാൻ പ്രേരിപ്പിക്കും. ബ്രാഹ്മണൻ അവരുടെ പിതാവായത് കൊണ്ടും, ശിവൻ പക്ഷപാതങ്ങളും കാപട്യങ്ങളുമില്ലാത്തതിനാലുമാണ് (ഭോലെനാഥ്) ഇത്. അസുരന്മാർ അനശ്വരത നേടാനുള്ള വരം ചോദിക്കുമെങ്കിലും, പ്രകൃതിയിൽ യാതൊന്നും അനശ്വരമല്ലാത്തതിനാൽ തങ്ങൾക്കത് ലഭിക്കില്ല എന്നവർക്കറിയാം. അതിനാൽത്തന്നെ, മരണത്തെ തന്ത്രപരമായി തോൽപ്പിക്കാനുള്ള വരമാണ് അവർ ചോദിക്കുന്നത്. പക്ഷെ ഓരോ തവണയും ദേവന്മാരോ വിഷ്ണുവോ അതിലെ പഴുതുകൾ കണ്ടുപിടിച്ച് അത്യാഗ്രഹികളായ അസുരന്മാരെ വധിക്കുന്നു. എന്നാലും അസുരന്മാർ സഞ്ജീവനിയുടെ സഹായത്തോടെ വീണ്ടും വീണ്ടും തിരിച്ച് വരുകയും, ദേവന്മാർ ഒരിക്കലും സമാധാനത്തോടെ തങ്ങളുടെ സന്തോഷങ്ങൾ അനുഭവിക്കാൻ അനുവദിക്കാതിരിക്കുകയും ചെയ്യുന്നു.

മനുഷ്യനാലോ മൃഗത്തിനാലോ, പകലോ രാത്രിയിലോ, അകത്തോ പുറത്തോ താൻ കൊല്ലപ്പെടരുത് എന്ന് ഹിരണ്യകശിപു പറയുന്നുണ്ട്.

അതിനാൽ വിഷ്ണു മനുഷ്യനും മൃഗവുമല്ലാത്ത നരസിംഹാവതാരമെടുത്ത്, രാത്രിയും പകലുമല്ലാത്ത സന്ധ്യാനേരത്ത്, അകവും പുറവുമല്ലാത്ത വാതിൽപ്പടിയിൽ വച്ച് ഹിരണ്യകശിപുവിനെ കൊല്ലുന്നു. താരകാസുരൻ ആവശ്യപ്പെട്ടത് യുദ്ധം ചെയ്യാൻ കഴിവുള്ള ഒരു ശിഷ്യനാലായിരിക്കണം തന്റെ മരണം എന്നായിരുന്നു. ദേവന്മാർ ശിവനോട് അപേക്ഷിച്ച്, വളരാൻ പല ഗർഭപാത്രങ്ങൾ വേണ്ടിവന്നത്ര അതിശക്തനായ ഒരു കുഞ്ഞിന് ജന്മം കൊടുപ്പിച്ചു. ഈ കുഞ്ഞ് ജനിച്ച് ആറാം ദിവസത്തിനുള്ളിൽ തന്നെ അതിശക്തനായ പോരാളിയായി മാറുകയും താരകനെ വധിക്കുകയും ചെയ്തു. യാതൊരു ജീവിയും തന്നെ കൊല്ലരുത് എന്ന് മഹിഷൻ വരം ചോദിച്ചപ്പോൾ, അദ്ദേഹം ഉപയോഗിച്ചത് പുല്ലിംഗം ആയിരുന്നു. അങ്ങനെ സ്ത്രീകളിൽ നിന്നും സംരക്ഷണം ചോദിക്കാൻ മറന്നുപോവുകയും, ദുർഗ്ഗാദേവി വധിക്കപ്പെടുകയും ചെയ്തു. രാവണൻചോദിച്ചത്മനുഷ്യരൊഴികെയുള്ളഎല്ലാദൈവികശക്തികളിൽ നിന്നുമുള്ള സംരക്ഷണമായിരുന്നു. അതുകൊണ്ട് തന്നെ വിഷ്ണു രാമാവതാരം പൂണ്ട് രാവണനെ നിഗ്രഹിച്ചു. ദേവന്മാരുടെ ഓരോ ജയത്തിലും, ഏതെങ്കിലുമൊരു അസുരന്റെ സാന്നിധ്യം അവരെ വേട്ടയാടിക്കൊണ്ടിരുന്നു. ഇന്ദ്രന്റെ സിംഹാസനം എല്ലായ്പ്പോഴും ഭീഷണികളിൽ ആടിയുലഞ്ഞുകൊണ്ടിരുന്നു. ഒന്നും നിരന്തരമല്ല. പണവും, പ്രതാപവും, ആനന്ദവും, ഒന്നും. ജീവനും മരണവും പോലും.

മൃഗമോ മനുഷ്യനോ അല്ലാത്ത നരസിംഹം, മരണത്തെ ചതിക്കാൻ ശ്രമിച്ച അസുരനായ ഹിരണ്യ കശിപുവിനെ കൊന്നു

ലൗകിക ജീവിതത്തിൽ നിന്നും പിന്മാറിയ മഹർഷിമാരിൽ നിന്നുമാണ് തപസ്യ എന്ന ആശയം വന്നത്. പക്ഷേ പിന്നീട്, മരണത്തെ തോൽപ്പിക്കാനും, ലോകത്തെ നിയന്ത്രിക്കാനുമുള്ള മാന്ത്രിക സിദ്ധികൾ കൈവശമുള്ള മന്ത്രവാദികളായി ഈ മഹർഷിമാരെ കണ്ടുതുടങ്ങി. തപസ്യയെ ഒരു ധ്യാനാത്മക പ്രക്രിയയായി മാത്രമല്ല, മറിച്ച്,നിഗൂഢജ്ഞാനത്തിലെഒരുമാർഗ്ഗമാണ് അവലംബിച്ചു പോരുന്നു. ഇതുപയോഗിച്ച്, ശരീരത്തിലെ തപം അഥവാ അഗ്നി ഉണർത്തി, തപസ്വികളും ജിതേന്ദ്രിയരും, വെള്ളത്തിൽ നടക്കുക, ആകാശത്തു പറക്കുക, രൂപവും വലിപ്പവും മാറ്റുക, മരണത്തെ വെല്ലുക തുടങ്ങിയ അതീന്ദ്രിയ ശക്തികൾ നേടുന്നു.

ബ്രഹ്മചര്യം, ഇന്ദ്രിയ-സംയമനം, യോഗ എന്നിവ ആവശ്യമുള്ള ഒന്നാണ് തപസ്യ. കഠിനവ്രതത്തിലുള്ളവരെപ്പോലും വശീകരിച്ച് ശ്രദ്ധ മാറ്റാൻ കഴിവുള്ള അപ്സരസ്സുകൾ

എന്ന മാദകസുന്ദരിമാരാണ് ഇവരുടെ ശത്രുക്കൾ. 'അപ്സര' എന്ന വാക്ക് ജലത്തിൽ (അപ്സ) നിന്നും ഉണ്ടായതാണ്. അതുകൊണ്ട് തന്നെ അത് അഗ്നിയുടെ (തപം) വിപരീതമാണ്. അതിനാൽത്തന്നെ അപ്സരസ്സുകളും തപസ്വികളും എതിർചേരികളായത് തികച്ചും സ്വാഭാവികമാണ്. തന്ത്രത്തിൽ, ലൗകിക സുഖങ്ങളോടും മരണത്തോടുമാണ് അപ്സരസ്സുകളെ ബന്ധിപ്പിച്ചിരിക്കുന്നത്. അതിനാൽത്തന്നെ അവരെ അപകടകാരികളായ യോഗിനിമാരോടും ഡാകിനിമാരോടും തുലനം ചെയ്തിരിക്കുന്നു. ഏകദേശം പത്താം നൂറ്റാണ്ട് സിഇ-യിൽ ഉള്ള താന്ത്രിക കാലഘട്ടത്തിൽ, ശുക്ലം നഷ്ടപ്പെടുന്നത് രോഗം, നാശം, മരണം എന്നിവയ്ക്ക് കാരണമാകും എന്നൊരു ചിന്ത ഉണ്ടായി. ശുക്ലത്തിന്റെ ഗതി തിരിച്ചുവിട്ട്, അതിനെ ഗൂഢാചാരങ്ങൾ വഴി നട്ടെല്ലിലൂടെ ഉയർത്തിയാൽ അത് തലച്ചോറിനുള്ളിലെ ചന്ദ്രനെ (സോമ) ഉണർത്തുമെന്നും, അത് മൂലം അനശ്വരതയും മാന്ത്രിക സിദ്ധികളും ലഭിക്കുമെന്നും പറഞ്ഞിരുന്നു.

## രസായന

പത്താം നൂറ്റാണ്ടായപ്പോഴേയ്ക്കും, സമുദ്രത്തിന് കുറുകെ പറക്കാനും, സ്വേച്ഛ പ്രകാരം ആകാരവും വലിപ്പവും മാറ്റാനും ഉള്ള അമാനുഷികമായ കഴിവുകൾ അദ്ദേഹത്തിന്റെ ബ്രഹ്മചര്യത്തിന്റെ ഗുണങ്ങളാണ് എന്ന് വിശദീകരിക്കപ്പെട്ടു. ഹനുമാന്റെ വിയർപ്പുപോലും അതിശക്തമാണെന്നും, അതിന്റെ ഒരു തുള്ളി പതിച്ചാൽ പോലും ഒരു മത്സ്യം ഗർഭം ധരിക്കുമെന്നും നാം കേട്ടിട്ടുണ്ട്. അങ്ങനെയാണ്, പകുതി മത്സ്യവും പകുതി കുരങ്ങനുമായ, മന്ത്രവാദത്തിന്റെയും ജാലവിദ്യകളുടെയും പുനരുജ്ജീവനത്തിന്റെയും ലോകമായ പാതാളത്തിന്റെ കാവലാളായ മകരധ്വജൻ ജനിച്ചത്.

ഇതിലാണ് വടക്കേയിന്ത്യയിലെ നാഥ്-ജോഗികളെയും തെക്കേയിന്ത്യയിലെ സിദ്ധരെയും കുറിച്ച് നാം അറിയുന്നത്. വായുവിൽ പറക്കുകയും, ജലോപരിതലത്തിൽ നടക്കുകയും, ആകാരവും വലിപ്പവും മാറ്റുകയും, ഭക്ഷണവും മറ്റു വസ്തുക്കളും ഏത് സ്ഥലത്തും എപ്പോൾ വേണമെങ്കിലും സ്വാധീനിക്കാൻ കഴിയുകയും ചെയ്യുന്ന സിദ്ധികൾ എന്ന മന്ത്രശക്തികളുള്ളവരാണവർ. മാത്രവുമല്ല, അവരെ വധിക്കാനാവില്ല. ഇതിനെല്ലാം കാരണം ശുക്ലത്തെ നട്ടെല്ല് വഴി തിരിച്ചുകയറ്റാൻ ശേഷിയുള്ള പ്രത്യേക ശ്വസന-ധ്യാന പ്രവർത്തികൾ അവർക്ക് വശമുണ്ടായിരുന്നു എന്നതാണ്. ഇത് മരണത്തെ അകറ്റിനിർത്തി. സ്വന്തം ശുക്ലം ഒരുതുള്ളി പോലും നഷ്ടപ്പെടുത്താതെ തന്നെ വശീകരിച്ചെടുത്ത സ്ത്രീകളുടെ ലൈംഗിക തൃഷ്ണയെ അടക്കാൻ അവർക്ക് സാധിച്ചിരുന്നു. അവരുടെ ശക്തിയുടെ സ്രോതസ്സ് ഇതാണെന്നാണ് പറയപ്പെടുന്നത്.

നാഥ് പഴങ്കഥകളിൽ, രാജ ഗോപിചന്ദ്, ജലന്ധർ-നാഥിനെ

ജീവനോടെ ഒരു കുതിരച്ചാണകക്കുഴിയിൽ അടക്കിയെന്നും, പക്ഷേ പല വർഷങ്ങൾക്ക് ശേഷം ജലന്ധർനാഥ് മരണത്തെ വെല്ലാനുള്ള തന്റെ ശക്തി തെളിയിച്ചുകൊണ്ട് ജീവനോടെ മടങ്ങിയെത്തി എന്നും പറയുന്നുണ്ട്. അലക്കുകാരൻ തുണി കല്ലിലിട്ട് അടിക്കുന്നത് പോലെയാണ് ഗോരഖ്നാഥ്, മിന-നാഥിനെ അടിച്ചു കൊല്ലുന്നത്. ആ മൃതദേഹം ഒരു അശയിൽ ഉണക്കാനായിട്ട ശേഷം, പിന്നീട് പുനർ ജീവിപ്പിക്കുന്നു. അയാളത് പലകുറി ആവർത്തിച്ചതുകണ്ട മിന-നാഥിന്റെ പിതാവും, ഗോരഖ്-നാഥിന്റെ ഗുരുവുമായ മത്സ്യേന്ദ്ര-നാഥ്, തന്റെ അർദ്ധബോധാവസ്ഥയിൽ നിന്നും ഉണരുകയും, നാഥ്-ജോഗികളുടെ പാത സ്വീകരിച്ചവർക്ക് എങ്ങനെയാണ് ജീവിതം, മരണം, സന്തോഷം, അഭിവൃദ്ധി, ശക്തി എന്നിവ മിഥ്യ പോലെ തോന്നുന്നതെന്നും അദ്ദേഹം വീണ്ടുമോർത്തു. തന്റെ സിദ്ധികളുപയോഗിച്ച്, ചെറുപ്പത്തിൽ മരിച്ചുപോയ മക്കളുള്ള ദമ്പതികളുടെ ഏഴ് മക്കളെയും ജീവിതത്തിലേയ്ക്ക് കൊണ്ടുവരാൻ രേവൻ-നാഥിന് കഴിഞ്ഞു. അതുവരെ ദേവന്മാർക്ക് മാത്രം ചെയ്യാൻ കഴിഞ്ഞിരുന്ന കാര്യങ്ങൾ ഈ ബ്രഹ്മചാരികളായ സന്യാസിമാർക്ക് ചെയ്യാൻ കഴിയും. ആചാരങ്ങൾ പാലിക്കുന്നതിലൂടെ, അവർ ഭൂമിയിലെ ദൈവങ്ങളെപ്പോലെയാകുന്നു : മാന്ത്രിക ശക്തികളാൽ അമർത്യരായി.

രസായന അഥവാ ഗൂഢതന്ത്ര രസവാദ വിദ്യയിൽ പ്രവീണരായിരുന്നു നാഥ്-ജോഗികൾ. രസം (മെർക്കുറി) ശിവന്റെ ശുക്ലമാണെന്നും, ഗന്ധകാമ്ലം (സൾഫർ) ശക്തിയുടെ ആർത്തവരക്തമാണെന്നുമാണ് അവർ കണക്കാക്കിയിരുന്നത്. മനുഷ്യ ശരീരഘടനയെക്കുറിച്ചും, ജീവശാസ്ത്രത്തെക്കുറിച്ചും സങ്കീർണ്ണമായ ധാരണകളായിരുന്നു അവർക്കുണ്ടായിരുന്നത്.ശരീരത്തിലെഏകകേന്ദ്രമായ വലയങ്ങളെക്കുറിച്ചും (കോശ), ലംബമായ ഗ്രന്ധികളെക്കുറിച്ചും (ചക്ര) അവയെ കൂട്ടിയിണക്കുന്ന ചാലുകളെക്കുറിച്ചും (നാഡി), അവയ്ക്ക് ജീവനേകുന്ന ശ്വാസത്തെക്കുറിച്ചും (പ്രാണ) അവർ പറഞ്ഞു. തന്ത്രത്തിൽ ഇത്തരത്തിൽ ശരീരത്തിൽ ശ്രദ്ധ കേന്ദ്രീകരിക്കുന്നത്, ഉപനിഷത്തുകളെ അടിസ്ഥാനമാക്കി ആദ്യകാലത്തുണ്ടായ ബുദ്ധിസ്റ്റ്-ജൈന കഥകളിലെ മനസ്സിന് നൽകുന്ന ശ്രദ്ധയിൽ നിന്നും വിഭിന്നമാണ്. ഇവിടെ മരണത്തെ തന്ത്രപരമായി തോൽപ്പിക്കുക എന്നത് ബൗദ്ധികമായ ഒരാശയമായിരുന്നില്ല, മറിച്ച്, അത് ഇന്ദ്രിയഗോചരമായ ഒരനുഭവമായിരുന്നു. ഈ ആശയത്തിന് ആക്കം കൂട്ടാൻ ചൈനയുമായുള്ള ബന്ധങ്ങൾ സഹായിച്ചിട്ടുണ്ടാകാം എന്നാണ് ചില ചരിത്രകാരന്മാർ പറയുന്നത്.

യോഗയിലൂടെയും തപസ്സിലൂടെയും സിദ്ധി അല്ലെങ്കിൽ അമാനുഷിക ശക്തികൾ നേടുന്ന ഒരു നാഥജോഗി

## ചിരഞ്ജീവി

മരണം അനിവാര്യമാണെന്നും, ഒന്നും ശാശ്വതമല്ല എന്നുമുള്ള ആശയങ്ങൾക്ക് കടകവിരുദ്ധമായി ഹിന്ദു മതത്തിൽ തന്നെ എട്ട് അമരർ ആയ ചിരഞ്ജീവികളെക്കുറിച്ചും പറയുന്നുണ്ട്. ഇത് ചൈനയിൽ നിന്നും സ്വാധീനം ചെലുത്തിയ ഒരാശയമായിരിക്കണം.

മധ്യേഷ്യയിലൂടെയുള്ള കരമാർഗ്ഗം, ഭൂട്ടാനിലെയും ബർമ്മയിലെയും പർവതപാതകൾ, തെക്കുകിഴക്കൻ ഏഷ്യയിലൂടെയുള്ള കടൽമാർഗ്ഗം എന്നിങ്ങനെ മൂന്ന് വഴികളിലൂടെ ചൈനയ്ക്കും ഇന്ത്യയ്ക്കും ദീർഘകാല ചരിത്രപരമായ ബന്ധമുണ്ട്. ചൈനീസ് സന്യാസികൾ ഏകദേശം അഞ്ചാം നൂറ്റാണ്ട് സിഇ മുതൽ ഇന്ത്യയിലേയ്ക്ക് വന്ന്, ബുദ്ധിസ്റ്റ് മൂല ഗ്രന്ഥങ്ങൾ തർജ്ജമ ചെയ്തിരുന്നു. അതിന് പകരമായി അവർ താവോയിസ്റ്റ് ആശയങ്ങൾ പങ്കുവച്ചിരിക്കണം. താവോയിസത്തിൽ അമരത്വമെന്നത് ഒരു ആത്മീയ ആശയമല്ല, മറിച്ച്, ഒരു ലൗകിക സാധ്യതയാണ്. ഒരാൾക്ക് മരിക്കാത്ത ഒരു ശരീരം നേടാനാവും. സ്വർഗ്ഗങ്ങളിലെ ജേഡ് ചക്രവർത്തി കുറച്ചു പേരെ തിരഞ്ഞെടുത്തത് നൽകിയ വരമാണത്. ജീവിതകാലയളവിൽ എന്തെങ്കിലും വ്യത്യസ്തമായി ചെയ്തവരെയാണ് തിരഞ്ഞെടുത്തതും, ദൈവങ്ങൾക്കൊപ്പം സ്ഥാനം നൽകിയതും.

കൃഷ്ണൻ ഒരു അത്തിയിലയിൽ ഇരുന്നുകൊണ്ട് പൊങ്ങിക്കിടക്കുന്ന പ്രളയം, അതായത് വിനാശകരമായ വെള്ളപ്പൊക്കം, മാർക്കണ്ഡേയൻ കണ്ടു

ഹിന്ദുഗ്രന്ഥങ്ങളിൽ ലോകത്തിന് വേദജ്ഞാനം നൽകുന്ന കഥകൾ പങ്കുവയ്ക്കാൻ വേണ്ടി അനശ്വരരായി കഴിയുന്ന വ്യാസനെയും മാർക്കണ്ഡേയനെയും കുറിച്ച് നാം കണ്ടിട്ടുണ്ട്. അറിവില്ലായ്മയും, തൻപോരിമയും മൂലം ഉണ്ടാകുന്ന പ്രശ്നങ്ങൾ എങ്ങനെ അക്രമം മൂലം പരിഹരിക്കാൻ കഴിയുന്നില്ല എന്ന് ശ്രദ്ധിക്കാൻ പരശുരാമൻ എന്ന അമരനുണ്ട്. പിന്നെ അമരനായിട്ടും വർഷത്തിലൊരിക്കൽ മാത്രം തന്റെ പ്രജകളെ സന്ദർശിക്കാൻ അവസരം കിട്ടിയ മഹാബലിയുണ്ട് – സന്തോഷവും, സമൃദ്ധിയും, ശക്തിയുമൊന്നും നിരന്തരമല്ല എന്നതിന്റെ ഓർമ്മപ്പെടുത്തലാണ് അദ്ദേഹം.

മഹാഭാരതത്തിലെ കൃപരും അശ്വത്ഥാമയും, യുദ്ധത്തിന്റെ ഭീകരതകളെക്കുറിച്ച് ജനങ്ങളെ ഓർമ്മപ്പെടുത്താൻ വേണ്ടി അമരത്വം നേടിയവരാണ്. രാമായണത്തിലെ വിഭീഷണനും ഹനുമാനും ചിരഞ്ജീവികളായിരിക്കുന്നത്, മഹാനായ രാജാവായിരുന്നിട്ടും സന്തുഷ്ടമായ ഒരു കുടുംബജീവിതം രാമനില്ലായിരുന്നു എന്ന ഓർമ്മപ്പെടുത്തലുമായിട്ടാണ്.

## പതിവ്രത

പുരുഷസന്ന്യാസിമാർ ബ്രഹ്മചര്യത്തിലൂടെ മരണത്തെ തന്ത്രപരമായി തോൽപ്പിച്ചപ്പോൾ, സ്ത്രീകൾ അതിന് സമാനമായ ശക്തികൾ നേടിയത് ഭർത്താക്കന്മാരോട് വിശ്വസ്തത പുലർത്തിക്കൊണ്ടായിരുന്നു എന്ന് ഹിന്ദു നാടോടിക്കഥകൾ പറയുന്നു. ശരീരം കൊണ്ടും മനസ്സ് കൊണ്ടും ഭർത്താവിനോട് വിശ്വസ്തത പുലർത്തുന്നവൾ എന്നാണ് പതിവ്രത എന്നതിനർത്ഥം. അത്തരം സ്ത്രീയെ സതി എന്നും വിളിക്കാറുണ്ട്. സ്വർഗ്ഗത്തിലെ കൊട്ടാരദാസികളും കാമാതുരകളുമായ, ചാരിത്ര്യവതികളല്ലാത്ത, അപ്സരസ്സുകൾക്ക് നേർവിപരീതങ്ങളാണിവർ. തന്റെ പാതിവ്രത്യം കൊണ്ട് മരണത്തെപ്പോലും വെല്ലാൻ തക്ക ശക്തി നേടിയവരാണവർ.

ഇത്തരത്തിൽ ഭാര്യയുടെ പാതിവ്രത്യം മരണത്തെ അതിജീവിക്കാൻ സഹായിച്ച കഥകളിൽ ഏറ്റവും ആദ്യത്തേത് മഹാഭാരതത്തിൽ ആയിരുന്നു. സത്യവാൻ എന്ന മരംവെട്ടുകാരനെ വിവാഹം കഴിച്ച രാജകുമാരി ആയിരുന്നു സാവിത്രി. വിവാഹത്തിന് ശേഷം ഒരുവർഷം കഴിഞ്ഞപ്പോൾ സത്യവാന് മരണം നിശ്ചിതമായി. എന്നാൽ യമൻ ഭർത്താവിന്റെ ആത്മാവിനെ കൊണ്ടുപോകാനായി വന്നപ്പോൾ, സാവിത്രി വിട്ടുകൊടുക്കാൻ തയ്യാറായില്ല. അവൾ യമനെ വിടാതെ പിന്തുടരുന്നു. അവളുടെ ഉറച്ച മനസ്സിൽ പ്രീതനായ യമൻ, ഭർത്താവിന്റെ ജീവനൊഴികെ മറ്റെന്തു വരം വേണമെങ്കിലും ചോദിച്ചുകൊള്ളാൻ പറയുന്നു. അവളപ്പോൾ ചോദിച്ചത്, മരിച്ച ഭർത്താവിൽ കുട്ടികൾ വേണം എന്നായിരുന്നു. അതിന്റെ ഭവിഷ്യത്ത് ഓർക്കാതെ യമൻ അത് സമ്മതിക്കുന്നു. തന്റെ വരം സാധ്യമാകണമെങ്കിൽ മരിച്ച പോയ ഭർത്താവിന് ജീവൻ ലഭിച്ചേ മതിയാകൂ. അങ്ങനെ തന്ത്രത്തിലൂടെ യമനെക്കൊണ്ട് സത്യവാന്റെ ജീവിതം തിരിച്ചു നൽകിച്ചു.

ഒരു ആൽമരത്തിന്റെ (വടവൃക്ഷം) തണലിൽ സാവിത്രിയും സത്യവാനും. ഭർത്താക്കന്മാരുടെ ദീർഘായുസ്സിനായി സ്ത്രീകൾ മരത്തിന് ചുറ്റും നൂലുകൾ കെട്ടുന്നു

തങ്ങളുടെ ഭർത്താക്കന്മാർ ആയുരാരോഗ്യത്തോടെ ദീർഘകാലം വാഴണം എന്നാഗ്രഹിക്കുന്ന സ്ത്രീകൾ സാവിത്രി മരിച്ചവരുടെ നാട്ടിൽ നിന്നും എങ്ങനെയാണ് തന്റെ ഭർത്താവിനെ മടക്കിക്കൊണ്ടുവന്നത് എന്ന കഥ പറയുന്നു. എല്ലാ വർഷവും വാത്-സാവിത്രി ഉത്സവ വേളയിൽ, അനശ്വരമായി കണക്കാക്കപ്പെടുന്ന ആൽമരത്തിന് (അക്ഷയ വാത്) ചുറ്റും ഉപവസിച്ചും നൂൽ കെട്ടിയും അവർ തങ്ങളുടെ ആഗ്രഹങ്ങൾ പ്രകടിപ്പിക്കുന്നു.

ഭർത്താക്കന്മാരുടെ ജീവന് ഭാര്യമാരുടെ ഉത്തരവാദിത്തം എന്ന ആശയം പ്രചാരത്തിൽ വന്നത് മദ്ധ്യകാല ഭാരതത്തിലാണ്. ഇതിനെത്തുടർന്നാണ് ഭർത്താക്കന്മാരുടെ ആയുസ്സിനും ആരോഗ്യത്തിനു മായി സ്ത്രീകൾ നോൽക്കേണ്ടുന്ന അനവധി വ്രതങ്ങൾ രൂപംകൊണ്ടത്. ഉദാഹരണത്തിന്, വടക്കേയിന്ത്യയിലെ സ്ത്രീകൾ ശരത്കാലത്തിൽ കർവാ ചൗത്ത് ആചരിക്കുന്നു – അന്നേ ദിവസം ഉപവാസം അനുഷ്ഠി ക്കുകയും, രാത്രിയിൽ ഒരു അരിപ്പയിലൂടെ ചന്ദ്രനെയും ഭർത്താവിനെയും കണ്ടതിന് ശേഷം ഭക്ഷണം കഴിച്ച് ഉപവാസം അവസാനിപ്പിക്കുകയും ചെയ്യുന്നു. കേരളത്തിലെ സ്ത്രീകൾ തിരുവാതിര നോയമ്പ് നോറ്റ് അരിഭക്ഷണം വർജ്ജിക്കുന്നു. ഭർത്താവിനോടുള്ള വിശ്വാസ്യത മൂലം, ഭർത്താവിന്റെ മരണം തടുക്കാനായി സൂര്യനെ അസ്തമിക്കാതെ പിടിച്ചുനിർത്താൻ തക്ക ശേഷി ലഭിച്ച ശീലാവതിയെ അന്നേ ദിവസം ഓർക്കുന്നു. ബംഗാളിൽ, ഭർത്താവിനെ മാരകവിഷമുള്ള സർപ്പം കൊത്തുകയാണെങ്കിൽ, ഭാര്യമാർ മാനസാദേവിയെ പ്രാർത്ഥിച്ചാൽ അദ്ദേഹത്തിന്റെ ജീവൻ രക്ഷിക്കാം എന്ന തരത്തിൽ കഥകളുണ്ട്. കപ്പൽഛേദമുണ്ടായാൽ ഭർത്താക്കന്മാർക്ക് ആപത്തൊന്നും വരാതിരി ക്കാനായി ഒഡിഷയിലെ സ്ത്രീകൾ മംഗളയെ വണങ്ങുന്നു.

ഈ കഥകളിലെല്ലാം തന്നെ സ്ത്രീകളുടെ ചാരിത്ര്യമാണ് ഭർത്താ വിനെ മരണത്തിൽ നിന്നും രക്ഷിക്കുന്നത് എന്ന തരത്തിലുള്ളവ യാണ്. ജലന്ധരൻ എന്ന അസുരന്റെ പത്നി അങ്ങേയറ്റം ചാരിത്ര്യ ശുദ്ധി ഉള്ളവളാകയാൽ, ദേവന്മാർക്ക് അദ്ദേഹത്തെ തോൽപ്പിക്കാൻ കഴിഞ്ഞിരുന്നില്ല. അതിനാൽ വിഷ്ണു ജലന്ധരന്റെ രൂപം ധരിച്ച് വൃന്ദയെ സന്ദർശിക്കുകയും, വൃന്ദ ഒരു ഭാര്യയുടെ കടമകൾ നിറവേറ്റുകയും ചെയ്തു. അങ്ങനെ, സ്വയമറിയാതെ, അവർ കളങ്കിതയാകുകയും, ഭർത്താവിന് മേലുള്ള സുരക്ഷയുടെ ശക്തമായ കവചം അതോടെ പറിച്ചെറിയപ്പെടുകയും ചെയ്തു. അതോടെ വിഷ്ണുവിനെ ഇനി മേൽ ആളുകൾ ഒരു നിർജീവമായ ശിലയായി, സാളഗ്രാമമായി, വന്ദിക്കാനിടയാകട്ടെ എന്ന് ശപിച്ച ശേഷം അവർ സ്വയം ഒരു തുളസിച്ചെടിയായി മാറി. ഇതിൽ ഖേദം തോന്നിയ വിഷ്ണു, ഇനി മുതൽ തനിക്കുള്ള പൂജകൾ പൂർത്തിയാകണമെങ്കിൽ തുളസിത്തണ്ട് അതിലുൾപ്പെടുത്തണം എന്ന് നിഷ്കർഷിച്ചു.

രാമായണത്തിന്റെ നാടോടിപ്പതിപ്പുകളിൽ ഇതിന് സമാനമായ കഥകളുണ്ട്. രാവണന്റെ രാജ്ഞിമാർ പുരുഷത്വമുള്ള ഹനുമാനെ ആശിക്കുകയും, അതിനാൽ അവരുടെ ചാരിത്ര്യത്തിന്റെ ശക്തി ക്ഷയിച്ച് രാവണനെ സംരക്ഷിക്കാൻ കഴിയാതെ പോകുകയും ചെയ്തു. ഭാര്യയുടെ ചാരിത്ര്യശുദ്ധിയും ഭർത്താവിന്റെ മരണവുമായി ബന്ധിക്കപ്പെട്ടത്, വിധവകളെ ചിതയിലെരിക്കുന്ന ആചാരത്തിന് ഒരു പുതിയ കാരണം

കൂടി നൽകി. മദ്ധ്യകാലഘട്ടത്തിൽ, വിവാഹസമയത്ത് മറ്റൊരു പുരുഷനെപ്പറ്റി ഒരിക്കലും ചിന്തിക്കാത്ത സ്ത്രീകൾ ഒരിക്കലും വിധവകളാകുകയില്ല എന്ന് അംഗീകരിച്ചിരുന്നു. അങ്ങനെ നോക്കുമ്പോൾ, ഭർത്താവിനോട് വിശ്വാസ്യത പുലർത്താത്തവരാണ് വിധവകളാകുന്നത് എന്ന് പറയേണ്ടി വരും. അവിശ്വസ്തത വെറും ശാരീരികമായതായിരിക്കണമെന്നില്ല. മനഃപൂർവമായ അവിശ്വസ്തതയും വളരെ മോശമായിരുന്നു. സുന്ദരനായ ഒരു ഗന്ധർവ്വനിൽ ക്ഷണികമായൊരു കാമാസക്തി തോന്നിയ രേണുകയുടെ ഭർത്താവായ ജമദഗ്നി മഹർഷി, രാജാവുമായുണ്ടായ തർക്കത്തിനൊടുവിൽ കൊല്ലപ്പെട്ടു.

തങ്ങളുടെ ചാരിത്ര്യശുദ്ധി തെളിയിക്കാനായി വിധവകൾ ഭർത്താവിന്റെ ചിതയിൽ ചാടി മരിക്കേണ്ടതുണ്ടായിരുന്നു. പതിവ്രതയായ ഒരു സ്ത്രീയ്ക്ക് അഗ്നിയുടെ പൊള്ളലേൽക്കില്ല എന്നായിരുന്നു വിശ്വസിക്കപ്പെട്ടിരുന്നത്. അവൾ ഭർത്താവിനൊപ്പം മരിച്ചവരുടെ ലോകത്ത് എത്തപ്പെടുമെന്നും, അതിന് ശേഷം ഏഴ് ജന്മങ്ങൾ അവർ ദമ്പതികളായി തുടരുമെന്നും വിശ്വസിച്ചിരുന്നു.

ഇത്തരത്തിൽ സ്ത്രീകളുടെ പരിശുദ്ധിയെ ഭർത്താവിന്റെ ആയുസ്സുമായി കൂട്ടിയിണക്കിയത്, അവർ വിവാഹേതര ബന്ധങ്ങളിൽ ചെന്ന് പെടാതിരിക്കാൻ വേണ്ടിയുള്ള ഒരു തന്ത്രമായിരിക്കണം. പ്രാചീന ഭാരതത്തിൽ, കച്ചവടക്കാർ തങ്ങളുടെ ജോലിയുടെ ഭാഗമായി നഗരങ്ങൾ നിന്ന് നഗരങ്ങളിലേയ്ക്ക് യാത്ര ചെയ്തിരുന്നു. *ശുക സപ്തതി*യിൽ, അത്തരമൊരു കച്ചവടക്കാരന്റെ ഭാര്യ, അദ്ദേഹത്തിന്റെ അഭാവത്തിൽ തന്റെ മറ്റു കാമുകന്മാരെ സന്ധിക്കാനൊരുങ്ങുമ്പോൾ, ജ്ഞാനിയായ ഒരു തത്ത അവരെ എങ്ങനെയാണ് അതിൽ നിന്നും തടുത്തത് എന്ന് വർണ്ണിക്കുന്നുണ്ട്. ഒരു സ്ത്രീയുടെ പാതിവ്രത്യം തന്റെ ഭർത്താവിനു സുരക്ഷിതത്വം ഉറപ്പാക്കുന്നിടത്തോളം ആ സ്ത്രീയ്ക്ക് വിധവയാകേണ്ടി വരുന്നില്ല. പുനർവിവാഹം നിഷിദ്ധമായിരുന്ന സമൂഹത്തിൽ ഒരു സ്ത്രീയ്ക്ക് നേരിടേണ്ടി വരുന്ന ഏറ്റവും മോശമായ അവസ്ഥയാണ് വൈധവ്യം.

ഭാര്യ പ്രമദ്വരയെ ജീവിതത്തിലേക്ക് തിരികെ കൊണ്ടുവരാൻ തന്റെ ജീവിതത്തിന്റെ പകുതിയും ത്യജിച്ച ഭർത്താവ് രുരു

വിഭാര്യനായ വ്യക്തി പുനർവിവാഹം ചെയ്യാം എന്നതിനാൽ, ഗ്രീക്ക് ഇതിഹാസത്തിൽ യൂറിഡിസിനെ തേടുന്ന ഓർഫിയൂസിനെപ്പോലെ, തങ്ങളുടെ ഭാര്യമാരെ രക്ഷിക്കാൻ വേണ്ടി മരണത്തെ എതിർക്കുന്ന

പുരുഷന്മാരുടെ ഹിന്ദു കഥകൾ നമ്മളധികം കേട്ടിട്ടില്ല. എന്നാൽ അതിന് ഒരപവാദമുണ്ട്. തന്റെ പത്നിയായ പ്രമദ്വരയെ തിരികെ നൽകണം എന്ന് യമനോട് കേണപേക്ഷിക്കുന്ന രുരു എന്ന മനുഷ്യന്റെ കഥ മഹാഭാരതത്തിലുണ്ട്. രുരു തന്റെ ജീവന്റെ പാതി ഭാര്യയ്ക്ക് നൽകാമെന്ന് സമ്മതിച്ചതോടെ യമൻ സമ്മതിച്ചു.

## അയോനിജ

ഗർഭപാത്രത്തിലൂടെ (യോനി) ജനിച്ചവർ മരണം അനുഭവിച്ചേ മതിയാകൂ. മരിച്ചവരുടെ ലോകത്തു നിന്നും ജീവിച്ചിരിക്കുന്നവരുടെ ലോകത്തേക്കുള്ള വാതിലാണ് ഗർഭപാത്രം. എന്നാൽ ഗർഭപാത്രത്തിലൂടെ കടന്നുപോകാതെ ജനിക്കാൻ സാധിക്കുന്നവരോ? അവരാണ് അയോനിജർ. മരണത്തിന്റെയും പുനർജന്മത്തിന്റെയും നിയമങ്ങൾ അവർക്ക് ബാധകമല്ലാത്തതിനാൽ അവരെ ദൈവികത്വമുള്ളവരായി കണ്ട് പ്രാർത്ഥിച്ചവരുന്നു. ഭൂമിയിൽ നിന്നും ജനിച്ച സീത, അഗ്നിയിൽ നിന്നും ജനിച്ച ദ്രൗപദി, ശിവന്റെ ഉഗ്രമായ ശുക്ലത്തിൽ നിന്നും കാറ്റ്, അഗ്നി, ജലം, ഈറ്റ, നക്ഷത്രങ്ങൾ എന്നിവ വിരിയിച്ചെടുത്ത കാർത്തികേയൻ, അമ്മയുടെ ശരീരത്തിലെ ചെളിയിൽ നിന്നും ശരീരവും, അച്ഛൻ നൽകിയ ആനത്തലയുമായി ജനിച്ച ഗണേശൻ എന്നിവർ അതിനുദാഹരണങ്ങളാണ്. ക്ഷേത്രങ്ങളിൽ ആരാധിച്ചു വരുന്നവരാണിവർ.

ജനകൻ ഭൂമിയിൽ നിന്ന് ഉഴുതുമറിച്ച സീത, ഗർഭപാത്രത്തിൽ നിന്ന് ജനിച്ചതല്ലാത്തതിനാൽ അയോനിജയായി ജനിച്ചു

വിഷ്ണു ഒരു യോനിജനായി, ഗർഭപാത്രത്തിലൂടെ ഭൂമിയിൽ ജന്മമെടുത്ത് ജനനമരണങ്ങൾ അനുഭവിക്കണമെന്ന് തീരുമാനിക്കുകയും, രാമന്റെയും കൃഷ്ണന്റെയും അവതാരങ്ങൾ എടുക്കുകയും ചെയ്യുന്നു. അനശ്വരങ്ങളും അനന്തരുമായ ശക്തികളുടെ നശ്വരവും പരിമിതികളുള്ളവരുമായ അവതാരങ്ങളാണിവർ. വൈകുണ്ഠത്തിൽ വസിക്കുന്ന നാരായണ-വിഷ്ണു എന്നും യുവത്വവും നശ്വരതയും ഉള്ളവനാണ്. എന്നാൽ ഭൂമിയിൽ ജന്മമെടുത്ത കൃഷ്ണൻ മരണം വരിക്കേണ്ടതുണ്ട് എന്നതിനാൽ, കാൽവെള്ളയിൽ വേടന്റെ അമ്പു കൊണ്ട് മരണപ്പെടുന്നു.

മരണം നമ്മെ ജീവിതം, കാരുണ്യം, അലിവ്, ധർമ്മം എന്നിവയെക്കുറിച്ച് ചിന്തിക്കാൻ നിർബന്ധിതരാക്കുന്നു. അനശ്വരതയെന്ന മിഥ്യാഭ്രമത്തിൽ നിന്നുമാണ് അധർമ്മം ഉടലെടുക്കുന്നത്. കണക്കില്ലാത്ത ധനവും ആധിപത്യവും തങ്ങളെ മരണത്തിനും അതീതരാക്കും എന്ന വിശ്വാസമാണ് അതിന് നിദാനം. മഹാഭാരതത്തിൽ, ദൗർഭാഗ്യം

വേട്ടയാടിയ, കാടിന്റെ സത്യത്തെ നേരിടേണ്ടി വന്ന യുധിഷ്ഠിരനോട്, ഒരു യക്ഷൻ ഇങ്ങനെ ചോദിക്കുന്നുണ്ട് – "എന്താണ് ഏറ്റവും വലിയ അത്ഭുതം?" അതിന് അദ്ദേഹം നൽകിയ മറുപടി ഇതായിരുന്നു – "ഓരോ ദിവസവും മനുഷ്യർ മരിക്കുന്നുണ്ട്. ബാക്കിയാകുന്നവർ, തങ്ങൾ അമരരാണെന്ന് ധരിച്ച് ജീവിക്കുന്നു". മഹാഭാരതത്തിൽ കൃഷ്ണന്റെ മരണം പരാമർശിച്ചിരിക്കുന്നത് ഈ യാഥാർത്ഥ്യത്തെ വിളിച്ചുപറയുന്നു.

## സ്വയംഭൂ

ദൈവം അഥവാ ഭഗവാൻ എന്നത് ദേവന്മാർക്കും അസുരന്മാർക്കും മുകളിലാണ്. ദൈവം അമരത്വം കൊതിക്കുകയോ നേടുകയോ ചെയ്യുന്നില്ല. അവൻ സ്വയംഭൂ ആണ്; അതായത് സ്വയം സംജാതമായവൻ. വേദങ്ങളിൽ ദൈവമെന്നത് പുരുഷനാണ്. ബ്രാഹ്മണർക്ക് അവൻ പ്രജാപതിയാണ്. ഉപനിഷത്തുകളിൽ അവൻ ആത്മാവാണ്. പുരാണങ്ങളിൽ അവൻ ശിവനും വിഷ്ണുവുമാണ്.

തനിക്ക് പൂർവികരില്ലെന്നും അതിനാൽ തനിക്ക് മക്കൾ വേണ്ട എന്നും ശിവൻ പറയുന്നു. പക്ഷേ ശിവന്റെ സഹചാരികൾ, പുനർജ്ജന്മം കാത്തു കഴിയുന്ന പ്രേതങ്ങളാണ്. ഒരു ശരീരം ഉണ്ടെങ്കിൽ മാത്രമേ അവർക്ക് യോഗ ചെയ്യാനും, അതുമൂലം പുനർജന്മങ്ങളുടെ അനന്തമായ ആവർത്തനങ്ങളിൽനിന്ന് രക്ഷപ്പെടാനും സാധിക്കുകയുള്ളൂ. അതിനാൽത്തന്നെ പ്രകൃതിയുടെ പ്രതിരൂപമായ ശക്തിദേവി അവർക്കൊരു ഗർഭപാത്രം ഒരുക്കിയെങ്കിൽ മാത്രമേ അതിലൂടെ മറ്റൊരു ശരീരത്തിൽ കുടിയേറി ജീവൻ തിരികെപ്പിടിക്കാൻ സാധിക്കുകയുള്ളൂ.

കൃഷ്ണനെ ഒരു വേട്ടക്കാരൻ അമ്പെയ്ത് കൊന്നു. ഗർഭപാത്രത്തിൽ നിന്ന് ജനിച്ചതിനാൽ വൈകുണ്ഠത്തിലേക്ക് മടങ്ങുന്നതിന് മുമ്പ് അദ്ദേഹത്തിന് മരണം അനുഭവിക്കേണ്ടി വന്നു

സ്വയംഭൂ എന്നത് ഒരിക്കലും ജനിക്കുകയോ ഒരിക്കലും മരിക്കുകയോ ചെയ്യാത്ത ദൈവമെന്ന ആശയമാണ് മുന്നോട്ടു വയ്ക്കുന്നത് എങ്കിലും, നാടോടിക്കഥകളിലെ വിശ്വാസങ്ങളിൽ എല്ലാ ദൈവങ്ങളും മരിക്കുന്നു. അവരുടെ ആയുസ്സുകൾ വ്യത്യസ്തമാണ് എന്ന് മാത്രം. മനുഷ്യന്റെ ആയുസ്സ് എന്നത് ഇന്ദ്രന്റെ ഒരു കണ്ണിമ ചിമ്മുന്ന നേരം മാത്രമാണ്. ഇന്ദ്രന്റെ ആയുസ്സ്, ബ്രഹ്മാവിന്റെ കണ്ണിമ ചിമ്മുന്ന നേരത്തേയ്ക്ക് മാത്രം. ബ്രഹ്മാവിന്റെ ആയുസ്സ് എന്നത് വിഷ്ണു കണ്ണിമ ചിമ്മുന്ന നേരത്തിന് തുല്യം. വിഷ്ണുവിന്റെ ആയുസ്സ് ശിവന്റെ കണ്ണിമ ചിമ്മുന്ന നേരത്തോളം. ശിവന്റെ

ആയുസ്സാകട്ടെ, ദേവിയുടെ കണ്ണിമ ചിമ്മുന്ന നേരം വരെയും. ദേവിയുടെ ആയുസ്സ് ആരുടെ കണ്ണിമ ചിമ്മുന്ന നേരത്തിന് തുല്യമാണെന്ന് ആർക്കും അറിയില്ല. അനന്തത എന്നത് അളക്കാനാവുന്നതല്ലല്ലോ.

അദ്ധ്യായം 10

# മരണത്തെ അഭിമുഖീകരിക്കൽ

*ഹിന്ദു പഴങ്കഥകളിൽ എങ്ങനെയാണ് മരണത്തെ ഭയപ്പെടാതെ, സ്വീകരിച്ചതെന്ന്, നമുക്കിതിൽ കാണാം*

വൃത്ര എന്ന് പേരായ ഒരു അസുരനുണ്ടായിരുന്നു പണ്ട്. അവനെ കൊല്ലാനായി ദേവേന്ദ്രനായ ഇന്ദ്രന് ഭൂമിയിലെ ഏറ്റവും കട്ടി കൂടിയ വസ്തുകൊണ്ട് നിർമ്മിച്ച ഒരായുധം വേണ്ടിവന്നു. ജീവിതത്തോട് യാതൊരു ആഭിമുഖ്യവും സൂക്ഷിക്കാത്ത ഒരു ഋഷിയുടെ അസ്ഥികൾക്ക് മാത്രമേ അത്ര കാഠിന്യമുണ്ടാവുകയുള്ളൂ. മാത്രവുമല്ല, ആ മഹർഷി അത് സ്വമനസ്സാലെ തരുകയും വേണം. ദധീചി മഹർഷി ഇതിനെക്കുറിച്ച് അറിയുകയും, തന്റെ അസ്ഥികൾ വാഗ്ദാനം ചെയ്യുകയും ചെയ്തു. ഭൗതികലോകത്തു നിന്നും തന്റെ ഇന്ദ്രിയങ്ങളെ അകറ്റിനിർത്തിയതിനാലായിരുന്നു അദ്ദേഹത്തിന്റെ അസ്ഥികൾക്ക് അത്ര കാഠിന്യം. ശരീരത്തിൽ നിന്നും ജീവൻ പിൻവലിക്കുക എന്നതായിരുന്നു അദ്ദേഹത്തിന്റെ അടുത്ത പടി. ലൗകികബന്ധം അറുത്തു മാറ്റുന്നതിലെ ഏറ്റവും പരമോന്നതമായ പ്രവൃത്തിയായിരുന്നു അത്. അദ്ദേഹത്തിന്റെ ശരീരത്തിൽ നിന്നും ആത്മാവ് വേർപെട്ടപ്പോൾ, ദൈവങ്ങൾ അദ്ദേഹത്തിന്റെ അസ്ഥികൾ ശേഖരിക്കുകയും, അതിൽ നിന്നും വജ്ര എന്ന് പേരായ ആയുധം നിർമ്മിക്കുകയും, അതുപയോഗിച്ച് ഇന്ദ്രൻ വൃത്രനെ വധിക്കുകയും ചെയ്തു. അങ്ങനെ നോക്കുമ്പോൾ ദധീചി ആത്മാഹുതി ചെയ്യുകയായിരുന്നുവോ? അതോ പരമമായ സത്യത്തിനായി ജീവൻ വെടിഞ്ഞ അദ്ദേഹം ഒരു ത്യാഗിയായിരുന്നോ? അതോ, ശരീരത്തിൽ നിന്നും ആത്മാവിനെ മനപ്പൂർവ്വം പുറന്തള്ളുന്ന യോഗാചാരമായ സമാധി അടയുകയായിരുന്നോ അദ്ദേഹം?

മഹർഷിമാർ കർമ്മഭാരങ്ങളിൽ നിന്ന് രക്ഷ നേടുന്നതിനായി

ഉപവസിച്ച മരണം വരിക്കുക എന്ന രീതി അവലംബിച്ചിരുന്നു. എന്നാൽ, ഗൃഹസ്ഥർ ആത്മാഹുതി ചെയ്താൽ അവർ തങ്ങളുടെ സാമൂഹിക ഉത്തരവാദിത്തങ്ങളിൽ നിന്നും ഒളിച്ചോടുന്നതായാണ് കണക്കാക്കപ്പെടുന്നത്. എന്നിരുന്നാലും, സ്വയം മരണം വരിക്കുകയും, സമൂഹത്തിന്റെ ആദരവ് ഏറ്റു വാങ്ങുകയും ചെയ്തിട്ടുള്ള രാജാക്കന്മാർ, പുരോഹിതർ, പുണ്യവാന്മാർ, വിധവകൾ എന്നിവരെക്കുറിച്ച് നാം കേട്ടിട്ടുണ്ട്. ഈ അവ്യക്തത ഉപനിഷത്തുകളിൽ പ്രകടമാണ്. ഇഷ ഉപനിഷത്തുകളിൽ ഇങ്ങനെ പറയുന്നുണ്ട് – "സ്വയം ജീവനെടുക്കുന്നവർ, അർക്കനില്ലാത്ത, ഇരുൾ കട്ടപിടിച്ച കിടക്കുന്ന ഇടങ്ങളിൽ മരണശേഷം എത്തിച്ചേരുന്നു". എന്നാൽ കന്താശ്രുതി ഉപനിഷത്തിൽ മഹർഷിമാർ സ്വേച്ഛ പ്രകാരം മരണം വരിക്കുന്നത് അനുവദിക്കുന്നുണ്ട്. അവർ, വീരന്മാരെപ്പോലെയോ, ധീരന്മാരെപ്പോലെയോ, സ്വയം പരിക്കുകളേൽപ്പിച്ച്, മുങ്ങിയോ, തീയിൽ ചാടിയോ ആവണം മരണം. ഭാരതീയ നാടോടിക്കഥകളിൽ സ്ത്രീപുരുഷന്മാർ വിരമിക്കലിലൂടെയോ, പരിത്യാഗത്തിലൂടെയോ, അപമാനത്തേക്കാൾ വലുതാണ് മരണം എന്ന വിശ്വാസത്തിലൂടെയോ മരണത്തെ പുൽകുന്ന കഥകൾ ധാരാളം കാണാം.

## കുടുംബജീവിതത്തിൽ നിന്നും വിരമിക്കൽ

അസുരന്മാർ അമരത്വം കാംക്ഷിച്ചപ്പോൾ, അവർക്ക് നൽകാനാവില്ല എന്ന് പറഞ്ഞ ഒരു വരമുണ്ടായിരുന്നു. എല്ലാവരും മരിച്ചേ തീരൂ. അതിനാൽത്തന്നെ മരണത്തിന് വേണ്ടിയുള്ള തയ്യാറെടുപ്പുകൾ ഹിന്ദു കഥകളിലും ഗ്രന്ഥങ്ങളിലും അവിഭാജ്യഘടകമായി മാറി. ഇത് ആശ്രമ-ധർമ്മം എന്ന ആശയത്തിന് തിരിതെളിച്ചു. ജീവിതം നാല് ഭാഗങ്ങളായി വിഭജിച്ചിരിക്കുന്നു : ആദ്യത്തേത്, കുടുംബജീവിതത്തിനു വേണ്ടിയുള്ള തയ്യാറെടുപ്പ്; രണ്ടാമത്തേത്, ഗാർഹിക ജീവിതം; മൂന്നാമത്തേത്, കുടുംബജീവിതത്തിൽ നിന്നുള്ള പിൻവാങ്ങൽ; നാലാമത്തേത്, മരണത്തിന് വേണ്ടിയുള്ള തയ്യാറെടുപ്പ്. ആദ്യത്തെ ഘട്ടത്തെ ബ്രഹ്മചര്യാശ്രമം എന്നും, രണ്ടാമത്തേതിനെ ഗൃഹസ്ഥാശ്രമം എന്നും, മൂന്നാമത്തേതിനെ വാനപ്രസ്ഥാശ്രമം എന്നും, നാലാമത്തേതിനെ സന്യാസാശ്രമം എന്നും പറയുന്നു.

അടുത്ത തലമുറയ്ക്ക് തീരുമാനങ്ങൾ എടുക്കാൻ അനുവദിക്കാത്തതിനാൽ ഭീഷ്മരെ ഭൂമിയിലേക്ക് തള്ളിയിടപ്പെട്ടു

ഒരു ഗൃഹസ്ഥൻ കുടുംബത്തിന്റെ ഉത്തരവാദിത്തങ്ങൾ അടുത്ത തലമുറയ്ക്ക് കൈമാറി കാട്ടിൽ താമസിക്കാൻ പോകുന്ന ജീവിത ഘട്ടത്തെയാണ് വാനപ്രസ്ഥ ആശ്രമം എന്ന് പറയുന്നത്. ഇവിടെ

വനം എന്നത് രൂപകം മാത്രമാണ്. അത്, കുടുംബസ്ഥൻ, സന്ന്യാസി എന്നീ ജീവിതങ്ങൾക്കിടയിലെ ഒരു ഘട്ടമായ വിരമിക്കലിനെയാണ് സൂചിപ്പിക്കുന്നത്. ഒരുവൻ ക്രമേണ ആശ്രയത്വം വെടിഞ്ഞ് നിരാശ്രയത്വം സ്വീകരിക്കുന്നു. ഒരുവൻ തന്റെ സമ്പത്തും അധികാരവും മക്കൾക്കും, അറിവ് പേരക്കുട്ടികൾക്കും നൽകുന്നു. കേൾക്കുമ്പോൾ എളുപ്പം എന്ന് തോന്നാമെങ്കിലും, പ്രാവർത്തികമാക്കാൻ പ്രയാസമുള്ള ഒരു സംഗതിയാണിത്.

രാമായണത്തിൽ, തന്റെ മകൻ രാമനെ രാജാവായി വാഴിക്കാൻ വേണ്ടി, ദശരഥരാജാവ് തന്റെ സിംഹാസനം ഉപേക്ഷിക്കാനും, വനവാസം സ്വീകരിക്കാനും ഒരുങ്ങുന്നു. അടുത്ത തലമുറയ്ക്ക് കടന്നുവരാനുള്ള മാർഗ്ഗം സൃഷ്ടിക്കുകയായിരുന്നു അദ്ദേഹം. ഇതാണ് ധർമ്മം. ഭൂമിയിൽ ഒരേസമയം രണ്ട് തലമുറകളിൽ കൂടുതൽ ഭാരം ഉണ്ടാകരുത് : വളരുന്ന തലമുറയും, വളർന്ന തലമുറയും. മുതിർന്നവർ വിരമിച്ച്, ഇളമുറക്കാർക്ക് വഴി മാറിക്കൊടുക്കണം.

മഹാഭാരതത്തിലെ ശാന്തനുവിന് വിരമിക്കാൻ താത്പര്യമുണ്ടായിരുന്നില്ല. ഒരു യുവതിയെ വിവാഹം കഴിച്ച്, കുടുംബസ്ഥനായി ജീവിതം വീണ്ടും തുടങ്ങണം എന്നായിരുന്നു അദ്ദേഹത്തിന്റെ ആഗ്രഹം. അദ്ദേഹത്തിന്റെ പൂർവ്വികനായ യയാതിയ്ക്ക്, തന്റെ ജീവിതം ആസ്വദിക്കുന്നതിന് വേണ്ടി, തന്റെ മക്കളുടെ യൗവനം നിലനിർത്താനായിരുന്നു താല്പര്യം. ഇത് അധർമ്മമാണ്. തന്റെ പിതാവിന്റെ ആഗ്രഹപൂർത്തീകരണത്തിനായി തന്റെ ജന്മാവകാശം വിട്ടുനൽകേണ്ടി വന്ന ശാന്തനുവിന്റെ മകനായ ദേവവ്രതന്, തന്റെ മരണസമയം തിരഞ്ഞെടുക്കാനുള്ള വരം ലഭിച്ചു. ദേവവ്രതൻ പിന്നീട് ഭീഷ്മരായി. തന്റെ കുടുംബത്തിലെ പ്രശ്നങ്ങളെല്ലാം പരിഹരിക്കാത്ത പക്ഷം അദ്ദേഹം മരിക്കാൻ വിസമ്മതിച്ചു. അടുത്ത തലമുറകൾ ചെയ്തുകൊണ്ടിരുന്ന യുദ്ധത്തിൽ ഭീഷ്മർ ഇടപെടാതിരിക്കാനായി, കൃഷ്ണൻ ഭീഷ്മരെ ചെറുവിരൽ പോലും അനക്കാനാവാത്ത തരത്തിൽ ശരശയ്യയിൽ കിടത്തിക്കളഞ്ഞു. അങ്ങനെ സാമൂഹിക മരണം എന്ന ആശയം ദൃഢീകരിക്കപ്പെട്ടു. മുതിർന്നവർ, യുവജനതയ്ക്ക് വഴിമാറിക്കൊടുക്കണം. കൗരവരുടെ മാതാപിതാക്കളായ ധൃതരാഷ്ട്രരും ഗാന്ധാരിയും, തങ്ങളുടെ മക്കളെല്ലാം മരിച്ച ശേഷം രാജപദവികൾ ഉപേക്ഷിച്ച് കാട്ടിലേയ്ക്ക് പോകാൻ വിദുരർ പ്രേരിപ്പിക്കുന്നുണ്ട്. കാട്ടിൽ തീയുണ്ടായപ്പോൾ ഓടി രക്ഷപ്പെടാനൊരുങ്ങിയ ധൃതരാഷ്ട്രരെ ഗാന്ധാരി തടയുകയും, മരണത്തെ ശാന്തമായി ഏറ്റുവാങ്ങാൻ ഉപദേശിക്കുകയും ചെയ്തു.

## പരിത്യാഗം

എല്ലാ ലൗകിക കടമകളും നിറവേറ്റിയ ശേഷം വിരമിക്കലും (വാനപ്രസ്ഥ

ആശ്രമം) പരിത്യാഗവും (സന്യാസാശ്രമം) ധർമ്മശാസ്ത്രം ശുപാർശ ചെയ്യുന്നു. ഇതിനാലാണ് പലരും തങ്ങളുടെ അന്ത്യനാളുകൾ ഗംഗാ തീരത്ത് ഹരിദ്വാറിലോ വാരണാസിയിലോ ചെലവഴിക്കാൻ തീരുമാനിക്കുന്നത്. അവിടെ മരണമടയാനും, യമലോകത്തു കയറാതെ നേരെ ഉന്നതസ്വർഗ്ഗത്ത് എത്തിച്ചേരാനും അവർ പ്രത്യാശിക്കുന്നു. ഈ തീർത്ഥാടനകേന്ദ്രങ്ങളിൽ, മരണം കാത്തു കഴിയുന്നവർക്ക് താമസിക്കാനായി പ്രത്യേകം സത്രങ്ങളുമുണ്ട്. പറുദീസയുടെ കവാടം അഥവാ സ്വർഗ്ഗ-ദ്വാർ എന്നറിയപ്പെടുന്ന പുരി പോലെയുള്ള മറ്റു ചില തീർത്ഥാടന കേന്ദ്രങ്ങളിലും ഇതിന് സമാനമായ സംഭവങ്ങളുണ്ട്.

ചിലർ ഗൃഹസ്ഥ ജീവിതത്തിലേയ്ക്ക് കടക്കാതെ തന്നെ ലോകത്തെ പരിത്യാഗം ചെയ്യാൻ തീരുമാനിക്കുന്നു. എട്ടാം നൂറ്റാണ്ടിൽ വേദാന്തത്തിനു വീണ്ടും പ്രചാരം നൽകിയ ആദി ശങ്കരാചാര്യ അത്തരത്തിലൊരാളായിരുന്നു. ഈ രീതി പല മഠങ്ങളും പ്രോത്സാഹിപ്പിക്കുന്നുണ്ട്. പല സ്ത്രീകളും, ഭാര്യമാരാകുന്നതിനേക്കാൾ സന്ന്യാസിനിമാരാകാൻ താത്പര്യപ്പെടുന്നു.

ആന പോലുള്ള നിലവിലെ പ്രശ്നങ്ങളും പാമ്പ് പോലുള്ള ഭാവി പ്രശ്നങ്ങളും കാലക്രമേണ (വെള്ള, കറുപ്പ് എലികൾ വേരുകൾ കടിച്ചുകീറുന്ന അവസ്ഥ) ഉണ്ടെങ്കിലും, മനുഷ്യർ അതിജീവനത്തേക്കാൾ സന്തോഷത്തിലാണ് (തേൻ) ശ്രദ്ധ കേന്ദ്രീകരിക്കുന്നത്

മഹാഭാരതത്തിലും പുരാണങ്ങളിലും ഇതിനൊരു എതിർഭാഗം കാണാം. ജരത്കരു, കർദമൻ, അഗസ്ത്യൻ തുടങ്ങിയ സന്യാസിമാർക്ക്, അഗാധമായ ഒരു കുഴിയിൽ ഒരുമരക്കൊമ്പിൽ തലകീഴായി തൂങ്ങിക്കിടക്കുന്ന അവരുടെ പൂർവ്വികരുടെ ഭയാനകമായ ദർശനങ്ങൾ ലഭിക്കുന്നു. ലോകത്തെ പരിത്യാഗം ചെയ്യുന്നതിന് മുൻപായി പൂർവ്വികരോടുള്ള കടങ്ങൾ വീട്ടാനും, കുട്ടികളെ ഉണ്ടാക്കാനും അവരോട് ആവശ്യപ്പെട്ടുകൊണ്ടിരുന്നു. അതിനാൽ ജരത്കാരുവും കർദാമയും ഭാര്യമാരെ സ്വീകരിക്കുകയും അവരിൽ കുഞ്ഞുങ്ങളെ ഉണ്ടാക്കുകയും ചെയ്തു. പക്ഷെ അതുകഴിഞ്ഞയുടനെ അവർ കുടുംബങ്ങൾ വിട്ട് അകന്നുപോയി. പക്ഷേ അഗസ്ത്യ മാത്രം കുടുംബജീവിതത്തിൽ തന്നെ നിൽക്കാൻ തീരുമാനിച്ചു.

ധനം, അധികാരം, ആനന്ദം എന്നിവയുടെ തേടലിൽ നിന്നും പിന്മാറുക എന്നതാണ് പരിത്യാഗത്തിന്റെ ലക്ഷ്യം. എല്ലാ ആവശ്യങ്ങൾക്കും ഭയങ്ങൾക്കും അതീതരായി, ലോകത്തെയും ജീവിതത്തെയും പറ്റി ചിന്തിക്കണം എന്നാണ് സാരം. ഇത് ലോകത്തിനോടും ജീവിത

ത്തിനോടുമുള്ള നിസ്സംഗതയായും, അതിൽ നിന്നുള്ള വേർപെടുത്തലായും വെളിപ്പെട്ടു. ഇതിൽ പ്രയോപവേശ അഥവാ ഉപവാസത്തിലൂടെ മരണം എന്നതും ഉൾപ്പെടാം. കാറ്റ് നൽകുന്നത് മാത്രമേ മഹർഷി ഭക്ഷിക്കാൻ പാടുണ്ടായിരുന്നുള്ളൂ.

മനുഷ്യശരീരത്തിന് മൂന്ന് അടരുകളുള്ളതായി കണക്കാക്കപ്പെടുന്നു : സാമൂഹിക, ഭൗതികം, മാനസികം. സമ്പത്ത്, അധികാരം, വസ്തുവകകൾ, സ്ഥാനമാനങ്ങൾ, ബന്ധങ്ങൾ എന്നിവയാണ് സാമൂഹികം. യോഗ ചര്യകളായ യമ, നിയമ എന്നിവയിലൂടെ ഇവ ഉപേക്ഷിക്കപ്പെടുന്നു. യാമത്തിൽ ഒരുവൻ മറ്റുള്ളവരിൽ നിന്നും പിൻവാങ്ങി ആശ്രയത്വം കുറയ്ക്കാൻ ശ്രമിക്കുന്നു. നിയമത്തിലാകട്ടെ ഒരാൾ പൂർണ്ണമായും നിരാശ്ര യത്വം നേടാൻ ശ്രമിക്കുന്നു. മറ്റുള്ളവർക്ക് വേദനയുണ്ടാകാതിരിക്കലും (അഹിംസ), ഒന്നും ചേർത്തുവയ്ക്കാതിരിക്കലും (അപരിഗ്രഹ:), അപഹരി ക്കാതിരിക്കലും (അസ്തേയ), കള്ളം പറയാതിരിക്കലും (സത്യ), ലൈംഗി കപ്രവർത്തികളിൽ ഏർപ്പെടാതിരിക്കലും (ബ്രഹ്മചര്യം), മുൻവിധിയുണ്ടാ വാതിരിക്കലും (ദയ) യമത്തിൽ പെടുന്നു. വൃത്തിയായി ഇരിക്കൽ (ശൗച), തൃപ്തി (സന്തോഷം), സംയമനം (തപസ്), ചിന്താമഗ്നത (സ്വാധ്യായ:), വിശ്വാസം ഉണ്ടായിരിക്കൽ (ഈശ്വർ-പ്രണിധാൻ) എന്നിവ നിയമത്തിൽ ഉൾപ്പെടും. ഒരു കുടുംബസ്ഥനെ സന്യാസിയാക്കാൻ സഹായിക്കുന്നവയാണ് ഈ പ്രവൃത്തികൾ.

അതിന് ശേഷം ഏകാന്താവസ്ഥ (കൈവല്യ) നേടുന്നത് വരെ പുറമെയുള്ള ലോകത്തിലെ ആശ്രയത്വം ഒഴിവാക്കാൻ ശരീരത്തെ പരിശീലിപ്പിച്ചുകൊണ്ട് സന്ന്യാസി തന്നെ ഏകാന്തമാക്കിക്കൊ ണ്ടേയിരിക്കും. ഇതിന്റെ കുറച്ചുകൂടി സംസ്കൃത മായ രീതി ജൈന മാനിയമങ്ങളിൽ ഉണ്ട്. അതിൽ സന്ന്യാസിമാർ വർഷങ്ങൾ നീണ്ട ചിട്ടയായ തീവ്രമായ പരിശീലനത്തി നൊടുവിൽ ഉപവാസത്തിലൂടെ മരണം വരിക്കുന്നു. ഈ രീതിയെ സല്ലേഖന അഥവാ സന്താര എന്ന് പറയുന്നു.

പുറം ലോകത്തിൽ നിന്നുള്ള പൂർണ്ണമായ ഒറ്റപ്പെടലിനെ സൂചിപ്പിക്കുന്ന, വള്ളികൾ ചുറ്റിപ്പിടിച്ച ഒരു ചിതൽക്കൂട്ടിൽ ഇരിക്കുന്ന ഒരു സാധു

സമാധി എന്ന യോഗചര്യ ചെയ്യു മ്പോൾ അത് ചെയ്യുന്ന യോഗിയുടെ ആത്മാവിന് സ്വേച്ഛയാൽ തന്റെ ശരീരം വിട്ടുപോകാൻ കഴിയുന്നു. ഇങ്ങനെ ശാരീരികപ്രേരണകളിൽ നിന്ന് പോലും സ്വാതന്ത്ര്യം തേടുന്ന ഒരു മഹർഷി, ഒന്നിനെയും

ആരെയും കാണുന്നില്ല. വേട്ടപിടിയന്മാരായ മൃഗങ്ങളും സസ്യങ്ങളും ഉയർത്തുന്ന ഭീഷണികളൊന്നും തന്നെ അവരെ പിന്തിരിപ്പിക്കുന്നില്ല. കലയിൽ, അത്തരം മഹർഷിമാരെ ചിത്രീകരിക്കുമ്പോൾ, സർപ്പങ്ങൾ ഇഴയുന്ന കഴുത്തും, അവയവങ്ങളിൽ പടർന്നുപിടിച്ച വള്ളിച്ചെടികളും, ചിതൽപ്പുറ്റിനാൽ ചുറ്റപ്പെട്ടതായും, തലയിൽ കിളികൾ കൂടുകൂട്ടുന്നതായും ഉള്ള, നിൽക്കുകയോ ഇരിക്കു കയോ ചെയ്യുന്ന രീതിയിലായിരിക്കും. ഇപ്പോഴയാൾ ഒന്നും കഴിക്കുന്ന ഉപഭോക്താവല്ല. തന്റെ ചുറ്റുമുള്ള ലോകം തനിയ്ക്ക് ചുറ്റും നിറഞ്ഞാലും, താൻ ഭക്ഷണമാക്കപ്പെടുമോ എന്ന ഭയം അവർക്കില്ല. അങ്ങനെ, ഭക്ഷണം തേടുകയും സ്വയം സുരക്ഷയൊരുക്കുകയും ചെയ്യേണ്ട ആവശ്യ കത ഇല്ലാത്തതിനാൽ, അതിന് വേണ്ടി വരുന്നതുൾപ്പെടെയുള്ള എല്ലാ അക്രമങ്ങളും അവർ ഉപേക്ഷിക്കുന്നു.

രാമായണത്തിൽ, തന്റെ കർത്തവ്യങ്ങളെല്ലാം നിറവേറ്റിയ ശേഷം സരയുവിൽ ഇറങ്ങിയ രാമൻ പിന്നെ തിരിച്ചുവരുന്നില്ല. ഈ ജലസമാധി, ആത്മാഹൂതിയിൽ നിന്നും വ്യത്യസ്തമാണ്. ലോകത്തിന്റെ ആവശ്യങ്ങളിൽ തളർന്ന്, അതിന്റെ സമ്മർദ്ദങ്ങളിൽ ഭയന്ന്, സാമൂഹിക കടമകൾ നിറവേറ്റാൻ വിസമ്മതിച്ച്, ചെയ്തുപോയ കർമ്മങ്ങളുടെ ഭവിഷ്യത്ത് നേരിടാൻ മടിച്ച് നിൽക്കുന്ന ഒരാൾ, ലോകത്തു നിന്നും ഹിംസാത്മകമായ സ്വയം പിൻവാങ്ങുന്നതിനെയാണ് ആത്മാഹൂതി യായികണ്ടിരുന്നത്.ഒരാൾതന്റെസാമൂഹികകടമകളൊക്കെനിറവേറ്റിയ ശേഷം ആത്മാവിനെ സ്വേച്ഛയാ ഭൗതിക ശരീരത്തിൽ നിന്നും വിട്ടു പോകാൻ അനുവദിക്കുന്നതിനെയാണ് സമാധി എന്ന് പറയുന്നത്. അഗ്നിയിൽ കുതിക്കുന്നതും, വനത്തിലേയ്ക്ക് നടന്നുകയറി ഭക്ഷണം ഉപേക്ഷിക്കുന്നതുമാണ് മറ്റു സമാധികളിൽ ചിലവ. മഹാഭാരതത്തിൽ, പാണ്ഡവർ തങ്ങളുടെ രാജ്യം പരീക്ഷിത്തിന്റെ കൈയിൽ ഏൽപ്പിച്ച്, വാർദ്ധക്യത്തിൽ മലമുകളിലേക്ക് നടന്നുകയറുമ്പോൾ ഇതാണവർ ചെയ്യുന്നത്.

ഏകദേശം 2300 വർഷങ്ങൾക്ക് മുൻപ്, ഒരു വരൾച്ചക്കാലത്ത്, ചന്ദ്രഗുപ്തമൗര്യ ചക്രവർത്തിയ്ക്ക് ലൗകികമായ എല്ലാത്തിനോടും വിരക്തി യുണ്ടായതായി ഒരു നാടോടിക്കഥയിൽ പറയുന്നുണ്ട്. അദ്ദേഹം ഒരു സന്ന്യാസിയാകുകയും, ഉപവസിച്ച് മരണം വരിക്കുകയും ചെയ്തു. അദ്ദേഹത്തിന്റെ ഉപദേഷ്ടാവായിരുന്ന ചാണക്യൻ അദ്ദേഹത്തിന്റെ കർത്തവ്യങ്ങൾ ഏറ്റെടുക്കാമെന്ന് കരുതിയിരുന്നു എങ്കിലും, ചന്ദ്രഗുപ്തന്റെ മകനായ ബിന്ദുസാരൻ ചാണക്യനെ വിശ്വസിച്ചില്ല. തനിക്കുണ്ടായിരുന്ന വില നഷ്ടമായി എന്നും, തന്റെ സാമൂഹിക ദൗത്യങ്ങൾ കഴിഞ്ഞു എന്നും മനസ്സിലാക്കിയ ചാണക്യൻ, എരിയുന്ന വിറകിന് മുകളിലിരുന്ന്, പുക ശ്വസിച്ച് മരിക്കാൻ തീരുമാനിച്ചു.

അതുപോലെതന്നെ 1300 വർഷങ്ങൾക്ക് മുൻപ്, വേദാന്തപണ്ഡിതനായിരുന്ന കുമാരിൽ ഭട്ട, ഗംഗാ-യമുനാ സംഗമത്തിനരികിൽ, മെല്ലെ എരിയുന്ന വിറകുകളുനയ്ക്ക് മുകളിൽ ഇരുന്നുകൊണ്ട് ജീവിതത്തിൽ നിന്നും പിൻവാങ്ങാൻ തീരുമാനിച്ചു. മുൻപ് അദ്ദേഹത്തിന്റെ ബുദ്ധിസ്റ്റ് ഗുരു വേദാചാരങ്ങളെ പരിഹസിച്ചപ്പോൾ, കീഴ്ക്കാംതൂക്കായ മലഞ്ചെരുവിൽ നിന്ന് താഴേയ്ക്ക് ചാടി വേദങ്ങളുടെ ശക്തി തെളിയിക്കാൻ അദ്ദേഹം തീരുമാനിച്ചിരുന്നു. അന്നത്തെ ആ വീഴ്ചയിൽ അദ്ദേഹം രക്ഷപ്പെട്ടെങ്കിലും, ഒരു കണ്ണിന്റെ കാഴ്ചശക്തി പൂർണ്ണമായും നഷ്ടപ്പെട്ടു. അപ്പോഴാണ് വേദങ്ങളിലുള്ള തന്റെ വിശ്വാസത്തിന് ഉപാധികളുണ്ടെന്നും, അതിൽ പിഴവുകളുണ്ടെന്നും അദ്ദേഹം തിരിച്ചറിഞ്ഞത്. താൻ തന്റെ മേന്മകളെ അതിജീവിച്ചുവെന്നും അദ്ദേഹത്തിന് തോന്നി. ആചാരങ്ങളിൽ അധിഷ്ഠിതമായി വേദങ്ങളെ (മീമാംസ) സമീപിച്ച അദ്ദേഹത്തിന്റെ രീതി അപര്യാപ്തമായിരുന്നു. ഉൾക്കാഴ്ചകളിലൂടെയും, ബൗദ്ധിക വിശകലനങ്ങളിലൂടെയും (വേദാന്ത) തന്റെ വേദജ്ഞാനം മെച്ചപ്പെടുത്താൻ സഹായിക്കുന്ന ഒരു പുതിയ ഗുരുവിനെ (ആദി ശങ്കര) അദ്ദേഹത്തിന് കണ്ടെത്തേണ്ടതായി വന്നു.

## അപമാനത്തിനു മുൻപ് മരണം

ഏകദേശം 2000 വർഷം പഴക്കമുള്ള തമിഴ് സംഘസാഹിത്യത്തിൽ, യുദ്ധത്തിൽ തോൽവി ഏറ്റുവാങ്ങേണ്ടി വരികയോ, ജനങ്ങളാൽ പരിത്യജിക്കപ്പെടുകയോ ചെയ്യേണ്ടി വരുന്ന രാജാക്കന്മാർ, അപകീർത്തിയിൽ ജീവിക്കുന്നതിനേക്കാൾ നല്ലത് അഭിമാനത്തോടെ മരിക്കുന്നതാണ് എന്ന് വിശ്വസിച്ച്, വടക്കു ദിക്കിലേയ്ക്ക് തിരിഞ്ഞിരുന്ന് മരണം വരെ ഉപവസിച്ചതായി കഥകളുണ്ട്. ഇങ്ങനെ വടക്കോട്ടേയ്ക്ക് തിരിഞ്ഞിരുന്ന് മരിക്കുന്നതിനെ വടക്കിരുത്തൽ എന്നാണ് പറയുന്നത്. ഇതിനെപ്പറ്റിയുള്ള പരാമർശങ്ങൾ *പുറനാനൂറിലെ* പല ഗാനങ്ങളിലും കാണാം. ചിലപ്പോഴൊക്കെ, രാജാവിനോട് അങ്ങേയറ്റത്തെ കൂറു പുലർത്തുന്നവരും അദ്ദേഹത്തെ അനുഗമിക്കും. വേൽ പാരി രാജാവ് യുദ്ധത്തിൽ മരണപ്പെട്ടപ്പോൾ, അദ്ദേഹത്തിന്റെ കവി-സുഹൃത്തായ കപിലർ ഇത്തരത്തിൽ ജീവൻ വെടിഞ്ഞത് അതിനൊരുദാഹരണമാണ്.

സ്വന്തം വീരോചിതമായ ശിരച്ഛേദം

കോപ്പെരുഞ്ചോള രാജാവിന്റെ പുത്രന്മാർ അധികാരത്തിനായി അദ്ദേഹത്തിനോട് വഴക്കിടുകയും, അദ്ദേഹത്തിനെതിരെ ഒരു പട ഉണ്ടാക്കുകയും ചെയ്തു. രാജാവ് യുദ്ധത്തിനായി തയ്യാറെടുക്കുമ്പോൾ, ഈ യുദ്ധത്തിൽ പങ്കെടുക്കുന്നത് ഉചിതമാണോ എന്ന് അദ്ദേഹത്തിന്റെ ഉപദേശകർ ചോദിച്ചു.

"നിങ്ങൾ പരാജയപ്പെട്ടാൽ, അവരതിൽ സന്തോഷിക്കും. മറിച്ച്, നിങ്ങൾ വിജയിച്ചാൽ, പിന്നെ നിങ്ങൾ ആർക്ക് നിങ്ങളുടെ രാജ്യം വിട്ടുകൊടുക്കും? നിങ്ങൾക്ക് അനന്തരാവകാശികൾ ഇല്ലാതാവില്ലേ?" ഒടുവിൽ രാജാവ് വടക്ക് ദിക്കിലേക്ക് തിരിഞ്ഞിരുന്ന് മരണം വരെ ഉപവസിക്കാൻ തീരുമാനിച്ചു. അദ്ദേഹം തന്റെ പ്രിയപ്പെട്ട കവികളെ തനിക്കൊപ്പം ചേരാൻ ക്ഷണിച്ചു. "തെക്കു ജീവിക്കുന്ന കവിയെ കൂട്ടിക്കൊണ്ടു വരൂ. അദ്ദേഹമില്ലാതെ എനിക്ക് മരിക്കാനാവില്ല. ഭാഗ്യകാലത്ത് എന്നിൽ നിന്നും അകന്നു നിന്ന അദ്ദേഹം ദൗർഭാഗ്യത്തിൽ എനിക്കൊപ്പം ഉറപ്പായും ചേരും". ചില കവികൾ വളരെ വൈകിയാണ് എത്തിച്ചേർന്നത്. "നീ തണൽമരമായി നിന്നപ്പോൾ ലോകം നിന്നെ വാഴ്ത്തിപ്പാടി. പക്ഷേ നിനക്ക് നിന്റെ രാജ്യഭരണം പൂർത്തിയാക്കാനായില്ല. നിങ്ങൾ അപചയങ്ങളില്ലാത്ത ഒരു കല്ലിനോളം ചുരുങ്ങി. ഇവിടെയുള്ള മറ്റു കല്ലുകൾ എനിക്കും കൂടി ഇടമൊരുക്കും. പ്രാണനെന്ന പോലെ എന്നെ അവരിലേയ്ക്ക് പിടിച്ചുനിർത്തുന്ന പഴയ അതേ സ്നേഹത്തോടെ ഞാൻ അവരിലേക്ക് ചെല്ലുന്നു". തങ്ങളെ ക്ഷണിക്കാത്തതിൽ ഹൃദയം തകർന്ന മറ്റു കവികളും ഉണ്ടായിരുന്നു. "നദീദ്വീപിൽ, വെയിലിന്റെ പുള്ളിക്കുത്തുകൾ വീണ നിഴൽച്ചെരുവിൽ, നീ ഇരിക്കുന്നു; നിന്റെ ദേഹം ചുരുങ്ങുന്നു. അല്ലയോ യോദ്ധാവേ, എന്നെ അവഗണിച്ച് മറ്റുള്ളവരെ ക്ഷണിക്കാനും മാത്രം എന്താണെന്നോടിത്ര ദേഷ്യം?"

വീരസമുദായങ്ങളിൽ, അപകീർത്തിയ്ക്ക് മുൻപ് മരണം വരുക എന്നത് സർവ്വസാധാരണമായ ഒന്നായിരുന്നു. അത്തരത്തിലുള്ള തീവ്രമായ കഥകൾ വന്നിരുന്നത് രാജ്പുത് സമുദായങ്ങളിൽ നിന്നായിരുന്നു. ശത്രുക്കളുടെ പിടിയിൽ അകപ്പെടാതിരിക്കാനായി സ്ത്രീകൾ സ്വയം എരിഞ്ഞ് മരണം വരിക്കുന്ന ജൗഹാർ എന്ന രീതി അതിലുള്ളതാണ്. ഈ സ്ത്രീകളെയൊക്കെ ദേവതകളായി ആരാധിച്ചിരുന്നു. തോൽവി ആസന്നമാകുമ്പോൾ ദൈവത്തിന്റെ ചിത്രത്തിന് മുന്നിലിരുന്ന് സ്വയം മരിക്കുന്ന പുരുഷന്മാരുടെ കഥകളുമുണ്ട്. അപമാനത്തോടെ ജീവിക്കുന്നതിനേക്കാൾ ഭേദമാണ് ഇതെല്ലാമെന്ന് കരുതപ്പെട്ടിരുന്നു.

രൺതംബോറിലെ രാജ്പുത് രാജാവായ ഹമ്മീറുമായി ബന്ധപ്പെട്ട ഒരു കഥയിൽ, ഡൽഹി സുൽത്താന്റെ കോപത്തിനിരയായ ഒരു പടയാളിയ്ക്ക് അദ്ദേഹം അഭയം നൽകിയതായി പറയുന്നുണ്ട്. ഇതിൽ കുപിതനായ ഡൽഹി സുൽത്താൻ, ഒരു കൂറ്റൻ പടയുമായി വന്ന് രാജാവിന്റെ കോട്ട ആക്രമിച്ചു. പല യുദ്ധങ്ങൾക്കും, പല പടയാളികളുടെ മരണങ്ങൾക്കും ശേഷം, തോൽവി ആസന്നമായെന്ന് ഉറപ്പായിട്ടും, താൻ ആ പടയാളിയ്ക്ക് നൽകിയ വാക്ക് തെറ്റിക്കാൻ രാജാവ് തയ്യാറായില്ല. അതിനേക്കാൾ നല്ലത് മരണമാണെന്ന് അദ്ദേഹം തീരുമാനിച്ചു. രാജകുടുംബത്തിലെ സ്ത്രീകളോട് സ്വയം തീകൊളുത്തുവാൻ അദ്ദേഹം

ആഹ്വാനം ചെയ്തു. അതിന് ശേഷം, അദ്ദേഹത്തിന്റെ മന്ത്രി, ഒൻപത് ആനകളെശിവഭൈരവന്കുരുതിനൽകി.രാവണൻതന്റെപത്തുതലകളും ശിവന് കുരുതി നല്കിയതിനോടൊപ്പം ചേർത്തുവായിക്കപ്പെടേണ്ടതാണ് ഹമ്മീറിന്റെ ത്യാഗം എന്ന് എല്ലാവരെയും ഇത് ഓർമ്മിപ്പിച്ചു. അങ്ങനെ, അദ്ദേഹത്തിന്റെ വീരചരമം, ഭക്തിയുടെ ഒരു പ്രവൃത്തിയായി പരിണമിച്ചു.

## ഭക്തിയായി കരുതപ്പെടുന്ന മരണം

തെലങ്കാന, ആന്ധ്രപ്രദേശ്, കർണാടക, തമിഴ്നാട് എന്നീ സ്ഥലങ്ങളിൽ ചോളർ മുതൽ വിജയനഗര വരെയുള്ള കാലഘട്ടത്തിൽ (അഞ്ചു മുതൽ പതിനഞ്ചാം നൂറ്റാണ്ട് വരെ) ഉണ്ടായിരുന്ന അനവധി ശിലാശില്പങ്ങളുണ്ട്. അവയിൽ രാജാവിനോടോ ദൈവത്തിനോടോ ഉള്ള ആദരസൂചകമായി, ധീരതയുടെയും ഭക്തിയുടെയും അടയാളസൂചകമായി, സ്വന്തം തലയോ കുടൽമാലകളോ സമർപ്പിക്കുന്ന യുവാക്കളുടെ ചിത്രങ്ങളുണ്ട്. ഇതവർക്ക് അമരത്വമോ, നിതാന്ത യശസ്സോ നൽകുന്നു. ഇത്തരം പുരുഷന്മാരുടെ കുടുംബങ്ങൾക്ക് ഭൂമി ദാനമായി നൽകിയിരുന്നു. ഇത് കൂടുതൽ ആളുകളെ ഇത്തരത്തിൽ ചെയ്യാൻ പ്രേരിപ്പിച്ചു. രാജഭക്തി കാണിക്കാനായി സ്വന്തം ശരീരം ത്യജിച്ചവർക്ക് രാജാക്കന്മാർ ഭൂമി നൽകിയപ്പോൾ, ദൈവങ്ങൾ അവർക്ക് രഹസ്യജ്ഞാനം ലഭ്യമാക്കി.

ഒരു ഭക്തൻ തന്റെ തല ദേവിക്ക് സമർപ്പിക്കുന്നു

കാളിദേവിയുടെ സ്നേഹവും അനുഗ്രഹവും പിടിച്ചുപറ്റാനായി വിക്രമാദിത്യരാജാവ് തന്റെ തലയറുത്ത് സമർപ്പിക്കുന്നുണ്ട്. ഇതിൽ സംപ്രീതയായ ദേവി, അദ്ദേഹത്തെ ഉയിർത്തെഴുന്നേൽപ്പിക്കുകയും, ജീവിതം, മരണം, ആയുസ്സ് എന്നിവയുടെ താന്ത്രിക രഹസ്യങ്ങൾ അദ്ദേഹത്തിന് മുന്നിൽ അനാവരണം ചെയ്യുകയും ചെയ്തു. തന്റെ ജീവിതത്തിന്റെ ഒരു പകുതി ഗൃഹസ്ഥനായും, മറ്റൊരു പകുതി സന്ന്യാസിയായും ജീവിച്ചാൽ, തന്റെ ഭരണകാലയളവ് ഇരട്ടിയാക്കാമെന്ന് അദ്ദേഹം മനസ്സിലാക്കി. വിക്രമാദിത്യൻ തന്റെ സാമ്രാജ്യം സഹോദരനായ ഭർത്രിഹരിയുമായി പങ്കിടുകയും, സഹോദരനും അതുപോലെ ചെയ്യുകയും ചെയ്തു. സഹോദരന്മാരിൽ ഒരാൾ സന്ന്യാസത്തിലായിരിക്കുമ്പോൾ, മറ്റേയാൾ ഗൃഹസ്ഥനായ രാജാവായിരിക്കും. ഇതവർ മാറ്റിയും തിരിച്ചും വളരെക്കാലം ചെയ്തുപോന്നു. ഈ ദീർഘമായ ആയുസ്സിന് ബ്രഹ്മചര്യവുമായും ബന്ധമുണ്ട്. സന്ന്യാസ ജീവിതത്തിലാ

യിരിക്കുമ്പോൾ, അവർ ലൗകികസുഖങ്ങൾ വേണ്ടെന്ന് വച്ചു. ഗൃഹസ്ഥരായ രാജാക്കന്മാരായിരുന്നപ്പോൾ, അവർ ലൗകികസുഖങ്ങൾ ആസ്വദിച്ചു. സന്ന്യാസജീവിതത്തിലൂടെ അവർ ശക്തികൾ നേടി. ഗൃഹസ്ഥ ജീവിതത്തിലൂടെ അവർ ശക്തി വ്യയം ചെയ്തു. ആത്മത്യാഗ ത്തിലൂടെയാണ് വിക്രമാദിത്യന് ഈ ജ്ഞാനം ലഭിച്ചത്.

ജനങ്ങളെയും, ഭൂമിയെയും, കന്നുകാലികളെയും രക്ഷിക്കാൻ ശ്രമിച്ച് ചരമമടഞ്ഞ ധീരരുടെ ഓർമ്മയ്ക്കായി വീരഫലകങ്ങൾ ഉണ്ട്. അതുപോലെതന്നെ, ഒരു രാജാവിനോടോ ദൈവത്തിനോടോ ഉള്ള ഭക്തിയും കൂറും പ്രകടിപ്പിക്കുവാനോ, കീർത്തിയോ ഖ്യാതിയോ നേടുവാനോ വേണ്ടി പ്രതീകാത്മകമായി തലയറുത്തു സമർപ്പി ച്ചിട്ടുള്ളവർക്കും സ്മാരകങ്ങളുണ്ട്. പത്താം നൂറ്റാണ്ടിൽ തമിഴിൽ ഉണ്ടാ യിരുന്ന *കലിംഗട്ടുപറണി* എന്ന വീരഗാഥയിൽ, "വരങ്ങൾ നേടാ നായി സ്വന്തം തലയറുത്തു നൽകിയ യോദ്ധാക്കളുടെ ശബ്ദങ്ങൾ, കടൽ ത്തിരകളുടെ ഹുങ്കാരം കണക്കേ, ഇവിടമെങ്ങും അലയടിക്കുന്നു".

മഹാഭാരതത്തെ അധികരിച്ച് തമിഴ്നാട്ടിൽ അരങ്ങേറിയിരുന്ന തെരുക്കൂത്തുകളിൽ, അർജ്ജുനന് ഉലൂപിയിൽ ഉണ്ടായ മകനായ അരവാനോട്, തന്റെ പിതാവിന്റെ ജയത്തിനായി സ്വന്തം തലയറുത്ത് കാളിയ്ക്ക് മനുഷ്യക്കുരുതിയായി സമർപ്പിക്കാൻ ആവശ്യപ്പെടുന്നുണ്ട്. ഒരു ഭാര്യയെ നൽകിയതിന് ശേഷമാണ്, അവനത് ചെയ്തത്. മരിക്കുന്നതിന് മുൻപായി ഒരിക്കലെങ്കിലും വൈവാഹികജീവിതത്തിന്റെ ആനന്ദം അനുഭവിക്കണം എന്നവൻ ആഗ്രഹിച്ചിരുന്നു. മാത്രവുമല്ല, തന്റെ മരണശേഷം അതോർത്ത് വിലപിക്കാൻ ആരെങ്കിലും വേണമെന്നും അവനാഗ്രഹിച്ചു. നേരം പുലരുമ്പോഴേയ്ക്കും മരണം തട്ടിയെടുക്കാൻ പോകുന്ന ഒരുവനെ വിവാഹം ചെയ്യാൻ ആരും തയ്യാറാകാത്തതിനാൽ, കൃഷ്ണൻ മോഹിനിയുടെ വേഷമണിഞ്ഞ് അവനെ വിവാഹം ചെയ്യുന്നു. അവർ ആ രാത്രി ഭാര്യാഭർത്താക്കന്മാരായി കഴിയുന്നു. അടുത്ത പ്രഭാതത്തിൽ, അവൻ സ്വയം കുരുതി നൽകുമ്പോൾ, അവൾ അവന്റെ വിധവയായി, അവനെയോർത്ത് വിലപിക്കുന്നു.

പലഹൈന്ദവക്ഷേത്രങ്ങൾക്ക്മുകളിലും,അറുത്തുമാറ്റപ്പെട്ടതലയുടെ ചിത്രങ്ങൾ കാണാം. മൂർത്തികൾക്ക് പിന്നിൽ സ്ഥാപിച്ച കമാനങ്ങളിലും അതുപോലെയുള്ള ചിത്രങ്ങളുണ്ട്. ഈ ശിരസ്സിനെയാണ് കീർത്തിമുഖം എന്ന് പറയുന്നത്. ഒരു ശിവഗണവും, ശിവന്റെ അനുയായിയുമായിരുന്ന കീർത്തിമുഖൻ, നന്നേ വിശന്നപ്പോഴും മറ്റുള്ളവരെ ഭക്ഷിക്കാൻ മടിച്ച്, സ്വന്തം ശരീരം കഴിക്കാൻ തീരുമാനിച്ചു. ജീവൻ നിലനിർത്താനായി, മറ്റുള്ളവരെ ഭക്ഷിക്കുന്നതിന് പകരം അവൻ സ്വയം ഭക്ഷിച്ചു. തനിക്ക് വേണ്ടി, തന്നെത്തന്നെ സമർപ്പിച്ചത്, ഭക്തിയുടെ പരമമായ പ്രവൃത്തിയായി കണക്കാക്കപ്പെടുന്നു. ക്ഷേത്രങ്ങൾക്ക് മുകളിലും

കമാനങ്ങളിലും, പുറത്തേക്കുന്തിയ നാക്കും ദംഷ്ട്രകളുമുള്ള അവന്റെ തല പതിപ്പിച്ചിരിക്കുന്നത്, ഒരുവൻ മറ്റുള്ളവയെ ഭക്ഷിക്കുംതോറും അവരുടെ ഭക്തി ആത്മവ്യാമോഹത്തിന്റെ പ്രകടനം മാത്രമാണ് എന്ന് ഭക്തരെ ഓർമ്മിപ്പിക്കാനാണ്.

അദ്ധ്യായം 11

# മരണത്തെ അവസാനിപ്പിക്കൽ

*ഹൈന്ദവർ എങ്ങനെയാണ് പുനർജന്മത്തിന്റെ ആവർത്തനത്തിൽ നിന്നുള്ള മോചനമായി മുക്തിയെ വിഭാവനം ചെയ്തത് എന്ന് നമുക്ക് നോക്കാം*

ഒരു സർപ്പത്തിന്റെ കടിയേറ്റ പരീക്ഷിത്ത്, ഒരാഴ്ചയ്ക്കുള്ളിൽ മരിക്കും എന്ന് നിശ്ചിതമായി. ഇത്ര നേരത്തെ ജീവിതം അവസാനിക്കുന്ന തെന്തുകൊണ്ടാണെന്നോർത്ത് അദ്ദേഹം വ്യസനിച്ചു. വ്യാസന്റെ, തത്തയുടെ തലയുള്ള പുത്രനായ ശുകമുനി മരണം കാത്തു കഴിയുന്ന രാജാവിനരികിൽ വരുകയും, അദ്ദേഹത്തോട് ഭൂമിയിലെ ദൈവമായിരുന്ന കൃഷ്ണന്റെ കഥ പറയുകയും ചെയ്തു. ഒരു വേടന്റെ വിഷം പുരണ്ട അമ്പേറ്റ് അറിയാതെ അദ്ദേഹത്തിന്റെ മേൽ പതിക്കുകയും, അദ്ദേഹം മരിക്കുകയും ചെയ്തു. മരണത്തിന് മുൻപ്, ജീവിതത്തെയും മരണത്തെയും കുറിച്ചുള്ള ജ്ഞാനം തന്റെ പഴയ സുഹൃത്തായ ഉദ്ധവന് അദ്ദേഹം പകർന്നു നൽകി. മരണശേഷം രണ്ടു സാദ്ധ്യതകൾ ഉണ്ടാവാം എന്നാണ് അദ്ദേഹം പറഞ്ഞത്: ഒന്നുകിൽ പുനർജനനം, അല്ലെങ്കിൽ പുനർജനനങ്ങളിൽ നിന്നുള്ള മോചനം. ദൈവത്തിന്റെ തീരുമാനത്തിൻ പ്രകാരമുള്ള മരണാനന്തര ജീവിതമെന്ന ആശയത്തിന് ഹിന്ദു മതത്തിൽ പ്രസക്തിയില്ല.

കാലത്തിന്റെ ഭയങ്കര ദേവനായ കാലഭൈരവൻ സംസാരചക്രത്തിൽ കുടുങ്ങിപ്പോകുന്നു. കുരുക്ക് നമ്മെ ബന്ധിക്കുന്നു. ആനയെ നിയന്ത്രിക്കുന്ന കടിഞ്ഞാൺ നമ്മെ വലിച്ചിഴയ്ക്കാനും പ്രകോപിപ്പിക്കാനും ഉദ്ദേശിച്ചുള്ളതാണ്. അഗ്നിജ്വാലകൾ നമ്മെ ദഹിപ്പിക്കുന്ന വിശപ്പിനെ പ്രതിനിധീകരിക്കുന്നു

ബുദ്ധിസത്തിലെ ആത്മവിസ്മൃതി (നിർവാണ); ജൈനിസത്തിലെ സ്വയം ഒറ്റ

പ്പെടുത്തൽ (കൈവല്യ); ഹിന്ദു മതത്തിലെ ദൈവവുമായോ പ്രപഞ്ച ശക്തിയുമായോ ഉള്ള സത്തയുടെ കൂടിച്ചേരൽ (യോഗ) എന്നിവ ഉൾപ്പെട്ടതാണ് മോക്ഷ അഥവാ പുനർജന്മത്തിൽ നിന്നുള്ള മോചനം. വേദാന്തത്തിൽ പ്രപഞ്ചശക്തിയെ അരൂപിയായ 'പരമാത്മ', 'ബ്രഹ്മൻ', 'പുരുഷ' എന്നിങ്ങനെയാണ് പരാമർശിച്ചിരിക്കുന്നത്. ദൈവവിശ്വാസത്തിന്റെ വരവോടെ, പ്രപഞ്ചശക്തിയെ കുറച്ചുകൂടി സചേതനവും, സംവേദിയും, സാനുകമ്പവുമാക്കാൻ വേണ്ടി ഭഗവാൻ, ഈശ്വരൻ എന്നീ നാമങ്ങൾ ഉപയോഗിച്ച് തുടങ്ങി.

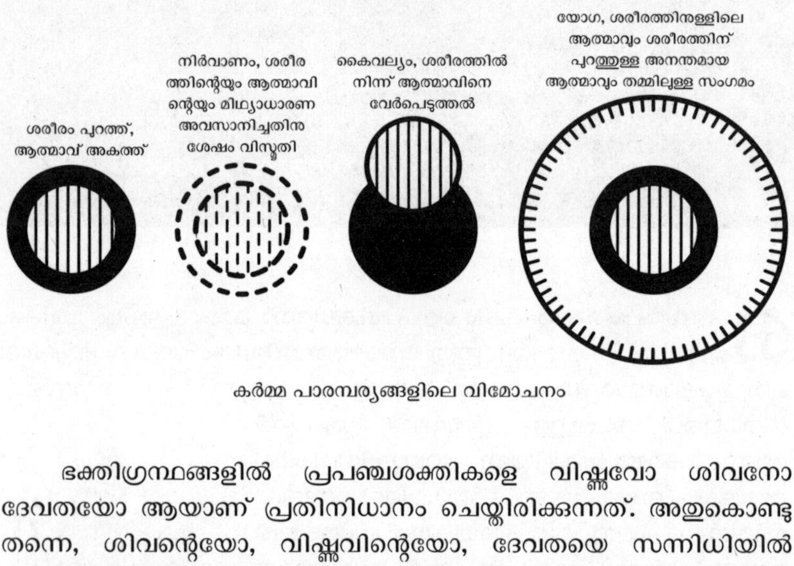


കർമ്മ പാരമ്പര്യങ്ങളിലെ വിമോചനം

ഭക്തിഗ്രന്ഥങ്ങളിൽ പ്രപഞ്ചശക്തികളെ വിഷ്ണുവോ ശിവനോ ദേവതയോ ആയാണ് പ്രതിനിധാനം ചെയ്തിരിക്കുന്നത്. അതുകൊണ്ടു തന്നെ, ശിവന്റെയോ, വിഷ്ണുവിന്റെയോ, ദേവതയെ സന്നിധിയിൽ എത്തിപ്പെടുന്നതിനെയും,അവിടെസ്ഥിരമായിവസിക്കുന്നതിനെയുമാണ് മുക്തി എന്ന് വിഭാവനം ചെയ്തിരിക്കുന്നത്. ഗരുഡ പുരാണം വിഷ്ണുവിനെ കേന്ദ്രമാക്കി ഉള്ളതാണെങ്കിലും, ദൈവം ഉണ്ടെന്ന വാദം വരുന്നതിനും മുൻപുള്ള ഉപനിഷത്തുകളിലെയും ധർമ്മശാസ്ത്രത്തിലെയും ആശയങ്ങളെ അതിൽ പ്രതിപാദിക്കുന്നുണ്ട്. ദൈവികതയുമായുള്ള കൂടിച്ചേരൽ, ഹിന്ദു വിശ്വാസപ്രമാണങ്ങൾ അനുസരിച്ച്, മൂന്ന് വിധത്തിൽ നേടാം :

1. ഗ്യാൻ മാർഗ്ഗ : സന്ന്യാസിയുടെ ബൗദ്ധികമായ മാർഗ്ഗം
2. കർമ്മ മാർഗ്ഗ : ഒരു ഗൃഹസ്ഥന്റെ കർമ്മത്തിലൂടെയുള്ള മാർഗ്ഗം
3. ഭക്തി മാർഗ്ഗ : ഒരു ഭക്തന്റെ വൈകാരികതയിലൂടെയുള്ള മാർഗ്ഗം

## സന്ന്യാസിയുടെ അറിവ്

ഇതിഹാസമായ മഹാഭാരതത്തിലെ സംഭാഷണമായ ഗീതയിൽ, ഒരിക്കലും മരിക്കാത്ത ആത്മാവിനെക്കുറിച്ച് കൃഷ്ണൻ പറയുന്നുണ്ട്.

വേദാന്തഗ്രന്ഥങ്ങളിൽ, ആകാരമില്ലാത്ത (നിരാകാർ), രൂപമില്ലാത്ത (അരൂപി),ഗുണങ്ങളില്ലാത്ത(നിർഗുണ),വിഭജനങ്ങളില്ലാത്ത(അഖണ്ഡ്), കാലപരിമിതമല്ലാത്ത (അകാൽ), നിത്യതയുള്ള (നിത്യ), പ്രശാന്തമായ (സദാനന്ദ), ജീവിതത്തിനു സാക്ഷ്യം വഹിക്കുന്ന (സാക്ഷി) ഒന്നായാണ് ആത്മാവിനെ വർണ്ണിച്ചിരിക്കുന്നത്. അനന്തലോകങ്ങൾ വിഴുങ്ങുകയും സൃഷ്ടിക്കുകയും ചെയ്യുന്ന അനന്തമായ ശിരസ്സുകളും അനന്തമായ കൈകാലുകളുമായി കൃഷ്ണൻ തന്റെ വിശ്വരൂപം പുറത്തെടുക്കുമ്പോൾ, പരിമിതികളോ, വേർതിരിവുകളോ, ഉച്ചനീചത്വങ്ങളോ ഇല്ല എന്ന് നമുക്ക് കാണാനാവും. പരിമിതികളില്ലാത്ത നാരായണനും, പരിമിതികളുള്ള കൃഷ്ണനും എങ്ങനെ ഒന്നാകുന്നു എന്ന് അദ്ദേഹം നമുക്ക് കാണിച്ചു തരുന്നു. അദ്ദേഹത്തിനിത് അറിയാമെങ്കിലും, അർജ്ജുനൻ അത് മറന്നുപോയിരുന്നു. അർജ്ജുനന്റെ അരക്ഷിതാവസ്ഥയും സന്ദേഹങ്ങളും ഉടലെടുക്കുന്നത് ഈ മറവിയിൽ നിന്നാണെന്ന് കൃഷ്ണൻ അദ്ദേഹത്തോട് പറഞ്ഞു. ഈ മറവി ഉടലെടുക്കുന്നത് ആശാപാശങ്ങളിൽ നിന്നാണ്. മറവിയുടെയും മോഹബന്ധങ്ങളുടെയും ഈ വിഷമവൃത്തത്തിൽ നിന്നും അദ്ദേഹം പുറത്തുകടന്നേ മതിയാകൂ.

ഈ ലോകത്തിൽ നാം ഒറ്റയ്ക്കാണെന്ന് നമുക്ക് തോന്നിയേക്കാം. നമുക്ക് പോഷണവും (അന്നം), സുരക്ഷിതത്വവും (അഭയം) വേണം. നാം സുഖവും ദുഃഖവും തേടുന്നു. നാം കാംക്ഷിക്കുന്നത് ലഭിക്കാത്തപക്ഷം നാം കുപിതരും അസ്വസ്ഥരും ആകുകയും, അവ മറ്റൊരാൾക്ക് ലഭിച്ചാൽ അസൂയാലുക്കളാകുകയും ചെയ്യുന്നു. നമുക്ക് വേണ്ടതിനായി നാം പോരാടുകയും, നാം നേടുന്നതിനെ നെഞ്ചോടടുക്കിപ്പിടിക്കുകയും ചെയ്യുന്നു. അജ്ഞത നമ്മെ പുനർജന്മങ്ങളുടെ ആവർത്തനങ്ങൾക്കുള്ളിൽ തളച്ചിടുന്നു. അത് നമ്മെ വസ്തുക്കൾക്കായി കൊതിക്കാനും, തോൽവിയിൽ പശ്ചാത്തപിക്കാനും, നഷ്ടത്തെ ഭയക്കാനും പ്രേരിപ്പിക്കുന്നു. ജ്ഞാനികൾ ആഗ്രഹിക്കുന്നുമില്ല, പശ്ചാത്തപിക്കുന്നുമില്ല. അവർക്ക് ഭയവുമില്ല. അവർ ജീവിതം ആസ്വദിക്കുകയും, ഒന്നിനോടും ഒട്ടിനിൽക്കാതെ മരണത്തെ സ്വീകരിക്കുകയും ചെയ്യുന്നു.

നമ്മളിൽ മിക്കവരും ധനം, ഭൂമി, അധികാരം, വസ്തുവകകൾ, സ്ഥാനമാനങ്ങൾ, ബന്ധങ്ങൾ തുടങ്ങി അറിവ് വരെ പലതും സംഭരിക്കാൻ വേണ്ടി ജീവിതം ചെലവാക്കുന്നു. ഇത് നമ്മുടെ നൈസർ ഗ്ഗികമായ ശരീരത്തിന് ചുറ്റും നമ്മളുടെ കൈവശമുള്ളവയെ വച്ച് മറ്റൊരു ശരീരം - സംസ്കാര ശരീരം - സൃഷ്ടിക്കുന്നു. ഈ സംസ്കാര ശരീരത്തെ മറ്റുള്ളവരുമായി പങ്കുവയ്ക്കാൻ നാം ആഗ്രഹിക്കുന്നില്ല. മരിക്കുന്നതിന് മുൻപ്, നാം കൈവശം വച്ചിരിക്കുന്നതെല്ലാം, നമ്മുടേതെന്ന് നാം കരുതുന്നവർക്ക് പോയി ചേരുന്നു എന്ന് നമ്മൾ ഉറപ്പുവരുത്തുന്നു. നാം മരിക്കുമ്പോൾ, നമ്മുടെ ആത്മാവ് നമ്മുടെ ശരീരം വിട്ടുപോകുന്നു.

എന്നാൽ ഈ ആത്മാവ് സ്വതന്ത്രമല്ല. അത് കടങ്ങളിൽ കുടുങ്ങിക്കിടക്കുകയാണ്. അതിന് കടങ്ങളൊക്കെ വീട്ടി വീണ്ടെടുക്കേണ്ടതുണ്ട്. കാരണം, അത് തന്റെ ജീവിതകാലം മുഴുവനും ഉപഭോഗത്തിനും ചേർത്തുപിടിക്കലിനുമായാണ് ചെലവഴിച്ചത്. ജീവാത്മാവിനെ മൂടിവയ്ക്കുന്നത് ഈ കടങ്ങളാണ്. ഒരു രത്നം പൊടിയും അഴുക്കും മൂടിയിരിക്കുന്നത് പോലെയാണിത്. ഈ കടങ്ങൾ നമ്മെ അജ്ഞതയിലേയ്ക്ക് തള്ളിയിടുന്നു. അവ ജീവാത്മാവിനെ പ്രേതാത്മാവാക്കി മാറ്റുന്നു.

കൊലയാളിയും കൊല്ലപ്പെട്ടവനും ഉൾപ്പെടുന്ന കൃഷ്ണന്റെ വിശ്വരൂപം

അജ്ഞതയും ജ്ഞാനവും നമ്മുടെ ശരീരത്തിൽ തന്നെ നിർലീനമായിരിക്കുന്നു എന്ന് ജ്ഞാനികൾക്ക് അറിയാം. നമ്മുടെ ശരീരത്തിന് പല ആകാരങ്ങൾ എടുക്കാനാവും : മരങ്ങളുടെ, മൃഗങ്ങളുടെ, പക്ഷികളുടെ, മത്സ്യങ്ങളുടെ. സൂര്യനെ ഗ്രഹണം തടുക്കുന്നത് പോലെ, നമ്മുടെ ശരീരത്തിന് ജ്ഞാനത്തിലേയ്ക്കുള്ള നമ്മുടെ പാതയെ തടുക്കാനാവും. അജ്ഞതയിൽ നാം പഴയ ശരീരം വീണ്ടും വീണ്ടും വീണ്ടും ഉപേക്ഷിച്ച് പുതിയ ശരീരങ്ങൾ നേടിക്കൊണ്ടിരിക്കുന്നു. 8400000 ജനനങ്ങൾക്ക് ശേഷം നാം മനുഷ്യശരീരം നേടുകയും, ജ്ഞാനം ലഭിക്കാനുള്ള ഉപാധികൾ കൈവശമാക്കുകയും ചെയ്യുന്നു. നിർഭാഗ്യവശാൽ, മീൻപിടുത്തക്കാരന്റെ ചൂണ്ടക്കൊളുത്തിലെ ഇര മത്സ്യത്തിന്റെ ശ്രദ്ധ വ്യതിചലിപ്പിക്കുന്നത് പോലെ, നാമും ആസക്തിയിൽ നിമഗ്നരായി വ്യതിചലിക്കപ്പെടുന്നു.

മനുഷ്യശരീരമെന്നത് ഒരു വരദാനമാണ്. പുനർജന്മങ്ങളുടെ ചാക്രികതയിൽ നിന്ന് മോചിതരാകാൻ നമ്മെ സഹായിക്കാൻ വേണ്ടതെല്ലാം അതിൽ അടങ്ങിയിരിക്കുന്നു. നാം അതിനെ പരിപോഷിക്കുകയും അസുഖങ്ങളിൽ നിന്ന് കാത്തുരക്ഷിക്കുകയും വേണം. പ്രായമാകുന്നതിൽ നിന്ന് അതിനെ തടുക്കാൻ നമുക്കാവില്ല. മാത്രവുമല്ല, ഓരോ സമയത്തും അപകടങ്ങളും ദുരിതങ്ങളും അത് അനുഭവിച്ചുകൊണ്ടിരിക്കുകയും ചെയ്യും. പക്ഷേ ആരോഗ്യമുള്ളിടത്തോളം, അതിൽ മൂർത്തമായിട്ടുള്ള ജ്ഞാനം നാം ശ്രദ്ധാപൂർവ്വം അന്വേഷിച്ചുകൊണ്ടേയിരിക്കണം; വൈകുന്നതിന് മുൻപ് തന്നെ. പുര കത്തുമ്പോൾ വെള്ളത്തിനായി കിണർ വെട്ടുന്ന കിഴവനെപ്പോലെ, പ്രായമേറി മരണം അടുത്തിരിക്കുമ്പോൾ ജ്ഞാനത്തെക്കുറിച്ച് ചിന്തിക്കാം എന്ന് കരുതരുത്.

മരണം എപ്പോഴാണ് വരുന്നതെന്ന് ആർക്കും അറിവില്ല. എന്നിട്ടും, സന്തോഷങ്ങളിലാറാടിയും ദുരിതങ്ങളിൽ അകപ്പെട്ടും ജീവിക്കുമ്പോൾ, ജ്ഞാനത്തെക്കുറിച്ച് ചിന്തിക്കുന്നവർ വളരെ വിരളം. സമ്പത്തുള്ളവരും, ആരോഗ്യമുള്ളവരും, ഭാഗ്യമുള്ളവരും, കാര്യങ്ങൾ എപ്പോൾ വേണമെങ്കിലും തകിടം മറിഞ്ഞേക്കാം എന്ന് മറന്നുപോകുന്നു. ദരിദ്രരും, ഭാഗ്യമില്ലാത്തവരും, രോഗങ്ങൾ അലട്ടുന്നവരും നല്ലകാലം വരണമെന്ന് അദമ്യമായി ആഗ്രഹിക്കുന്നു. അതിനപ്പുറത്തേയ്ക്ക് ചിന്തിക്കാൻ അവർക്കാവുന്നില്ല. സന്തോഷത്തിലും സന്താപത്തിലും മത്തു പൂണ്ട അവർ, അതിന് ശേഷം എന്തെന്ന് ചിന്തിക്കുന്നില്ല. നൂറു വർഷം നീണ്ടുനിൽക്കുന്ന ജീവിതമെന്നത് ഏറെക്കുറെ മതിയായ സമയമാണ്. അതിൽ പകുതി സമയവും ഉറക്കത്തിനായി പോകുന്നു. ഉണർന്നിരിക്കുന്ന സമയത്തിന്റെ പകുതിയും സമ്മർദ്ദങ്ങളും, രോഗങ്ങളും, കലഹങ്ങളും കൊണ്ടുപോകുന്നു. ബാക്കി സമയം ആശങ്കകൾക്കും ആശകൾക്കുമായി പോകുന്നു. കടലിലെ തിര കണക്കെയാണ് ജീവിതം. ദുർബ്ബലം. ക്ഷണികം. എന്നാൽ നമ്മെക്കാത്തിരിക്കുന്ന മരണത്തെക്കുറിച്ച് ആരും ചിന്തിക്കുന്നില്ല. കാലക്രമേണ, മേരുപർവ്വതം പോലും മാഞ്ഞുപോയേക്കാം; ചൂളയിൽ ചുട്ടെടുക്കാത്ത മൺപാത്രത്തിന് ജലം ശേഖരിക്കാനാവില്ല.

മരണം കുടുംബാംഗങ്ങളെയും സുഹൃത്തുക്കളെയും കൂട്ടിക്കൊണ്ടുപോകുന്നു. ഇടവേളകളില്ലാതെ, വിട്ടുവീഴ്ചയില്ലാതെ അത് ജീവിച്ചിരിക്കുന്നവരെ കാർന്നുതിന്നുകൊണ്ടിരിക്കുന്നു. പക്ഷേ നാം നമ്മുടെ കടമകളിലും, നേടാനുള്ള ഓട്ടങ്ങളിലും, പലതും നമ്മോട് ചേർത്തുനിർത്താനുള്ള ശ്രമങ്ങളിലും, നഷ്ടപ്പെട്ടുപോയവയെക്കുറിച്ചുള്ള ദുഃഖങ്ങളിലും വ്യാപൃതരാണ്. വിശപ്പ്, ദാഹം, ഇന്ദ്രിയാനന്ദങ്ങൾ, വൈകാരിക ആഗ്രഹങ്ങൾ, ആകർഷണങ്ങൾ, വിരക്തികൾ എന്നിവയുടെ മാന്ത്രികതയിൽ മയങ്ങിയിരിക്കുകയാണ് നാം. ലോകം നിരന്തരമായിമാറിക്കൊണ്ടിരിക്കുന്നു. എല്ലാ ദുഃഖങ്ങളുടെയും തായ്‌വേരാണത്. എന്നിരുന്നാലും, അതിനെക്കുറിച്ച് തെല്ലിട മനനം ചെയ്യാൻ നാം ശ്രമിക്കുന്നില്ല. ജയിലിൽ കിടക്കുന്ന ഒരാൾക്ക് എന്നെങ്കിലുമൊരിക്കൽ പുറത്തുവരാം. എന്നാൽ, സാമൂഹിക ബന്ധങ്ങളിൽ പെട്ടുപോയ മനുഷ്യർക്ക് അത് സാധ്യമല്ല. എല്ലാ ജീവികളും ഭക്ഷണം, ലൈംഗികത, സുഖസൗകര്യം, അധികാരം,

നാടോടിക്കഥകൾ അനുസരിച്ച്, കുരുക്ഷേത്രത്തിൽ ഒരു നിശ്ചിത തോൽവിയിൽ നിന്ന് രക്ഷപ്പെടാൻ ദുര്യോധനൻ രക്തപ്പുഴ കടന്ന് ഓടിപ്പോയി, സ്വന്തം മകന്റെ മൃതദേഹത്തിൽ പറ്റിപ്പിടിച്ചിരിക്കുകയാണെന്ന് അയാൾക്ക് അറിയില്ലായിരുന്നു. മനുഷ്യജീവിതത്തോടുള്ള അടുപ്പം അങ്ങനെയാണ്

ഉറക്കം എന്നിവ കൊതിക്കുന്നവരാണ്. പക്ഷേ അത് മാത്രമാണ് ഒരുവൻ കൊതിക്കുന്നതെങ്കിൽ, എങ്ങനെയാണയാൾ പക്ഷി, വന്യമൃഗം, മരം എന്നിവയിൽ നിന്നും വിഭിന്നനാകുന്നത്? മനുഷ്യരെ വ്യത്യസ്തരാകുന്നത് മരണത്തെക്കുറിച്ചും സ്വാതന്ത്ര്യത്തെക്കുറിച്ചും നമുക്കുള്ളിൽ അന്തർ ലീനമായിട്ടുള്ള, നാം കണ്ടുപിടിക്കാൻ വേണ്ടി കാത്തിരിക്കുന്ന, ജ്ഞാന മാണ്. എന്നും രാവിലെ പ്രഭാതകർമ്മങ്ങളെക്കുറിച്ചും, പകൽ മുഴുവൻ വിശപ്പിനെയും കുറിച്ചും, എല്ലാ രാത്രികളിലും ആനന്ദത്തെയും ഉറക്ക ത്തെയും കുറിച്ചും മാത്രം ചിന്തിക്കുന്ന മനുഷ്യർ വിഡ്ഢികളാണ്. ജ്ഞാനി കൾ മറ്റുള്ളവയിൽ നിന്നുള്ള വിരക്തി വളർത്തിയെടുന്നു. ഇതിനായി നമുക്ക് ചുറ്റും, വെള്ളവും പാലും വേർതിരിച്ചറിയാൻ കഴിയുന്ന സ്വർഗ്ഗ രാജ്യത്തെ ഹംസത്തെ പോലെ, പ്രബുദ്ധരായ ആളുകളെ പ്രതിഷ്ഠി ക്കേണ്ടതായുണ്ട്.

നിത്യജീവിതത്തിൽ ‘എന്റേത്’ അല്ലെങ്കിൽ ‘എന്റേതല്ലാത്തത്’ എന്നീ വാക്കുകൾ ഉപയോഗിക്കുന്നത് എന്തുകൊണ്ടാണെന്ന് നാം നമ്മോട് തന്നെ ചോദിക്കേണ്ടതുണ്ട്. ഈ വേർതിരിവിന്റെ ഉത്ഭവം എവിടെയാണ്? ‘എന്റേത്’ എന്ന വാക്ക് നമ്മെ ബന്ധിച്ചുനിർത്തുന്നു. ‘എന്റേതല്ലാത്തത്’ എന്ന വാക്ക് നമ്മെ സ്വാതന്ത്ര്യരാക്കുന്നു. ‘എന്റേത്’ എന്ന വാക്കിനെ നാം എത്രത്തോളം തേടുന്നുവോ, എത്രത്തോളം നാം നമ്മെ ബന്ധനസ്ഥരാക്കുന്നുവോ, അത്രത്തോളം നാം നമ്മിൽ ആശങ്കകൾ നിറയ്ക്കുകയും നശ്വരമായ ഇന്ദ്രിയസുഖങ്ങളിൽ നമ്മെ കുടുക്കിയിടുകയും ചെയ്യുന്നു. ‘എന്റേത്’ എന്നതിൽ അസ്വസ്ഥത, അഹംഭാവം, അവജ്ഞ, അമർഷം, അസൂയ, വെറുപ്പ് എന്നിവയുണ്ട്. ഉപേക്ഷിക്കാൻ കഴിയുന്നവർക്ക് സമാശ്വസിക്കാനും, സത്യത്തെ കാണാനും, മരണത്തെയും ജീവിതത്തെയും മനസ്സിലാക്കാനും, അനുഗ്രഹത്തോടെയും അന്തസ്സോടെയും സാധിക്കുന്നു. കാരണം ഒന്നും ആർക്കും സ്വന്തമല്ല. വെട്ടിപ്പിടിച്ചതെല്ലാം ഒരുനാൾ ഉപേക്ഷിച്ചേ തീരൂ. ഇപ്പോൾ ഓർക്കപ്പെടുന്നതെല്ലാം ഒരുനാൾ വിസ്മരിക്കപ്പെടും.

ജ്ഞാന-മാർഗ്ഗത്തിൽ ആയിരിക്കുന്ന ഒരാൾ, ഇന്ദ്രിയ ക്കുതിരകളുടെയും മനോരഥത്തിന്റെയും സ്വാധീനങ്ങളെ ആസ്വദിക്കുന്നു. കൂടാതെ താൻ ഉപഭോഗം ചെയ്യുന്ന എല്ലാത്തിനും പരിമിതികളും ഉച്ചനീചത്വങ്ങളും സൃഷ്ടിക്കുന്നതിനൊപ്പം തന്നെ ശരിയായ മതിപ്പ് നൽകുന്ന അഹത്തെയും അംഗീകരിക്കുന്നു. അത് മാത്രമല്ല, മോഹബന്ധങ്ങൾ, വിരക്തി, മരണഭയം എന്നിവയിലേയ്ക്ക് നയിക്കുന്ന, എന്റേത് എന്റേതല്ലാത്തത് എന്നുള്ള ആശയങ്ങളും അംഗീകരിക്കുന്നു. വാക്കുകളിലും, പ്രവർത്തികളിലും, സമ്പത്തിലും ഉദാരമായിരിക്കുന്നതിൽ നിന്നും നമ്മെ തടയുന്നതും, വസ്തുക്കളോടും ചിന്തകളോടും ശ്വാസത്തോട് പോലും നമ്മെ വല്ലാതെ അടുപ്പിച്ചുനിർത്തുന്നതും ഇതാണ്. എന്നാൽ

സ്വർഗ്ഗീയാനന്ദം നുകർന്നവർക്ക് ലൗകിക വിരുന്നുകളിൽ താത്പര്യ മുണ്ടാകില്ല. അവർ കൊതിക്കുന്നതും, പശ്ചാത്തപിക്കുന്നതും, അസൂയ പ്പെടുന്നതും, നിഷേധിക്കുന്നതും നിർത്തുന്നു. അവർ എല്ലാം ഉദാരമായി പങ്കുവയ്ക്കുന്നു. അവർ എല്ലാത്തിനെയും അനായാസമായി ഉപേക്ഷിക്കുന്നു.

ഒരാൾ മോഹബന്ധം, മുൻവിധി, ഇഷ്ടം, ഇഷ്ടക്കേട്, സ്നേഹം, വെറുപ്പ് എന്നിവയിൽ നിന്നും വിമുക്തി നേടുമ്പോഴും, ലൗകികമായും വൈകാരികമായും ആ വ്യക്തി ഉദാരമായി നൽകുന്നയാളാണെങ്കിൽ, ആ വ്യക്തിയ്ക്ക് എവിടെയിരുന്നു വേണമെങ്കിലും മോക്ഷം നേടാനും, ഭയമില്ലാതെ മരണത്തെ സ്വീകരിക്കാൻ തക്ക സ്വതന്ത്രനാകാനും സാധിക്കും. സ്വർഗ്ഗം, നരകം, ആശാ, ഭയം എന്നിവയോടൊന്നും പ്രതിപത്തിയുണ്ടാകുന്നില്ല. വെറും ശാന്തി മാത്രം. ഗരുഡപുരാണത്തെ സംബന്ധിച്ചിടത്തോളം, ഇതാണ് മോക്ഷം.

## ഗൃഹസ്ഥന്റെ ധർമ്മം

ആവർത്തിച്ചുള്ള ജനനവും ആവർത്തിച്ചുള്ള മരണവും ഒഴിവാക്കാ നാഗ്രഹിക്കുന്ന ഒരു വ്യക്തി, ശരിക്കും പരിഷ്കൃതവും ആധികാരികവു മായതിനെ കണ്ടെത്തണമെന്നാണ് ഗരുഡപുരാണത്തിൽ വിഷ്ണു ഗരുഡനോട് പറയുന്നത്. എല്ലാ ഘടകങ്ങളും വ്യക്തമായി മനസ്സിലാ ക്കാതെ ആചാരങ്ങൾ ചെയ്യുന്ന ആൾമാറാട്ടക്കാരനെ ഒഴിവാക്കുക. മനസ്സിലാക്കാതെ വൈദികക്രിയകളിൽ ആകൃഷ്ടരായിരിക്കുന്നവരെയും, മനസ്സിനെ ശുദ്ധീകരിക്കാതെ ഉപവാസങ്ങളിലൂടെ ശരീരത്തെ മാത്രം പീഡിപ്പിക്കുകയും ചെയ്യുന്നവരെ ഒഴിവാക്കുക. മൃഗത്തോൽ ധരിച്ച്, മുടിയിൽ ജഡയും, ശരീരം മുഴുവൻ ഭസ്മവും, വായിൽ വേദകീർത്തന ങ്ങളുമായി നടക്കുന്ന, എന്നാൽ ലൗകിക ലോകത്തിന്റെ സുഖങ്ങളിൽ ക്ഷണികമായെങ്കിലും മുഴുകുകയും മറ്റുള്ള ഋഷിമാരോട് കീർത്തിയ്ക്കും അന്തസ്സിനും വേണ്ടി മത്സരിക്കുകയും ചെയ്യുന്നവരെ ഒഴിവാക്കുക. കഴുതകൾ വിവസ്ത്രരായാണ് നടക്കുന്നത്. എന്നാൽ അതവരെ ജ്ഞാനി കളാക്കുന്നില്ല. അതിനാൽത്തന്നെ വിവസ്ത്രരായി നടക്കുന്നത് നിങ്ങളെ ജ്ഞാനിയാക്കുന്നില്ല. നായകൾ ഭസ്മത്തിൽ കിടന്നുരുളാറുണ്ടെങ്കിലും അതവരെ ജ്ഞാനികളാക്കുന്നില്ല; ദേഹത്ത് ഭസ്മം പൂശുന്നത് നിങ്ങളെ ജ്ഞാനിയാക്കുന്നില്ല. മാൻ പുല്ലു തിന്നുന്നുവെങ്കിലും അതവരെ ജ്ഞാനികളാക്കുന്നില്ല; പുല്ല് ഭക്ഷിക്കുന്നത് നിങ്ങളെ ജ്ഞാനി യാക്കുന്നില്ല. ഗംഗാനദിയിൽ മീനുകളുണ്ട്. പക്ഷെ അതവരെ ജ്ഞാനിക ളാക്കുന്നില്ല. ഗംഗയ്ക്കരികിൽ ജീവിക്കുന്നതുകൊണ്ട് മാത്രം നിങ്ങൾ ജ്ഞാനിയാകുന്നില്ല. ആചാരങ്ങളും രീതികളും മാത്രം ഒന്നിനും പര്യാപ്തമല്ല. ഉൾക്കാഴ്ചയെ ജ്ഞാനമാക്കി മാറ്റാനുള്ള സാധ്യതയെ അത് കൂട്ടുന്നു എന്ന് മാത്രം.

വെറുതെ വേദങ്ങൾ മനഃപാഠമാക്കുന്നതോ, ശാസ്ത്രങ്ങൾ പഠിക്കുന്നതോ, മന്ത്രങ്ങളും പുണ്യഗ്രന്ഥങ്ങളും ചൊല്ലുന്നതോ, ആരെയും ജ്ഞാനിയാക്കുന്നില്ല. അറിവ് മാത്രം പോര. കവിത്വത്തിൽ വിദ്യാഭ്യാസം നേടിയവരെയോ, വ്യാകരണത്തിലും തർക്കശാസ്ത്രത്തിലും നിപുണരായവരെയോ നിരീക്ഷിച്ചു നോക്കൂ. അവരെ കാർന്നു തിന്നുന്ന വേവലാതി ശ്രദ്ധിക്കൂ. അവരൊന്നും ജ്ഞാനികളല്ല. സത്യത്തിന് വേണ്ടി ഉഗ്രമായി വാദിക്കുന്നവർക്ക് സത്യം അറിയണമെന്നില്ല; ഒരു തവിയിൽ തേൻ എടുക്കുന്നു എന്ന് കരുതി ആ തേനിന്റെ മധുരം തവിയ്ക്ക് അറിയണമെന്നില്ലല്ലോ. വിളക്കുകളെക്കുറിച്ച് സംസാരിക്കുന്നത് അന്ധകാരത്തെ അകറ്റില്ല എന്നത് പോലെ, മനഃപാഠം ചെയ്യുന്നത് നിങ്ങൾക്ക് ജ്ഞാനം നല്കണമെന്നില്ല. അറിവ് എന്നത് അനന്തമാണ്. എല്ലാ അറിവും നേടാൻ അനന്തജന്മങ്ങൾ വേണ്ടിവരും. എന്നാൽ ഉൾക്കാഴ്ച എന്നത്, അതിനെക്കുറിച്ച് ഉത്സുകനായ ഒരു വ്യക്തിയ്ക്ക്, ഒരു നിമിഷത്തിന്റെ, ഒരു ഞൊടിയിടയിലോ വരാം. ആ ഉൾക്കാഴ്ച നേടിക്കഴിഞ്ഞാൽ പിന്നെ ഗ്രന്ഥങ്ങളുടെയോ, ആചാരങ്ങളുടെയോ, പ്രകടനങ്ങളുടെയോ ആവശ്യം വരുന്നില്ല. മെതി കഴിഞ്ഞ ശേഷം ബാക്കിയാകുന്ന കറ്റകൾ പോലെയാണവ.

ഈ ലോകത്ത് നിങ്ങൾ തനിച്ചല്ല എന്ന യാഥാർത്ഥ്യത്തെ മനസ്സിലാക്കലാണ് ജ്ഞാനം. നിങ്ങൾ കൊതിക്കുന്ന ഇരയോ, നിങ്ങൾ ഭയക്കുന്ന വേട്ടക്കാരനോ അല്ല ലോകം. നിങ്ങളും ആരുടെയൊക്കെയോ ഇരയും വേട്ടക്കാരനുമാണ്. ജീവാത്മാവ് (സ്വം) പരമാത്മാവിനോട് (ഇതരം) അനുകമ്പപ്പെടുകയും, എങ്ങനെയാണ് ഇതരക്കാർ ആലോചിക്കുന്നതെന്നും, വിശപ്പും ഭയവും അജ്ഞതയും വരുമ്പോൾ അനുഭവിക്കുന്നതെന്നും അംഗീകരിക്കുകയും ചെയ്യുന്നു. ഈ ഭൂമിയിലുള്ള എല്ലാം ഭക്ഷണമാണ്; ഭക്ഷണം കഴിക്കുന്നയാളുമാണ്. മരങ്ങൾ, ചെടികൾ, മൃഗങ്ങൾ, മനുഷ്യർ, ദൈവങ്ങളും രാക്ഷസന്മാരും, ഋഷികളും മന്ത്രവാദികളും, പ്രേതങ്ങളും പൂർവികരും, എല്ലാം. ഒറ്റയ്ക്കായാൽ അവർക്ക് സ്വയം ഇരയാണെന്ന് തോന്നുകയും, പ്രതിനായകരെ ഭയക്കുകയും, നായകരെ തേടുകയും ചെയ്യുന്നു. എന്നാലവർ തനിച്ചല്ല എന്നും, സ്വം ഇതരം എന്നിവ വ്യത്യസ്തമല്ല എന്നും, എല്ലാവരും ആവാസവ്യവസ്ഥയുടെ ഭാഗമാണെന്നും മനസ്സിലാക്കിയാൽ, പിന്നെ എല്ലാം മാറും. ഭക്ഷിക്കുകയും ഭക്ഷിക്കപ്പെടുകയും ചെയ്യുന്നതിന് പകരം അവർ ഊട്ടാനും ഊട്ടപ്പെടാനും ശ്രമിക്കുന്നു.

മുൻ തലമുറയെ അടുത്ത തലമുറയായി തിരികെ കൊണ്ടുവരാനുള്ള വിവാഹ ചടങ്ങ്

ഭക്ഷിക്കുന്നവരും ഭക്ഷിക്കപ്പെടുന്നവയുമാണ് സംസാര അഥവാ പ്രകൃതി. ഊട്ടുന്നവരും ഊട്ടപ്പെടുന്നവരുമാണ് സംസ്കാര. ഇവ സ്ഥാപിതമാകുന്നത് ആചാരങ്ങളിലൂടെയാണ്. സംസാരത്തെ (പ്രകൃതി) സംസ്കാരത്തിൽ (സാംസ്കാരിക പ്രവർത്തനങ്ങൾ) നിന്ന് വേറിട്ട് നിർത്തുന്നത് 'ക' എന്ന ശബ്ദമാണ്. ഹൈന്ദവരുടെ ശവസംസ്കാര ചടങ്ങുകളിൽ ബലിച്ചോറുരുളകൾ കാക്കകൾക്കാണ് നൽകാറ്. എന്തുകൊണ്ട് കാക്കകൾ? ഇതിന് ഒരുപാട് വിശദീകരണങ്ങൾ കണ്ടിട്ടുണ്ട്. കാക്കകൾ പുറപ്പെടുവിക്കുന്ന 'ക' എന്ന ശബ്ദം സംസ്കൃതത്തിൽ അന്വേഷണത്തിന്റെ ശബ്ദമായത് കൊണ്ടാണ് എന്നാണ് ഒരു പക്ഷം. ഉദാഹരണത്തിന്, 'ക' എന്ന ശബ്ദം ഹിന്ദിയിലെ എന്തിന് (ക്യാ), എപ്പോൾ (കബ്), എവിടെ (കഹാം), എങ്ങനെ (കൈസേ), എന്തുകൊണ്ട് (ക്യോം) എന്നീ വാക്കുകൾക്ക് കാരണമാകുന്നു. പരിശോധനയ്ക്ക് വിധേയമായ ഒരു ജീവിതം, നാം എത്രത്തോളം സംസ്കാരമുള്ളവരാണെന്നതിന്റെ സൂചനയാണ്.

എല്ലാ ജീവികളും നിലനിൽക്കാനാണ് ശ്രമിക്കുന്നത്. എന്നാൽ നാം കടങ്ങളുടെ ഒരു ആവാസവ്യവസ്ഥയിലാണ് ജീവിക്കുന്നത് എന്ന് മനുഷ്യർക്കറിയാം. നമ്മുടെ കടങ്ങൾ വീട്ടുന്നത് നമ്മെ സ്വതന്ത്രരാക്കും. സംസ്കാരത്തിൽ, നാം മറ്റുള്ളവരിലും ഭയത്തിലുമാണ് ശ്രദ്ധ കേന്ദ്രീകരിക്കുന്നത്.

- പൂർവ്വികരെ സഹായിക്കാനാണ് നിങ്ങൾ കുഞ്ഞുങ്ങളെ ഉൽപ്പാദിപ്പിക്കുന്നത്. ഇത് ഗർഭധാരണത്തിനുള്ള ഗർഭദാന സംസ്കാരത്തിൽ തുടങ്ങി കുഞ്ഞിന് പേരിടുന്ന നാമകരണ സംസ്കാരത്തിൽ അവസാനിക്കുന്നു.
- കുഞ്ഞുങ്ങൾക്ക് സ്വയം ഭക്ഷണം കഴിക്കാൻ കഴിയുന്നത് വരെ നാം അവരെ ഊട്ടുന്നു. കുഞ്ഞുങ്ങൾക്ക് ചോറ് നൽകുന്ന അന്ന-പ്രസന്ന സംസ്കാരം, അവരുടെ മുടി മുറിക്കുന്ന ചൂഡാകർമ്മ സംസ്കാരം, അവരുടെ കാതുകുത്തുന്ന കർണ്ണഭേദ സംസ്കാരം എന്നിവ അവരെ മൃഗങ്ങളിൽ നിന്നും മനുഷ്യരാക്കി മാറ്റുന്നു.
- നിങ്ങളുടെ കുട്ടികൾ, നിങ്ങളെപ്പോലെ തന്നെ, അവരുടെ വംശത്തെയും (വർണ്ണ-ധർമ്മ) ജീവിത കാലഘട്ടത്തെയും (ആശ്രമധർമ്മ) അടിസ്ഥാനപ്പെടുത്തി തങ്ങളുടെ കർത്തവ്യങ്ങൾ (സ്വ-ധർമ്മ) ചെയ്യുന്നുണ്ടെന്നും, ആപത്കരമായ സന്ദർഭങ്ങളിൽ അവയിൽ വേണ്ട രീതിയിൽ മാറ്റങ്ങൾ വരുത്തുന്നുണ്ടെന്നും (ആപത്-ധർമ്മ) ഉറപ്പുവരുത്തുക.
- നിങ്ങളുടെ കുട്ടികളെ, നിങ്ങളെപ്പോലെതന്നെ, അവരുടെ തലമുറയ്ക്കു വേണ്ട ജ്ഞാനം (ബ്രാഹ്മണ), സുരക്ഷിതത്വം (ക്ഷത്രിയ), ചരക്കുകൾ (വൈശ്യ), സേവനങ്ങൾ (ശൂദ്ര) എന്നിവയുടെ ദാതാക്കളായിരി

ക്കുമെന്ന് പഠിപ്പിക്കുക. വിനിമയത്തിന്റെയും (യജ്ഞ) ഉദാരത യുടെയും (ദാന) വില അവരെ പഠിപ്പിക്കുക.

- കുട്ടികളെ ലോകത്തിൽ ജീവിക്കാൻ തയ്യാറെടുക്കുന്നവരായി പഠിപ്പിക്കുക. ഇതാണ് ബ്രഹ്മചര്യാശ്രമം. ഇത് വിദ്യാരംഭ സംസ്കാരത്തിൽ തുടങ്ങി ഉപനയന സംസ്കാരത്തിലൂടെ തുടരുന്നു. അപ്പോഴേയ്ക്കും കുട്ടി താൻ കുടുംബം, സുഹൃത്തുക്കൾ, അപരിചിതർ, സംസ്കാരം, പ്രകൃതി, പ്രേതാത്മാക്കൾ, പൂർവ്വികർ എന്നിവയുടെ ആവാസവ്യവസ്ഥയിൽ ഒരു ഭാഗമാണ് താൻ എന്ന് ആസ്വദിക്കാൻ തുടങ്ങും.
- സന്തതികൾ അവർക്ക് പൂർവ്വികരോടും, കുടുംബത്തോടും, സംസ്കാര ത്തോടും, പ്രകൃതിയോടുമുള്ള കടങ്ങൾ വീട്ടുവാൻ സഹായിക്കു വാനായി അവരെ വിവാഹം കഴിപ്പിക്കുക. ഇതാണ് ഗൃഹസ്ഥാശ്രമം. ഇത് വിവാഹസംസ്കാരത്തിൽ തുടങ്ങുന്നു.
- സന്തതികൾ തയ്യാറായിക്കഴിയുമ്പോൾ നിങ്ങൾ ലോകത്ത് നിന്നും വിരമിക്കണം. ഇതാണ് വാനപ്രസ്ഥാശ്രമം.
- നിങ്ങൾ തയ്യാറായിക്കഴിയുമ്പോൾ നിങ്ങൾ ജീവിതത്തിൽ നിന്നും പിന്മാറണം. ഇതാണ് സന്ന്യാസാശ്രമം.
- നിങ്ങൾ മരണപ്പെടുമ്പോൾ, നിങ്ങളുടെ പ്രേതാത്മാവിന് പിതൃലോക ത്തേയ്ക്കുള്ള യാത്ര സാധ്യമാക്കാൻ വേണ്ടി നിങ്ങളുടെ കുടുംബം അന്ത്യേഷ്ടിയും ശ്രാദ്ധവും ചെയ്യുമെന്ന് നിങ്ങൾ പ്രത്യാശിക്കുന്നു.

ഇതരരുമായി (പര-ആത്മ) ഇടപെടുന്നതിലൂടെ, നിങ്ങൾക്ക് അനന്തത (പരം-ആത്മ) അനുഭവത്തിൽ വരുന്നു. അനന്തത അനുഭവത്തിൽ വരുന്നതോടെ നിങ്ങൾ അതിർവരമ്പുകൾ, വേർതിരിവുകൾ, ഉച്ചനീച ത്വങ്ങൾ എന്നിവയുടെ വിഭ്രമം (മായ) മനസ്സിലാക്കുന്നു. ഇതരർ ഒരു അവസരമോ ഭീഷണിയോ, ഭക്ഷിക്കേണ്ടതോ, ഭയക്കേണ്ടതോ ആയ ഒന്നായി നിങ്ങൾക്ക് തോന്നുകയില്ല. ആത്യന്തികമായി നിങ്ങൾ ചുറ്റുമുള്ള എല്ലാത്തിനെയും എല്ലാവരെയും പോലെ ആണെന്ന് – ഭക്ഷണം ആണെന്ന് – നിങ്ങൾ മനസ്സിലാക്കുന്നു.

## ഒരു ഭക്തന്റെ വികാരങ്ങൾ

വേദിക് ഹിന്ദു മതം പുരാണ ഹിന്ദു മതത്തിലേയ്ക്ക് മാറിയപ്പോൾ (1000 ബിസിഇ മുതൽ 500 സിഇ വരെ) നിർഗുണ ബ്രഹ്മൻ (ആകാരമില്ലാത്ത ദൈവികത), സദ്ഗുണ ബ്രഹ്മൻ (ആകാരമുള്ള ദൈവികത), അവതാരം (ഭൂമിയിലെ ദൈവികത) എന്നീ ആശയങ്ങൾ ഉരുത്തിരിഞ്ഞു. അമൂർത്ത മായത് അങ്ങനെ മൂർത്തമായി. അപരിമിതമായത് അങ്ങനെ പരിമിത മായി. നിഗൂഢമായവ അങ്ങനെ പ്രാപ്യമായി. പ്രാപ്യമായ ദൈവങ്ങൾ

ക്ഷേത്രശ്രീകോവിലുകളിലെ ബിംബങ്ങളായി. മനുഷ്യൻ ഒരു നേതാവിനെയോ ഗുരുവിനെയോ ആചാര്യനെയോ സമീപിക്കുന്ന വണ്ണം അവരെ സമീപിച്ചു തുടങ്ങി. ഈ പരമാധികാരത്തിൽ സ്വയം സമർപ്പിക്കുന്ന ഈ പ്രവണത രാജാക്കന്മാർക്കിടയിൽ പ്രചാരത്തിൽ വരുകയും, അവർ പ്രോത്സാഹിപ്പിച്ചതിലൂടെയും, സംസ്ഥാനങ്ങളുടെ വരവോടെയും പൊതുജനങ്ങൾക്കിടയിൽ വലിയ രീതിയിൽ സ്വീകരിക്കപ്പെട്ടുകയും ചെയ്തു.

ഹൈന്ദവക്ഷേത്രങ്ങളിൽ, ദൈവങ്ങൾ ലൗകിക കാര്യങ്ങളിൽ ഇടപെടുകയും, ലൗകിക പ്രശ്നങ്ങൾ പരിഹരിക്കുകയും ചെയ്യുന്നതായി കാണിക്കുന്ന രീതി വ്യാപകമായി. ശക്തിയെ വിവാഹം കഴിച്ച്, കൈലാസത്തിൽ നിന്നുമിറങ്ങി വന്ന് കാശിയുടെ കാവലാളായ (കോട്വാൾ) ശിവൻ; നാല് കൈകളുണ്ടായിട്ടും, അയോധ്യയിലും മഥുരയിലും രണ്ടു കൈകളുമായി ജനിച്ച് എതിരാളികളായ രാവണനെയും ജരാസന്ധനെയും നേരിടേണ്ടി വന്ന വിഷ്ണു; ബ്രഹ്മാവിന്റെ മകളും, വിഷ്ണുവിന്റെ സഹോദരിയും, ശിവന്റെ പത്നിയും, യുദ്ധത്തിൽ എതിരാളികളെ തോൽപ്പിക്കുകയും, വീട്ടിലുള്ള വിശക്കുന്ന വയറുകളെ ഊട്ടുകയും ചെയ്ത ദുർഗ്ഗ.

ശിവൻ മാർക്കണ്ഡേയനെ യമനിൽ നിന്ന് രക്ഷിക്കുന്നു

ശിവന്റെ ലോകമായ കൈലാസം, വിഷ്ണുവിന്റെ ലോകമായ വൈകുണ്ഠം എന്നീ നിത്യസ്വർഗ്ഗങ്ങളെപ്പറ്റി പുരാണങ്ങളിൽ പറയുന്നുണ്ട്. പുനർജന്മമെന്ന ചാക്രികതയിൽ നിന്നും രക്ഷനേടാനായി, ദൈവത്തിന്റെ ചിത്രം കാണുന്നതും (ദർശൻ), കഥകൾ കേൾക്കുന്നതും (ശ്രവൺ), അവരെക്കുറിച്ചോർക്കുന്നതും (സ്മരണ), ആചാരങ്ങളിലൂടെ അവരെ പൂജിക്കുന്നതും (പൂജ-അർച്ചന-ഉപാസന) മതിയാവും.

ഭക്തിസാഹിത്യത്തിൽ, മരിച്ചവർക്ക് യമലോകത്തിന്റെ ഭീകരതയോ പിതൃലോകത്തിന്റെ ദുഃഖമോ നേരിടേണ്ടിവരുന്നില്ല. ശിവനെ ഉപാസിക്കുന്നവർ, വിശപ്പ് ഇല്ലാത്ത, കൈലാസത്തിൽ എത്തിച്ചേരുന്നു. വിഷ്ണുവിനെ ഉപാസിക്കുന്നവർ, പാലാഴിയായ വൈകുണ്ഠത്തിൽ

എത്തിച്ചേരുന്നു. കൃഷ്ണനെ ആരാധിച്ചാൽ അവർ ഗോ-ലോകത്തിലെത്തും. അവിടെ കൃഷ്ണൻ എപ്പോഴും ആഗ്രഹങ്ങൾ നിറവേറ്റുന്ന പശുക്കളാൽ ചുറ്റപ്പെട്ട, ആഗ്രഹങ്ങൾ നിറവേറ്റുന്ന വൃക്ഷത്തിൻ കീഴിൽ ഓടക്കുഴൽ വായിക്കുന്നു. ഇതാണ് ഭക്തിമാർഗ്ഗം അഥവാ ഭക്തിയുടെ പാത.

ഒരു കുട്ടിക്കുരങ്ങൻ അമ്മയുടെ മാറിൽ രക്ഷ തേടി പറ്റിപ്പിടിച്ച് കിടക്കുന്നപോലെ, ശിവലിംഗത്തിൽ പറ്റിപ്പിടിച്ച് കിടന്ന മാർക്കണ്ഡേയനെ എങ്ങനെയാണ് യമന്റെ മരണക്കുടുക്കിൽ നിന്ന് സാക്ഷാൽ ശിവൻ തന്നെ രക്ഷിച്ചത് എന്നതിനെക്കുറിച്ചുള്ള കഥകൾ ശിവഭക്തർ പറഞ്ഞിട്ടുണ്ട്. കാവൽക്കാരിൽ നിന്ന് രക്ഷപ്പെടാനായി ഓടിയ ഒരു തസ്കരൻ ഒരു കൂവളമരത്തിൽ കയറിയിരുന്നതും, അവിടിരുന്ന് ആ രാത്രി മുഴുവൻ ഉറങ്ങാതിരിക്കാനായി താഴേയ്ക്ക് പറിച്ചിട്ട ശിവന് പ്രിയപ്പെട്ട കൂവളത്തിലകൾ അറിയാതെ ആ മരത്തിനടിയിൽ ഉണ്ടായിരുന്ന ശിവലിംഗത്തിൽ വീഴുകയും അങ്ങനെ ആ തസ്കരൻ കൈലാസത്തിൽ എത്തിപ്പെട്ടതുമായ കഥകളും അവർ പറഞ്ഞിട്ടുണ്ട്.

ചൂതാട്ടക്കാരനും തെമ്മാടിയുമായ അജമിലയെ യമദൂതന്മാരിൽ നിന്നും വിഷ്ണുവിന്റെ ദൂതന്മാർ രക്ഷിച്ചു. അയാൾ തന്റെ മകന്റെ പേര് വിളിച്ച് ഉറക്കെ കരഞ്ഞതുകൊണ്ടായിരുന്നു അത്. ആ മകന്റെ പേര്, വിഷ്ണുവിന്റെ തന്നെ മറ്റൊരു പേരായ നാരായണൻ എന്നായിരുന്നു. അജമിലയെ, വഴി മാറിപ്പോയ, നിരുത്തരവാദിയായ ഒരു പൂച്ചക്കുട്ടിയെ അമ്മപ്പൂച്ചയുടെ അടുക്കലെത്തിച്ചതിനോടാണ് താരതമ്യപ്പെടുത്താറ്. ഒരു താമരക്കുളത്തിൽ മുതലയുടെ പിടിയിലകപ്പെട്ടു പോയ ആനകളുടെ രാജാവായ ഗജേന്ദ്രന്റെ പ്രാർത്ഥന കേട്ടെത്തി വിഷ്ണു രക്ഷിച്ചതിനെപ്പറ്റിയും വിഷ്ണു ഭക്തർ പറയാറുണ്ട്. പ്രാർത്ഥന നമ്മെ ലൗകികതയുടെ കെണിയിൽ നിന്നും എങ്ങനെ മോചിതരാക്കുന്നു എന്നതിന്റെ രൂപകമായാണ് ഈ കഥ പറയപ്പെടുന്നത്.

ഇന്ത്യയുടെ പല ഭാഗങ്ങളിലും ചിത്രങ്ങളിലും ബിംബങ്ങളിലും ഉള്ളതിനേക്കാൾ, മനുഷ്യാകാരത്തിൽ അന്തർലീനമായിരിക്കുന്ന ദൈവികതയെയാണ് ഭക്തർ ആരാധിക്കാറുള്ളത്. അവർക്ക്, ഒരു ആത്മീയ ഗുരുവെന്നാൽ ആചാര്യനും ദൈവത്തിന്റെ ഇടനിലക്കാരനും ആകുന്നു. സാധാരണ അധ്യാപകരും പരിശീലനം നൽകുന്നവരുമായിരുന്ന വേദകാലത്തെ ഗുരുക്കന്മാരെ അപേക്ഷിച്ച്, പത്താം നൂറ്റാണ്ടിന് ശേഷം ഒരു പുതിയ തരം ഗുരു

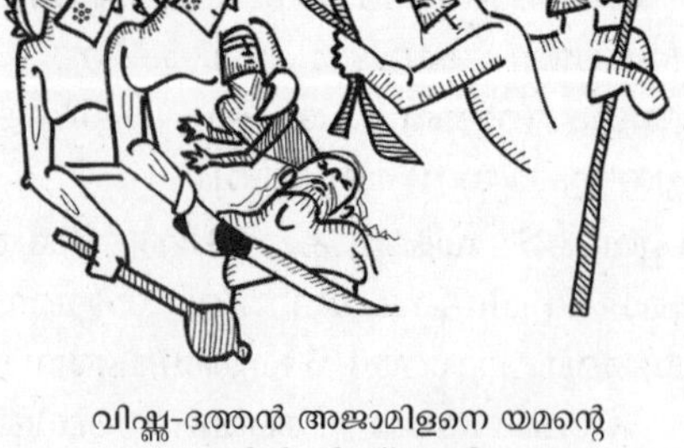

വിഷ്ണു-ദത്തൻ അജാമിളനെ യമന്റെ ദൂതന്മാരിൽ നിന്ന് രക്ഷിക്കുന്നു

ഇന്ത്യയിൽ പ്രാമുഖ്യം നേടി. ഈ ഗുരുക്കന്മാരെ, സ്നേഹിക്കുകയും വന്ദിക്കുകയും ചെയ്യേണ്ട ദൈവികതയുടെയും, ഊർജ്ജ ഉറവിടത്തിന്റെയും മൂർത്തരൂപങ്ങളായാണ് കണ്ടിരുന്നത്. കരുണാമയനും സർവ്വശക്തനുമായ ഈശ്വരനും, ഈശ്വരന്റെ ദൂതന്മാരും എന്ന സങ്കൽപ്പം, ക്രിസ്തീയ-മുസ്ലിം വാണിജ്യക്കാരിലൂടെയും, പോരാളികളിലൂടെയും, മതപ്രചാരകരിലൂടെയും ഇന്ത്യയിലെത്തി പ്രചാരം നേടിയതിന്റെ സ്വാധീനത്തിലാവണം ഒരു സിദ്ധാന്തത്തിൽ സമർപ്പിക്കണം എന്ന ആശയമുണ്ടായത്. ഇന്ന്, ഇന്ന് ഗുരുവിനെ അദ്ധ്യാപകർക്കും, ദൈവങ്ങൾക്കും, മാതാപിതാക്കൾക്കും മുകളിൽ പ്രതിഷ്ഠിക്കുന്ന തരത്തിലുള്ള മന്ത്രങ്ങളാണ് ഭക്തർ ഉരുവിടുന്നത്. ഭക്തർ തങ്ങളുടെ സമ്പത്ത് മുഴുവൻ ഗുരുവിന് നൽകുകയും, തങ്ങളുടെ ജീവിതത്തിലെ പ്രധാന തീരുമാനങ്ങൾ എടുക്കാൻ ഗുരുവിനെ ആശ്രയിക്കുകയും, ഗുരുവിന്റെ തോന്നലുകൾക്ക് മുന്നിൽ പൂർണ്ണമായും സമർപ്പിക്കുകയും ചെയ്യുന്നു. ഇത് മുക്തിയാണെന്ന് തോന്നിക്കുന്നു.

# ഉപസംഹാരം

*ഹൈന്ദവ വീക്ഷണത്തിൽ എന്തുകൊണ്ടാണ്*
*അന്ത്യന്യായവിസ്താരദിനം ഇല്ലാത്തത്*
*എന്ന് നമുക്ക് നോക്കാം*

ആളുകൾ മരണപ്പെടുമ്പോൾ, ലോകത്തെമ്പാടുമുള്ളവർ പറയുന്ന ഒന്നാണ് RIP അഥവാ *റെസ്റ്റ് ഇൻ പീസ്* അഥവാ സമാധാന ത്തോടെ വിശ്രമിക്കൂ. മരണം ഒരു ലക്ഷ്യസ്ഥാനമാണെന്നും, അവസാന മാണെന്നും, അവിടെ നിന്ന് മുന്നോട്ടോ പിന്നോട്ടോ പോകാനാവില്ലെന്നു മുള്ള വിശ്വാസത്തെ അടിസ്ഥാനമാക്കിയാണ് ഇങ്ങനെ പറയുന്നത്. അടു ത്തിടെയായി, പല ഹൈന്ദവരും ഇതിന് ഒരു സംസ്കൃത ഭാഷ്യം സാമൂഹ്യ മാധ്യമത്തിൽ നൽകി വരുന്നുണ്ട് – 'ഓം ശാന്തി'. ശാന്തിയ്ക്ക് വേണ്ടിയുള്ള ഒരു പ്രാർത്ഥനയാണത്. മരണാനന്തര ജീവിതത്തെക്കുറിച്ചുള്ള ഹൈന്ദവ വിശ്വാസത്തിന്റെ അശാന്തിയും ഗതിവിജ്ഞാനീയതയും ഇതില്ലാതാ ക്കുന്നു. ശരീരത്തിൽ നിന്നും മാറ്റപ്പെട്ട ആത്മാവ് ജീവിച്ചിരിക്കുന്നവരുടെ നാട്ടിൽ നിന്നും മരിച്ചവരുടെ നാട്ടിലേയ്ക്ക് പോയി, ശേഷം വീണ്ടും പുനർജന്മത്തിലൂടെ മടങ്ങി വരുന്നതിനെ ആധാരമാക്കിയുള്ള വിശ്വാസ മാണിത്. മരിച്ചവരെ ഊട്ടുന്നതിലൂടെ, ആത്മാക്കൾക്ക് സമാധാനത്തോടെ യാത്ര ചെയ്യാൻ നാം സഹായിക്കുന്നു. മാത്രവുമല്ല, നമ്മുടെ ദൈനംദിന ജീവിതത്തിന്റെ പ്രാഥമിക ശക്തിയായ വിശപ്പിനെക്കുറിച്ചും അത് നമ്മെ ഓർമ്മിപ്പിക്കുന്നു. സമാധാനത്തോടെ യാത്ര ചെയ്യൂ അഥവാ *ട്രാവൽ ഇൻ പീസ്* അഥവാ TIP എന്നതായിരിക്കണം കുറച്ചുകൂടി യോജിച്ച ഹൈന്ദവ ചുരുക്കെഴുത്ത്.

RIP-യിലെ റെസ്റ്റിംഗ് അഥവാ വിശ്രമം സംഭവിക്കുന്നത് മൃതാത്മ പാപമോചനസ്ഥാനത്തിലാണ്. വ്യക്തിയുടെ ജീവിതം അവസാനിക്കുന്ന സമയം മുതൽ, ലോകം തന്നെ അവസാനിക്കുന്നത് വരെയുള്ള സമയ മാണത്. അതിന് ശേഷം എല്ലാ ആത്മാക്കളെയും ദൈവങ്ങൾ ഒരേ

പോലെ വിധിനിർണ്ണയം ചെയ്യുന്നു. ക്രിസ്ത്യൻ-ഇസ്‌ലാം യുഗാന്ത്യ ശാസ്ത്രങ്ങളുടെ, അതായത് അന്ത്യത്തെക്കുറിച്ചുള്ള ഐതിഹ്യങ്ങളുടെ, ഒരു ഭാഗമാണ് ഗംഭീരമായ ഈ പരകോടി. നമുക്കൊരു ജീവിതമേ ഉള്ളൂ എന്നതാണ് അവരുടെ വിശ്വാസം. അതിനാൽത്തന്നെ ദൈവദൂതന്മാർ അഥവാ പ്രവാചകർ വെളിപ്പെടുത്തുന്ന ദൈവത്തിന്റെ നിയമങ്ങൾക്ക് അനുസൃതമായി അവർ ജീവിക്കണമെന്നാണ് നിഷ്കർഷിക്കുന്നത്. മരണത്തിന് ശേഷം, നമ്മുടെ പ്രവൃത്തികളുടെ അടിസ്ഥാനത്തിൽ നമ്മുടെ വിധി എന്തെന്ന് ദൈവം തീരുമാനിക്കുന്ന അന്ത്യന്യായവിസ്താര ദിനം (പേർഷ്യനിൽ 'ഖയാമത്ത്') വരെ നാം കാത്തിരിക്കണം. ദുഷ്ടചിന്തകളുള്ളവർക്ക് ഈ കാത്തിരിപ്പിന് നീളം കൂടുതലും, നന്മനിറഞ്ഞവർക്ക് ഈ കാത്തിരിപ്പ് ചെറുതുമായിരിക്കും. നിയമത്തിലും സ്നേഹത്തിലും ജീവിച്ചവർ (ഹലാൽ) സ്വർഗ്ഗത്തിലേക്ക് (ജന്നത്) പോകുന്നു; നിയമത്തെയും സ്നേഹത്തെയും ധിക്കരിച്ച ബാക്കിയുള്ളവർ (ഹറാം) നരകത്തിലേക്ക് (ജഹന്നം) അയക്കപ്പെടുന്നു. തന്റെ തെറ്റുകൾ ഏറ്റുപറഞ്ഞവർക്ക് ഒരുപക്ഷേ കരുണ ലഭിച്ചേക്കാം.

ഹിന്ദു ഐതിഹ്യം വളരെ വ്യത്യസ്തമാണ്. അതിൽ മൃതാത്മ പാപമോചനസ്ഥാനത്തെ കാത്തിരിപ്പില്ല. അതിൽ അന്ത്യന്യായവിസ്താര ദിനം ഇല്ല. വിശപ്പും (കാമം) അതിന്റെ ഫലങ്ങളും (കർമ്മ) ആണ് ജീവിതം, മരണം, പുനർജ്ജന്മം എന്നിവയെ നിയന്ത്രിക്കുന്നത്. വിശപ്പ് നമ്മെക്കൊണ്ട് ഭക്ഷണം കഴിപ്പിക്കുന്നു. ഭക്ഷിച്ചയാളും ഭക്ഷിക്കപ്പെടുന്നുവെന്ന് കർമ്മ ഉറപ്പുവരുത്തുന്നു. മറ്റുള്ളവരെ ഊട്ടി പുണ്യം നേടിക്കൊണ്ടാണ് മനുഷ്യർ ഭക്ഷിക്കപ്പെടുക എന്ന വിധിയിൽ നിന്നും രക്ഷ തേടുന്നത്. ജീവിച്ചിരിക്കുമ്പോൾ മറ്റുള്ളവരെ ഊട്ടാത്തവർ മരണശേഷം നരകത്തിൽ വിശന്ന് ബുദ്ധിമുട്ടുന്നു. ജീവിച്ചിരിക്കുമ്പോൾ മറ്റുള്ളവരെ ഊട്ടിയിട്ടുള്ളവർ സ്വർഗ്ഗത്തിലെത്തുകയും ദൈവങ്ങൾ അവരെ ഊട്ടുകയും ചെയ്യുന്നു. തന്റെ കടങ്ങളെല്ലാം വീട്ടി, ദൈവീകതയിൽ മുഴുകി ജീവിക്കുന്നവർ, പുനർജന്മങ്ങൾക്ക് അതീതമായ ഉന്നതസ്വർഗ്ഗത്തിലേയ്ക്ക് ഉയർത്തപ്പെടുന്നു.

ഹൈന്ദവർ എങ്ങനെ മരണത്തെ നോക്കിക്കാണുന്നു എന്നതിലെ വ്യത്യാസം, എങ്ങനെ ഹൈന്ദവർ ജീവിതത്തെ നോക്കിക്കാണുന്നു എന്നതിനെ സ്വാധീനിക്കുന്നു :

- വിനാശകരമായത്, അഥവാ ദിവ്യത്വത്തിന്റെ അഭാവം എന്നത് ഇന്ത്യൻ ഭാഷകളിലൊന്നിലും പരിഭാഷ ഇല്ലാത്ത ഒന്നാണ്. ഏറ്റവും അടുത്ത് വരുന്ന ഒന്ന് ക്രൂരത അഥവാ തിന്മയാണ്. ചെകുത്താൻ എന്നൊരു സങ്കല്പം തന്നെയില്ല. അസുരന്മാരും രാക്ഷസന്മാരും, ദേവന്മാരെപ്പോലെ തന്നെ, ബ്രഹ്മാവിന്റെ പുത്രന്മാരാണ്. അവർ അരക്ഷിതാവസ്ഥ ഉള്ളവരും കശ്മലന്മാരും ആയിരിക്കാം. പക്ഷെ

അവരാരും തിന്മയല്ല. എല്ലാവരും ദൈവത്തിന്റെ ഭാഗമാണ്. ഇതെല്ലാം ഉൾപ്പെടുന്ന വിശ്വരൂപമാണ് ഭഗവത് ഗീതയിലെ അർജ്ജുനൻ ദർശിച്ചത്.

- ദൈവനിയമങ്ങളെ ലംഘിക്കുന്നതിനെ പ്രാദേശികമായി പാപം എന്നാണ് ഇന്ത്യയിൽ പറയുന്നത്. എന്നാൽ പുണ്യം അഥവാ നല്ല കർമ്മം എന്നതിന് തത്തുല്യമായ ഒരു ഇംഗ്ലീഷ് പദം ഇംഗ്ലീഷിലും അറബിക്കിലും ഇല്ല. ഒന്നുകിൽ നീ നിയമങ്ങൾ പിന്തുടരുന്നവനാണ് (ഹലാൽ); അല്ലെങ്കിൽ നീ നിയമങ്ങൾ പിന്തുടരാത്തവനാണ് (ഹറാം). അതൊരു ദ്വിവിധമായ സമീപനമാണ്. ഹൈന്ദവ സമീപനത്തിൽ എണ്ണങ്ങളുണ്ട്. കൂടുതൽ പാപങ്ങൾ ചെയ്യുന്ന ഒരാൾ, കൂടുതൽ നെഗറ്റീവുകൾ സ്വരൂപിക്കുന്നു. കൂടുതൽ പുണ്യങ്ങൾ ചെയ്യുന്ന ഒരാൾ, കൂടുതൽ പോസിറ്റീവുകൾ സ്വരൂപിക്കുന്നു. പുനർജന്മത്തിൽ നിന്നും, സാധ്യമായ എല്ലാ സ്വർഗ്ഗങ്ങളിലും നരകങ്ങളിലും നിന്നും മോചനം തരുന്നത് പൂജ്യത്തിന്റെ സ്ഥാനത്ത് നിൽക്കുമ്പോഴാണ്.
- പുനർജ്ജന്മം എന്ന ഹൈന്ദവ ആശയം പറയുന്നത് ആരും പൂർവ്വചരിത്രം ഇല്ലാതെയാണ് ജനിക്കുന്നത് എന്നാണ്. ജനിക്കുമ്പോൾ നാം കഴിഞ്ഞ ജന്മങ്ങളുടെ ഭാരം ചുമക്കുന്നു. മരിക്കുമ്പോൾ നാം ഈ ജന്മത്തിന്റെ പാപം ചുമക്കുന്നു. ലോകത്ത് എന്തുകൊണ്ട് അസമത്വവും വൈവിധ്യവും നിലനിൽക്കുന്നു എന്നതിനെ ഇത് വിശദീകരിക്കുന്നു. ധനികരെയും ശക്തരെയും വെറുതെ പഴി ചാരാതെ, നമ്മളും കർമ്മോന്മുഖരാകേണ്ടതുണ്ട്. ഉദാരത എന്നത് ധനികരുടെ മാത്രം ഭാരമല്ല. മനുഷ്യജന്മം ലഭിച്ചു എന്നത് തന്നെ ദൈവീകതയെ കണ്ടെത്താനുള്ള എല്ലാ ഉപാധികളും ഉള്ള വിശേഷപ്പെട്ട, യോഗ്യജന്മങ്ങളാക്കുന്നു.
- നമ്മൾ ഒരിക്കൽ മാത്രമേ ജീവിക്കുന്നുള്ളൂ എങ്കിൽ, നമ്മുടെ ഭിന്നസംഖ്യാഛേദം എന്നത് ഒന്നും, ആകയാൽ ജീവിതത്തിന്റെ മതിപ്പ് എന്ന് പറയുന്നത്, നാം നേടുന്നവയുടെ ആകെത്തുകയും ആയിരിക്കും. എന്നാൽ നാം അനന്തജീവിതങ്ങൾ ജീവിക്കുകയാണെങ്കിൽ, ജീവിതത്തിന്റെ ഭിന്നസംഖ്യാഛേദം അനന്തമാകുകയും, അതിനാൽത്തന്നെ ജീവിതത്തിൽ എന്തൊക്കെ ചെയ്താലും അതിന്റെ മതിപ്പ് പൂജ്യമാകുകയും ചെയ്യുന്നു.

അറേബ്യ, പേർഷ്യ, മെസപ്പൊട്ടാമിയ, ഈജിപ്ത് എന്നിവയടങ്ങുന്ന പശ്ചിമേഷ്യൻ പ്രദേശങ്ങളാണ് ഒറ്റ-ജന്മം എന്ന ഐതിഹ്യത്തിന് തുടക്കമിട്ടത്. അത് പിന്നീട്, ജൂദായിസം, ക്രിസ്ത്യാനിറ്റി, ഇസ്ലാം എന്നിവയെ സ്വാധീനിച്ചു തുടങ്ങി. പുനർജ്ജന്മം എന്ന ആശയം

ഉടലെടുത്തത് ഇന്ത്യൻ ഉപഭൂഖണ്ഡത്തിലാണ്. ഹാരപ്പൻ കാലം മുതൽക്ക് തന്നെ ഇന്ത്യയ്ക്കും പശ്ചിമേഷ്യൻ രാജ്യങ്ങൾക്കുമിടയിൽ വാണിജ്യബന്ധങ്ങളുണ്ടായിരുന്നു. ഇരുകൂട്ടരും കടം എന്ന ആശയത്തെക്കുറിച്ച് അവബോധം ഉള്ളവരായിരുന്നു. പശ്ചിമേഷ്യൻ കഥകളിൽ ഒരേയൊരു ജന്മത്തിൽ അടിഞ്ഞുകൂടുന്ന കടങ്ങളെക്കുറിച്ച് പറയുന്നുണ്ട്; അങ്ങനെയാണ് പാപം എന്ന സങ്കൽപ്പം ഉണ്ടായത്. ഇന്ത്യൻ ഐതിഹ്യങ്ങൾ പല ജന്മങ്ങളിലൂടെ സ്വരൂപിച്ച കടങ്ങളെക്കുറിച്ചു പറയുന്നു; ഇതാണ് കർമ്മ എന്ന ആശയത്തിന് വഴി തെളിച്ചത്. മരണത്തെക്കുറിച്ചുള്ള വ്യത്യസ്തമായ കഥകൾ വിവിധ സംസ്കാരങ്ങളിൽ കരുണ, അനുകമ്പ, ന്യായം, നീതി എന്നിവയെക്കുറിച്ചുള്ള ധാരണകൾക്ക് ആക്കം കൂട്ടി. എന്തുകൊണ്ടായിരിക്കാം മനുഷ്യർ ഈ കഥകളൊക്കെ ഉണ്ടാക്കിയത്?

പ്രപഞ്ചത്തെക്കുറിച്ചുള്ള ജൈന ധാരണ

ഏതെങ്കിലുമൊരു മൃഗമോ മരമോ, കരുണ, അനുകമ്പ, ന്യായം, നീതി എന്നിവ പ്രകടിപ്പിക്കണം എന്ന് പ്രകൃതി പ്രതീക്ഷിക്കുന്നില്ല. മനുഷ്യർ ഈ ഗുണങ്ങളെ കെട്ടുകഥകളിലൂടെ പ്രകൃതിയുമായി ബന്ധിപ്പിച്ചേക്കാം. പക്ഷേ പ്രകൃതി നിസ്സംഗമാണ്; ദയയില്ലാത്തതാണ്; പക്ഷപാതങ്ങളില്ലാത്തതാണ്. പ്രകൃതിയിലെ സന്തുലനം നടക്കുന്നത് വ്യക്തിഗത തലത്തിലല്ല, മറിച്ച്, ജീവിജാല തലത്തിലാണ്. അതുകൊണ്ട് തന്നെ അത് വളരെ വിപുലമായ ഒന്നാണ്. പ്രകൃതി നിറഞ്ഞിരിക്കുന്നത് വേട്ടക്കാരെയും ഇരകളെയും കൊണ്ടാണ്; പ്രതിനായകരെയും ബലിയാടുകളെയും കൊണ്ടല്ല. പ്രകൃതിയിലെ എല്ലാത്തിനും ഒരു കാലാവധിയുണ്ട്. എന്നാൽ മനുഷ്യർക്ക് വിഭാവനം ചെയ്യാനുള്ള കഴിവുണ്ട്. അത് ഭാവിയെക്കുറിച്ചും, ഒരിക്കലും മരിക്കാതിരിക്കുന്നതിനെക്കുറിച്ചും, നിരന്തരം മടങ്ങിവരുന്നതിനെക്കുറിച്ചും ആശയങ്ങൾ സൃഷ്ടിക്കുന്നു. ഈ ഭാവനയാണ് നമ്മെ സംസ്കാരത്തിലേയ്ക്ക് നയിക്കുന്നത്. അതിൽ നാം നമുക്കായി ഭക്ഷണം കണ്ടെത്തുന്നു. അത് നമ്മെ സാംസ്കാരികമായ ഉയർച്ചയിലേയ്ക്ക് നയിക്കുന്നു. അവിടെയാണ് നാം ഭക്ഷണം മറ്റുള്ളവരുമായി പങ്കുവയ്ക്കുന്നത്. ഉൽപ്പാദനവും വിനിമയവും നടക്കുന്ന ഇടങ്ങളിലാണ് ന്യായം, നീതി എന്നീ ആശയങ്ങൾ വേണ്ടി വരുന്നത്. എന്നെയും മറ്റുള്ളവരെപ്പോലെ തന്നെയാണോ കണക്കാക്കുന്നത്? എനിക്ക് ലഭിക്കേണ്ടത് കിട്ടുന്നുണ്ടോ?

ന്യായമായും കൃത്യമായും പരിഗണിക്കപ്പെടേണ്ടത് ഒരു സാംസ്കാരിക ആവശ്യമാണ്. അവയെ പ്രകടമാക്കുന്നതും, പ്രാബല്യത്തിൽ വരുത്തുന്നതും ഐതിഹ്യങ്ങളിലൂടെയാണ്. ഉദാഹരണത്തിന്, പരുന്തുകൾ

സർപ്പങ്ങളെ ഭക്ഷിക്കുന്നത് പ്രകൃതിയിൽ ഒരു കുറ്റമല്ല എങ്കിലും, സംസ്കാരത്തിൽ നാം ഒന്നിനെ പ്രതിനായകനായും മറ്റേതിനെ ഇരയായും കാണുന്നു. അതിനാൽത്തന്നെ, ഗരുഡന്റെ കഥയിൽ, നാഗന്മാർ പക്ഷികളെ വഞ്ചിക്കുന്നവരും അടിമകളാക്കുന്നവരുമെന്ന് പറയപ്പെടുന്നു, അതിനാൽ ഗരുഡന് അവയെ ഭക്ഷിക്കേണ്ടതിന്റെ ആവശ്യകത നീതിയുടെ ഒരു പ്രവൃത്തിയായി മാറുന്നു. മനുഷ്യർ മനുഷ്യരെ കൊല്ലുമ്പോൾ, മൃഗങ്ങളിൽ നിന്ന് നമ്മെത്തന്നെ വേർതിരിച്ചറിയാൻ നമുക്ക് ഒരു കാരണം ആവശ്യമാണ്. കൊല്ലുന്നവർ വീരന്മാരാണെന്നും കൊല്ലപ്പെടുന്നവർ വില്ലന്മാരും, കാട്ടാളന്മാരും, രാക്ഷസന്മാരുമാണെന്നും, സംസ്കാരത്തിനോ, നാഗരികതയ്ക്കോ, ക്രമത്തിനോ, പുരോഗതിക്കോ ഭീഷണിയാണെന്നും നാം വ്യക്തമാക്കേണ്ടതുണ്ട്.

എന്നാൽ മരണത്തെക്കുറിച്ചുള്ള കഥകൾക്ക്, മരണത്തിന്റെ പരിമിതികൾക്ക് അപ്പുറമുള്ള ഒരു അതിമാനുഷികത്വം ആവശ്യമുണ്ടായിരുന്നു. അതുകൊണ്ടാണ് മനുഷ്യർ മരണശേഷമുള്ള ജീവിതത്തിൽ വിട്ടുവീഴ്ചയില്ലാത്ത ന്യായാധിപരെയും, കർശനക്കാരായ കണക്ക് സൂക്ഷിപ്പുകാരെയും, ഒപ്പം ജ്ഞാനികളും അനുകമ്പയുള്ളവരുമായ, മരണമില്ലാത്തവരായ ദൈവങ്ങളെയും സൃഷ്ടിച്ചത്. ഇവയെ എല്ലാ സംസ്കാരങ്ങളിലും നമുക്ക് കാണാനാവും :

- നായ-തലയുള്ള അനുബിസ് നീതിയുടെ തുലാസ് കൊണ്ട് ഹൃദയങ്ങളെ തൂക്കിനോക്കിയിരുന്നുവെന്ന് പുരാതന ഈജിപ്തുകാർ പറയുന്നു.
- ദൈവങ്ങളെ കോപിപ്പിച്ചവർക്ക് ടാർട്ടറസിൽ അർത്ഥശൂന്യവും ആവർത്തിച്ചുള്ളതുമായ ശിക്ഷകളെക്കുറിച്ച് പുരാതന ഗ്രീക്കുകാർ സംസാരിച്ചു.
- വൈക്കിങ്സിൽ, യുദ്ധത്തിൽ ധീരതയോടെ പോരാടി മരിച്ചവരെ ദൈവങ്ങൾക്കൊപ്പം വിരുന്നുണ്ണാനും അവർക്കരികിൽ പോരാടാനുമായി, വാക്കറിയുടെ വാഹൽഹല സദസ്സിൽ കൂട്ടിക്കൊണ്ടു പോകുന്നു.
- നരകാഗ്നിക്ക് മുകളിലൂടെയുള്ള ഒരു പാലത്തെക്കുറിച്ച് സൊരാഷ്ട്രിയക്കാർ സംസാരിച്ചു, അത് തിന്മയ്ക്ക് ഇടുങ്ങിയതും നല്ലതിന് വീതിയുള്ളതുമായി മാറുന്നു.
- ജൂതമതത്തിലും, ക്രിസ്ത്യൻ മതത്തിലും, ഇസ്ലാം മതത്തിലും, അതിശക്തനും കരുണാമയനുമായ ദൈവമാണ് പരമോന്നത ന്യായാധിപതി എന്ന് പറയുന്ന നാടോടിക്കഥകളുണ്ട്.
- ഹിന്ദു മതത്തിൽ, അധർമ്മത്തെ പിന്തുടരുന്നവർക്ക് നരകത്തിലെ യാതനകളും,ധർമ്മത്തെ പിന്തുടരുന്നവർക്ക്സ്വർഗ്ഗത്തിലെസന്തോ

ഷങ്ങളും കാത്തിരിക്കുന്നതായി പറയുന്നു. പുനർജന്മത്തിലൂടെ ഒരു അവസരം കൂടി ലഭിക്കുമ്പോൾ യോഗയുടെ മാർഗ്ഗം പിന്തുടരുന്നവർക്ക് ഉന്നതസ്വർഗ്ഗം കാത്തിരിക്കുന്നു.

ഈ കഥകളൊക്കെ ചൂഷണം ചെയ്യാൻ വേണ്ടിയുള്ളതാണെന്നും, ഈജിപ്ഷ്യൻ പിരമിഡുകൾ മെസോപ്പൊട്ടാമിയൻ കുടീരങ്ങൾ എന്നിവ കൃഷിക്കാരെ അടിമകളാക്കി വയ്ക്കാൻ വേണ്ടിയുള്ളതാണെന്നും, ചണ്ഡാളനു മഹത്വമൊന്നും നൽകുന്നില്ലെങ്കിലും ഹിന്ദു മരണക്രിയകൾ ബ്രാഹ്മണ സമുദായങ്ങൾക്ക് നേട്ടമുണ്ടാക്കാനുള്ളവയാണെന്നും, യുദ്ധത്തിന് നിയമസാധുത നൽകാനും ക്രമീകരണം നടപ്പിൽ വരുത്താനും ഭാവനയെ തുടച്ചുനീക്കാനും വേണ്ടിയുള്ളത് മാത്രമാണ് അന്ത്യന്യായവിസ്താരദിനമെന്നും പലവിധ വാദങ്ങൾ നിലവിലുണ്ട്. ലൗകിക സമ്പത്തും അധികാരവും യുക്തിസഹമായി പുനർവിതരണം ചെയ്യുന്ന തരത്തിൽ എല്ലാ കഥകളും നിരാകരിക്കുകയും, വ്യക്തിപരമല്ലാത്ത സ്ഥാപനങ്ങൾ സൃഷ്ടിക്കുകയും ചെയ്താൽ മാത്രമേ പുരോഗതി സാധ്യമാകൂ എന്നവർ വിശ്വസിച്ചു.

നിർഭാഗ്യവശാൽ, അത്തരമൊരു ലോകം ഭാവനയിൽ മാത്രമാണ് നിലനിൽക്കുന്നത് : സ്വന്തം ഇഷ്ടപ്രകാരം ദയയും ഉദാരതയും കാണിക്കാൻ തക്ക ബുദ്ധിശക്തിയുള്ള മനുഷ്യർ ഉള്ള ഒരു ലോകം. ആധുനിക 'യുക്തിസഹമായ' പുരാണങ്ങളുടെയും ദേശീയതസ്ഥതയുടെയും മിഥ്യാധാരണകൾ, എല്ലാവരും ഒരേ മനസ്സോടെ ഇരിക്കുകയാണെങ്കിൽ ഭാവിയിൽ എന്നെങ്കിലും സന്തോഷകരമായി ഒന്നിച്ചു ജീവിക്കാം എന്നാണ്. അതിനാൽ, വർത്തമാനകാലത്ത് അവർ തർക്കിക്കുകയും ചർച്ച ചെയ്യുകയും യുദ്ധം ചെയ്യുകയും ചെയ്യുന്നു. ഐതിഹ്യങ്ങളുടെ

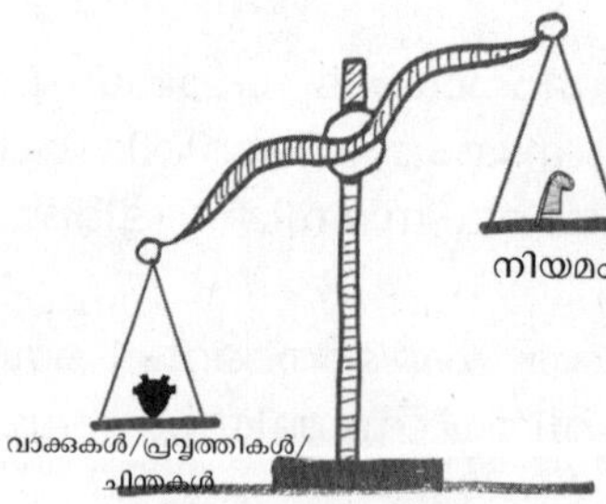


ഈജിപ്ഷ്യൻ
തുലാസ് സ്റ്റാൻഡേർഡ്
യൂണിവേഴ്സൽ സ്കെയിലിനെ
അടിസ്ഥാനമാക്കിയുള്ളതാണ് :
നീതിയുടെ തുവലിൽ
(സ്റ്റാൻഡേർഡ് അളവ്) ഹൃദയം
തൂക്കിയിരിക്കുന്നു.

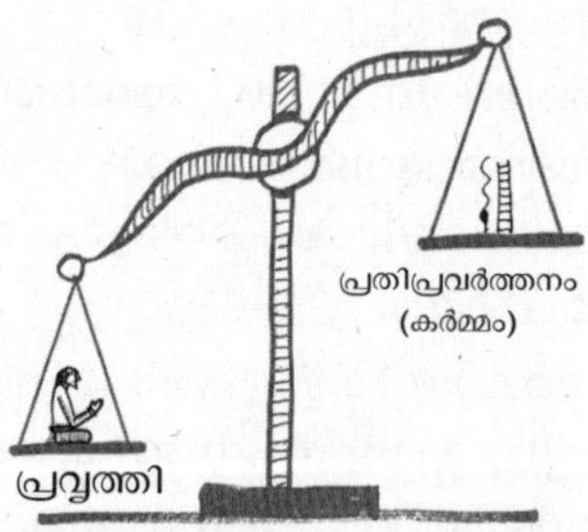


യമ (ധർമ്മ-കാന്ത) ത്തിന്റെ
സ്കെയിലുകൾ ഒരു ആപേക്ഷിക
അനുപാത സ്കെയിലിനെ
അടിസ്ഥാനമാക്കിയുള്ളതാണ് :
നിങ്ങൾക്ക് ലഭിക്കുന്ന വിധി
(കർമ്മം) നിങ്ങൾ ചെയ്ത
പ്രവൃത്തിക്ക് (കർമ്മം) തുല്യമാണ്

നിരാകരണവും അമിതമായ ദോഷാനുദർശനവും എത്രത്തോളം അരാജകത്വം സൃഷ്ടിച്ചു എന്ന് ഉഗ്രയുക്തിവാദികൾ ഇപ്പോൾ തിരിച്ചറിയുന്നുണ്ട്. അക്രമത്തിലൂടെയല്ലാതെ, കഥകളിലൂടെ ആജ്ഞാനുവർത്തിത്വം നേടുന്ന ആധിപത്യം സംസ്കാരത്തിനും നാഗരികതയ്ക്കും അത്രത്തോളം ആവശ്യമായ ഉപകരണമാണ്.

പ്രപഞ്ചത്തിന്റെ വിശാലമായ വിസ്തൃതിയുടെ വസ്തുനിഷ്ഠമായ പഠനം നമ്മുടെ മൂല്യങ്ങളെ ഇല്ലാതാക്കി എന്ന് തോന്നിപ്പിക്കുന്നു. കാര്യങ്ങളുടെ മഹത്തായ പദ്ധതിയിൽ നാം വെറും തൃണമാണെന്ന് നാം മനസ്സിലാക്കുന്നു. നാം വലിയ തോതിൽ സമ്പത്തു നേടുകയും, ഭൂഖണ്ഡങ്ങൾ കീഴടക്കുകയും, മൗലികമായ സാങ്കേതികവിദ്യ രൂപകൽപ്പന ചെയ്യുകയോ ചെയ്തിട്ടുണ്ടാവാം; എന്നാൽ പ്രകൃതിയ്ക്ക് മുന്നിൽ നാം മറ്റേതൊരു സസ്യത്തിനെയും മൃഗത്തിനെയും പോലെ തന്നെയാണ്. ലോകത്തിലെ ഏറ്റവും കഴിവുള്ള അഭികാമ്യനായ ഒരു വ്യക്തി, വനത്തിലെ ചിതലുകൾ മൂടിയ കുറ്റിച്ചെടിയിൽ നിന്ന് വ്യത്യസ്തമല്ല. എല്ലാവർക്കും കാലഹരണപ്പെടൽ തീയതി ഉണ്ട്. അവരുടെ തിരോധാനം ആരും ശ്രദ്ധിക്കുന്നില്ല. എന്നാൽ അത്തരമൊരു കാഴ്ചപ്പാട് ഒരാളുടെ മാനസികാരോഗ്യത്തിന് നല്ലതല്ല. ഇത് വിഷാദത്തിലേക്കോ, ചിലപ്പോൾ സാമൂഹികവിദ്വേഷത്തിലേക്കോ അതിവേഗം നയിക്കുന്നു!

അഹംതത്വാത്മകമായ സ്വം, മൂല്യത്തിനും അർത്ഥത്തിനും ലക്ഷ്യത്തിനും വേണ്ടി കൊതിക്കുന്നു. സ്വയം ഗുരുക്കളായവർ, ഒരു പൈതൃകം സൃഷ്ടിക്കാൻ വരേണ്യവർഗ്ഗത്തെ പ്രോത്സാഹിപ്പിക്കുന്നു. ഒരു ജീവിവർഗ്ഗമെന്ന നിലയിൽ മനുഷ്യർ 300,000 വർഷത്തിലേറെയായി നിലനിൽക്കുന്നുണ്ടെന്ന് പരിഗണിക്കുമ്പോൾ ഇത് വിചിത്രമായി തോന്നുന്നു. നാം 10,000 വർഷം മുമ്പ് മാത്രമാണ് കൃഷി ചെയ്യാൻ തുടങ്ങിയത്. ആദ്യത്തെ കർഷകനെ ആരും ഓർക്കുന്നില്ല. അന്ന് നമ്മൾ ഭക്ഷിച്ച മധുരമുള്ള മാമ്പഴം വഹിച്ച വൃക്ഷത്തെ ആരും ഓർക്കുന്നില്ല. നാം അവസാനമായി ഭക്ഷിച്ചതെന്താണെന്നോ, അത് പാകം ചെയ്ത വ്യക്തി ആരാണെന്നോ പോലും ഓർക്കുന്നില്ല. എന്നാൽ വിസ്മരിക്കപ്പെടുമോ എന്ന ഭയം നമ്മെ സംഭ്രാന്തരാക്കുന്നു. ചിന്തിക്കുന്നത് നിർത്തി, ചുമതലകളിൽ മുഴുകുവാൻ നാം ആഗ്രഹിക്കുന്നു. അല്ലെങ്കിൽ നമ്മളെക്കുറിച്ച് ചിന്തിക്കുന്ന, എന്തുചെയ്യണമെന്ന് നമ്മോട് പറയുന്ന, അനുസരണത്തിന് പകരമായി നമുക്ക് സമാധാനം നൽകുന്ന മതപരമായ പുസ്തകങ്ങൾക്കും ആത്മീയ ഗുരുക്കൾക്കും നാം കീഴടങ്ങുന്നു.

അർത്ഥം നമുക്ക് ആനന്ദം നൽകുന്നു. അർത്ഥമില്ലാത്തത് വേദനയ്ക്ക് കാരണമാകുന്നു. ആനന്ദം തേടാനും വേദന ഒഴിവാക്കാനും സ്വാഭാവികമായ പ്രചോദനമുണ്ടെങ്കിലും, നീതിമാനും ന്യായവാനും കരുതലുള്ളവനും അനുകമ്പയുള്ളവനുമായി മാറാൻ സ്വാഭാവിക പ്രചോദനമില്ല. മറ്റുള്ള

വരോട് അനുഭാവം പുലർത്താനും, മറ്റുള്ളവരുടെ വിശ്വാസങ്ങൾ, പെരുമാറ്റം, വ്യക്തിത്വം, സ്വത്ത് എന്നിവ വിലമതിക്കുവാനും പരിശ്രമം ആവശ്യമാണ്. മരണത്തെക്കുറിച്ചും മരണാനന്തര ജീവിതത്തെക്കുറിച്ചും ഉള്ള മിഥ്യാധാരണകൾ കൃത്യമായി നിർവ്വഹിക്കുന്നതും ഇവയാണ്. അവ കുറുക്കുവഴികളാണ്: സഹാനുഭൂതിയിലേക്ക് മനുഷ്യരെ മൃദുവായി തട്ടിനീക്കാനുള്ള ലളിതമായ സാംസ്കാരിക ഉപകരണങ്ങൾ, ആലോചിച്ചുറപ്പിച്ച് യുക്തിഭദ്രമാക്കിയ പ്രതികരണത്തെക്കാളുപരി മറ്റുള്ളവരെ പരിഗണിക്കുക എന്നത് സ്വാഭാവികമായ ഒരു പ്രതിഫലനമായി മാറ്റുക.

ജീവിതത്തെ നേരിടാൻ മനുഷ്യർക്ക് കഥകൾ ആവശ്യമാണ്. നാം ഇത് അംഗീകരിക്കേണ്ടതുണ്ട്. വ്യത്യസ്ത സംസ്കാരങ്ങൾക്ക് വ്യത്യസ്ത കഥകളുണ്ടെന്നും നാം അംഗീകരിക്കേണ്ടതുണ്ട്. ഒരു കഥ മറ്റൊന്നിനേക്കാൾ പ്രബലമാകുമ്പോഴും, TIP-യെക്കാൾ യഥാർത്ഥമാണ് RIP എന്ന് കരുതുമ്പോഴും സംഘർഷങ്ങൾ നടക്കുന്നു. മരിക്കുന്നതിനുശേഷം എന്താണ് സംഭവിക്കുന്നതെന്ന് ഒരു ശാസ്ത്രജ്ഞനും, ഒരു നിഗൂഢവാദിയും, ഒരു തത്വചിന്തകനും അറിയില്ല. എന്നാൽ ആവേശത്തോടെ ജീവിക്കാൻ, നമുക്ക് മരണത്തെക്കുറിച്ചുള്ള ഒരു കഥ ആവശ്യമാണ്. സമാധാനത്തോടെ ജീവിക്കാൻ, മറ്റുള്ളവർക്ക് സ്വന്തമായി ഒരു കഥയുണ്ടെന്നും, നമ്മുടെ കഥയെ അവർ അംഗീകരിക്കയില്ലായിരിക്കാമെന്നും നാം വിശ്വസിക്കണം.

# പദശേഖരം

| | |
|---|---|
| അഭയം | സുരക്ഷിതത്വം, ഭയമില്ലാത്ത അവസ്ഥ |
| അഭ്യുദയ-ശ്രാദ്ധം | വിവാഹം പോലുള്ള ഒരു കുടുംബ ചടങ്ങിൽ വച്ച് പൂർവ്വികരെ ഊട്ടുന്നത് |
| അഘോരി | ശ്മശാനം, ചുടുകാട്, ചാർണൽ നിലം എന്നിവിടങ്ങളിൽ അലഞ്ഞുനടക്കുന്ന നിഗൂഢ മന്ത്രവാദികൾ |
| അഹം | സ്വന്തം സത്വം; മറ്റുള്ളവരെക്കാൾ താനാണ് വലുതെന്ന ചിന്ത |
| അഹിംസ | അക്രമരാഹിത്യം |
| അകാൽ | കാലത്തിനും അതീതം |
| അഖണ്ഡ | വിഭജനങ്ങളില്ലാതെ |
| അക്ഷയപാത്രം | സൂര്യൻ പാണ്ഡവന്മാർക്ക് അവരുടെ വനവാസ കാലത്ത് സമ്മാനിച്ച പാത്രം; സമൃദ്ധിയുടെ പ്രതീകമായി പൂക്കളും പഴങ്ങളും ധാന്യങ്ങളും മറ്റുംവച്ച് അലങ്കരിച്ചത് |
| അക്ഷയ | നാശമില്ലാത്തത് |
| അമംഗള | മംഗളകരമല്ലാത്തത്, ദൗർഭാഗ്യം കൊണ്ടുവരുന്നത് |
| അമൃത | അമരത്വത്തിന്റെ തേൻ |
| അമൃത മന്ഥനം | പാലാഴി കടഞ്ഞ് അമരത്വത്തിന്റെ തേൻ എടുക്കുന്നത് |
| അന്തിമക്രിയ/ സംസ്കാർ | അന്ത്യകർമ്മങ്ങൾ |
| അന്ത്യേഷ്ടി | മരണക്രിയകൾ |
| അനസ്തരണി | വേദകാലത്ത് മൃഗങ്ങളെ അറുത്ത്, അതിന്റെ ഭാഗങ്ങൾ മരിച്ചവരുടെ ദേഹത്ത് അവരുടെ ശവമടക്ക് സമയത്ത് വിതറുന്നത് |
| ആപത്-ധർമ്മ | അവശ്യഘട്ടങ്ങളിലുള്ള തിരഞ്ഞെടുപ്പുകൾ |

| | |
|---|---|
| അപരിഗ്രഹഃ | സാധനങ്ങൾ സ്വരൂപിക്കാതിരിക്കൽ |
| അപ്സര | സ്വർഗ്ഗത്തിലെ നർത്തകി, സ്വർഗ്ഗീയ സുന്ദരി, മാദകസുന്ദരി |
| അർഹത് | സന്യാസഗുരു |
| ആശ്രമധർമ്മ | ജീവിതത്തിലെ ഘട്ടം അനുസരിച്ചുള്ള പ്രവർത്തനം |
| അസ്തേയ | മോഷ്ടിക്കാതിരിക്കൽ |
| അശു | ജീവശക്തിയ്ക്ക് ആദ്യവേദകാലത്തുള്ള പദം |
| അതിവാഹിക | പ്രേതാത്മാവ് ശരീരം വിട്ടുകഴിയുമ്പോൾ ലഭിക്കുന്ന താൽക്കാലിക ശരീരം |
| ആത്മ | ഉപനിഷത്തുകളിലെ പരമോന്നത ദൈവികത |
| ആവാഹൻ | ക്ഷണം |
| അയോനിജ | ഗർഭപാത്രത്തിലൂടെ പിറക്കാത്തവർ |
| അസ്രായേൽ | ഇസ്ലാമിക് ഐതിഹ്യത്തിൽ മരണത്തിന്റെ ദേവത |
| ബെസ്സ | ഗുജറാത്തിൽ മരിച്ചവർക്കുള്ള കുടീരങ്ങൾക്ക് പറയുന്ന പേര് |
| ഭൈരവ | ചിതകൾക്കിടയിലൂടെ അലഞ്ഞുതിരിയുന്ന ശിവന്റെ ഉഗ്രരൂപം |
| ഭൂത | മരിച്ചവരുടെ ലോകത്തേയ്ക്ക് യാത്ര ചെയ്യാനാവാതെ കുടുങ്ങിപ്പോയ ഒരു ആത്മാവ് |
| ഭൂത ദൈവം | തെക്കൻ കർണാടകത്തിൽ ദൈവമായി ആരാധിക്കുന്ന പൂർവ്വികരുടെ ആത്മാവ് |
| ഭൂത കോലം | പൂർവ്വികരുടെ ആത്മാവായ ദൈവങ്ങളെ ആവാഹിക്കുന്ന നാടൻ ആചാര കലാരൂപം |
| ഭൂത പതി | ഭൂതങ്ങളുടെ ദൈവം, ശിവന്റെ മറ്റൊരു നാമം |
| ബ്രഹ്മ രക്ഷസ്സ് | ദുരാചാരിയായ ബ്രാഹ്മണന്റെ കുടുങ്ങിക്കിടക്കുന്ന ആത്മാവ് |
| ബ്രഹ്മചര്യാശ്രമം | വിദ്യാർത്ഥിയായിരിക്കുന്ന ഘട്ടം |
| ബ്രാഹ്മൺ | ഭാഷാശക്തിയ്ക്കും, ദൈവികശക്തിയ്ക്കും, പ്രപഞ്ചശക്തിയ്ക്കും പറയുന്ന വേദനാമം |
| ബുദ്ധ ലോക | ബുദ്ധിസ്റ്റ് ഐതിഹ്യത്തിൽ ബുദ്ധന്റെ ലോകം |
| ബുദ്ധി | തീരുമാനങ്ങളുടെ ഇരിപ്പിടം |
| ചക്ര | ശരീരശാസ്ത്രത്തെ നിയന്ത്രിക്കുന്ന ശരീരത്തിന്റെ ഗ്രന്ഥികൾ |

| | |
|---|---|
| ചാമുണ്ഡ | ഭൂതങ്ങൾക്ക് മേൽ സവാരി ചെയ്യുന്ന, അഴുകുന്ന മാംസം ഭക്ഷിക്കുന്ന, ശ്മശാനങ്ങളുടെ ദേവത |
| ചണ്ഡാളർ | ചിതയുടെ മേൽനോട്ടക്കാർ, മൃതദേഹങ്ങൾ മാറ്റുന്നവർ |
| ചൗഥാ | മരിച്ചവർക്കുള്ള ശവകുടീരത്തിന് വടക്കേയിന്ത്യയിൽ പറയുന്ന നാമം |
| ഛത്രി | രാജ്പുത് ശ്മശാന ഭൂമിയിൽ ഉയർത്തിയ കൂടാരം |
| ചിന്താമണി | ആഗ്രഹങ്ങൾ സാധിച്ചു നൽകുന്ന രത്നം |
| ചൂഡാകർമ്മ സംസ്കാരം | ജനിച്ച വീണ ശേഷം ആദ്യമായി മുടി മുറിക്കുന്ന ചടങ്ങ് |
| ഡാകിനി | നിഗൂഢ ആചാരങ്ങളുടെ പുരോഹിത സ്ത്രീ, ദേവത, നിപുണ |
| ദയ | അനുകമ്പ |
| ദേഹ | ശരീരം |
| ദേഹി | ശരീരത്തിൽ വസിക്കുന്നത്, അതായത് ആത്മാവ് |
| ഏകോദ്ദിഷ്ട ശ്രാദ്ധം | എല്ലാ പൂർവ്വികർക്കുമല്ലാതെ, അടുത്തിടെ പരേതനായ ഏതെങ്കിലും ഒരു പൂർവികനു വേണ്ടി മാത്രം നടത്തപ്പെടുന്ന മരണക്രിയ |
| ഗന്ധർവ്വൻ | സ്വർഗ്ഗത്തിലെ ഗായകർ |
| ഗണിക | വേശ്യ |
| ഗർഭദാന സംസ്കാര | ഗർഭധാരണത്തിന് വേണ്ടിയുള്ള ലൈംഗികവേഴ്ച അടയാളപ്പെടുത്തുന്ന ചടങ്ങ് |
| ഗൃഹസ്ഥാശ്രമം | കുടുംബസ്ഥനായിരിക്കുന്ന ഘട്ടം |
| ഗ്യാൻ-ഇന്ദ്രിയ | ഇന്ദ്രിയങ്ങൾ (കണ്ണ്, കാത്, മൂക്ക്, ത്വക്ക്, നാക്ക്) |
| കാളകൂടം | അമരത്വത്തിന്റെ തേനിനൊപ്പം പാലാഴിയിൽ നിന്ന് കടഞ്ഞെടുക്കപ്പെട്ട വിഷം |
| ഇട | ശരീരത്തെ തണുപ്പിക്കുന്ന ചന്ദ്രപഥം |
| ഈശ്വർ-പ്രണിധാൻ | ഈശ്വരനിലുള്ള വിശ്വാസം |
| ജാതന ദേഹ | പ്രേതത്തിന്റെ താൽക്കാലിക ശരീരം |
| ജീവപുത്രിക് | പിതാവ് ജീവിച്ചിരിക്കെ ശ്രാദ്ധകർമ്മം ചെയ്യുന്നയാൾ |
| ജീവോ ജീവത്സ്യ ജീവനം | ജീവൻ ജീവനെ ഭക്ഷിക്കുന്നു എന്നതിനുള്ള വേദപ്രയോഗം |
| കൈലാസ | ആർക്കും വിശക്കാറില്ലാത്ത, ശിവസന്നിധി |

| | |
|---|---|
| കൈവല്യ | ലൗകികമായ എല്ലാക്കാര്യങ്ങളിലും നിന്നും ആത്മാവ് വേർപെടുമ്പോൾ ലഭിക്കുന്ന മുക്തിയ്ക്ക് പറയുന്ന ജൈൻ നാമം |
| കാലം | സമയം |
| കൽപം | രണ്ടു പ്രളയങ്ങൾക്കിടയിലെ ലോകത്തിന്റെ ആയുർദൈർഘ്യം |
| കല്പതരു/കല്പവൃക്ഷം | സ്വർഗ്ഗത്തിൽ കണ്ടുവരുന്ന, ആഗ്രഹങ്ങൾ നിറവേറ്റിക്കൊടുക്കുന്ന ഒരു മരം |
| കാമധേനു | ആഗ്രഹം നിറവേറ്റിക്കൊടുക്കുന്ന പശു |
| കാമശാസ്ത്രം | ലൈംഗികതയുടെ സഹായഗ്രന്ഥം |
| കാപാലിക | ബ്രഹ്മാവിന്റെ അറുത്തു മാറ്റിയ തലയും കൈയിൽ പിടിച്ചു നിൽക്കുന്ന ശിവന്റെ ഉഗ്രരൂപം |
| കർമ്മ-ഇന്ദ്രിയ | പ്രവർത്തനോന്മുഖമായ അവയവങ്ങൾ (മുഖം, തല, പാദം, ജനനേന്ദ്രിയം, മലദ്വാരം) |
| കർണഭേദ സംസ്കാരം | കുഞ്ഞുങ്ങളുടെ കാത് ആദ്യമായി കുത്തുന്ന ചടങ്ങ് |
| കർത്താ | ശ്രാദ്ധാചാരം നടത്തുന്നയാൾ |
| കാശി | പുണ്യനഗരം, അവിടുത്തെ ശ്മശാനഭൂമികളാൽ പ്രസിദ്ധം, ഗംഗാനദി ചെറിയൊരു ദൂരത്തേക്ക് വടക്കുദിക്കിലേയ്ക്ക് ഒഴുകുന്നയിടം |
| കിന്നരൻ | സ്വർഗ്ഗത്തിലെ ഗായകർ; അർദ്ധ-വിഹഗം |
| കീർത്തിമുഖ | ക്ഷേത്ര കവാടങ്ങളിലും, സ്തംഭങ്ങളിലും വച്ചിട്ടുള്ള കീർത്തിയുടെ മുദ്രയായ മുഖം |
| കോശങ്ങൾ | ശരീരത്തിലെ അടരുകൾ |
| ക്ഷയം | ചീയൽ |
| മാഹാത്മ്യ | ഒരു ദൈവത്തിനെയോ, ഒരു തീർത്ഥാടന കേന്ദ്രത്തെയോ സംബന്ധപ്പെട്ടുള്ള ഒരു മഹത്തായ പുരാവൃത്തം |
| മന | മനസ്സ്, ചിന്തകളുടെ വിത്ത് |
| മംഗള | ശുഭകരം, ഭാഗ്യം കൊണ്ടുവരുന്നത് |
| മസാർ | പീർ എന്ന പുണ്യവാനെ അടക്കിയ സ്ഥലത്ത് ഉയർത്തിയ ഇസ്ലാമിക് സ്മാരകഫലകം |
| മോക്ഷ | ഭൗതിക ആവശ്യങ്ങളിൽ നിന്നും, പുനർജന്മ മെന്ന ആവർത്തനത്തിൽ നിന്നുമുള്ള മോചനം |
| മുഖ-അഗ്നി | ചിതയെ എരിക്കുന്നത് |
| മുക്തി-ധാം | ശ്മശാനത്തിന് ചിലയിടങ്ങളിൽ പറയുന്ന പേര് |

| | |
|---|---|
| നാമകരണ സംസ്കാര | കുഞ്ഞ് ജനിച്ചുകഴിയുമ്പോൾ പേര് വയ്ക്കുന്ന ചടങ്ങ് |
| നന്ദൻ-കണൻ | സ്വർഗ്ഗത്തിൽ സ്ഥിതി ചെയ്യുന്ന ആനന്ദങ്ങളുടെ പൂന്തോട്ടം |
| നന്ദിമുഖ പിതൃ | ശുഭകരമായി കണക്കാക്കുന്ന പിതൃക്കൾ |
| നാരായണബലി | മരിച്ചുപോയവരിൽ അവഗണിക്കപ്പെട്ട, വിസ്മരിക്കപ്പെട്ട, അസന്തുഷ്ടരായവർക്കുള്ള പ്രത്യേക ഊട്ടൽ |
| നിരാകാർ | ആകാരമില്ലാത്തവർ |
| നിർഗുണ | ആകൃതിയില്ലാത്തവർ |
| നിരൂപ | രൂപമില്ലാത്തവർ |
| നിർവാണ | സ്ഥിരതയെന്ന മിഥ്യയിൽ ആശ്രയിക്കാതിരിക്കുമ്പോൾ ലഭിക്കുന്ന മുക്തിയ്ക്ക് പറയുന്ന ബുദ്ധിസ്റ്റ് പദം |
| നിത്യസുമംഗലി | ധാരാളം ഭർത്താക്കന്മാരുള്ളതിനാൽ ഒരിക്കലും വിധവയാകാത്ത ഗണിക |
| നിയോഗ | ഭർത്താവിന് ഭാര്യയെ ഗർഭിണിയാക്കാൻ കഴിയാത്ത സാഹചര്യത്തിൽ, ഭാര്യയെ മറ്റൊരു പുരുഷനരികിൽ ഗർഭം ധരിക്കാൻ വേണ്ടി പോകാൻ അനുവദിക്കുന്നത് |
| പള്ളിപ്പടൈ | രാജാക്കന്മാരുടെ ശ്മശാനം അഥവാ അടക്കിയ സ്ഥലത്ത് നിർമ്മിച്ചിട്ടുള്ള ക്ഷേത്രം |
| പരകായ പ്രവേശം | സ്വന്തം ശരീരം ഉപേക്ഷിച്ച് മറ്റൊരാളുടെ മൃതശരീരത്തിൽ പ്രവേശിച്ച് അതിനെ ജീവിപ്പിക്കുന്ന താന്ത്രിക ആചാരം |
| പാർവ്വണശ്രാദ്ധം | ആഘോഷങ്ങളിൽ മരിച്ചവരെ ഊട്ടുന്ന സാധാരണ പൊതു ആചാരം |
| പാതാളം | ഭൂമിക്കടിയിലുള്ള സ്ഥലം |
| പതിവ്രത | ഭർത്താവിനോട് കൂറുള്ളവൾ |
| പിണ്ഡ | പൂർവ്വികരുടെ ശരീരത്തെ പ്രതിനിധാനം ചെയ്യുന്ന, അവരുടെ ഭക്ഷണമാകുന്ന, അരിയും എള്ളും നന്നേ വേവിച്ച ഉരുളകൾ |
| പിണ്ഡദാൻ | പൂർവ്വികരെ ഊട്ടുന്നത് |
| പിംഗള | ശരീരത്തെ ചൂട് പിടിപ്പിക്കുന്ന സൂര്യന്റെ ചാൽ |
| പീർ | ഇസ്‌ലാമിലെ ഒരു പുണ്യപുരുഷൻ |
| പിശാച് | അടുത്തിടെ മരണമടഞ്ഞവരെ ബുദ്ധിമുട്ടിക്കുന്ന പഴയ അവഗണിക്കപ്പെട്ട പ്രേതം |
| പിതൃ | പൂർവ്വികർ |

| | |
|---|---|
| പിതൃപക്ഷം | പൂർവ്വികരുടെ രണ്ട് ആഴ്ചക്കാലയളവ് |
| പിതൃ-ഹ്രിന്ന് | സന്താനോൽപ്പാദനത്തിലൂടെ പൂർവ്വികരോടുള്ള കടം വീട്ടൽ |
| പ്രജാപതി | ബ്രാഹ്മണർ എന്നറിയപ്പെടുന്ന വേദാചാര ഗ്രന്ഥങ്ങളിലെ പരമോന്നത ദൈവം |
| പ്രേതശില | അടുത്തിടെ മരണപ്പെട്ടവരുടെ ആത്മാവ് കാത്തിരിക്കുന്ന, ശ്മശാനത്തിൽ ഒരു ശില |
| പുനർജന്മ | ജീവിതചക്രത്തിൽ വീണ്ടും ജനിക്കുന്നത് |
| പുനർമൃത്യ | ജീവിതചക്രത്തിൽ വീണ്ടും മരിക്കുന്നത് |
| പുരുഷ | ഋഗ്വേദത്തിലെ പരമോന്നത ദൈവം |
| ഖയാമത്ത് | ഇസ്ലാമിക ഐതിഹ്യത്തിലെ അന്ത്യന്യായ വിസ്താര ദിനം |
| രസായന | രസവാദവിദ്യ |
| സദാനന്ദ | എല്ലായ്പ്പോഴും പ്രശാന്തമായത് |
| സധവ | ഭർത്താവ് ജീവനോടെയുള്ള സ്ത്രീ |
| സഗുണ | അന്തർലീനമായത്, നിറയെ ഗുണങ്ങളുള്ളത് |
| സല്ലേഖന | ജൈന മഠ ആചാരങ്ങളുടെ ഭാഗമായി ജീവിതത്തിൽ നിന്നും ഭക്ഷണത്തിൽ നിന്നുമുള്ള പിന്മാറ്റവും, മരണം വരെയുള്ള ഉപവാസവും |
| സമാധി | ഒരു വിശുദ്ധൻ മരണത്തെ തിരഞ്ഞെടുത്തതോ, വിശുദ്ധന്റെ ഭൗതികാവശിഷ്ടങ്ങൾ ഉള്ളതോ ആയ സ്ഥലത്ത് ഉയർത്തിയിരിക്കുന്ന സ്മാരകം |
| സംസാര | ഭൗതിക ലോകത്തെ ജനനത്തിന്റെയും മരണത്തിന്റെയും അന്തമില്ലാത്ത ആവർത്തനം |
| സംസ്കാര | ആചാരക്രിയകളെ സംബന്ധിച്ച് മാന്യമായ ജീവിതം |
| സന്താര | ജൈന മഠ ആചാരങ്ങളുടെ ഭാഗമായി ജീവിതത്തിൽ നിന്നും ഭക്ഷണത്തിൽ നിന്നുമുള്ള പിന്മാറ്റവും, മരണം വരെയുള്ള ഉപവാസവും |
| സന്യാസ ആശ്രമം | ഒരു വ്യക്തി മരണത്തിന് വേണ്ടി തയ്യാറെടുക്കുമ്പോൾ ഉള്ള പരിത്യാഗത്തിന്റെ ഘട്ടം |
| സപിണ്ഡ കരണ | ഒരു ആത്മാവിനെ, ഒന്നാം തലമുറയിലെ പൂർവികനായി മാറ്റുന്ന ആചാരം |
| സർവ പിതൃ | പൂർവ്വികരുടെ സഞ്ചയം |

| | |
|---|---|
| സതി മഹാറാണി | മരണപ്പെട്ട യോദ്ധാവായ ഭർത്താവിന്റെ ചിതയിൽ ചാടി ആത്മാഹുതി ചെയ്ത്, ദേവത പദവി നേടിയ വിധവ |
| ശൗച | ശാരീരികവും മാനസികവുമായ വൃത്തിയും ശുദ്ധിയും |
| ശമൻ | മരിച്ചവരുടെ ആത്മാവുമായി സംവദിക്കുന്ന ഗോത്രവർഗ്ഗ അംഗം |
| ശവസാധന | ഗൂഢ ശക്തികൾ നേടാൻ വേണ്ടി മൃതദേഹങ്ങൾ ഉപയോഗിച്ച് ചെയ്യുന്ന ക്രിയകൾ |
| ശ്രാദ്ധം | മരണശേഷം ചെയ്യുന്ന ക്രിയകൾ |
| ശ്രാദ്ധ-ഭോഗ് | മരണശേഷം നൽകുന്ന സദ്യ |
| സിദ്ധലോകം | ജൈന ഐതിഹ്യത്തിലെ തീർത്ഥങ്കരന്റെ ലോകം |
| സോമ | ദൈവങ്ങൾക്ക് നൽകിയിരുന്ന വേദപാനീയം; എഫെഡ്ര തണ്ടിൽ നിന്നുള്ള രസം; ചന്ദ്രൻ |
| സോംപതി മാസ്യ | തിങ്കളാഴ്ചയും അമാവാസിയും ഒന്നിച്ച് വരുന്ന, പൂർവ്വികർക്ക് പവിത്രമായ ദിനം |
| സ്തൂപ | ബുദ്ധിസത്തിൽ ഒരു അധ്യാപകന്റെ ഭൗതികാവശിഷ്ടങ്ങൾക്ക് മുകളിൽ ഉയർത്തിയ സ്മാരകം |
| സുമംഗലി | ഭർത്താവ് ജീവിച്ചിരിക്കുന്ന വിവാഹിത |
| സൂതക | ഒരു ബന്ധുവിന്റെ മരണത്തെത്തുടർന്നുള്ള അശുദ്ധിയുടെ സമയം |
| സ്വ-ധർമ | കുടുംബപരമായും സ്വന്തമായും ചെയ്യേണ്ട കടമകളുടെ ജീവിത കാലഘട്ടം |
| സ്വാധ്യായഃ | സ്വയം പഠനം |
| സ്വയംഭ്രൂ | സ്വയം ഉണ്ടായത് |
| തന്ത്ര | ശരീരത്തിന് പ്രാധാന്യം കൊടുക്കുന്ന ഗൂഢ ക്രിയകൾ |
| തനു | ശരീരം |
| തപസ്യ | ആത്മീയാഗ്നി കടയൽ |
| തർപ്പണം | പൂർവ്വികർക്ക് ജലം സമർപ്പിക്കുന്നത് |
| തെയ്യം | വടക്കൻ കേരളത്തിൽ ദൈവമായി കണ്ട് ആരാധിച്ച് വരുന്ന പൂർവ്വികന്റെ ആത്മാവ് |
| തീർത്ഥ ശ്രാദ്ധം | ഒരു തീർത്ഥാടന സ്ഥലത്ത് പോയി മരിച്ചവരെ ഊട്ടുന്നത് |
| ത്രിപുന്ദ്ര | മൂന്ന് നഗരങ്ങളുടെ നാശകൻ, ശിവന്റെ മറ്റൊരു നാമം |

| | |
|---|---|
| ഉച്ചൈശ്രവ | തിളങ്ങുന്ന വെളുത്ത നിറമുള്ള, പറക്കുന്ന, ദിവ്യാശ്വം |
| വൈകുണ്ഠ | എല്ലാവർക്കും ഭക്ഷണം ലഭിക്കുന്ന ഉന്നതസ്വർഗ്ഗമായ വിഷ്ണുവിന്റെ സന്നിധി |
| വാനപ്രസ്ഥാശ്രമ | ഒരു വ്യക്തി വനമെന്ന സങ്കൽപ്പത്തിലേയ്ക്ക് പിൻവലിയുന്ന, വിരമിക്കലിന്റെ ഘട്ടം |
| വർണ-ധർമ്മ | ജാതിയുടെ കടമകൾ അഥവാ കുടുംബത്തിന്റെ കടമകൾ പിന്തുടരുക |
| വാർഷിക ശ്രാദ്ധം | ചരമവാർഷികം |
| വേതാളം | ഒരു മന്ത്രവാദിയോ, ഒരു കാവൽമാലാഖയോ അടിമയാക്കി വച്ചിരിക്കുന്ന ആത്മാവ് |
| വീരഗൽ | യോദ്ധാവിന്റെ സ്മാരകശില |
| നിമജ്ജനം | വെള്ളത്തിൽ ഇറക്കിവയ്ക്കൽ, യാത്രയയപ്പ് |
| വൃദ്ധി | വളർച്ച |
| വൃദ്ധി ശ്രാദ്ധം | വിവാഹം പോലുള്ള കുടുംബചടങ്ങുകളിൽ പൂർവ്വികരെ ഊട്ടുന്നത് |
| യജ്ഞശാല | വേദാചാരം നടക്കുന്ന സ്ഥലം |
| യമലോകം | യമൻ ഭരിക്കുന്ന, മരിച്ചവരുടെ നാട് |
| യോഗിനി | ഗൂഢാചാരങ്ങൾ ചെയ്യുന്ന പുരോഹിതമാർ, ദേവതകൾ, നിപുണർ |
| യോനി | ഗർഭപാത്രം |
| യുഗം | ലോകത്തിന്റെ കാലഘട്ടം; നാല് യുഗങ്ങൾ ചേരുന്നതാണ് ലോകത്തിന്റെ ആയുസ്സ് |

# പരാമർശനങ്ങൾ


1. മിത്ത് = മിഥ്യ : ഡീകോഡിംഗ് ഹിന്ദു മിത്തോളജി
2. ദ ബുക്ക് ഓഫ് റാം
3. ദ പ്രഗ്നന്റ് കിംഗ്
4. ജയ : ആൻ ഇല്ലസ്റ്റേറ്റഡ് റീടെല്ലിംഗ് ഓഫ് ദ മഹാഭാരത
5. സീത : ആൻ ഇല്ലസ്റ്റേറ്റഡ് റീടെല്ലിംഗ് ഓഫ് ദ രാമായണ
6. ഒളിമ്പസ് : ആൻ ഇൻഡ്യൻ റീടെല്ലിംഗ് ഓഫ് ദ ഗ്രീക്ക് മിത്ത്സ്
7. 7 സീക്രട്ട് സീരീസ്
8. ദേവ്‌ലോക് വിത് ദേവ്ദത്ത് പട്നായ്ക് സീരീസ്
9. ദ ബിസിനസ്സ് സൂത്ര സീരീസ്
10. ദേവ്‌ലോക് സീരീസ് ഫോർ ചിൽഡ്രൺ
11. ദ ജയ കളറിംഗ് ബുക്ക്
12. ദ സീത കളറിംഗ് ബുക്ക്
13. പശു : ആനിമൽ ടെയ്ൽസ് ഫ്രം ഹിന്ദു മിത്തോളജി
14. ഷിഖണ്ഡി : ആൻഡ് അദർ ക്വീർ ടെയ്ൽസ് ദേ ഡോണ്ട് ടോൽ യൂ
15. മൈ ഗീത
16. മൈ ഹനുമാൻ ചാലീസ
17. ഫെയ്ത്ത്
18. ദ ഗേൾ ഹു ചോസ് ആൻര് ദ ബോയ്സ് ഹു ഫോട്ട്
19. ശ്യാം : ആൻ ഇല്ലസ്റ്റേറ്റഡ് റീടെല്ലിംഗ് ഓഫ് ദ ഭഗവത്ഗീത
20. രാമായണ വേഴ്സസ് മഹാഭാരത : മൈ പ്ലേഫുൾ കംപാരിസൺ
21. യോഗ മിത്തോളജി
22. ഹൌ ടു ബികം റിച്ച് : 12 ലെസ്സൺസ് ഐ ലേൺഡ് ഫ്രം വേദിക് ആൻഡ് പുരാണിക് സ്റ്റോറീസ്
23. ആരണ്യക
24. ഇൻഡ്യൻ മിത്തോളജി
25. ശിവാ ടു ശങ്കരാ
26. ദ ഗോഡ്സ്സസ് ഇൻ ഇൻഡ്യാ

27. 99 തോട്ട്സ് ഓൺ ഗണേശാ
28. ധർമ്മ അർത്ഥ കാമ മോക്ഷ
29. ഹോപ് : വിസ്ഡം ടു സെർവൈവ് ഇൻ എ ഹോപ്‌ലെസ്സ് വേൾഡ്
30. മാര്യേജ് : 100 സ്റ്റോറീസ് എറൗണ്ട് ഇൻഡ്യാസ് ഫേവറിറ്റ് റിച്ച്വൽ
31. പിൾഗ്രിം നേഷൻ : ദ മേക്കിംഗ് ഓഫ് ഭാരത് വർഷ
32. ഏദൻ : ആൻ ഇൻഡ്യൻ എക്സ്പ്ലോറേഷൻ ഓഫ് ജ്യൂയിഷ്
33. ക്രിസ്റ്റ്യൻ ആൻഡ് ഇസ്ലാമിക് ലോർ
34. ധർമ്മ ഓർ സമലൈംഗികത
35. ദ സ്റ്റോറീസ് വീ ടെൽ
36. ഗരുഡ പുരാണ
37. ബാഹുബലി : 63 ഇൻസൈറ്റ്സ് ഇൻടു ജൈനിസം
38. സതീ സാവിത്രി
39. ABC ഓഫ് ഹിന്ദുയിസം ഫോർ കിഡ്സ്
40. അഹിംസ
41. ലങ്കേഷ്
42. ഗാനാ ബജാനാ

# കൃതജ്ഞത

പല സംശയങ്ങളും നിവർത്തിച്ച തന്ന പൂനെയിൽ നിന്നുള്ള വേദാചാര വിദഗ്ധനായ ശ്രീ ദേവദത്ത് ഛത്രിയ്ക്ക്.

സംഹിതകളിൽ നിന്നും ബ്രാഹ്മണഗ്രന്ഥങ്ങളിൽ നിന്നും ഖണ്ഡികകൾ ഗവേഷണം ചെയ്യുകയും പരിഭാഷപ്പെടുത്തുകയും ചെയ്ത ശ്രീമതി സീമ സോൻടക്കെയ്ക്ക്.

**ഹരിത സി കെ**

കൊല്ലം ജില്ലയിലെ ചാത്തന്നൂരിൽ ജനനം. കൊല്ലം ഫാത്തിമാ കോളേജിൽ നിന്നും ഇംഗ്ലീഷ് സാഹിത്യത്തിൽ ബിരുദം. കൊച്ചി രാജഗിരി കോളേജിൽ നിന്നും സോഷ്യൽവർക്കിൽ ബിരുദാനന്തര ബിരുദം. കോയമ്പത്തൂരിൽ 'സിരുതുളി' എന്ന സംഘടനയിൽ അഞ്ചു വർഷത്തോളം പ്രവർത്തിച്ചു. ശേഷം, യുഎഇയിലും ഇന്ത്യയിലുമായി കുട്ടികൾക്കായുള്ള സ്കിൽ ഡെവലപ്മെന്റ് പ്രോഗ്രാമുകളുടെ കോർഡിനേറ്റർ ആയും, കണ്ടെന്റ് റൈറ്റർ ആയും, സോഷ്യൽ മീഡിയാ മാനേജർ ആയും ജോലി ചെയ്തുവരുന്നു. സ്കൂൾ കാലം മുതൽ ആനുകാലികങ്ങളിലും മറ്റും ലേഖനങ്ങളും കഥകളും എഴുതാറുണ്ട്. ഷാർജാ ഇന്റർനാഷണൽ ബുക്ക് ഫെസ്റ്റിവലിൽ, മാതൃഭൂമി-ക്ലബ് എഫ്എം പ്രസിദ്ധീകരിച്ച 'കിതാബ്' എന്ന സമാഹാരത്തിൽ, *'ജലം പോലൊരുത്തി'*, *'പ്രണയത്തിന്റെ ഭസ്മപ്പൊട്ടുകാർ'* എന്നീ ചെറുകഥകൾ, തുടർച്ചയായി രണ്ടു വർഷങ്ങൾ പ്രസിദ്ധീകരിച്ചു. *'അരുന്ധതിയുടെ നാലാം വിവാഹം'*, *'Be With You'* എന്നീ ഷോർട്ട്ഫിലിമുകൾക്ക് സബ്ടൈറ്റിൽ ഒരുക്കിയിട്ടുണ്ട്. ആനന്ദ് നീലകണ്ഠന്റെ *'നളന്റെ ദമയന്തി'* എന്ന ഓഡിയോ ഡ്രാമ, സുഹൃത്തുക്കൾക്കൊപ്പം ചേർന്ന് വിവർത്തനം ചെയ്തു. പ്രസിദ്ധീകരിച്ചിട്ടുള്ള മറ്റ് വിവർത്തനങ്ങൾ : *തീവണ്ടിയിലെ പെൺകുട്ടി*, വാറൻ ബഫറ്റിന്റെ *മാനേജ്മെന്റ് രഹസ്യങ്ങൾ*, *ദി ബെൽബോയ്*, *ദി ഹിഡൻ ഹിന്ദു*, *മരണത്തിന്റെ വിഷപ്പല്ലുകൾ*, *റാം C/o ആനന്ദി* (ഇംഗ്ലീഷ് വിവർത്തനം).

ചന്ദ്രശേഖരൻ നായർ, കാഞ്ചനവല്ലി എന്നിവരാണ് മാതാപിതാക്കൾ.

harithahuman@gmail.com